आपल्या स्नेहीजनांना पुस्तके भेट द्या

'India At 70' या इंग्रजी पुस्तकाचा अनुवाद

सत्तरीतला भारत

स्वातंत्र्योत्तर काळावर दृष्टिक्षेप

रोशन दलाल

अनुवाद

जोसेफ तुस्कानो

मेहता पब्लिशिंग हाऊस

Please contact us at **Mehta Publishing House,** Pune 411030.
✆ +91 020-24476924 / 24460313 / Mob. No. 9545000513
Email : production@mehtapublishinghouse.com
Website : www.mehtapublishinghouse.com

◆ *या पुस्तकातील लेखकाची मते, घटना, वर्णने ही त्या लेखकाची असून त्याच्याशी प्रकाशक सहमत असतीलच असे नाही.*

INDIA AT 70 by **ROSHEN DALAL**

Translated into Marathi Language by Joseph Tuskano

सत्तरीतला भारत / माहितीपर

अनुवाद : जोसेफ तुस्कानो
mail : author@mehtapublishinghouse.com

मराठी अनुवादाचे व प्रकाशनाचे हक्क : मेहता पब्लिशिंग हाऊस, पुणे.

प्रकाशक : सुनील अनिल मेहता, मेहता पब्लिशिंग हाऊस,
१९४१, सदाशिव पेठ, माडीवाले कॉलनी, पुणे – ४११०३०.

मुद्रक : ट्रिनिटी ॲकॅडमी फॉर कॉर्पोरेट ट्रेनिंग लिमिटेड,
नऱ्हे इंडस्ट्रिअल एरिया, झील कॉलेज रोड, नऱ्हे, पुणे – ४१.

मुखपृष्ठ : मेहता पब्लिशिंग हाऊस

प्रथमावृत्ती : ऑक्टोबर, २०१९

किंमत : ₹ ३९५

P Book ISBN 9789353173203
E Book ISBN 9789353173210
E Books available on : amazonkindle Apple Books Google Play Books

---

'शहनाज'ला प्रेमपूर्वक!

ओळख

वर्ष २०१७चं! जगातील सर्वांत मोठा लोकशाही देश असलेल्या भारताचा मंगळयान हा कृत्रिम उपग्रह मंगळ ग्रहाभोवती फेऱ्या मारतोय, देशाचे प्रगतीमय आर्थिक व्यवस्थेचे द्योतक ठरणारे हे असे उपग्रह अवकाशात झेपावत आहेत. भारताच्या वैविध्यपूर्ण कला आणि संस्कृतीचे जगभर कौतुक होत आहे.

भारतवर्षाची ही कहाणी स्वातंत्र्योत्तर काळातली; गेल्या ७० वर्षांची कहाणी आहे. सुमारे दोनशे वर्षांच्या ब्रिटिशांच्या अमलाखालील गुलामगिरीला झुगारून आपला देश १९४७ मध्ये स्वतंत्र झाला. पहिल्यांदा देशाच्या सीमारेषा अधोरेखित झाल्या आणि संयुक्त राजकीय पार्श्वभूमी असलेले एक अखंड राष्ट्र निर्माण झाले. कसे असेल हे नवे भारतखंड? त्याची एकी व ताकद कायम राहील ना?

स्वातंत्र्यपूर्व काळात देशाचे चित्र वेगळे होते. भारतनामे भूप्रदेश ब्रिटिशांच्या अकरा प्रांतांत विभागलेला होता. त्याचसोबत आणखी काही क्षेत्र संपूर्णतया ब्रिटिशांच्या ताब्यात होते. शिवाय ५६५ भारतीय राज्ये (ज्यांना राजघराणी म्हटले जाई) देखील ब्रिटिशांच्या गुलामगिरीत होती. मुस्लीम लीगचे संस्थापक मोहमद अली जिना स्वतंत्र पाकिस्तानची मागणी करत होते आणि सरतेशेवटी या वेगळ्या देशाची स्थापना केली गेली. १९४७ च्या १४ आणि १५ ऑगस्टला दोन देशांची निर्मिती झाली, परंतु त्यांच्यातील सीमा मात्र १७ ऑगस्टला अधोरेखित झाली. तेव्हा, पाकिस्तानचे दोन भाग केले गेले होते. पश्चिम पाकिस्तान हा पंजाबच्या अर्ध्या प्रांताने व्यापला होता, तर पूर्व पाकिस्तान बंगाल प्रांतातून निर्माण करण्यात आला होता. नकाशावर या सीमा पक्क्या झाल्या आणि जिल्हे, कालवे आणि गावेसुद्धा विभागली गेली.

(भारत-पाकिस्तान विभागणीनंतरचा भारत १९४७)

एका देशाचे दोन देशांत विभाजन झाल्याने खूप समस्या निर्माण झाल्या. देशाच्या पश्चिमेकडील १ कोटी लोकांनी स्थलांतर केले आणि एका बाजूने मुस्लीम तर दुसऱ्या बाजूने हिंदू आणि शीख यांच्यात सुडाची ठिणगी पडली. त्या रागाच्या उद्रेकात १० लाख लोकांचा बळी गेला. अजून अनेक प्रश्न निर्माण झाले. संपूर्ण व्यवस्थापन व त्यांची छोटी-मोठी मालमत्ता विभागली गेली. त्यामध्ये मेज, खुर्च्या, पुस्तके, संगीतवाद्ये, कारगाड्या, पेन, पेन्सिल यांचाही समावेश होता. त्या विभाजनातून लष्कर, पोलीस, रेल्वे, पोस्ट सेवा, पैसे आणि अन्य गोष्टीही सुटल्या नाहीत.

देशातील राज्यांना एकत्रित करण्याच्या प्रक्रियेला स्वातंत्र्यपूर्व काळात प्रारंभ

निराश्रितांची ट्रेन पकडण्यासाठी उडालेली झुंबड : १९४७

झाला होता. काही राज्ये पाकिस्तानला जोडली गेली, तर ५५४ राज्ये भारतीय विभागात समाविष्ट झाली. दोन्हीकडच्या राज्यांत निरनिराळे राज्यकर्ते होते. काही राज्ये आकाराने भली मोठी होती आणि त्यांच्या ताब्यात मोठ्या प्रमाणात संपत्ती, जमीनजुमला, राजवाडे, पैसा, सोने, जवाहीर, कारगाड्या आणि हत्ती होते, तर काही राज्ये केवळ काही किलोमीटर क्षेत्राने व्यापलेली होती. वस्तुतः अशी छोटी राज्ये संख्येने ४२५ होती. ३१ जुलैपर्यंत दोन प्रकारचे करार करण्यात आले. त्यानुसार या राज्यांनी भारतात विलीन होण्याचे आणि आपल्या काही अधिकारांवर पाणी सोडण्याचे मान्य केले.

स्वातंत्र्य प्राप्त झाले, तेव्हा भारताची एक घटना तयार करण्यात आली. एक देश चालविण्यासाठी आवश्यक असलेले नियम व संकल्पना त्या घटनेत अंतर्भूत करायचे होते. ही घटना लिहिण्यासाठी एक समिती स्थापन केली गेली आणि या मंडळींची ९ डिसेंबर, १९४६ रोजी पहिली बैठक झाली. १९४९च्या अखेरीस घटना तयार झाली आणि १९५० मध्ये भारत प्रजासत्ताक देश बनला. दोन वर्षांनी निवडणुका झाल्या व भारताची लोकसभा कार्यरत झाली.

अशा प्रकारे लोहयुगापासून क्लिष्ट इतिहास लाभलेल्या भारत वर्षाची, १९४७ मध्ये आमूलाग्र बदलाने नवनिर्मिती झाली.

✦ १९४७चा भारत कसा होता?

सरकार आणि व्यवस्थापनाची प्राथमिक रचना ब्रिटिश राज्यकर्त्यांनी करून ठेवली होती. मतदानाचा हक्क मर्यादित राखून १९३७ पासून स्थानिक राज्याच्या विधानसभेत भारतीय नागरिक निवडून येऊ लागले होते. सवता सुलभतेनुसार चालत असलेली न्यायव्यवस्था होती. लष्कर, नाविकदल आणि हवाईदल होते.

त्या वेळी साक्षरतेचे प्रमाण केवळ १२.१ टक्के होते. याचा अर्थ, शंभर माणसांमधले फक्त १२ जण लिहू-वाचू शकत होते, तेव्हा देशभरात १,७०,००० प्राथमिक शाळा, १२,००० माध्यमिक शाळा, ५,००० उच्च माध्यमिक शाळा आणि २५ विश्वविद्यालये आणि उच्च शिक्षण देणाऱ्या संस्था होत्या. त्याशिवाय मोजक्या तांत्रिक, अभियांत्रिकी आणि वैद्यकीय शिक्षण पुरविणाऱ्या संस्था अस्तित्वात होत्या. वर्तमानपत्रे, पुस्तके, छपाईखाने आणि प्रकाशनसंस्था इंग्रजीत तसेच बहुतेक भारतीय भाषेत उपलब्ध होत्या. काही विज्ञानविषयक संस्था कार्यरत होत्या, त्या अशा –

द सर्व्हे ऑफ इंडिया (स्थापना १७६७)
द जिओलॉजिकल सर्व्हे ऑफ इंडिया (१८५१)
द अर्चिओलॉजिकल सर्व्हे ऑफ इंडिया (१८६१)
द इंडिया मीटिअरलॉजिकल डिपार्टमेंट (१८७५)
द फॉरेस्ट रिसर्च इन्स्टिट्यूट (१८७८)
द झूऑलॉजिकल सर्व्हे ऑफ इंडिया (१९१६)
द इंडियन स्टॅटिस्टिकल इन्स्टिट्यूट (१९३१)
द कौन्सिल ऑफ सायंटिफिक ॲन्ड इंडस्ट्रियल रिसर्च (१९४२)
आणि
द टाटा इन्स्टिट्यूट ऑफ फंडामेंटल रिसर्च (१९४५)

यातील शेवटच्या दोन संस्थांची उभारणी भारतीयांनी केली होती. अर्थात, आणखी काही वैज्ञानिक व तंत्रज्ञानीय संस्था, वाचनालये, म्यूझियम आणि इस्पितळे-देखील उपलब्ध होती.

शेतीव्यवसाय भरभराटीस आला होता, जातिव्यवस्था अस्तित्वात होती तसेच जमीनदारी पद्धती आणि वेठबिगारी अजूनही समाजव्यवस्थेचे भाग बनून होते. शेतकऱ्यांची परिस्थिती हलाखीची होती आणि स्वतःच्या मालकीची जमीन नसलेले कित्येक मजूर राबराब राबत होते. दुष्काळ तर वारंवार पडायचे, त्यातल्या त्यात १९४३-४४चा बंगालचा दुष्काळ भयानक होता.

खूपशा शहरांत आणि नगरांत वीजपुरवठा व नळाद्वारे पाणीपुरवठा होत होता.

खेडोपाडी वीज पोहोचली नसली तरी काही गावांतील शासकीय इमारतींना वीज पुरवली जात होती. औद्योगिक क्षेत्रात आस्तेकदम प्रगती होत होती; पण जड अवजारे आणि यंत्रे निर्माण करणाऱ्या सुविधा मर्यादित होत्या. वाहतूक आणि संपर्क माध्यमाने बऱ्यापैकी झेप घेतली होती. हवाई वाहतुकीला प्रारंभ झालेला होता खरा; पण आजच्या तुलनेने प्रवास वेळखाऊ होता आणि विमान उड्डाणे कमी प्रमाणात होती. खरं सांगायचं तर, १९४५ मध्ये तेव्हा अस्तित्वात असलेल्या एकूण हवाई कंपन्यांतर्फे केवळ २४,००० प्रवाशांनी प्रवास केल्याची नोंद आहे. जलप्रवासासाठी बोटी, बंदरे, दीपगृहे आणि मर्चंट नेव्हीसारखी कंपनी यांसारखी साधने उपलब्ध होती. मोटारगाड्या कमीच (१९४५ मध्ये एकूण १,४२,१७२) होत्या; पण रेल्वेचे जाळे दूरवर पसरले होते व रेल्वेप्रवास मोठ्या प्रमाणात होत होता. त्या वेळी दूरदर्शन नव्हते; पण १९४७ पर्यंत नऊ रेडिओ स्टेशन्स उपलब्ध होती. भारतात टपालसेवा देणारी २६,१३० पोस्ट कार्यालये, एक टेलिग्राम सेवा आणि १,२३,००० टेलिफोन जोडण्या होत्या. (अर्थात, या जोडण्या घरगुती पातळीवर होत्या.)

एकोणिसाव्या शतकाअखेर सामाजिक स्थित्यंतराला प्रारंभ झाला होता आणि विसाव्या शतकाच्या प्रारंभातील स्वातंत्र्योत्तर काळात बदल घडत गेला. कुस्ती आणि कबड्डीसारखे काही पारंपरिक खेळ भारतात खेळले जात, तरीही हॉकी, फुटबॉल, क्रिकेट, बॅडमिंटन, टेनिस आणि गोल्फ यांसारख्या नवीन खेळांची भर पडली. बुद्धिबळासारख्या अंतर्गृही खेळांसाठी आंतरराष्ट्रीय पद्धतीचा वापर झाला. जेवणाच्या सवयी रूढीनुसार सुरू राहिल्या, तरीही विसाव्या शतकात बिस्किटे, चहा, कॉफी, केक आणि पावासारखे पदार्थ खाण्या-पिण्यात आले. शहरी पुरुष मंडळींनी पाश्चिमात्य पेहराव अंगीकारला.

भारत देशाला प्राचीन काळापासून शिक्षण, नृत्य, संगीत, कला व शिल्पकला, तसेच सर्व प्रकारच्या हस्तकलांची समृद्ध परंपरा होती. १९४७ पर्यंत, नव्या पद्धतीच्या संस्कृतीची आणि शोधांच्या आविष्कारांची त्यात भर पडली होती. सीमेपलीकडून स्थलांतरित झालेल्या कलाकारांमुळे हा बदल घडून आला होता.

~

या साऱ्या पार्श्वभूमीवर, भारताला एका नव्या राष्ट्राचं रूप घ्यायचं होतं. प्रारंभ डळमळीत होता; परंतु हळूहळू परिस्थिती सावरली गेली. हळूहळू भारताचे एका बळकट प्रजासत्ताक देशात रूपांतर झाले.

भारत देश ३२,८७,२६३ चौ. कि.मी. भूमीवर वसला आहे आणि ही जागा पृथ्वीवरील एकूण भू-क्षेत्राच्या केवळ २.४२ टक्क्यांइतकी आहे; परंतु २०११च्या जनगणनेनुसार, देशाची लोकसंख्या १,२१,०१,९३,४२२ (सुमारे १२१ कोटी)

इतकी होती व ती जगातली सर्वांत दुसऱ्या क्रमाकांची आणि १६.७ टक्क्यांइतकी होती. त्याच वर्षी एक लाखांवर वस्ती असलेली ४९७ शहरे व दहा लाखांवर वस्ती असलेली ४७ महानगरे अस्तित्वात आली होती. तद्‌नंतर २०११च्या सुमारास भारताची लोकसंख्या वाढतच गेली व साधारणतः जागतिक लोकसंख्येच्या १७.८ टक्के झाली. भारतवर्षाने स्वातंत्र्य मिळवल्यानंतर ७० वर्षांत केलेल्या भरमसाट प्रगतीचा या पुस्तकात आढावा आहे. तरीही, प्रत्येक नागरिकाचे आरोग्य, शिक्षण, स्वच्छता आणि कल्याण याबाबत बरंच काही करावयाचं बाकी आहे.

✦ प्रस्तुत पुस्तकाविषयी

या पुस्तकात गेल्या सत्तर वर्षांतल्या काळातील प्रत्येक वर्षी घडलेल्या घटनांवर दृष्टिक्षेप टाकण्यात आला आहे. भारतातील राजकीय पार्श्वभूमीवर या देशातली भव्य नि समृद्ध संस्कृती, विविधता, विविध भाषा, ख्यातकीर्त व्यक्ती आणि सर्व क्षेत्रांतली यशोगाथा यांचा मागोवा घेतला आहे. प्रत्येक प्रकरणाचा प्रारंभ त्या त्या वर्षाच्या मुख्य राजकीय घटनेवर प्रकाशझोत टाकून केलेला आहे. तद्‌नंतर निवडक व्यक्तिमत्त्वे आणि त्या वर्षीच्या सांस्कृतिक घटना यावर प्रकाश टाकण्यात आला आहे. अखेरीस काही ठळक घटनांचा नाममात्र उल्लेख आहे.

काही महनीय व्यक्तींचा तसेच शासनाचा शिक्षण, विज्ञान, क्रीडा, साहित्य आणि कला या क्षेत्रांतील संस्थांच्या जडणघडणीत व त्यांना निधी पुरविण्यास हातभार लागला. जगभरात आंतरराष्ट्रीय स्तरावर विविध ठिकाणी भरलेल्या उत्सवांमुळे जगभर देशाचे नाव झाले.

हजारो नामवंत मंडळींतून आणि ठळक घटनांतून निवड कराव्या लागलेल्या सगळ्याच यशोगाथा व प्रसिद्ध व्यक्तींना या पुस्तकात अंतर्भूत करता आले नाही. भिन्न वर्गात समन्वय साधणाऱ्या घटनांचा अंतर्भाव ही मुख्य कसोटी वापरून ही निवड केली आहे. दरवर्षीच्या पुरस्कारप्राप्त व्यक्तींमधून तसेच दुर्मिळ योगदान दिलेल्या विभूतींमधून निवड केली आहे. चित्रपट, साहित्य, संगीत, नृत्य आणि कला या क्षेत्रांत घडलेल्या घटनांतून देशाची बहुधा प्रत्यक्षपणे प्रतिमा आविष्कृत होत असते; त्यामुळे गेल्या सत्तर वर्षांतील अशा घटनांची नोंद घेण्यात आली आहे.

साहित्य क्षेत्रातील लेखक, कवी तसेच घटनेने मंजूर केलेल्या बावीस भाषांतील उल्लेखनीय कार्य यांची माहिती आहे. त्याद्वारे तुम्हा वाचकांच्या मनात कुतूहल निर्माण होईल आणि तुम्ही तत्संबंधी अधिकाधिक वाचन करण्यास प्रवृत्त व्हाल. विविध भाषांतील भिन्नभिन्न चित्रपट, त्यामध्ये भूमिका केलेल्या नट-नट्या, त्यांचे दिग्दर्शक यांची हजारोंच्या यादीतून निवड केलेली आहे. याशिवाय दूरदर्शन आणि

त्याद्वारे प्रदर्शित होणाऱ्या मालिका, कलाकार, संगीतकार, नर्तक आणि विविध प्रकारच्या कलाकृती, नृत्ये, संगीत यांची सविस्तर माहिती आहे. निरनिराळ्या संगीत वाद्यांविषयी लिहिले आहे. खेळ-क्रीडा, खेळाडू, त्यांनी पटकाविलेली पदके यासोबतच विज्ञान, अवकाश संशोधन, मानवतावादी कार्ये, भारतातील वन्यजीव आणि परिसंस्था अशा अनेक बाबींचा त्यात समावेश आहे. आपल्या या महान देशातील परंपरा हळुवार बदलत, कशी नव्या संस्कृतीचे रूप घेत गेली याचा आलेख प्रस्तुत पुस्तकात पाहावयास मिळेल.

थोडक्यात काय तर, या ग्रंथात सातत्याने नवे रूप घेत गेलेल्या आवेशपूर्ण भारतवर्षाचे रूप प्रतिबिंबित झालेले दिसेल.

अनुक्रमणिका

१. १९४७ : आकाशी उमटले इंद्रधनुष्य / १
२. १९४८ : शोकांतिकेने प्रारंभ / ६
३. १९४९ : राज्यांचे एकीकरण / ११
४. १९५० : भारत प्रजासत्ताक देश बनला / १७
५. १९५१ : जनगणना / २२
६. १९५२ : पहिली निवडणूक / २७
७. १९५३ : भारताचे नंदनवन - काश्मीर / ३२
८. १९५४ : हिंदी - चिनी भाई भाई / ३८
९. १९५५ : जगाचे नेतृत्व भारताकडे / ४४
१०. १९५६ : राज्यांची पुनर्रचना / ५०
११. १९५७ : पुन्हा निवडणुका / ५६
१२. १९५८ : पंचायत राज / ६२
१३. १९५९ : दलाई लामांचा भारतात प्रवेश / ६६
१४. १९६० : बॉम्बेचे विभाजन / ७०
१५. १९६१ : गोवामुक्ती / ७५
१६. १९६२ : भारत-चीन युद्ध / ८१
१७. १९६३ : भाषिक समस्या / ८६
१८. १९६४ : नेहरूंचे महानिर्वाण / ९०
१९. १९६५ : पाकिस्तानशी युद्ध / ९५
२०. १९६६ : इंदिरा गांधींचा उदय / १००
२१. १९६७ : चौथी सार्वत्रिक निवडणूक / १०६
२२. १९६८ : हरितक्रांतीची सुरुवात / १११
२३. १९६९ : काँग्रेसमध्ये फूट / ११५
२४. १९७० : लोकसभेचे विसर्जन / १२०
२५. १९७१ : बांगलादेशाचा उदय / १२५

२६. १९७२ : विधानसभा निवडणुका / १३१
२७. १९७३ : आर्थिक समस्या / १३६
२८. १९७४ : संपूर्ण क्रांती - जयप्रकाश नारायण चळवळ / १४०
२९. १९७५ : आणीबाणी / १४५
३०. १९७६ : वीस कलमी कार्यक्रम / १५०
३१. १९७७ : नवे सरकार - जनता पार्टी / १५४
३२. १९७८ : ४४ वी घटना-दुरुस्ती / १५९
३३. १९७९ : चरण सिंग / १६३
३४. १९८० : सातवी सार्वत्रिक निवडणूक / १६८
३५. १९८१ : अंतर्गत घडामोडी / १७२
३६. १९८२ : एशियन गेम्स / १७७
३७. १९८३ : खलिस्तानची मागणी / १८२
३८. १९८४ : इंदिरा गांधींची हत्या / १८६
३९. १९८५ : राजीव गांधी - तरुण पंतप्रधान / १९१
४०. १९८६ : मिझोराममध्ये शांतता / १९६
४१. १९८७ : श्रीलंका आणि भारतीय शांतीसेना / २०२
४२. १९८८ : शांतीसाठी प्रयत्न / २०९
४३. १९८९ : व्ही. पी. सिंग - नवे पंतप्रधान / २१४
४४. १९९० : दुसरे सरकार - चंद्रशेखर / २२०
४५. १९९१ : राजीव गांधींची हत्या / २२६
४६. १९९२ : नरसिंह राव : आर्थिक सुधारणा / २३२
४७. १९९३ : नरसिंह रावांची वाटचाल / २३६
४८. १९९४ : आर्थिक विकास / २४१
४९. १९९५ : नवी दिल्लीत आठवी सार्क परिषद / २४६
५०. १९९६ : अकराव्या सर्वसाधारण निवडणुका / २५२
५१. १९९७ : आय. के. गुजराल - नवे पंतप्रधान / २५७
५२. १९९८ : केंद्रात बीजेपी सरकार / २६२

५३. १९९९ : पुनश्च बीजेपी सरकार / २६८
५४. २००० : तीन नवी राज्ये / २७५
५५. २००१ : तीन शोकांतिका / २८०
५६. २००२ : नवे राष्ट्रपती - ए.पी.जे. अब्दुल कलाम / २८६
५७. २००३ : पाकिस्तानशी सुधारले संबंध / २९३
५८. २००४ : नवे सरकार - युपीए / २९९
५९. २००५ : माहितीचा हक्क कायदा मंजूर / ३०३
६०. २००६ : वीस कलमी कार्यक्रमाची पुनर्रचना / ३०७
६१. २००७ : प्रतिभा पाटील - पहिल्या महिला राष्ट्रपती / ३१३
६२. २००८ : मुंबईवर दहशतवादी हल्ला / ३२०
६३. २००९ : पुनश्च युपीए सरकार / ३२६
६४. २०१० : पश्चिम बंगाल व छत्तीसगढमध्ये माओवाद्यांचा हल्ला / ३३१
६५. २०११ : भ्रष्टाचाराविरुद्ध अण्णा हजारे / ३३७
६६. २०१२ : भारतीय लोकसभेची षष्ट्यब्दीपूर्ती / ३४२
६७. २०१३ : मंगळावर स्वारी / ३४८
६८. २०१४ : नरेंद्र मोदी पंतप्रधानपदी / ३५३
६९. २०१५ : दिल्लीवर 'आप'चे राज्य / ३५८
७०. २०१६ : नोटबंदी / ३६४
७१. २०१७ : सत्तरीतला भारत / ३७१
७२. २०१८ : सत्तरी ओलांडताना भारत अब्जाधीश / ३७६
सारांश : एका सांस्कृतिक उत्क्रांतीचा प्रारंभ / ३८२
पुस्तकाचे संदर्भ आणि स्रोत यादी / ३८४

१

१९४७ : आकाशी उमटले इंद्रधनुष्य

ती १४ ऑगस्ट १९४७ ची मध्यरात्र होती. एक मिनिटाने १५ ऑगस्टला प्रारंभ झाला आणि भारत देश इंग्रजांच्या गुलामगिरीतून मुक्त झाला. कौन्सिल हाउसच्या लोकसभा कक्षात असंख्य पाहुण्यांपुढे स्वतंत्र भारताचे पहिले पंतप्रधान जवाहरलाल नेहरू यांनी भाषण दिले होते. "सारे जग झोपले असताना, भारत देश मुक्त होऊन जागा झालेला असेल," अशी त्यांनी आपल्या भाषणाची सुरुवात केली होती. शंख फुंकण्यात आले. 'महात्मा गांधी की जय!' या घोषणेने आसमंत दुमदुमून गेला. सर्वत्र आनंदाचे वातावरण पसरले. बाहेर पावसाचा वर्षाव होत असताना, दिल्लीच्या सजलेल्या नि प्रकाशमय रस्त्यावर हजारो लोक बेधुंद नाचत होते. दुसऱ्या दिवशीदेखील हा जल्लोष सुरू होता. त्याच वेळी कौन्सिल हाउसमध्ये दुसरा एक कार्यक्रम सुरू होता. नवीन सरकारचं उद्घाटन तिथे झालं आणि सगळा समुदाय सायंकाळी इंडिया गेटवर जमला. निदान पाच लाखांचा जनसमुदाय तिथे जमला होता. तिरंगा झेंडा ऐटीत फडकत होता. दिवस पावसाचे होते आणि भारतीय स्वातंत्र्याला आशीर्वाद देण्यासाठी आकाशात इंद्रधनुष्य उमटले होते.

इंडिया गेटवर स्वातंत्र्योत्सव

आणि दुसऱ्या दिवशी म्हणजे १६ ऑगस्टला लाल किल्ल्यावर एक भव्य

सोहळा आयोजित करण्यात आला होता. दहा एक लाख लोकांची प्रचंड गर्दी लोटली होती. जवाहरलाल नेहरूंनी 'जय हिंद'ची घोषणा देत, आपल्या भाषणाला सुरुवात केली आणि श्रोत्यांच्या जोरदार प्रतिसादाने आसमंतात गुंज उठली. महान संगीतकार बिस्मिल्ला खान यांच्या शहनाईच्या सुरांसोबत लोक पुनःपुन्हा ललकारी देत राहिले आणि नवयुगाचा प्रारंभ झाला.

परंतु, खूपशी कामे बाकी होती. राज्यांच्या एकीकरणाचे काम बाकी होते आणि घटनेचा मसुदा पक्का करायचा होता. नवनिर्मित भारतात अनेक समस्या तोंड वर काढत होत्या; परंतु स्वातंत्र्यामुळे आशेचा, उत्साहाचा आणि अभिमानाचा स्फुल्लिंग लोकमनात उमटला होता आणि नावीन्याचा आविष्कार व बदल घडवण्यास ते उत्सुक झाले होते.

✦ एकीकरणाला प्रारंभ

तीन मोठ्या आणि दोन छोट्या राज्यांचा अपवाद सोडला तर १५ ऑगस्टपर्यंत अन्य राज्यांनी करारावर सह्या केल्या आणि ते सार्वभौम भारत देशाचे भाग बनले होते; त्यामुळे एकीकरणाचा पहिला टप्पा पार पडला होता. ऑगस्टच्या अखेरीपर्यंत काश्मीर, जुनागढ आणि हैदराबाद ही राज्ये विलीन झालेली नव्हती.

भारत आणि पाकिस्तान या दोन्ही देशांना काश्मीर हवं होतं; पण महाराजा हरीसिंग करारावर सही करायला तयार नव्हते व स्वतंत्र राहू इच्छित होते. २२ ऑक्टोबरला पाकिस्तानने अनधिकृतपणे पुरस्कृत केलेल्या पठाणांनी काश्मीरवर चढाई केली, तेव्हा महाराजांनी स्वसंरक्षणार्थ २६ ऑक्टोबरला भारतात विलीन होण्याचा निर्णय घेतला. भारतीय सेना व आक्रमणकर्त्यांत काश्मीरमध्ये युद्ध छेडले गेले. काश्मीर भारताचा भाग बनले होते, तरीही ती लढाई एक वर्षापर्यंत सुरू होती.

✦ घटना आणि सरकार

स्वातंत्र्य मिळाले आणि घटना तयार होईपर्यंत, एक गव्हर्नर जनरल, पंतप्रधान आणि काही मंत्री मिळून मध्यवर्ती सरकार तयार करण्यात आले. ही घटनात्मक विधानसभा १५ ऑगस्ट, १९४७ नंतर कायदेविषयक विधानसभा म्हणून कार्यरत होती. जवाहरलाल पहिले पंतप्रधान, तर पूर्वी व्हाइसरॉय असलेले लॉर्ड माउंटबॅटन हे गव्हर्नर जनरल म्हणून कार्यरत होते. व्हाइसरॉय हाउसचे पुढे गव्हर्नमेंट हाउस असे नामकरण झाले. त्यानंतर ते राष्ट्रपती भवन बनले. तसेच कौन्सिल हाउसचे नामकरण लोकसभेत करण्यात आले.

✦ राष्ट्रीय झेंडा

१४ ऑगस्ट, १९४७ च्या मध्यरात्री प्रथमच तिरंगी झेंडा फडकवला गेला. १९३० पर्यंत वापरात असलेला झेंडा वेगळ्या रूपात होता. सध्याच्या तिरंग्याची नक्षी घटनात्मक विधानसभेने २२ जुलै, १९४७ रोजी केली. या झेंड्याला तीन आडवे पट्टे आहेत आणि त्यांचे रंग अनुक्रमे केशरी, पांढरा व हिरवा असे आहेत. त्याच्या मधोमध निळ्या रंगाचे, २४ आरे असलेले चक्र आहे. हे चक्र बुद्धधर्मीय चिन्ह असून ते ख्रिस्तपूर्व २६९-२३२ या काळात होऊन गेलेल्या मौर्य सम्राट अशोकाच्या राजधानीतील खांबावर आढळले होते. त्याला धर्मचक्र किंवा कायदेचक्र असे संबोधतात आणि कुठलाही बदल हा योग्य मार्गाने आणि शांतीने घडून आला पाहिजे, याचे ते प्रतीक आहे. तिरंगा झेंड्यातील रंगदेखील अर्थपूर्ण आहेत; केशरी रंग संन्यस्तवृत्ती व पावित्र्याचे द्योतक आहे, पांढरा रंग प्रकाश, सत्य आणि साधेपणाचा दर्शक आहे, तर तळाचा हिरवा रंग पृथ्वीमातेशी (निसर्गाशी) नाते दर्शवतो.

✦ बिस्मिल्ला खान

भारताच्या स्वातंत्र्य सोहळ्यात संगीताची मेजवानी देणारे वादक बिस्मिल्ला खान हे वादकांच्या घराण्यात जन्मले होते. बिहारमध्ये असलेल्या तेव्हाच्या दुमरान राज्याचे राजे महाराजा केशव प्रसाद सिंग यांच्या दरबारात बिस्मिल्ला खानचे पितामह वादक म्हणून रुजू होते. त्यांचे मामा अली बक्ष खान हे काशी विश्वनाथ मंदिर व वाराणशीतील अन्य ठिकाणी शहनाई वाजवत.[१]

प्रजासत्ताक दिनासारख्या महत्त्वपूर्ण सोहळ्यात बिस्मिल्ला खान शहनाई वाजवत. ते वाराणशीत वास्तव्याला होते आणि त्यांचे संगीत काशी विश्वनाथ तसेच अन्य प्रमुख देवळांतून ऐकायला मिळे. वाराणशीतील बालाजी मंदिरात त्यांचा हमखास कार्यक्रम असे. "आमच्यासाठी एकच भगवंत आहे... तुम्ही त्याला अल्ला म्हणा किंवा ईश्वर म्हणा किंवा राम म्हणा," एका मुलाखतीत ते म्हणाले होते. २१ ऑगस्ट, २००६ या काळदिनी ते पैगंबरवासी झाले, तेव्हा त्यांचे आवडते शहनाई वाद्य त्यांच्यासोबत पुरले गेले होते. त्यांच्या मृत्युदिनी राष्ट्रीय पातळीवर दुखवटा पाळला गेला होता व त्यांना एकवीस बंदुकांची सलामी देण्यात आली

---

1. Sharat Pradhan, 'Even the Heavens Have Wept : Bismillah Khan,' Rediff.com, 12 March 2006, http://www.rediff.com/news/report/up/20060312.htm

होती. जीवनकालात त्यांनी अनेक पुरस्कार मिळवले आणि २००१ मध्ये त्यांना 'भारतरत्न' देण्यात आले. केवळ आपल्या देशातच नव्हे तर जगातील कानाकोपऱ्यांत त्यांच्या संगीताचे जलसे भरत.

शहनाई वाद्याचे वैशिष्ट्य

शहनाई हा वायूवाद्याचा एक प्रकार आहे आणि त्यातून दोन सूर उमटतात. साधारणतः त्यावर आठ भोके असतात; पण कधी ती सहा किंवा नऊदेखील असतात. टोकाकडे निमुळते होणारे छोट्या नळीसारखे असलेले हे वाद्य ४५-६० से.मी. लांबीचे असते. त्यातून हवा फुंकून व हाताच्या बोटांनी त्याची एक-दोन भोके बंद करून, त्यातून सूर उमटवले जातात. श्वासावर नियंत्रण ठेवत वादक या सुरांत विविधता निर्माण करत असतो. कच्चा माल वापरून, शहनाई तयार करणे ही एक कला आहे. गंगा नदीच्या आसपास चिखलभागात आढळणारे वेत (बांबूसारखे झाड) हाच तो प्राथमिक कच्चा माल होय. त्यापासून नळी तयार करतात. या साधनाच्या एका टोकाला तोंडाने फुंकायचा माउथपीस, वेताच्या काळ्या लाकडापासून तयार केलेली नळी किंवा पाइप आणि दुसरे टोक घंटेच्या आकाराचे असून ते धातूचे बनवलेले असते. शहनाईच्या आवाजात पावित्र्य असते आणि मध्ययुगीन काळापासून हे वाद्य मंदिरात तसेच लग्नप्रसंगी वाजवले जात आहे. शहनाईचा अर्थ आहे राजेशाही पावा होय. तिच्या प्रारंभासंबंधी बरेच तर्कवितर्क केले जातात. एकतर तेव्हाच्या काळात अस्तित्वात असलेल्या पाव्यापासून किंवा गारुड्याकडे असलेल्या पुंगीपासून ती निर्माण केली गेली असावी. काहींच्या मते, सोळाव्या शतकात हे वाद्य इराणमधून भारतात आले असावे. दक्षिण भारतात वापरले जाणारे नागास्वरम हे वाद्य शहनाईशी मिळतेजुळते आहे.

बिस्मिल्ला खान यांच्याकडे विविध प्रकारची शहनाई वाद्ये होती. त्यातील काही त्यांना भेटीदाखल मिळालेली होती. त्यातल्या त्यात, एखाद्या खास कार्यक्रमात ते एका विशिष्ट प्रकारच्या, चांदीने मढवलेल्या लाकडी शहनाईवर आपली अदा पेश करत असत.

भारतीय शास्त्रीय संगीत

भारतीय शास्त्रीय संगीताचे दोन मुख्य प्रकार आहेत. उत्तर भारतातून उगम पावलेले हिंदुस्तानी संगीत आणि दक्षिण भारतातून निपजलेले

कर्नाटक संगीत. दोन्ही रागदारीवर अवलंबून आहेत. निसर्गात अस्तित्वात असलेल्या सुरांच्या मालिकेतून नाद निर्माण करण्याची किमया हे राग करत असतात; त्यामुळे या रागांना हुडकून काढले जाते, ते तयार करता येत नाहीत.

संस्कृत ही संगीताची प्रारंभीची भाषा होती; परंतु मध्ययुगीन काळात, उत्तरेकडील ब्रजभाषा आणि हिंदी बोलीभाषेने तिची जागा घेतली. दक्षिणेकडे संस्कृतसोबत तमिळ व तेलुगू या स्थानिक भाषा वापरल्या गेल्या.

उत्तरेकडील रागदारीतील काही रागांची नावे दक्षिणेकडे वेगळी आहेत, तर सारख्याच नावाचे काही राग भिन्न प्रकारचे असल्याचे आढळते. उदाहरण घ्यायचे तर, उत्तरेकडील मालकंसाला दक्षिणेत हिन्दोलम असे म्हणतात. तसेच, तोडी नावाचा राग दोन्ही विभागांत अगदी वेगळ्या तऱ्हेने गायला जातो. कर्नाटक संगीतात सुरांची निश्चित अशी रचना असते व तिथे सुधारणेला वाव नसतो.

✦ निकोलस (निकोलाय) रोरिच

ख्यातकीर्त रशियन गूढवादी व चित्रकार निकोलस रोरिच यांचे १३ डिसेंबर, १९४७ रोजी, हिमाचल प्रदेशातील नग्गर येथील राहत्या घरी निधन झाले. त्यांचा जन्म रशियातील सेंट पिट्‌र्सबर्ग येथे १८७४ मध्ये झाला होता. आपली पत्नी हेलेनासह ते नग्गर येथे १९२८ मध्ये स्थायिक झाले होते. त्याआधी त्यांनी संपूर्ण हिमाचल प्रदेश आणि देशातले काही भाग पायाखाली घातले होते. त्यांना निर्मितीचे अध्यात्म भावत होते व त्यांच्या चित्रातील विशाल गिरीशिखरे, संदेष्ट देवता यांच्या प्रतीकातून ते व्यक्त करत. भारतातीलच नव्हे तर जगभरातील कलादालनांतून आणि संग्रहालयांमधून त्यांच्या कलेचा आविष्कार पाहायला मिळतो.

१९४७ मधील आणखी काही घटना

१८ जानेवारी : कलावंत व गायक के. एल. सैगल (जन्म : ११ एप्रिल, १९०४) यांचे देहावसान.

ऑगस्ट-डिसेंबर : ५० लाख हिंदू व शीख निर्वासित पश्चिम पाकिस्तानातून, तर १० ते ५० लाख निर्वासित पूर्व पाकिस्तानातून भारतात आले.

डिसेंबर : छोट्या राज्यांचे मोठ्या राज्यांत विलीनीकरण करून एकीकरणाचा दुसरा टप्पा सुरू झाला.

२

१९४८ : शोकांतिकेने प्रारंभ

अहिंसा आणि सत्याच्या मार्गाने, महात्मा गांधींनी देशाला स्वातंत्र्य मिळवून दिले होते; पण स्वातंत्र्य हाताशी येत असताना, त्या महान विभूतीला जाणवत गेले की, लोक त्यांचे मूळ तत्त्वज्ञान विसरून गेले आहेत आणि ते त्यांच्याकडे काणाडोळा करत आहेत. स्वातंत्र्य मिळाले, तेव्हा ते बंगालमध्ये होते व त्यांची तिथे उपस्थिती असल्याने, त्या विभागात शांतता होती. १९४७ च्या सप्टेंबरमध्ये ते दिल्लीला परतले व त्यांनी उपोषणाला सुरुवात केली. दिल्लीतल्या दंगली थांबाव्यात हा त्यांचा मुख्य हेतू होता, तसेच भारत सरकारने पाकिस्तानचा दुस्वास करू नये ही त्यांची अपेक्षा होती. स्वातंत्र्यप्राप्तीनंतर जो काही फंड राखीव ठेवला होता, तो दोन्ही देशांत विभागला जायचा होता. पाकिस्तानला तेव्हा ७५ कोटी रुपये द्यावयाचे होते आणि त्यातले २० कोटी रुपये चुकते करण्यात आले होते. पाकिस्तानने काश्मीरमध्ये युद्ध सुरू केल्याने, त्यांना आणखी आर्थिक मदत करण्याची भारताची इच्छा नव्हती; पण त्यांना उरलेली रक्कम देण्यात आली पाहिजे, असा बापूंचा आग्रह होता.

त्यामुळे त्यांच्या उपोषणाला प्रारंभी फारसा प्रतिसाद मिळाला नव्हता. जसजसे त्यांचे स्वास्थ्य बिघडत गेले आणि प्रकृती हलाखीची होत गेली, तसतसे एकेक राजकीय पक्षाचे नेते येऊन त्यांना भेटले व हिंसा थोपविण्याचे वचन देऊ लागले. भारत सरकारनेदेखील त्यांच्या इच्छेला मान देऊन, पाकिस्तानला उरलेली रक्कम देऊ केली; पण काही मंडळींना वाटत होते की, ते मुस्लीम व पाकिस्तानला झुकते माप देत आहेत; त्यामुळे ते रागात होते.

३० जानेवारीला ते प्रार्थनास्थळी जायला निघालेले असताना, नथुराम गोडसेने त्यांच्यावर गोळ्या झाडल्या. या बातमीने सर्वांना धक्का बसला आणि सारे शोकसागरात बुडाले. जवाहरलाल नेहरू रडले; पण त्यांनी रेडिओवरील भाषणात महात्मा गांधींच्या विचारांचा प्रकाश कधी मावळणार नाही, असे ठामपणे सांगितले. त्या प्रकाशात जीवनसत्य दडलेले आहे व तो भारतातच नव्हे तर जगभरात तेवत राहील. या भयानक शोकांतिकेनंतर जीवन सुरळीत होत गेले. पाकिस्तानातून येणाऱ्या निर्वासितांना आसरा नि अन्न पुरवावे लागत होते. त्यासाठी मोठमोठाली निर्वासित शिबिरे उभारण्यात आली होती.

एका आनंदी क्षणी : नेहरू आणि गांधी

✦ एकीकरणाची प्रक्रिया सुरूच

राज्याच्या एकीकरणाची प्रक्रिया पूर्ण होणे गरजेचे होते व भारतीय प्रदेशातील दोन राज्यांचे विलीनीकरण बाकी होते. ती दोन राज्ये भारतात वा काश्मीरमध्ये विलीन झालेली नव्हती.

गुजरातमधील जुनागढच्या नवाबांनी पाकिस्तानात जायचे ठरवले; पण जनतेने त्यास कौल दिला नाही. अखेर १९४८ च्या फेब्रुवारीत हे राज्य बहुमताने भारतवासी झाले. तसेच मानवदार हे छोटे राज्यदेखील भारताचा भाग बनले.

मध्य भारतातील हैदराबाद राज्यावर निजाम मिर ओस्मान अली खान यांची सत्ता होती. त्यांनी काही काळ स्वायत्तता राबवण्याचा प्रयत्न केला. सर्व प्रकारची बोलणी अयशस्वी ठरली. अखेर १८ सप्टेंबर, १९४८ रोजी भारतीय सैन्याने त्या राज्याचा कब्जा घेतला. इथे मैत्रीपूर्ण नाते टिकवून ठेवण्यासाठी निजामाला राजप्रमुख म्हणजेच राज्याचे घटनात्मक नेते करण्यात आले.

काश्मीरमधील युद्धाची समाप्ती ३१ डिसेंबर, १९४८ रोजी झाली खरी; पण काश्मीरचा एक मोठा प्रदेश पाकिस्तानच्या ताब्यात राहिला.

✦ सरकारातील बदल

मध्यंतरी शासनात काही बदल घडून आले होते. लॉर्ड माउंटबॅटन यांनी २१ जूनला भारत देश सोडला आणि 'राजाजी' म्हणून लोकप्रिय असलेले चक्रवर्ती

राजगोपालाचारी हे पहिले भारतीय गव्हर्नर जनरल बनले. २६ जानेवारी, १९५० रोजी भारताची नवी घटना राबवण्यात आली. तोपर्यंत राजाजी त्या पदावर होते. स्वातंत्र्यलढ्यात भाग घेतलेल्या राजाजींनी आपली पुरी हयात राजकारणात व्यतीत केली होती. ही मर्यादित काळाची गव्हर्नर जनरलपदाची धुरा वाहिल्यानंतर १९५१ मध्ये ते देशाचे गृहमंत्री बनले. तद्नंतर १९५२-५४ च्या दरम्यान ते मद्रास राज्याचे मुख्यमंत्री होते. पुढे त्यांनी भारतीय राष्ट्रीय काँग्रेसला हळूहळू सोडचिठ्ठी दिली आणि १९५९ मध्ये 'स्वातंत्र्य पक्षा'ची स्थापना केली. राजाजी केवळ राजकारणीच नव्हते, तर इंग्लिश व तमिळ साहित्यातले लेखक होते. ते १९७२ मध्ये निवर्तले.

आणखी एक राजकीय बदल म्हणजे समाजवादी पक्षाची स्थापना होय. या पक्षाची स्थापना १९२४-२५ मध्ये, काँग्रेस सोशालिस्ट पार्टी या नावाने झाली होती. हा एक वेगळा पक्ष होता.

याच वर्षी सिव्हिल सर्व्हिसेस एक्झामिनेशनद्वारा इंडियन फॉरिन सर्व्हिसेसची पहिली तुकडी बाहेर पडली, शिवाय अणुशक्तीचा शांततामय कामासाठी वापर करण्यासाठी अटॉमिक एनर्जी कमिशनची स्थापना केली गेली.

✦ १९४८चे उन्हाळी ऑलिम्पिक

१९०० सालापासून भारत देश ऑलिम्पिक खेळात भाग घेत आला होता. आणि नॉर्मन प्रीतचंद या एकमेव खेळाडूने २०० मीटर धावण्याच्या आणि २०० मीटर अडथळ्याच्या स्पर्धेत रौप्यपदक पटकावले होते. त्यानंतर आणखी काही खेळाडूंनी भाग घेतला होता; पण १९४८च्या लंडन येथे भरलेल्या खेळ-स्पर्धेत खेळाडूंनी प्रथमच स्वतंत्र भारताचे प्रतिनिधित्व केले. त्या वेळी ७९ पुरुष खेळाडूंनी अ‍ॅथलेटिक्स, मुष्टियुद्ध, सायकलिंग, हॉकी, फुटबॉल, वेटलिफ्टिंग, कुस्ती, पोहणे आणि वॉटरपोलो या खेळांत भाग घेतला होता. त्या वेळी हॉकीतले एकमेव सुवर्णपदक हीच देशाची कमाई ठरली. इथले खेळाडू फारशी प्रगती दाखवू शकले नाहीत, केवळ पुरुषांच्या उंच उडीत गुरनाम सिंगने १८वा क्रमांक मिळवला होता.

हॉकी हा काही आपला पारंपरिक खेळ नव्हे; पण भारतात हॉकी खेळ एकोणिसाव्या शतकातून खेळला गेल्याची उदाहरणे आहेत. १९२५ मध्ये इथे ऑल इंडिया हॉकी फेडरेशनची स्थापना झाली होती. कलकत्त्यात (आताचे कोलकाता) १९२८ मध्ये पहिली राष्ट्रीय स्पर्धा आयोजित केली होती. प्रारंभीच्या काळात ध्यानचंद हॉकीचे उत्कृष्ट खेळाडू म्हणून गाजले होते. पहिल्यावहिल्या ऑलिम्पिक सुवर्णपदकाच्या स्मृतिप्रीत्यर्थ 'गोल्ड' नावाचा हिंदी चित्रपट तयार करण्यात आला

होता आणि त्यात अक्षयकुमारची भूमिका होती. हा चित्रपट २०१८च्या स्वातंत्र्यदिनी चित्रपटगृहात दाखवण्यात येणार होता. तसेच, २००७ मध्ये प्रदर्शित झालेल्या 'चक दे इंडिया'सारखे काही चित्रपट हॉकी खेळावर बेतले होते.

✦ गाजलेले चित्रपट

१९३१मध्ये निर्मिती झालेला हिंदीतला 'आलम आरा' हा मूकपट पहिला चलत चित्रपट होता आणि त्याच वर्षी काही अन्य भारतीय भाषांत बोलपट तयार झाले होते. त्यानंतर भारतीय भाषेतील चित्रपटांना ऊत आला.

त्यातल्या त्यात राजकपूरने निर्मिती केलेला १९४८ मधील 'आग' हा चित्रपट गाजला. त्यात केवल नावाच्या नायकाची कथा होती. घरातील लोकांच्या आग्रहाखातर तो कायद्याचा अभ्यास करू लागतो; पण अभ्यासात त्याचे मन रमेना. शेवटी कॉलेजला सोडचिठ्ठी देऊन आपले स्वप्न पूर्ण करण्यासाठी थिएटर कंपनी काढतो. केवलची भूमिका खुद्द राज कपूरने रंगवली तर त्याच्या धाकट्या भावाच्या भूमिकेत शशी कपूर होता. तसेच, फाळणीत निर्वासित झालेल्या निम्मीची भूमिका नर्गिसने केली होती. या चित्रपटाने फारशी कमाई केली नसली तरी बरेच रेकॉर्ड नोंदवले : राज कपूरने निर्माण केलेला आणि दिग्दर्शित केलेला हा पहिला चित्रपट होय. या चित्रपटात राजकपूर-नर्गिस जोडीने प्रथमच एकत्र भूमिका केली. या चित्रपटाला राजकपूरच्या अंतःकरणात वेगळेच स्थान दिले होते. ते लिहितात, 'या चित्रपटातील कथा एका तरुणाशी निगडित आहे, जो आपल्या आशा-आकांक्षापूर्तीसाठी आपलं जीवन समर्पित करतो; त्यामुळे मी हा चित्रपट कधीच विसरू शकत नाही.'[२]

१९४८ मध्ये गाजलेल्या काही चित्रपटांत 'शहीद', 'चंद्रलेखा', 'प्यार की जीत', 'मेला' आणि 'जिद्दी' हे चित्रपट समाविष्ट होते.

भारतीय चित्रपटसृष्टीला चालना देण्यासाठी १९४८ मध्ये 'द फिल्म डिव्हिजन ऑफ इंडिया'ची स्थापना झाली. भारत सरकारच्या अखत्यारीत कार्यरत झालेली ती प्रमुख संघटना होती. त्या वेळी, भारतात ३००३ चित्रपटगृहे होती व त्यातील ९०८ तर फिरती चित्रपटगृहे होती.

---

2. 'Aag (1948) : Raj Kapoor's Burning Idealism,' Let's Talk about Bollywood (blog), accessed 11 June 2017, http://www.letstalkaboutbollywood.com/article-21928919.html.

राज कपूर

पृथ्वीराज कपूरच्या पोटी १४ डिसेंबर, १९२४ रोजी राज कपूरचा जन्म झाला होता. आपल्या आयुष्यात त्यांनी कित्येक चित्रपट निर्माण केले. त्यांनी १९३५ पासून बालकलाकार म्हणून आपल्या करिअरची सुरुवात केली होती. प्रारंभीच्या काळात इतर कंपन्यांनी निर्मिती केलेल्या चित्रपटांत कामे केली. तद्नंतर त्यांनी स्वतःचा आर. के. स्टुडिओ सुरू केला. बरसात (१९४९), आवारा (१९५१), बूट पॉलिश (१९५४), श्री-४२० (१९५५), जागते रहो (१९५६), जिस देश में गंगा बहती है (१९६०), मेरा नाम जोकर (१९७०) आणि कल, आज और कल (१९७१) हे त्यांचे गाजलेले चित्रपट होत. ते भारताचे चार्ली चॅप्लिन म्हणून ओळखले जात आणि केवळ देशातच नव्हे तर रशिया, चीन व पश्चिम आशिया अन्य देशांत त्यांची लोकप्रियता पसरली होती. विविध पुरस्कारांनी त्यांच्या पायाशी लोळण घातली होती. त्यात नॅशनल फिल्म अवॉर्डस्, कित्येक फिल्मफेअर अवॉर्डस्, पद्मभूषण (१९७१) आणि दादासाहेब फाळके पुरस्कार (१९८७) या पुरस्कारांचा समावेश होता. २१ जून, १९८८ रोजी त्यांचा देहांत झाला.

१९४८ मधील आणखी काही घटना

४ जानेवारी : आता 'म्यानमार' म्हणून ओळखल्या जाणाऱ्या 'द युनियन ऑफ बर्मा'ची ब्रिटिश सत्तेतून मुक्तता.

४ फेब्रुवारी : तेव्हाचे सिलोन आणि आताचे श्रीलंका ब्रिटिश राजवटीपासून स्वतंत्र.

१५ फेब्रुवारी : मानवदार राज्य भारताशी जोडले गेले.

२० फेब्रुवारी : जुनागढ येथे आयोजित लोकपाल समितीत ९१ जण वगळता, सर्वच उपस्थितांनी भारत देशात सामील होण्यासाठी मत दिले.

१ मे : पुण्यात लष्करी वैद्यकीय कॉलेजची स्थापना

१५ जुलै : नॅशनल कॅडेट कॉर्प्स (सैन्यभरती) योजनेची स्थापना.

११ सप्टेंबर : एम.ए. जिनांचा मृत्युदिन (जन्म : २५ डिसेंबर, १८७६) ते स्वातंत्र्य चळवळीतले एक नेते व नंतर पाकिस्तानचे निर्माते.

३

१९४९ : राज्यांचे एकीकरण

स्वातंत्र्यप्राप्तीनंतर एकीकरणाचा दुसरा टप्पा सुरू झाला आणि तो १९४९च्या अखेरीस पूर्ण झाला. तत्कालिन गृहमंत्री सरदार पटेल यांनी व्ही.पी. मेनन यांच्या साहाय्याने एकीकरण प्रक्रियेवर नजर ठेवली होती. विलीन होणाऱ्या राज्यांची अ,ब,क आणि ड अशी विभागणी करण्यात आली होती. 'अ' वर्गात नऊ राज्ये होती. आसाम, बिहार, बॉम्बे, मध्य प्रदेश (पूर्वाश्रमीचे सेंट्रल प्रॉव्हिन्स आणि बेरर या नावाने ओळखले जाई.) मद्रास, ओरिसा, पंजाब, द युनायटेड प्रॉव्हिन्स (नंतरचे, उत्तर प्रदेश) आणि पश्चिम बंगाल. ही राज्ये आधीच्या ब्रिटिश प्रांतातून घेतली गेली होती आणि त्याला काही भारतीय राज्ये जोडण्यात आली होती. 'ब' वर्गात आठ राज्यांचा समावेश होता. हैदराबाद, जम्मू आणि काश्मीर, मध्य भारत, म्हैसूर, पतियाळा आणि पूर्व पंजाबातील सांघिक राज्ये, राजस्थान, सौराष्ट्रातील सांघिक राज्ये आणि त्रावणकोर-कोचीन. 'क' वर्गात दहा राज्ये समाविष्ट करण्यात आली होती. अजमेर, भोपाळ, बिलासपूर, कुर्ग, दिल्ली, हिमाचल प्रदेश, कच्छ, मणिपूर, त्रिपुरा आणि विंध्यप्रदेश. तर 'ड' वर्गात केवळ अंदमान आणि निकोबारची केंद्रशासित बेटे होती. 'अ' वर्गातील राज्यांचे प्रमुख राज्यपाल होते. 'ब' गटात तीन मोठी राज्ये, तर पाच नवी केंद्रशासित राज्ये होती. या प्रत्येकावर आधीच्या राज्यकर्त्याला राजप्रमुख म्हणून नेमले होते. जम्मू आणि काश्मीरच्या प्रमुखाला सरदार-इ-रियासत असे म्हटले जाई. 'क' आणि 'ड' गटांतील राज्यांवर मुख्य कमिशन नेमले गेले होते. काही विभाग अजूनही पोर्तुगीज व फ्रेंच अधिसत्तेखाली होते. पश्चिम किनाऱ्यावरील दादरा आणि नगर हवेली, दीव आणि गोवा हा विभाग पोर्तुगिजांच्या ताब्यात होता, तर दक्षिणेतील पाँडिचेरी, माही, कारिकल

आणि यानान हा छोटा प्रदेश फ्रेंच सत्तेखाली होता.

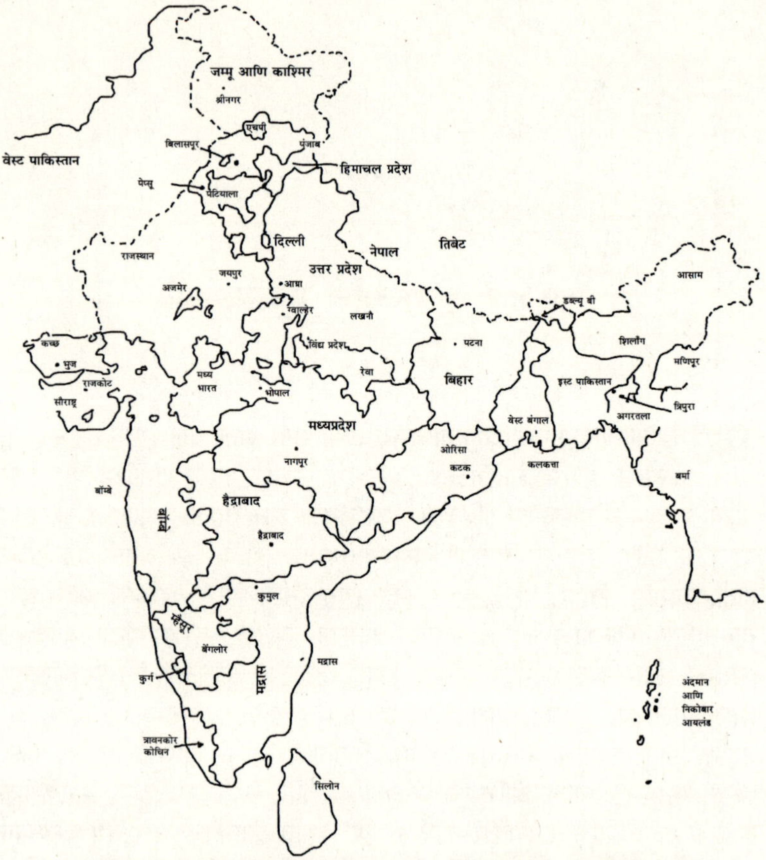

दुसऱ्या टप्प्यातील एकीकरणानंतर १९४९ मधील राज्यांची रचना

✦ भारतीयांना लष्करात बढती

स्वतंत्र भारताचा दुसरा एक कंगोरा म्हणजे भारतीय लष्करी अधिकाऱ्यांनी हळूहळू ब्रिटिशांच्या जागा घ्यायला सुरुवात केली. जनरल के. एम्. करीअप्पा (२८ जानेवारी १८९९ - १५ मे १९९३) हे १५ जानेवारी १९४९ रोजी भारतीय लष्कर सेनेचे प्रमुख (कमांडर इन चीफ) बनले. त्यांनी जनरल सर रॉय बुचरची जागा घेतली होती. ते १९५३ मध्ये निवृत्त झाले होते, तरीही काही महत्त्वाची

खाती त्यांच्याकडे होती.

हवाई दलाचे पहिले प्रमुख होण्याचा मान मार्शल सुब्रोतो मुखर्जी यांना १ एप्रिल, १९५४ रोजी मिळाला, तर नाविक दलाच्या प्रमुखपदाची सूत्रे व्हाइस ॲडमिरल रामदास कटारी (१९११-८३) यांच्या हाती २२ एप्रिल, १९५८ रोजी सुपूर्द करण्यात आली.

✦ बॉम्बेतील प्रोग्रेसिव्ह आर्टिस्ट ग्रूप

कलाजगतात नवे प्रकार येऊ घातले होते. के.एच. आरा, एस.के. बाक्रे (एकमेव मूर्तिकार), एच.ए. गाडे, एम.एफ. हुसेन, एस.एच. रझा आणि एफ.एन. सोजा या सहा कलाकारांनी एकत्र येऊन बॉम्बे प्रोग्रेसिव्ह आर्टिस्ट्स ग्रूपची १९४७च्या डिसेंबर महिन्यात स्थापना केली. या गटात पुढे क्रिशेन खन्ना आणि व्ही.एस. गायतोंडे हेदेखील सामील झाले. आधुनिकतेचा स्पर्श असलेल्या भारतीय कलाकृती निर्माण करणे, हा त्यांचा उद्देश होता. हे कलावंत खूप ख्यातकीर्त झाले आणि प्रत्येकाच्या कलेची तऱ्हा प्रभावी ठरली. १९४९ मध्ये त्यांनी बॉम्बे (आता मुंबई) मध्ये पहिले प्रदर्शन भरवले. त्या प्रदर्शनात आरांचे 'स्वातंत्र्यदिनाची परेड' हे चित्र दिमाखात उठून दिसले. १९४७ मध्ये कलाकारांचा आणखी एक गट स्थापन झाला आणि 'शिल्पीचक्र' असे नाव असलेल्या या समूहाची निर्मिती लाहोरमधून आलेल्या निर्वासितांनी केली होती.

✦ जीवाश्मीभूत वनस्पतीशास्त्र आणि बिरबल साहनी

Palaeobotany हे विज्ञानातले एक शास्त्र आहे आणि वनस्पतीच्या अवशेषावरून भूतकाळ समजून घेण्यास त्याची मदत होते.

बिरबल साहनी हे भारतीय शास्त्रज्ञ (जन्म : १४ नोव्हेंबर, १८९१) या जीवाश्मीभूत वनस्पतीशास्त्रातले तज्ज्ञ होते. त्यांनी भारतातील जीवाश्म वनस्पती अवशेषांचा सखोल अभ्यास केला आणि १० सप्टेंबर, १९४६ रोजी लखनौ येथे बिरबल साहनी इन्स्टिट्यूट ऑफ पॅलिओबॉटनी या संशोधन संस्थेची स्थापना केली. (या संस्थेचे आधीचे नाव इन्स्टिट्यूट ऑफ पॅलिओबॉटनी असे होते.) प्रारंभी या संस्थेचे कार्य लखनौ विश्व विद्यापीठाच्या वनस्पतीशास्त्र विभागाच्या अखत्यारीत होते. ३ एप्रिल, १९४९ रोजी नव्या वास्तूची पायाभरणी झाली; पण अगदी आठवड्यानंतर (१० एप्रिल रोजी) बिरबल साहनींचा हृदयविकाराच्या झटक्याने देहांत झाला.

बिरबल साहनींचे शिक्षण मायदेशात तसेच इंग्लंडमध्ये झाले होते. त्यांनी

जीवाश्म आणि सजीव वनस्पती या विषयांवर संशोधन केले होते, इतकेच नव्हे तर त्यांना पुरातत्त्व शास्त्र, भूगर्भशास्त्र आणि संख्यात्मक शास्त्र या वैविध्यपूर्ण विषयांत रस होता. त्यांच्या स्मृतिप्रीत्यर्थ वनस्पतीशास्त्रातल्या प्रावीण्यासाठी 'बिरबल साहनी सुवर्णपदक' देण्यात येते. त्यांनी संशोधन निबंध लिहिले होते आणि जे.सी. विल्ससोबत वनस्पतीशास्त्रावरची पाठ्यपुस्तके तयार केली होती. त्यांना अनेक पुरस्कारांनी सन्मानित केले गेले होते.

भारतीय साहित्य

भारतात मोठ्या प्रमाणात भाषा आणि बोलीभाषा आहेत. त्यांपैकी, प्रारंभापासूनच्या चौदा आणि आता (इंग्रजीसह) बावीस भाषांना घटनेने मंजुरी दिली आहे. त्या अशा– आसामी, बंगाली, बोडो, डोंगी, गुजराथी, हिंदी, कन्नड, काश्मिरी, कोंकणी, मैथिली, मल्याळम, मणिपुरी, मराठी, नेपाळी, ओडिया, पंजाबी, संस्कृत, सन्ताळी, सिंधी, तमिळ, तेलुगू आणि उर्दू. या भाषा नि बोलीभाषांतून सर्व प्रकारचे साहित्यप्रकार लिहिले गेले आहेत. या ओळखीच्या भाषांव्यतिरिक्त अजून काही भाषा अस्तित्वात आहेत– खासी, मुन्डारी, गोंडी, भिली / भिलोडी, कुरुख/ओराआन, तुलू आणि हो– अशा काही आदिवासी भाषा प्रत्येकी दहा लाख लोक वापरत आहेत. भोजपुरी, राजस्थानी आणि गढवाली बोलीभाषेत चित्रपटही निघाले आहेत.

✦ भारताची नाइटिंगेल

१९ फेब्रुवारी, १८७९ ते २ मार्च, १९४९ या काळात होऊन गेलेल्या सरोजिनी नायडू या प्रखर राष्ट्रवादी होत्या आणि त्यांनी स्वातंत्र्य संग्रामात हिरिरीने भाग घेतला होता. १९२५ मध्ये इंडियन नॅशनल काँग्रेसच्या त्या दुसऱ्या महिला अध्यक्षा ठरल्या. (पहिल्या अध्यक्षा ॲनी बेझंट होत्या.) स्वतंत्र भारतातील इंडियन स्टेट्सच्या (संयुक्त प्रांत १९४७-४९ या काळात त्या राज्यपाल होत्या; पण राजकारणीपेक्षा एक कवयित्री म्हणून त्या जास्त ख्यातकीर्त होत्या. त्यांना 'भारताची नाइटिंगेल' हा सन्मान मिळाला होता.

त्यांच्या कवितांचे भारतीय तसेच युरोपियन भाषांत अनुवाद झालेले आहेत आणि त्या आजही शाळा-कॉलेजातील पाठ्यपुस्तकांत अंतर्भूत केलेल्या आढळतात. त्यांचा जन्म हैदराबादला झाला होता व त्या शहराविषयी त्यांच्या काही उल्लेखनीय कविता आहेत. 'हैदराबाद नगरीतील सायंकाळ' या कवितेच्या सुरुवातीच्या

ओळी बघा :[३]

आकाशातले ठिपके कबुतराच्या घशासारखे लालबुंद झाले आहेत.
रंगीबेरंगी खड्यांचे अंगारागत दागिने लेऊन आहेत.
फेसाळलेल्या पाण्याने दुथडी भरून वाहणारी दुधाळ नदी
शहराच्या प्रवेशद्वाराशी वळसा घेऊन पुढे जात आहे.
उंच मशिदीतून येणारी बांग ऐकत असताना
शहराच्या भिंतीवर युद्धाचा झेंडा लहरत जातो.

✦ टेनिस खेळाचा उदय

देशाला स्वातंत्र्य मिळाल्यानंतर, दिलीप बोस यांनी १९४९ मध्ये पहिली एशियन इंटरनॅशनल चॅम्पियनशिप जिंकली. त्या वेळी, नरेशकुमारचं नावदेखील गाजत होतं.

एकोणिसाव्या शतकाच्या अखेरीस टेनिस हा खेळ भारतात आला. प्रारंभी तो लष्करी छावणीत खेळला जाई. अखिल भारतीय टेनिस चॅम्पियनशिप स्पर्धेला १९१० पासून सुरुवात झाली. घोस महमूद खान, सुमंत मिश्रा, इफ्तिकार अहमद आणि जिमी मेहता हे आरंभीचे आघाडीचे खेळाडू होत. घोस महमूद खान यांनी तर १९३९ च्या विम्बल्डन स्पर्धेत उपांत्यपूर्व फेरीपर्यंत धडक मारली होती. क्वार्टर फायनलपर्यंत पोहोचणारे ते पहिले भारतीय ठरले. शिवाय १९४७ आणि १९४८ मधील विम्बल्डन स्पर्धेत जिमी मेहता आणि सुमंत मिश्रा डबल्स-खेळाच्या पूर्व उपांत्य फेरीत पोहोचले होते. कलकत्त्यामध्ये १९४६ मध्ये भरवलेली पहिली राष्ट्रीय पातळीवरची हिरवळीवरील टेनिस स्पर्धा सुमंत मिश्राने जिंकली होती.

१९४९ मधील आणखी काही घटना

१ जानेवारी : रिझर्व्ह बँकांचे राष्ट्रीयीकरण. इम्पिरिअल बँकेच्या काही जबाबदाऱ्या रिझर्व्ह बँकेवर सोपवण्यात आल्या.

२० जानेवारी : १९४३ पासून हयातभर इंडियन कौन्सिल ऑफ

---

3. Quoted in Mapping the Nation : An Anthology of Indian Poetry in English, 1870-1920, ed. Sheshalatha Reddy (London : Anthem Press, 2012).

वर्ल्ड अफेअर्सचे अध्यक्ष असलेले, कायदेतज्ज्ञ, राष्ट्रवादी, विद्वान व्यक्तिमत्त्व असलेले तेज बहादूर सप्रू निवर्तले.

२८ एप्रिल : लंडन जाहीरनाम्यानुसार भारताचे ब्रिटिश कॉमनवेल्थ संघटनेचे सदस्यत्व टिकून राहिले. पुढे ही संघटना 'कॉमनवेल्थ ऑफ नेशन्स' म्हणून ओळखली जाऊ लागली.

१५ ऑगस्ट : राष्ट्रपती भवनात राष्ट्रीय वस्तुसंग्रहालयाचे उद्घाटन झाले. या म्युझियमच्या नव्या इमारतीचा उद्घाटन समारंभ १८ डिसेंबर, १९६० रोजी पार पडला होता.

९ सप्टेंबर : त्रिपुराची महाराणी कांचनप्रभा देवी यांनी भारतात विलीन होण्यासाठी करारपत्रावर सही केली.

१७ सप्टेंबर : द्रविड कझागम पक्षात फूट पडली आणि सी.एन. अन्नादुराईंच्या नेतृत्वाखाली द्रविड मुन्नेत्रा कझागम (डी.एम.के. पक्षाची) मद्रास (आत्ताचे चेन्नई) येथे स्थापना झाली.

९ ऑक्टोबर : प्रादेशिक सैन्यबळाचे अधिकृतरित्या उद्घाटन झाले. हे सैन्य लष्कराला तसेच नागरी व्यवस्थापनाला गरजेनुसार साहाय्यभूत ठरेल.

१५ ऑक्टोबर : त्रिपुरा राज्य भारताचा भाग बनले.

१५ नोव्हेंबर : महात्मा गांधींचा वध केल्याने नथुराम गोडसे आणि नारायण आपटे यांना फाशीची शिक्षा.

४

१९५० : भारत प्रजासत्ताक देश बनला

१५ ऑगस्ट, १९४७ पासून भारत स्वतंत्र देश झाला होता. तरीही तत्त्वतः या देशाला इंग्लंडचा राजा सहावा जॉर्ज यांचा प्रमुख म्हणून आदर करावा लागत होता. मात्र, २६ जानेवारी भारत प्रजासत्ताक देश झाला. स्वतःचे कायदेकानून आणि कार्यपद्धतीनुसार राज्य चालवणारा तो एक पूर्णपणे स्वतंत्र देश झाला होता. त्यानंतर, भारत देश स्वतःच्या घटनेनुसार कार्यरत होणार होता. प्रजासत्ताक बनल्याने भारत देश आपला कार्यभार स्वतंत्रपणे सांभाळणार होता.

✦ उत्सव

देशाच्या कानाकोपऱ्यांत प्रजासत्ताक दिनाचा जल्लोष साजरा झाला. स्वातंत्र्य दिनाच्या साजरीकरणापेक्षा हा उत्सव मोठ्या प्रमाणात साजरा झाला. आदल्या रात्रीपासून दिल्ली शहर तोरण, फुले आणि झेंडे यांनी सजले होते. विविधरंगी विजेच्या रोषणाईने आसमंत झळाळून निघाला होता.

दरबार हॉलमध्ये भव्य सोहळा आयोजित करण्यात आला होता. गव्हर्नर जनरल राजगोपालाचारी यांनी जाहीर केले की, भारत हा प्रजासत्ताक देश झाला आहे. त्यांची जागा पहिले राष्ट्रपती राजेंद्रप्रसाद घेतील. एस. राधाकृष्णन् यांची उपराष्ट्रपती म्हणून निवड करण्यात आली होती. निवडणुका पार पडेपर्यंत घटनात्मक सभागृहाची तात्पुरती लोकसभा म्हणून घोषणा करण्यात आली. भारताचा घटक असलेल्या राज्यांचे शंभराहून अधिक प्रतिनिधी लोकसभेत गणले गेले. विविध प्रांत आता घटकराज्ये झाली होती; तसेच राज्याचे प्रधानमंत्री व पंतप्रधान यांना मुख्यमंत्री संबोधले गेले.

या शुभप्रसंगीदेखील स्वातंत्र्य दिनाच्या सोहळ्यात शहनाई वाजवणाऱ्या बिस्मिल्ला खान यांनी आपल्या संगीताची पेशकश केली होती.

✦ सरदार पटेल

वल्लभभाई झवेरीभाई पटेल (३१ ऑक्टोबर, १८७५ - १५ डिसेंबर, १९५०) यांचा जन्म गुजरातमधील नदियाड येथे झाला होता. त्यांनी इंग्लंडमध्ये वकिलीचे शिक्षण घेतले. १९१६ मध्ये त्यांची महात्मा गांधींशी गाठ पडली आणि ते भारतीय काँग्रेस पक्षात आणि स्वातंत्र्यलढ्यात सामील झाले. कित्येकदा त्यांना तुरुंगवास भोगावा लागला. १९२८ मध्ये त्यांनी सरकारविरुद्ध पुकारलेल्या बारडोली सत्याग्रह (नागरी असहकार) चळवळीतील नेतृत्वाचे कौतुक करत गांधींनी त्यांना सरदार हा किताब बहाल केला. ते आणि जवाहरलाल नेहरू यांचे चांगलेच सूत जमले होते. स्वातंत्र्यानंतर त्यांच्याकडे गृहखात्यासारख्या महत्त्वाच्या जबाबदाऱ्या सोपवण्यात आल्या. शिवाय, व्ही. पी. मेननसोबत भारतीय राज्यांच्या एकीकरणात त्यांनी महत्त्वाचा वाटा उचलला. दुर्दैवाने, स्वातंत्र्यप्राप्तीच्या तीन वर्षांच्या काळानंतर ते कॅन्सरसारख्या दुर्धर आजाराने विकलांग झाले आणि हृदयविकाराच्या झटक्याने त्यांची प्राणज्योत मालवली.

✦ राष्ट्रीय चिन्हे

एखाद्या देशाचे जगभरात प्रतिनिधित्व होते, तेव्हा काही चिन्हांचा वापर होतो : राष्ट्रीय ध्वज, राष्ट्रगीत आणि राजमुद्रा. भारताच्या राष्ट्रध्वजाची निवड १९४७ मध्ये झाली होती. १९५० मध्ये राष्ट्रगीत आणि राजमुद्रेचीदेखील निश्चिती झाली.

रवींद्रनाथ टागोरांनी लिहिलेले 'जन गण मन....' हे गाणे राष्ट्रगीत म्हणून ठरवण्यात आले. हे गीत स्वातंत्र्यपूर्व काळात जगभरात भारताचे प्रतिनिधित्व करत होते, तसेच ते संरक्षण दलातही वापरले जात होते.

राष्ट्रीय राजमुद्रा

राजमुद्रेत मौर्य सम्राट अशोक यांची राजधानी सारनाथ येथील सिंहाच्या छबीचा वापर केला आहे. तीन सिंहांच्या तळाशी डावीकडे घोडा, तर उजवीकडे बैलाचे चित्र आहे आणि मधोमध चक्र आहे.

त्याच्या खालोखाल 'सत्यमेव जयते' (अखेर सत्याचा विजय होतो) अशा अर्थाचे सुवचन आहे.

नंतरच्या काळात आणखी राष्ट्रीय चिन्हे निवडण्यात आली. त्यांची यादी अशी :

- राष्ट्रीय प्राणी : बंगालचा वाघ
- राष्ट्रीय फूल : कमळ*
- राष्ट्रीय फळ : आंबा
- राष्ट्रीय नदी : गंगा
- राष्ट्रीय वृक्ष : पिंपळ
- राष्ट्रीय जलचर प्राणी : नदीतले डॉल्फीन
- राष्ट्रीय पक्षी : मोर
- राष्ट्रीय वारसा प्राणी : हत्ती
- राष्ट्रीय सरपटणारा प्राणी : नाग
- राष्ट्रीय खेळ : हॉकी

*कमळ हे व्हिएतनाम देशाचेदेखील राष्ट्रीय फूल आहे.

✦ रमण महर्षी आणि श्री अरबिंदो

या वर्षी रमण महर्षी आणि श्री अरबिंदो या दोन थोर भारतीय तत्त्वचिंतकांचे महाप्रयाण झाले. श्री रमण (३० डिसेंबर, १८७९ - १४ एप्रिल, १९५०) हे एक तत्त्वज्ञानी व गुरू होते. त्यांचा आश्रम मद्रास राज्यातील (आताचे तामिळनाडू) तिरुवन्नमाली इथे अरुणाचल पर्वताच्या पायथ्याशी होता. रमण महर्षींची शिकवण अद्वैत तत्त्वप्रणाली होती. आत्मा हे वास्तव आहे आणि तो सदैव शुद्ध रूपात असतो, ही त्यांची शिकवण होती. मनुष्य निसर्गाशी तादात्म्य पावून स्वतःला सतत विचारणा करत असतो. 'मी कोण आहे?' आणि ही त्याची कृती आत्म्याच्या अस्तित्वाची साक्ष देते. ते बहुधा मौनातून संवाद साधत असत आणि लहान-मोठा असा भेद बाळगत नसत. ते भूतदयावादी होते आणि माणसांइतकेच ते प्राणी व वनस्पतींवर प्रेम करत. त्यांच्याकडे असलेल्या पाळीव गाईला व कुत्र्याला अन्न भरवल्यानंतरच ते साधेसुधे जेवण करत. झाडे कापणे, फुले खुडणे या कृतीने वृक्षवल्लींना वेदना होतात, या भावनेने ते अशा कृतींच्या विरुद्ध होते.

श्री अरबिंदो (१५ ऑगस्ट, १८७२ - ५ डिसेंबर, १९५०) हे प्रारंभीच्या काळात स्वातंत्र्यलढ्यात उतरले होते. त्यांना कलकत्त्याच्या तुरुंगात असताना एक दैवी साक्षात्कार झाला. त्यांनी ब्रिटिशांच्या अमलाखालील पाँडिचेरी (पुडूचेरी) येथे आश्रम बांधला. तिथे त्यांनी अविभाज्य योगाच्या नव्या पद्धतीचा अवलंब केला. मानवीजीवन उत्क्रांत होऊन उच्च दर्जाच्या आध्यात्मिकतेकडे झेप घेत

असते आणि प्रत्येकाने परमात्म्याशी संवाद साधून त्यानुसार जगले पाहिजे ही त्यांची शिकवण होती. आपले तत्त्वज्ञान समाविष्ट असलेली अनेक पुस्तके श्री अरबिंदो यांनी लिहिली. 'सावित्री : एक दंतकथा व एक प्रतीक' हे त्यांचे २४,००० ओळींचे महाकाव्य प्रसिद्ध आहे. सावित्री आणि सत्यवानाची पारंपरिक कथा त्यांनी आपल्या लिखाणातून वेगळ्या अर्थाने निष्कर्ष काढत पेश केली आहे. त्यांच्या मते, सत्यवान हा मृत्यू आणि अज्ञान यातून व्यक्त झालेला आत्मा आहे आणि सावित्री दैवीवाणी, अंतिम सत्य आहे.

✦ सुवर्ण स्वर : चित्रपटातील संगीत

भारतात बोलपटाचा प्रारंभ झाला आणि संगीत व नृत्य हे चित्रपटाचे अविभाज्य भाग बनले. पूर्वी ते पारंपरिक कथा - गोष्टींचे अंग होते.

या काळात तीन मशहूर लोकप्रिय गायक होते : तलत मेहमूद (२४ फेब्रुवारी, १९२४ - ९ मे १९९८), महमद रफी (२४ डिसेंबर, १९२४ - ३१ जुलै, १९८०) आणि मुकेश (२२ जुलै, १९२३ - २७ ऑगस्ट, १९७६). के. एल. सैगल आणि जी. एम. दुराणी त्यांच्या थोडे आधीचे होते.

तलत मेहमूद यांनी १९५० मध्ये 'आरजू' चित्रपटासाठी गाणे गायले आणि ते प्रसिद्धीच्या झोतात आले. ते गझल-गायनासाठी प्रसिद्ध होते आणि वयाच्या सोळाव्या वर्षापासून म्हणजेच १९३९ पासून ते लखनौ आकाशवाणीसाठी गायन करीत असत. त्यानंतर ते कलकत्त्याला गेले आणि त्यांनी बंगाली गाणी गायली. तिथून त्यांनी आपले बस्तान मुंबईला हलवले व त्यांनी चित्रपटासाठी असंख्य गाणी गायली. काही वेळा त्यांनी लता मंगेशकर यांच्यासोबत द्वंद्वगीतही गायले. १९४५-६० या काळात, त्यांनी चित्रपटात भूमिकादेखील केल्या.

महमद रफी कव्वाली, भजन, प्रेमगीते आणि गझल गात असत. हिंदी तसेच अन्य भारतीय भाषांतीलच नव्हे तर इंग्लिश, डच, इराणी आणि अरेबिक भाषेत ते गायले आहेत. महात्मा गांधींच्या १९४८ सालातील मृत्युनंतर रचलेले आणि त्यांनी गायलेले 'बापूजी की अमर कहानी' हे गाणे अजरामर झाले. प्रारंभकाळातील त्यांच्या गाण्यांना नौशाद अलींचे संगीत लाभले होते. तद्नंतर आर. डी. बर्मन, मदन मोहन, ओ. पी. नय्यर, लक्ष्मीकांत प्यारेलाल व इतर संगीतकारांसोबत ते गायले.

मुकेश १९४१ पासून चित्रपटासाठी गात होते. गीतकार व संगीत दिग्दर्शक अनिल विश्वास, नौशाद अली, शंकर-जयकिशन आणि अन्यजणांसोबत त्यांनी काम केले.

१९५० मधील आणखी घटना

२५ जानेवारी : निवडणूक आयोगाची स्थापना. सुकुमार सेन हे पहिले मुख्य निवडणूक आयुक्त बनले.

२६ जानेवारी : पूर्वीश्रमीच्या फेडरल कोर्टाचे रूपांतर भारताचे सुप्रीम कोर्ट म्हणून करण्यात आले. २८ जानेवारीला त्याचे रितसर उद्घाटन झाले. नवी दिल्लीच्या टिळक मार्गावर स्थित असलेले हे देशातले सर्वांत उच्च घटनात्मक न्यायालय होय.

१ एप्रिल : 'पीपल्स रिपब्लिक ऑफ चायना'ला मान्यता देणारा भारत पहिला गैर-समाजवादी देश ठरला.

८ एप्रिल : निर्वासितांवर नियंत्रण ठेवण्यासाठी आणि अल्पसंख्याकांच्या रक्षणासाठी भारत-पाकिस्तान देशात लियाकत-नेहरू करार झाला.

९ एप्रिल : भारत आणि अन्य देशांत सांस्कृतिक संबंध वाढीस लागण्यासाठी इंडियन कौन्सिल ऑफ कल्चरल रिलेशन ही परिषद स्थापन झाली.

३१ जुलै : भारत व नेपाळ या देशांत मैत्री व शांतीचा करार झाला.

५ ऑगस्ट : १९४६ मध्ये आसामचे पंतप्रधान आणि स्वातंत्र्यानंतर मुख्यमंत्री गोपीनाथ बार्डोलोई (जन्म : १८९०) यांचा मृत्यू. स्वातंत्र्यलढ्यातील सक्रिय सहभाग व आसाम राज्याच्या विकासासाठी केलेले प्रयत्न यासाठी त्यांना १९९९ मध्ये मरणोत्तर 'भारतरत्न' पुरस्कार देण्यात आला होता.

१५ ऑगस्ट : आसामनजीक तिबेटच्या सीमेवर ८-६ रिश्टर-स्केलचा भूकंप. त्याचे केंद्र रिमा या ठिकाणी होते. दोन्ही देशांत जीवितहानी झाली.

५ नोव्हेंबर : फैयाज खान (जन्म : १८८६) या हिंदुस्थानी शास्त्रोक्त संगीत गायकाचे निधन.

५

१९५१ : जनगणना

भारतीय प्रांतातील लोकांची संख्या मोजण्याची प्रक्रिया इंग्रजांनी १८८१ पासून सुरू केली होती. त्यास जनगणना असे म्हटले जाई. लोकसंख्येसोबतच आणखी निगडित माहिती या उपक्रमात घेतली जाई. त्याद्वारे लोकसंख्या, साक्षरता, धर्म आणि बोलीभाषा यांची माहितीदेखील गोळा केली जाई. विकासाचा आराखडा तयार करताना जनगणनेचा वापर होई.

भारत स्वतंत्र झाल्यानंतर, १९५१ मध्ये प्रथमच जनगणना झाली, तेव्हा लोकसंख्या ३६,०९,५०,३६५ (३६ कोटी) होती. त्या वेळी, सार्वभौम भारताची लोकसंख्या मोजता आली नव्हती. फ्रेंच व पोर्तुगीजांच्या राजवटीखालचे प्रदेश, राजकीय धुमश्चक्रीने धगधगते काश्मीर, ईशान्येकडील सीमाप्रदेश (आताचा अरुणाचल प्रदेश) वगळण्यात आले होते. लोकसंख्येसोबतच या जनगणनेतून पुढील माहिती मिळाली होती :

- चाळीस लाख भारतीय परदेशात वास्तव्यास होते.
- पुरुष व स्त्रियांचे गुणोत्तर १००० : ९४६ असे होते.
- १० लाखांवर लोकवस्ती असलेली पाच शहरे होती : बॉम्बे, कलकत्ता, मद्रास, हैदराबाद आणि दिल्ली.
- एक लाखावर लोकसंख्या असलेली ७५ शहरे होती.

या वर्षीच्या दोन ठळक घटना म्हणजे १९४६ मध्ये हैदराबाद राज्यात जमीनदारांच्या विरोधात सुरू झालेली तेलंगणा चळवळ हे शेतकऱ्यांचे आंदोलन शमले आणि भूदान चळवळ सुरू झाली.

✦ भूदान चळवळ

भारत देशात सर्वत्र न भूतो न भविष्यती अशी समानता यावी, या उदात्त हेतूने संतपुरुष विनोबा भावे यांनी ही चळवळ सुरू केली. धनाढ्य मंडळींनी आपली काही संपत्ती गरिबांमध्ये वाटावी, असं त्यांना वाटे. त्यांनी श्रीमंत जमीनदारांना आपली एक-षष्ठांश जमीन भूमिहीन गरिबांना दान करण्याची विनंती केली. यालाच 'भूदान' चळवळ, 'जमिनी भेट देणे' असे म्हटले जाते. जमिनीची पहिली भेट तेलंगणा जिल्ह्यातील पोचम्पली गावातून १८ एप्रिल, १९५१ रोजी मिळाली होती. त्या खेड्याला विनोबांनी भेट दिली, तेव्हा तिथे ७०० भूमिहीन कुटुंबे होती. त्या वेळी स्थानिक जमीनदार वेद्रे रामचंद्र रेड्डी यांनी आपली २५० एकर जमीन दान केली आणि तिथून भूदान चळवळ सुरू झाली.

विनोबा भावे

पुढे पोचम्पलीचे शहरात रूपांतर झाले आणि ते भूदान पोचम्पली म्हणून ओळखले जाऊ लागले. हे शहर वस्त्रोद्योगासाठी प्रसिद्ध आहे. विशिष्ट वेलबुट्टीची इथली रेशमी वस्त्रे खूप प्रसिद्ध आहेत. इथला रेशीम-विणकाम व्यवसाय अठराव्या शतकापासून सुरू आहे. इथल्या वस्त्राला पारंपरिक व आधुनिक नक्षीकामाची जोड आहे. निव्वळ रेशीम, कापूस किंवा दोन्ही धाग्यांची मिश्रवस्त्रे इथे बनतात. वस्त्रावर पट्टेदार नक्षी विणताना ताणा आणि बाणा या धाग्यांना विणण्याआधी रंगवले जाते.

वस्त्रांचे आणखी काही प्रकार

बांधणी : याचा अक्षरशः अर्थ बांधलेला असा आहे. कपडा रंगवण्याचा हा एक प्रकार आहे. कपड्याला गाठी बांधून ते रंगवले जाते, तेव्हा गाठींच्या ठिकाणी वस्त्र रंगत नाही. कपडे रंगवण्यासाठी लाल, निळा व इतर भडक रंग वापरतात. साधे टिंब किंवा चौरसाकृती ठिपक्यांनी कपडे रंगवले जातात. काही नक्षी क्लिष्ट स्वरूपाच्या असतात. हे तंत्र १८व्या शतकातले आहे. गुजरात व राजस्थानमध्ये अशा प्रकारच्या कपड्यांची निर्मिती होते.

कलमकारी : ही वस्त्रे नक्षीकाम केलेली असतात. सतराव्या शतकापासून चालत आलेल्या या कलाकारीत बोरू वापरून नक्षी काढली जाई. या कलमकारी वस्त्राचे विविध प्रकार आहेत. काही वस्त्रप्रावरणांवर मोठाले

ठसे असतात व बाजूला छोट्या नक्षी रेखाटलेल्या असतात, तर काहींवर नुसत्या नक्षीच असतात. महाभारत, रामायणातील दृश्ये तसेच देव-देवतांच्या प्रतिमा या नक्षीतून उठून दिसतात. कलमकारी वस्त्रे विविध ठिकाणी तयार होतात. आंध्रप्रदेशातील श्रीकलाहस्ती आणि मछलीपट्टम, तामिळनाडूतील तंजावर तसेच गुजरातमध्ये ही वस्त्रप्रावरणे तयार होतात.

इकत : तंतूपासून धागे तयार होतात आणि कापड विणकाम या धाग्यांचे ताणा (उभे) आणि बाणा (आडवे) असे प्रकार पडतात. वस्त्र विणण्यासाठी या धाग्यांना रंगवण्याच्या तंत्राला 'इकत' असे म्हणतात.

रक्तवाही (ब्लिडिंग) मद्रास : हे हातांनी विणलेले कापसाचे वस्त्र होय. वनस्पतीपासून मिळणाऱ्या तात्पुरत्या टिकणाऱ्या रंगाद्वारे ते वस्त्र रंगविले जाते. ते धुतले असता वस्त्राचा रंग फिकट होत जातो आणि पसरत जातो. १९६०च्या दरम्यान, हे वस्त्र अतिशय लोकप्रिय बनले होते व अमेरिकेत त्याची निर्यात होई. विशेषतः कॅलिफोर्नियात त्याला खूप मागणी होती.

✦ संगीतमय घड्याळ

१६ डिसेंबर, १९५१ या दिवशी जवाहरलाल नेहरूंनी हैदराबाद येथील सालारजंग वस्तू संग्रहालय लोकांसाठी खुले केले. या भव्य वस्तू संग्रहालयात प्रारंभी ४०,००० वस्तूंचे प्रदर्शन मांडले होते. या मौल्यवान व ऐतिहासिक वस्तू नबाब मिर युसूफअली खान, तिसरे सालारजंग (हैदराबादचे १९१२ ते १९१४ या काळातले पंतप्रधान) यांनी गोळा केल्या होत्या. तिसरे सालारजंग यांनी तर भारतातूनच नव्हे तर जगाच्या कानाकोपऱ्यांतून कलाकृती जमवल्या होत्या. मुघल सम्राटांनी वापरलेल्या तलवारी आणि खंजीर, बुखारा आणि शिराझ येथील कार्पेट्स, एडविन लँडसिर यांसारख्या युरोपियन चित्रकारांची मूळ चित्रे, गिओवनी बेन्झोनीचे 'व्हेल्ड रेबेका'चे संगमरवरी पुतळे; अशा असंख्य कलाकृती त्यात होत्या. या म्युझियममध्ये भलेमोठे वाचनालय होते. निरनिराळ्या वस्तूंमध्ये भिन्न प्रकारची घड्याळे होती. त्यात ब्रिटिश ब्रॅकेट क्लॉक नावाचे यांत्रिक घड्याळ होते. एक आकृती हवेतून येते आणि दर तासाला घड्याळाला ठोका देते. ते संगीतमय घड्याळ बघण्यासाठी आजही बघ्यांची गर्दी होते.

✦ अबनिंद्रनाथ टागोर

अबनिंद्रनाथ टागोर (७ ऑगस्ट, १८७१ - ५ डिसेंबर, १९५१) हे ख्यातकीर्त

कलावंत होते. ते द्वारकानाथ टागोरांचे पणतू आणि रवींद्रनाथ टागोरांचे पुतणे होते. भारतीय संस्कृती आणि आध्यात्मिकता समाविष्ट असलेल्या कलेची एक नवी शाखा त्यांनी निर्माण केली. त्यास 'बंगाल स्कूल ऑफ आर्टस्' हे नाव पडले. नंदलाल बोस, असित कुमार हलधर, ख्रिस्तीन मुजुमदार आणि सुरेन गांगुली या कलावंतांनी अबनिंद्रनाथसोबत या नावीन्यपूर्ण कलेचा अभ्यास केला.

अबनिंद्रनाथ लेखक होते व प्रौढ तसेच बालकांसाठी त्यांनी लिखाण केले. त्यांनी १८९६ मध्ये लिहिलेली व नंतर भाषांतरित झालेली 'खिरेर पुतूल' ही कादंबरी एक राणी, एक माकड आणि एक साखरेचा पुतळा यासंबंधी होती.

बंगालची कलाशाखा राष्ट्रवादाशी निगडित होती, तर १९४३ मध्ये त्या शाखेतून निपजलेली 'कलकत्ता ग्रूप ऑफ आर्टिस्ट्स' ही शाखा प्रभाववादी, कला व अभिव्यक्तीवादी कला या विचारप्रणालीने प्रभावित झाली होती. या गटात प्रदोषदास गुप्ता, परितोष सेन आणि निरोदे मुजुमदार ही मंडळी होती.

✦ आशियाई क्रीडा

१३ फेब्रुवारी, १९४९ रोजी स्थापन झालेल्या एशियन ॲथलेटिक्स फेडरेशनचे दुसरे नाव होते, 'एशियन गेम्स फेडरेशन'. या फेडरेशनची स्थापना आशिया खंडातील नव्यानेच स्वतंत्र झालेल्या देशांसाठी करण्यात आली होती. पहिला एशियन क्रीडा महोत्सव ४ ते ११ मार्च, १९५१ या दरम्यान दिल्लीत भरला होता. या खेळ महोत्सवात भारताने सोळा सुवर्णपदके पटकावली. (मर्दानी खेळ : ११, जलक्रीडा : ४ आणि फुटबॉल :१) शिवाय सोळा रौप्यपदके आणि वीस कांस्यपदके मिळवली होती. या क्रीडा स्पर्धेत जपाननंतर भारताचा दुसरा क्रमांक होता.

✦ चित्रपटांची मोहमयी दुनिया

१९५१ मध्ये निर्मिती झालेल्या चित्रपटांची संख्या पुढीलप्रमाणे होती : हिंदी - १०० (यात उर्दू आणि राजस्थानी चित्रपटांचा समावेश होता.), बंगाली - ३८, तेलुगू - ३०, तमिळ - २६, मराठी - ३६, मल्याळम - ७, गुजराती - ६, पंजाबी - ४, कन्नड - २

याशिवाय, लघुचित्रपट व अनुबोधपटांचीदेखील निर्मिती झाली होती.

१९५१ मधील आणखी ठळक घटना

२० जानेवारी : दलित आणि आदिवासी लोकांचा त्राता म्हणून ओळखल्या जाणाऱ्या अमृतलाल विठ्ठलदास ठक्कर (जन्म : २९ नोव्हेंबर, १८६९) ऊर्फ ठक्कर बाप्पा यांचा मृत्यू.

मे : पश्चिम बंगालमधील शांतिनिकेतन येथील 'विश्व भारती'ला विश्वविद्यालयाचा दर्जा.

१८ जून : घटनेत पहिला बदल. यात अनेक बदल नोंदवले गेले, त्यांपैकी मत व्यक्त करण्याचे स्वातंत्र्य आणि दलितांच्या रक्षणाचा कायदा हे यात करण्यात आलेले लक्षणीय बदल होत.

ऑगस्ट : इंडियन इन्स्टिट्यूट ऑफ टेक्नॉलॉजी (आय.आय.टी.) या पहिल्या संस्थेची खरगपूर येथे स्थापना आणि त्या संस्थेचे शैक्षणिक वर्ष सुरू.

२१ ऑक्टोबर : श्यामाप्रसाद मुखर्जी यांनी भारतीय जनसंघ या राजकीय पक्षाची स्थापना केली.

२७ ऑक्टोबर : भारत सरकार व युनेस्कोच्या विद्यमाने दिल्ली पब्लिक लायब्ररीची स्थापना.

५ नोव्हेंबर : छोट्या रेल्वेचे विलीनीकरण करून मध्य रेल्वे आणि पश्चिम रेल्वे सुरू करण्यात आल्या.

६

१९५२ : पहिली निवडणूक

स्वतंत्र भारतातील पहिली निवडणूक २५ ऑक्टोबर, १९५१ आणि २१ फेब्रुवारी, १९५२ या दरम्यान झाली. निवडणूक आयुक्तांची नेमणूक झाली होती आणि मतदार यादी तयार करायची होती. एकवीस वर्षांवरील प्रत्येक नागरिकाला मतदानाचा हक्क देण्याचे ठरले होते. देशभरातील सर्व मतदारसंघांतून एकूण १७६ कोटी मतदार आपले मत देण्यास पात्र होते. काही महिलांनी आपल्या जुन्या परंपरांना अनुसरून मत देण्यास संकोच केला होता.

देशाची प्रादेशिक मतदारसंघात विभागणी करण्यात आली होती. विविधरंगी लोखंडी मतदान पेट्या तयार करण्यात आल्या होत्या आणि निरनिराळ्या पक्षांची चिन्हे त्यावर चिकटवलेली होती. मतदार ज्या पक्षाला वा उमेदवाराला मत देऊ इच्छित होते, त्यांच्या मतदानपत्रिका मतपेटीत टाकत होते. देशाची राज्य चालवणारी व कायदेकानून तयार करणारी लोकसभा ४८९ उमेदवारांना निवडून देणार होती.

त्यासाठी :

२५ लाख मतदान पेट्या

६२ कोटी मतपत्रिका

२,२४,००० मतदान केंद्रे इतकी सज्ज तयारी होती.

त्याशिवाय, राज्यातील विधानसभांची सरकारेसुद्धा निवडण्यात येणार होती; त्यामुळे तिथलेही ३२८३ उमेदवार होते. या निवडणुकीत एकूण १७,५०० उमेदवार होते व खूपसे पक्ष सहभागी झाले होते. काँग्रेस पक्ष तर स्वातंत्र्यापूर्वी स्थापन झाला होता तर भारतीय जनसंघासारखे पक्ष स्वातंत्र्यानंतर अस्तित्वात

राष्ट्रीय काँग्रेस पक्ष

समाजवादी पक्ष

किसान मजदूर प्रजापार्टी

भारतीय कम्युनिस्ट पक्ष

भारतीय जनसंघ

अखिल भारतीय अनुसूचित जाती फेडरेशन

राम राज्य परिषद

निवडणूक चिन्हे

आले होते.

निवडणुका झाल्या आणि काँग्रेस पक्षाने बहुसंख्य जागा जिंकल्या. त्यांनी मध्यवर्ती तसेच राज्य सरकारे स्थापन केली. त्यांनी लोकसभेच्या ३६४ जागा जिंकल्या होत्या आणि बहुसंख्य राज्यात आघाडी घेतली होती. मात्र, चार राज्यांत त्यांना सरकार स्थापन करण्यास अन्य पक्षांची मदत घ्यावी लागली होती.

निवडणुकीनंतर स्वतंत्र भारताची पहिली लोकसभा तसेच राज्यातली पहिली सरकारे स्थापन झाली.

✦ रशिद जहान आणि गुलाम अहमद महजूर

या वर्षात, दोन प्रसिद्ध लेखकांचे देहावसान झाले. रशिद जहान या उर्दू साहित्यातील, 'अँग्री यंग वुमन' म्हणून प्रख्यात होत्या. त्या वैद्यकीय डॉक्टर होत्या, लेखिका होत्या, कम्युनिस्ट पक्षाच्या सदस्या होत्या, इंडियन पीपल्स थिएटर असोशिएशनच्या सदस्या होत्या, शिवाय प्रोग्रेसिव्ह रायटर्स असोसिएशनच्या संस्थापक होत्या. त्यांचा जन्म २५ ऑगस्ट, १९०५ रोजी झाला होता आणि त्यांचे आई-वडील शेख अब्दुल्ला आणि वहिदा बेगम यांनी स्वतःच स्थापन केलेल्या शाळेत तिला घातले होते. त्या लघुकथा व नाटके लिहीत. स्त्री मुक्ती हा त्यांचा लिखाणाचा विषय असे आणि स्त्रियांना भेडसावणाऱ्या प्रश्नांना त्या वाचा फोडीत असत. त्यांची जीवनज्योत १९५२ मध्ये मॉस्को येथे मालवली आणि तिथेच त्यांना पुरण्यात आले. त्या वेळी त्यांचे वय केवळ सत्तेचाळीस होते आणि कॅन्सरचा उपचार घेण्यासाठी तिथे गेल्या होत्या. त्यांच्या थडग्यावर 'कम्युनिस्ट लेखक व डॉक्टर' असे संबोधन होते.

त्यांच्या काही कथा 'अंगारे' या संग्रहात समाविष्ट करण्यात आल्या होत्या. या उर्दूतील कथा अलीकडेच इंग्रजीत भाषांतरित करण्यात आल्या आहेत. 'अंगारे'चे प्रथम प्रकाशन १९३२ मध्ये होते आणि त्यात सज्जाद जहीर, अहमद अली आणि महमूद-उझ-जाफर यांच्या उर्दू कथांचा समावेश होता. या पुस्तकावर जरी बंदी घालण्यात आली होती, तरी होतकरू उर्दू लेखकांनी त्यातून प्रेरणा घेतली आणि त्याची निष्पत्ती प्रोग्रेसिव्ह रायटर्स असोशिएशनची स्थापना होण्यात झाली. या संघटनेत चुगताई, मन्टो, प्रेमचंद, फैय्याज अशी नामवंत मंडळी होती.

गुलाम अहमद महजूर (१८८५ - ९ एप्रिल, १९५२) हे काश्मिरी कवी होते. त्यांच्या अमाप लोकप्रियतेला अनुसरून सरकारी इतमामात त्यांची अंत्ययात्रा पार पडली. 'ग्रीस'कूर (शेतकऱ्याची पोर) या त्यांच्या कवितेत, त्यांची गावाकडील साध्या जीवनाची ओढ व्यक्त केली आहे. 'आझादी' या कवितेत स्वातंत्र्योत्तर काळातील समस्यांचा ऊहापोह आहे, तर 'संगरमलान' या कवितेत ते शांती व मैत्रीच्या युगाची प्रतीक्षा करत आहेत. त्यांनी बऱ्याच कविता लिहिल्या.

✦ ऑलिम्पिक व इतर खेळ

१९५२ मध्ये हेलसिंकी येथे भरलेल्या उन्हाळी ऑलिम्पिक क्रीडा स्पर्धेत भारताने भाग घेतला होता, तेव्हा भारताने हॉकी आणि जलक्रीडा, सायकलिंग, शूटिंग, वेटलिफ्टिंग, कुस्ती - फुटबॉल, धावण्याची स्पर्धा आणि मुष्टियुद्ध यांसारख्या खेळांत भाग घेतला होता. या वेळी प्रथमच महिला खेळाडूंनी भाग घेतला. तसेच हॉकीमध्ये भारताला पुन्हा सुवर्णपदक मिळाले. खाशाबा जाधव (मृत्यू : १९८४) यांनी वैयक्तिक पातळीवर देशाला पहिले पदक मिळवून दिले. त्यांनी पटकावलेल्या गटात फ्री-स्टाइल कुस्तीतील कांस्यपदक होते. पुढे वयाच्या ५८ व्या वर्षी ते अपघातात देवाघरी गेले.

पहिली राष्ट्रीय पातळीवरची व्हॉलिबॉल चॅम्पियन स्पर्धा १९५२ मध्ये मद्रास येथे भरली होती आणि ती म्हैसूर (आता म्हैसुरू) ने जिंकली होती.

✦ बालदिन

प्रत्येक देशात बालदिन साजरे होतात. मुलांची निष्पाप वृत्ती व धाडसाचे साजरीकरण व्हावे हा हेतू त्यामागे असतोच; तसेच हा दिवस मुलांच्या उन्नतीसाठी प्रत्येकाने हातभार लावला पाहिजे याची आठवण करून देतो. भारताचे पहिले पंतप्रधान पंडित जवाहरलाल नेहरू यांच्या जन्मदिनी (१४ नोव्हेंबर) भारतात बालदिन साजरा होतो. चाचा नेहरूंना मुले खूप आवडत. या दिवसाचा प्रारंभ १९५२

पासून झाला. पूर्वी, या दिवसाला 'फुलांचा दिवस' असे म्हटले जाई आणि तो पहिल्यांदा ५ नोव्हेंबर, १९४८ ला साजरा झाला होता.

✦ आन

१९५२ सालचा 'आन' चित्रपट बॉक्स-ऑफिसवर गाजला. टेक्निकलरमध्ये तयार करण्यात आलेला तो पहिला हिंदी चित्रपट ठरला. त्याआधी, 'किसान कन्या' हा चित्रपट सिनेकलरमध्ये काढण्यात आला होता; पण तो तेवढा गाजला नाही. महमूद खान हे 'आन'चे निर्माते आणि दिग्दर्शक होते. त्यात दिलीपकुमार, निम्मी, नादिरा आणि प्रेमनाथ यांच्या भूमिका होत्या. आंतरराष्ट्रीय पातळीवर प्रदर्शित झालेला तो पहिला चित्रपट होता. त्याचे इंग्लिश, फ्रेंच तसेच तमिळ भाषेत डबिंग झाले होते. शकील बदायुनीची लता मंगेशकर, महमंद रफी आणि शमशाद बेगम यांनी गायलेली गीते, नौशादचे संगीत यामुळे चित्रपटाला भारदस्तपणा आला होता.

त्यानंतरचा गाजलेला चित्रपट 'बैजू बावरा' होता आणि तो तानसेन व बैजू बावरा यांच्या जीवनावर बेतला होता. विजय भट्ट यांनी हा चित्रपट दिग्दर्शित केला होता.

याच वर्षी सिनेमॅटोग्राफ ॲक्ट हा कायदा सेन्सॉरशिपसाठी लागू झाला. आधीच्या १९२० सालचा कायदा हटवून हा नवा कायदा अमलात आला.

हिंदी चित्रपटात महिला

'आन' चित्रपटात निम्मी (१९३३ - ६ मार्च, २०१८) आणि नादिरा (१९३२-२००६) या अभिनेत्रींनी भूमिका केल्या होत्या. वास्तविक या चित्रपटात फ्लोरेन्स एझिकेल नादिराची पदार्पणाची भूमिका होती आणि सिम्मीची कारकीर्द १९४९ मधील राजकपूरच्या 'बरसात' या चित्रपटापासून सुरू झाली होती. या काळात मधुबालाने १९४२ सालच्या 'बसंत' या चित्रपटात बालकलाकाराची भूमिका केली होती. ती सौंदर्यवती म्हणून गाजली आणि 'मुगले आझम' (१९६०) मधील अनारकलीने तिला अजरामर केले. तसेच नर्गिस व सुरैया यांचीदेखील नावे घेता येतील. त्या काळी, समाजातील बऱ्याच वर्तुळात अभिनय करणे हा हीन व्यवसाय मानला जायचा; परंतु या अभिनेत्रींवर त्याचा फारसा परिणाम झाला नव्हता. किंबहुना दुर्गा खोटे आणि देविका राणीसारख्या त्या आधीच्या नट्यांनी या बुरसटलेल्या विचारांना भीक घातली नव्हती; तरीसुद्धा कमलादेवी

आणि सुशीलादेवी ही नवी नावे धारण केलेल्या गुलाबबाय आणि अनसूयाबाय यांना त्यांच्या कुटुंबीयांनी बहिष्कृत केल्याने स्टुडिओत बस्तान ठोकावे लागले होते.

✦ वन्यप्राणी

वन्यजीव नामशेष होत आहेत हे लक्षात आल्याने 'इंडियन बोर्ड ऑफ वाईल्ड लाइफ' या सल्लागार समितीची १९५२ मध्ये स्थापना झाली. पंतप्रधान या समितीचे मुख्य होते. तद्नंतर आणखी काही प्राणिजीव रक्षणार्थ काही संघटना निर्माण झाल्या. त्या साऱ्या संघटना एकत्रित होऊन पर्यावरण व वनखात्याच्या वाईल्ड लाइफ डिव्हिजनमध्ये विलीन झाल्या.

१९५२ मधील आणखी काही घटना

७ मार्च : भारतातील रांची येथील योगोदा सत्संग सोसायटीचे संस्थापक परमहंस योगानंद (जन्म : १८९३) यांचे निर्वाण.

सप्टेंबर : जुना समाजवादी पक्ष आणि किसान मजदूर प्रजा पार्टी एक होऊन प्रजा सोशालिस्ट पार्टी (पी.एस.पी.) ची स्थापना.

२ ऑक्टोबर : समाज विकास प्रकल्पांना प्रारंभ.

डिसेंबर : पहिली पंचवार्षिक योजना लोकसभेत सादर करून, अधिकृत सह्या झाल्या. त्यातले काही उपक्रम १९५१ च्या एप्रिलपासून कार्यान्वित झाले होते.

बॉम्बेमध्ये आंतरराष्ट्रीय चित्रपट सोहळा आयोजित करण्यात आला. राज कपूरच्या 'आवारा' या चित्रपटाला त्यात मानांकन मिळाले होते. हा चित्रपट सोव्हिएत युनियनमध्ये भलताच गाजला.

७

१९५३ : भारताचे नंदनवन - काश्मीर

काश्मीर हे भारतातले एक देखणे राज्य आहे; परंतु स्वातंत्र्य मिळाल्यापासून तिथे अनेक समस्या उद्‌भवत आल्या आहेत. पाकिस्तानने भारताच्या ताब्यातील काही प्रदेशावर आक्रमण करून तो आपल्या ताब्यात ठेवला आहे. काश्मीरला अंतर्गत स्वायत्त राज्याचा दर्जा देऊन, त्यांना स्वतःची घटना तयार करण्याची मुभा देण्यात आली होती. स्वातंत्र्यपूर्व काळात, काश्मिरात राज्य करणारे महाराजा हरी सिंगांचे पुत्र करण सिंग यांना १९५२ मध्ये, सरदार-इ-रियासत हे पद दिले होते. शेख अब्दुल्ला हे काश्मिरातले लोकप्रिय नेते होते आणि ते काश्मीरचे पंतप्रधान होते. त्यांना १९५३ मध्ये कैद करण्यात आले आणि त्यांच्या जागी बक्षी गुलाम महमद यांची नेमणूक झाली होती. स्वतंत्र काश्मीरची मागणी केल्याने अब्दुल्लांना तुरुंगवास भोगावा लागला. १९५८ सालातील काही अल्पकाळ सोडला, तर १९६४ पर्यंत ते कैदेत होते.

मध्यंतरी, भारतीय जनसंघाचे श्यामाप्रसाद मुखर्जी हे भारत-पाकिस्तान यासाठी प्रयत्न करणारे नेते होते; परंतु ते काश्मीरला गेले, तेव्हा त्यांना पकडून तुरुंगात डांबण्यात आले. तिथेच त्यांना २३ जून १९५३ रोजी देवाज्ञा झाली.

✦ नवे राज्य

मद्रास राज्याने सारा दक्षिण भारत व्यापला होता. तिथले लोक तमिळ, तेलुगू अशा वेगवेगळ्या भाषा बोलत. तेलुगू भाषिकांना वेगळे राज्य हवे होते. त्यांचे नेते पोट्टी श्रीरामुलू एक स्वातंत्र्यसैनिक होते. नव्या राज्यासाठी सरकारवर दबाव आणण्यासाठी त्यांनी ५८ दिवसांचे उपोषण केले. ते डिसेंबर १९५२ मध्ये

कालवश झाले. तद्नंतर नव्या राज्याच्या मागणीचे आंदोलन तीव्र झाले; हिंसक बनले. सरतेशेवटी १ ऑक्टोबर १९५३ रोजी आंध्र नावाच्या नव्या राज्याची निर्मिती झाली. मद्रास राज्याचा उत्तरेकडचा प्रदेश तोडून नव्या राज्याला देण्यात आला. १९५३ मध्ये द स्टेट्स रिऑर्गनायझेशन कमिशन स्थापन करून, अन्य राज्याच्या सीमारेषा पक्क्या करण्यात आल्या.

✦ एव्हरेस्टवर चढाई : तेनसिंग नोर्गे

खूपजणांनी एव्हरेस्ट हे जगातले सर्वांत उंच शिखर चढण्याचे अयशस्वी प्रयत्न केले होते. भारतातील दार्जिलिंग येथे स्थायिक झालेले शेर्पा तेनसिंग नोर्गे (१५ मे, १९१४ - ९ मे, १९८६) यांनी न्यूझिलंडचे गिर्यारोहक एडमंड हिलरी यांच्यासोबत २९ मे, १९५३ रोजी एव्हरेस्टचे शिखर काबीज केले.

त्या क्षणाची आठवण काढताना, तेनसिंग म्हणतात, "सकाळचे ११.३० वाजले होते. सूर्य चकाकत होता. आकाश निळेभोर झाले होते. असे दृश्य मी कधी बघितले नव्हते."[४]

तेनसिंगचे औपचारिक शिक्षण झाले नव्हते; पण त्यांना गिरिशिखरे साद घालत आणि त्यांनी स्वतःहून गिर्यारोहणाचे प्रशिक्षण घेतले होते. कारकिर्दीच्या प्रारंभी, ते कुटुंबाच्या याकची राखण करीत. पुढे दार्जिलिंगला स्थायिक झाल्यावर गिर्यारोहकांचा हमाल म्हणून चाकरी करू लागले. मात्र, एव्हरेस्ट काबीज केल्यानंतर ते प्रकाशात आले; अनेक पुरस्कारांनी सन्मानित झाले. त्यात राणी दुसरी एलिझाबेथकडून जॉर्ज मेडल, ऑर्डर ऑफ स्टार ऑफ नेपाळ, अमेरिकन जिओग्राफिकल सोसायटीचे कुल्लूम जिओग्राफिकल मेडल, रॉयल जिओग्राफिक सोसायटीचे फाउंडर्स मेडल; अशी पदके होती. त्या वेळी, देशात माउंटेनिअरिंग इन्स्टिट्यूट स्थापण्याचे घाटत होते आणि हिमालयन माउंटेनिअरिंग इन्स्टिट्यूटचे संचालकपद तेनसिंगना १९५४-५५ या काळात देण्यात आले. ते १९७७ मध्ये तेथून जरी निवृत्त झाले तरी सल्लागार म्हणून कार्यरत होते. त्यांनी जगातील इतर पर्वतांवर उदाहरणार्थ, स्वित्झर्लंडमधील आल्प्स पर्वत व जपानमधील पर्वतशिखरावर गिर्यारोहण केले.

त्यांच्याशी संबंधित लिहिल्या गेलेल्या पुस्तकांत दोन आत्मचरित्रे गाजली. त्यामध्ये एक जेम्स रामसे उलमन (टायगर ऑफ स्नोज : १९५५) आणि दुसरे माल्कम बार्नेससोबत लिहिलेले (आफ्टर एव्हरेस्ट : १९७७) ही होत.

---

4. Tenzing Norgay and James Ramsey Ullman, Tiger of the Snows : The Autobiography of Tenzing of Everest (New York : G.P. Putnam's Sons, 1955)

✦ संगीत नाटक अकादमी

संगीत, नृत्य व नाट्य या कलेच्या उन्नतीला हातभार लावण्यासाठी १९५३ मध्ये नवी दिल्ली येथे संगीत नाटक अकादमी स्थापन करण्यात आली. दरवर्षी उत्कृष्ट कामगिरी करणाऱ्या कलावंतांना अकादमीतर्फे पुरस्कार देऊन गौरविले जाते. 'रत्नसदस्य' ही या अकादमीची शिष्यवृत्ती खूपच मानाची असते.

भारतातील नृत्ये

आपल्या देशात नृत्यकला मोठ्या आवडीने जोपासली जाते. त्यात शास्त्रीय नृत्ये, लोकनृत्ये, नावीन्यपूर्ण आधुनिक नृत्ये यांचा समावेश आहे. नृत्य हे ताल आणि संगीताचा परिपाक असतो. काही नृत्ये शुद्ध स्वरूपाची असतात आणि त्याला कथेची गरज लागत नाही. सुराच्या तालात नर्तकांची पावले थिरकायला लागतात. दुसऱ्या प्रकारच्या नृत्याला कथेची जोड असते. भरतनाट्यम, कथक, कथकली, कृष्णनाट्यम, कुचिपुडी, मणिपुरी, मोहिनीअट्टम, ओडिसी, ओट्टाथुलाल, यक्षगण, कुडियाट्टम, चकियरकुथू, भगवता मेला नाटका, सत्रिय आणि चाऊ ही शास्त्रीय नृत्ये होत.

ही नृत्ये मंदिरे, उत्सव आणि हंगामांशी निगडित असतात. नृत्य हे नाट्य आणि कथेशी संबंधित असते. विशेषतः त्यांना पुराणकथांचा साज दिला जातो. राज्य दरबारात तसेच अन्य ठिकाणी करमणुकीसाठी नृत्यांचा वापर होई.

मध्ययुगीन काळाच्या अखेरीस, समाजात नृत्य व नर्तक यांना फारसा मानसन्मान नव्हता. मात्र, स्वातंत्र्योत्तर काळात, त्यांचे दिवस पालटले. स्वातंत्र्यानंतर देशात राष्ट्रीय पातळीवर तसेच खासगी स्वरूपात नृत्यशाळा सुरू झाल्या.

कथक

नवी दिल्लीतील कथक केंद्र हे संगीत नाटक अकादमीची उपशाखा होय. कथक नृत्यकला ही प्राचीन काळापासून भारतात अस्तित्वात आहे. कथक हा शब्द 'कथा'वरून अपभ्रंशित झालेला आहे. पुराण, महाकाव्ये यातील कथांवर बेतलेल्या या नृत्यात कथा, नाट्य आणि

गाणी असतात. मुघलांच्या काळात या नृत्यात काहीसा बदल घडला. त्यांनी पर्शियन आणि तुर्की परंपरेचे पैलू त्यात घुसविले. आज या शास्त्रीय नृत्यावर उत्तर भारताची मक्तेदारी असून लखनौ, जयपूर आणि वाराणशी घराण्यांचा त्यावर प्रभाव आहे. लखनौ घराण्याचे बिरजू महाराज (जन्म : १९३८) हे स्वतंत्र भारतातील या क्षेत्रातले प्रभावी नर्तक आणि गुरू होत. त्यांचे पिता अक्चन महाराज (मृत्यू : १९६०), त्यांचे काका शंभू (१९१०-७०) आणि लच्छू महाराज (१९०७-७८) यांच्याकडून त्यांनी दीक्षा घेतली होती. बिरजू महाराज कथक केंद्राशी निगडित होते आणि त्यांच्या हाताखाली खूप नर्तक तयार झाले. कित्येक नृत्य नाट्याची कोरिओग्राफी त्यांनी हाताळली होती. संगीत नाटक अकादमी पुरस्कार (१९६४), कालिदास सन्मान (१९८६-८७) आणि पद्मविभूषण (१९८६) अशा कितीतरी नामांकित पुरस्कारांनी त्यांच्या पायाशी लोळण घेतली.

आणखी काही कथक नर्तक आहेत, त्यांपैकी शोवना नारायण (जन्म : १९४९) यांनी नवी दिल्लीतील कथक केंद्रातून बिरजू महाराज आणि गुरू कुंदनलाल गंगाणी (१९२६-८४) यांच्याकडून तालीम घेतली होती. रोहिणी भाटे (१९२४-२००८) या लच्छू महाराज आणि मोहनराव कल्याणपूरकर (१९१३-८५) यांच्या तालमीत तयार झाल्या होत्या. नंतर त्यांनी १९४७ मध्ये पुण्याला नृत्यभारती कथक डान्स अकादमी उभारली. उमा शर्मा (जन्म : १९४२) यांनी गुरू हिरालालजी आणि जयपूर घराण्याचे गिरवार दयाळ आणि तद्नंतर सुंदर प्रसाद, शंभू महाराज आणि बिरजू महाराज यांच्याकडून धडे घेतले. वृंदावनातील 'रासलीला'सारखे कंगोरे वापरून उमा यांनी कथक नृत्याला वेगळे नावीन्यपूर्ण वळण दिले. त्यांनीसुद्धा संगीत आणि नृत्याचे शिक्षण देणारी संस्था उभारली आणि त्या कित्येक पुरस्कारांच्या मानकरी ठरल्या.

कथक नर्तक

✦ गुप्त खोलीचे वाचनालय

भारतात ६०,००० च्या वर वाचनालये आहेत आणि त्यातले सर्वांत अजस्त्र वाचनालय म्हणजे कोलकाता येथील (तेव्हाचे कलकत्ता) नॅशनल लायब्ररी होय. या वाचनालयात देशात प्रकाशित झालेल्या प्रत्येक पुस्तकाची प्रत उपलब्ध असते. स्वातंत्र्य मिळण्याआधी १९०३ मध्ये कलकत्त्यात दोन वाचनालये एकत्रित करून इंपिरिअल लायब्ररी सुरू करण्यात आली होती. स्वातंत्र्य मिळाल्यानंतर या वाचनालयाचे नामकरण नॅशनल लायब्ररीत करण्यात आले. तिचे वास्तव्याचे ठिकाण बदलून ते अलिपोर येथील बेलवेंडर इस्टेटच्या सध्याच्या इमारतीत १ फेब्रुवारी, १९५३ रोजी हलविण्यात आले. देशातले हे सर्वांत मोठे वाचनालय होय. ब्रिटिशांच्या काळात उभारलेल्या या वास्तूची २०१० मध्ये डागडुजी करण्यात आली, तेव्हा त्या इमारतीत एका गुप्त खोलीचा थांगपत्ता लागला. ती खोली इमारतीचे प्रवेशद्वार नव्हते की बाह्यमार्ग नव्हता, तर ती सीलबंद जागा होती. त्याचा उपयोग कशासाठी होत असे, ते कुणालाच माहीत नाही.

१९५३ मधील आणखी काही घटना

१५ जून : १ ऑगस्टपासून अस्तित्वात असलेल्या एअर कॉर्पोरेशन ॲक्टने एअर इंडियाचे राष्ट्रीयीकरण केले; त्यामुळे इंडियन एअरलाइन्स आणि एअर इंडिया इंटरनॅशनल लिमिटेड असे दोन वेगळे भाग झाले.

सप्टेंबर १९५३ : खेळ-क्रीडांसाठी राजकुमारी अमृत कौर कोचिंग योजना सुरू.

विज्ञान आणि तंत्रज्ञान खात्यातर्फे संशोधनातील समन्वय, एकस्व आणि प्रक्रिया विकसित करण्यासाठी नॅशनल रिसर्च डेव्हलपमेंट कॉर्पोरेशनची स्थापना.

८

१९५४ : हिंदी - चिनी भाई भाई

आशिया खंडातले भारत आणि चीन हे दोन प्राचीन देश होत. भारताला १९४७ मध्ये स्वातंत्र्य प्राप्त झाले, तर चीनने माओ झेडोंगच्या नेतृत्वाखाली १९४९ मध्ये सरकार स्थापन केले. चीनच्या पीपल्स रिपब्लिक सरकारला संमती देणारा भारत हा पहिला देश होता.

तिबेट हा देश भारत आणि चीनच्या मधोमध आहे. १९५० मध्ये चीनने तिबेट हा त्यांच्याच देशाचा भाग असल्याचा हक्क सांगितला. ब्रिटिश साम्राज्याकडून भारताला तिबेटवरील काही हक्क वंशपरंपरेने मिळाले होते; तरीही चीनशी स्नेहपूर्ण नाते टिकवण्याचे प्रयत्न सुरू होते. १९५४ मध्ये चीन आणि भारत देशांत करार झाला. तो व्यापारी तह होता आणि त्यात तिबेटचा काही भाग चीनच्या आधिपत्याखाली ठेवण्यास मान्यता देण्यात आली होती. त्या करारातील पाच कलमांमुळे तो 'पंचशील' या नावाने ओळखला गेला. त्यात शांतीचा व मैत्रीचा प्रस्ताव मांडण्यात आला होता.

✦ इतर काही महत्त्वाच्या घटना

१९४९ मध्ये दादरा आणि नगर हवेलीतला मुलूख पोर्तुगिजांच्या शृंखलेतून मुक्त झाला आणि त्यांनी स्वतःचे स्थानिक सरकार स्थापन केले.

१९४९ मध्ये महिलांसाठी एक कायदा मंजूर झाला होता, त्यानुसार फाळणीच्या वेळी अपहरण झालेल्या महिलांना त्यांची इच्छा असो वा नसो स्वतःच्या देशात रवाना केले जात होते. हा कायदा १९५४ मध्ये रद्द केला गेला, कारण त्या कायद्याने महिलांना खूपशा हाल-अपेष्टांना तोंड द्यावे लागे. त्यातल्या काही स्त्रिया

नव्या कुटुंबकबिल्यात रममाण झाल्या आणि त्यांना अपत्येदेखील झाली होती.

✦ आधुनिक कलेसाठी नॅशनल गॅलरी

स्वतंत्र भारताला नवी वस्तुसंग्रहालये आणि चित्रप्रदर्शनासाठी सज्जे हवे होते. त्यासाठी २९ मार्च, १९५४ रोजी 'नॅशनल गॅलरी ऑफ मॉडर्न आर्ट'ची दिल्लीत उभारणी झाली. एकेकाळी जयपूरच्या महाराजांचे निवासस्थान असलेल्या वास्तूत हे कलादालन दिमाखाने स्थानापन्न झाले. बडोद्याच्या कलासंग्रहालयाची बांधणी करणारे जर्मन कलाइतिहासकार हर्मन गोत्झ यांनी या गॅलरीची देखभाल केली. या गॅलरीच्या उद्घाटनप्रसंगी देशातील त्या काळचे प्रसिद्ध शिल्पकार रामकिंकर बैज (१९१०-८०), संखो चौधरी (१९१६-२००६), धनराज भगत (१९१७-८८) आणि देवीप्रसाद रॉय चौधरी (१८९९-१९७५) यांच्यासोबतच अन्य शिल्पकारांच्या कलाकृती प्रदर्शनात मांडल्या होत्या.

आज हे कलादालन देशाच्या १८५७ च्या पुढील कलाकारांचे तसेच युरोपियन प्रवाशांच्या कलाकृतींचे दिमाखात प्रदर्शन करत आहे. प्रख्यात भारतीय कलाकारांच्या कलाकृतींची इथे जपणूक करून ठेवलेली आहे, त्याची यादी अशी : राजा रवी वर्मा (१८४८-१९०६), अबनिंद्रनाथ टागोर (१८७१-१९५१), नंदलाल बोस (१८८३-१९६६), बेनोड बिहारी मुखर्जी (१९०४-८०), रवींद्रनाथ टागोर (१८६१-१९४१), गंगानेंद्रनाथ टागोर (१८६७-१९३८), जेमिनी रॉय (१८८७-१९७२), अमृता शेर-गिल (१९१३-४१), निकोलस रोची (१८७४-१९४७), एम. एफ. हुसेन (१९१५-२०११), तैयब मेहता (१९२५-२००९), भाबेश संन्याल (१९०१-२००३), सॅलोज मुखर्जी (१९०६-६०), रामकुमार (जन्म १९२४), कृष्णन खन्ना (जन्म १९२५), जे. स्वामिनाथन (१९२८-९४), मनजित बावा (१९४१-२००८), अंजोली इला मेनन (जन्म १९४०) आणि इतर. तिथे १७,००० च्या वर विविध कलाकृती, छायाचित्रे, छापील मजकूर यांचा संग्रह आहे; तसेच खूप मोठे वाचनालय आहे.

पुढे या कलादालनाच्या मुंबई आणि बेंगळुरू (बंगलोर) या ठिकाणी दोन शाखा उघडण्यात आल्या.

✦ ललित कला अकादमी

याच वर्षी ५ ऑगस्टला दुसरी एक कलासंस्था सुरू झाली आणि ती म्हणजे ललित कला अकादमी होय. देशात व देशाबाहेरील भारतीय कलेला प्रोत्साहन देणे आणि त्याचा प्रसार करणे हा या संस्थेचा हेतू होता. या अकादमीतर्फे देशात

विविध भागांत राष्ट्रीय कला केंद्रे उभारण्यात आली. त्याद्वारे प्रदर्शने भरवली जातात, नियतकालिके छापली जातात; भारतीय कलाकारांना बक्षिसे दिली जातात.

✦ श्यामची आई आणि राष्ट्रीय चित्रपट पुरस्कार

'श्यामची आई' या मराठी चित्रपटाला पहिलाच राष्ट्रीय पुरस्कार मिळाला. १९५४ पासून अखिल भारतीय चित्रपट पुरस्काराची घोषणा सुरू झाली. या पुरस्काराचे आधीचे नाव प्रेसिडेंट अवॉर्ड होते. ते बदलून नॅशनल फिल्म अवॉर्ड असे करण्यात आले. उत्कृष्ट चित्रपटासाठी व उत्कृष्ट माहितीपटासाठी हे राष्ट्रपती सुवर्णपदक दिले जाई, तर पंतप्रधानांचे सुवर्णपदक बालचित्रपटासाठी राखून ठेवलेले असे. या गटात जे चित्रपट दुसरे स्थान पटकावत, त्यांना गुणवत्ता प्रमाणपत्रे दिली जात. १९५८ मध्ये या विजेत्या चित्रपटांच्या निर्मात्यांना नि दिग्दर्शकांना रोख रक्कम देण्याचे ठरले. त्याच्या पुढच्या वर्षी (१९५९), शैक्षणिक चित्रपटांना पुरस्कार देण्याची योजना आखली गेली. अखिल भारतीय स्वरूपाच्या बक्षिसासोबत, शासनाने विभागीय पातळीवर बक्षीस वाटप करण्याचे धोरण १९५५ नंतर आखले होते.

१९५४ मध्ये बिमल रॉय यांच्या 'दो बिघा जमीन' आणि बंगाली चित्रपट 'भगवान श्रीकृष्ण चैतन्य' या चित्रपटांना गुणवत्ता प्रमाणपत्रे लाभली होती. माहितीपट विभागात 'महाबलीपूरम' उत्कृष्ट ठरले होते आणि 'होली हिमालय' आणि 'ट्री ऑफ वेल्थ' या चित्रपटांनी गुणवत्तेत बाजी मारली होती. 'खेल घर' हा बंगाली बालचित्रपट उत्कृष्ट म्हणून निवडला गेला होता; तरीही त्याला पंतप्रधानांचे सुवर्णपदक न देता गुणवत्ता प्रमाणपत्र बहाल करण्यात आले होते.

'श्यामची आई' हा चित्रपट साने गुरुजी (पांडुरंग सदाशिव साने, १८९९-१९५०) यांच्या आत्मचरित्रात्मक मराठी पुस्तकावर आधारित होता. ते पुस्तक श्याम नावाच्या एका मुलाच्या आणि यशोदा नावाच्या त्याच्या आईच्या जीवनावरील १२ गोष्टींनी युक्त होते. यशोदाने आपल्या मुलावर केलेल्या संस्कारांचे आणि जोपासलेल्या कौटुंबिक मूल्यांचे, भावनिक आणि करुणामय वर्णन या कथांतून वाचायला मिळते. उदाहरणार्थ, एका कथेत श्यामची आई मलेरियाच्या तापाने आजारी आहे. तिला सावित्री-व्रत करायचे होते; त्यासाठी तिला वडाच्या झाडाला १०८ फेऱ्या माराव्या लागणार होत्या; पण तापामुळे ती खूपच अशक्त झाली होती. तिने श्यामला तिच्यासाठी फेऱ्या घालायला सांगितले. प्रारंभी त्याने नकार दिला. व्रतवैकल्ये ही बायकांची जबाबदारी आहे. वडाच्या झाडाभोवती त्याला फेऱ्या मारताना पाहिले तर त्याचे मित्र हसले असते. आईने त्याला समजावले

श्यामची आई पुस्तकाचे पुनर्निर्मित मुखपृष्ठ

की, व्रत-वैकल्ये हे देवाधर्माचे काम आहे आणि त्यात लाज बाळगण्यासारखे काही नाही.

दुसरी एक गोष्ट तेवढीच बोधपूर्ण आहे. देवाला वाहण्यासाठी गोड प्रसाद खरेदी करायला श्यामच्या आईकडे पैसे नव्हते; त्यामुळे ती देवाला दगड वाहते. ती श्यामला पटवून देते की, देवाला तिचा तो दगडी प्रसाद आवडेल, कारण त्यामागची श्रद्धा तो समजून घेईल. यशोदा खूप मायाळू होती आणि ती सर्व प्राणिमात्रांची काळजी घेई. घरातली मोरी गाय आणि तिच्या ताटाजवळ बसून राहणारी मथी मांजर यांची ती देखभाल करी.

प्रस्तुत चित्रपटात या साऱ्या गोष्टी एकत्र गोवलेल्या होत्या आणि २०१०च्या 'मदर्स डे'ला हा चित्रपट मुंबईला पुन्हा प्रदर्शित झाला होता.

✦ प्रकाशाची हालचाल

पारदर्शक पदार्थातून प्रकाशकिरणे आरपार जातात, तेव्हा काय घडते? या प्रश्नाची उकल करण्यात सी. व्ही. रामन (७ नोव्हेंबर, १८८८ - २१ नोव्हेंबर,, १९७०) गुंतले होते. त्या संशोधनाबद्दल त्यांना १९३० सालचा फिजिक्स विषयातला नोबेल पुरस्कार देण्यात आला. विज्ञान क्षेत्रातले नोबेल मिळविणारे ते पहिले एशियन ठरले. त्यांच्यावर अनेक पुरस्कारांचा वर्षाव झाला होता आणि त्यामध्ये १९५४ सालचा 'भारतरत्न' सन्मान होता. तिरुचिरापल्ली (तेव्हाचा मद्रास इलाखा) येथील तिरुवनायकोइल येथे त्यांचा जन्म झाला होता. त्यांनी बंगलोर येथे रामन रिसर्च इन्स्टिट्यूटची स्थापना केली. प्रकाशाचा अभ्यास, संगीत वाद्यांतील कंपने तसेच द्रव व स्फटिकातील क्ष किरणांचे विवर्तन; हे त्यांच्या संशोधनाचे विषय होते. प्रकाशाचे विखुरणे आणि रामन परिणाम या शोधासाठी त्यांना नोबेल पुरस्कार देण्यात आला होता.[५] जेव्हा प्रकाश पारदर्शक पदार्थातून आरपार जातो, तेव्हा दिशाबदल झालेल्या प्रकाशलहरींच्या लांबीत फरक पडतो, हे त्यांनी शोधून काढले होते.

✦ साहित्य अकादमी

भारत सरकारने १२ मार्च, १९५४ रोजी नवी दिल्ली येथे साहित्य अकादमीची स्थापना केली.

---

5. 'The Nobel Prize in Physics 1930', Nobelprize.org, Nobel Media AB 2014, accessed 11 June 2017, http://www.nobelprize.org/nobel_prizes/physics/laureates/1930/.

ही अकादमी इंग्लिश आणि अन्य भारतीय भाषांतील साहित्याला प्रोत्साहन देण्याचे कार्य करते. तिच्या अखत्यारीत एक मोठे वाचनालय तसेच प्रकाशनाचे असंख्य कार्यक्रम झाले आहेत. विविध सर्वेक्षणे, महत्त्वपूर्ण अनुवाद, स्थानिक भाषेतील साहित्याच्या निर्मितीला हातभार, बहुसंख्य जनतेला साहित्याचा आस्वाद घेण्याची संधी यांसारखी उपयुक्त कामे या अकादमीद्वारे होतात. शिवाय या अकादमीद्वारे साहित्यातील पुरस्कार आणि शिष्यवृत्त्या दिल्या जातात. १९०७-९२ या दरम्यान होऊन गेलेले कृष्ण कृपलानी हे वकील आणि शिक्षणतज्ज्ञ १९५४-७१ या काळासाठी साहित्य अकादमीचे सचिव होते. या अकादमीच्या भरभराटीसाठी त्यांनी केलेले कार्य लक्षात घेऊन, १९६९ मध्ये त्यांना पद्मभूषण पुरस्काराने सन्मानित केले गेले.

✦ भारतरत्न

हा भारतातला सर्वोच्च नागरी किताब होय. त्याचा प्रारंभ १९५४ मध्ये झाला. कला, साहित्य किंवा विज्ञान क्षेत्रातील अपवादात्मक कामगिरी किंवा नागरी क्षेत्रातील अत्युत्तम सेवा यासाठी हा किताब दिला जातो. सी.व्ही. रामन यांच्याव्यतिरिक्त एस. राधाकृष्णन आणि चक्रवर्ती राजगोपालाचारी यांनादेखील या किताबाने सन्मानित केले गेले.

१९५४ मधील आणखी घटना

१ एप्रिल : भारतीय हवाई दलाचे चीफ कमांडर एअर मार्शल सुब्रोतो मुखर्जी यांनी सूत्रे हाती घेतली. हवाई दलाच्या विस्तृतपणामुळे, पुढे १९६६ मध्ये एअर चीफ मार्शल असे उन्नत करण्यात आले. हे नवे पद प्रथम भूषविण्याचा मान अर्जुनसिंग यांना मिळाला.

१-९ मे : मनिलामध्ये दुसऱ्या एशियन खेळांचे आयोजन. भारताने धावण्याच्या स्पर्धेत ५ सुवर्णपदके, ४ रौप्यपदके आणि ८ कांस्यपदके मिळवली.

३ ऑगस्ट : अणुऊर्जा खात्याची निर्मिती. अणुशक्तीसंबंधी संशोधन व विकास, आण्विक संशोधनात गुंतलेल्या संस्थांना आर्थिक साहाय्य, अणुशक्तीची निर्मिती, उद्योगक्षेत्रे तसेच खनिजे ही क्षेत्रे या खात्याच्या नियंत्रणात येतात.

२२ ऑक्टोबर : बंगाली कवी, लेखक व निबंधकार जिबनंदा दास (जन्म : १८९९) यांचा मृत्यू.

९

१९५५ : जगाचे नेतृत्व भारताकडे

युरोप खंडासारख्या महाकाय भागाचे दोन गट पाडले गेले. त्यांच्यात मैत्रीपूर्ण संबंध नव्हते; पण भांडणेदेखील नव्हती. याला शीतयुद्ध असे म्हणतात आणि ते १९४५ ते १९९१ मध्ये सुरू होते. पंडित जवाहरलाल नेहरू यांना या दोन गटांपैकी एकाशीही सलगी करायची नव्हती. आशिया आणि आफ्रिका खंडातील नव्याने मुक्त झालेल्या राष्ट्रांनी एकत्र येऊन स्वतंत्रपणे कार्यवाही करावी, असे त्यांना वाटे. १९५५ मध्ये या नवनिर्वाचित देशांचे नेते इंडोनेशियामधील बाडुंग येथे जमले आणि असंलग्न चळवळीला प्रारंभ झाला. १९६१ मध्ये ही चळवळ अधिकृतरित्या कार्यरत झाली.

✦ अन्य महत्त्वपूर्ण घटना

प्रजा सोशालिस्ट पक्षापासून फारकत घेऊन राम मनोहर लोहिया यांनी १९५५ मध्ये नवा समाजवादी पक्ष स्थापन केला.

नवा हिंदू विवाह कायदा अस्तित्वात आला. या कायद्यानुसार विवाहयोग्य स्त्रियांसाठी कमीतकमी वय पंधरा वर्षे, तर पुरुषांसाठी अठरा वर्षे ठरविण्यात आहे. बहुपत्नीकत्वावर बंदी आली. लग्नाची नोंदणी तसेच घटस्फोटासंबंधी काही तत्त्वे या कायद्यात होती.

✦ 'रघुपती राघव राजा राम'

दत्तात्रेय विष्णू पलुस्कर (२८ मे, १९२१-२६ ऑक्टोबर, १९५५) नावाचे

एक श्रेष्ठ गायक वयाच्या अवघ्या ३४ व्या वर्षी मेंदूच्या दाहाने मरण पावले. इथे त्यांच्या वडिलांचा वारसा लक्षात घ्यावा लागेल. त्यांचे वडील विष्णू दिगंबर पलुस्कर (१८७२-१९३१) हे हिंदुस्थानी संगीताचे शास्त्रीय गायक होते. त्यांनी 'रघुपती राघव राजा राम' हे भजन रचले होते. तसेच त्यांनी कित्येक संगीतशाळा, गंधर्व विद्यालये यांची स्थापना केली होती. दत्तात्रेयांचा जन्म नाशिकला झाला. बालपणापासूनच त्यांना संगीताचे प्रशिक्षण मिळाले होते. त्यांचे वडील स्वर्गवासी झाले, तेव्हा ते केवळ दहा वर्षांचे होते. त्यांनी नारायणराव व्यास आणि विनायकराव पटवर्धन यांच्यासारख्या गायकांसोबत आपलं प्रशिक्षण सुरू ठेवलं. हळूहळू ते उत्कृष्ट गायक बनले आणि वयाच्या सतराव्या वर्षी आकाशवाणीत कलावंत म्हणून रुजू झाले. ते ग्वाल्हेर घराण्याशी संबंधित होते. त्यांनी मीरा, करवीर, तुलसीदास आणि सूरदासांची भजने गायली. १९५२ मध्ये 'बैजू-बावरा' या चित्रपटात त्यांनी अमिरखान सोबत द्वंद्व गीते गायली होती, ती आजही लोकप्रिय आहेत. हा चित्रपट अकबराच्या दरबारातील शाही गायक तानसेन यांच्या जीवनावर बेतलेला आहे. 'बैजू बावरा'ने तानसेनला गायनाचे आव्हान दिले होते. ती एक दंतकथा होती, तरीदेखील तानसेनसाठी अमीरखान यांनी जिद्द केली होती की, डी.व्ही. पलुस्कर सोडले तर ते कुणापुढे गाण्याच्या स्पर्धेत हार पत्करू शकले नसते. या गाण्याने पलुस्करांना प्रसिद्धीच्या शिखरावर नेऊन ठेवले. १९५५ मध्ये ते एका सांस्कृतिक शिष्टमंडळासह चीनला गेले होते. तिथे अनेक शहरांत ते गायले; परंतु तिथे झालेल्या जंतूसंसर्गामुळे ते अवघ्या दोन महिन्यांत निवर्तले.

विष्णू दिगंबर पलुस्करांच्या ख्यातकीर्त झालेल्या शिष्यांपैकी ओंकारनाथ ठाकूर (१८९७-१९६७) एक होत. ते बनारस हिंदू विश्व विद्यालयात संगीत विभागाचे डीन बनले. त्यांचा आवाज गोड आणि प्रभावी होता. त्यांनी 'प्रणव रंग' नावाच्या संगीताची निर्मिती केली तसेच 'संगीतांजली' आणि 'प्रणव भारती' नावाची दोन पुस्तके लिहिली. पलुस्करांनी विनायकराव पटवर्धन यांना लाहोरच्या गंधर्व विद्यालयात शिकवले होते. नंतर या शिष्यानेदेखील गंधर्व विद्यालयात काही शाखांमध्ये संगीताचे धडे दिले. १९७२ च्या पद्मभूषणसह त्यांना अनेक पुरस्कार मिळाले होते. त्यांनी संगीतावर पुस्तके लिहिली. विष्णूदास शिराळी (१९०७-८४) हे पलुस्करांचे आणखी एक गाजलेले विद्यार्थी होत. ते गायक, सतारवादक, गीतकार आणि लेखक होते.

घराणे म्हणजे काय?

घराणे म्हणजे संगीताची विशिष्ट शैली होय. उदाहरणार्थ, तानसेनची गायकीची पद्धत अवलंबिणारे गायक हे सेनिया घराण्याचे असतात. घराणे हा शब्द 'घर' या मूळ शब्दातून उत्क्रांत पावला आहे.

✦ मांजर आणि लॉबस्टर

कलकत्त्याच्या गव्हर्नमेंट कॉलेजमध्ये अबनिंद्रनाथ टागोरांचे शिष्य असलेले जेमिनी रॉय (१८८७-१९७२) हे एक प्रख्यात कलाकार होते. लोककथांशी निगडित अशी त्यांनी स्वतःची शैली तयार केली. पश्चिम बंगालमधील कालिघाटची परंपरागत लोकचित्रे आणि पश्चिम भारतातील ताडपर्णाची सूक्ष्मचित्रे यांचा त्यांनी आपल्या कलाकृतींत चपखल वापर केला. त्यांची चित्रे भिन्न विषयांनी नटलेली असत. रामायण, कृष्णलीला या पुराणकथांतून तसेच दैनिक जीवनातील घडामोडींपासून विविध घटनांची दृश्ये त्यात आढळतात. ते अनेक पुरस्कारांनी सन्मानित झाले होते. १९५५ मध्ये त्यांचा पद्मभूषण देऊन गौरव करण्यात आला. नॅशनल गॅलरी ऑफ मॉडर्न आर्ट या भव्य कलादालनात त्यांची गोपिणी, मदर ॲन्ड चाईल्ड, सन्थाल गर्ल, सन्थाल डान्स आणि कॅट ॲन्ड लॉबस्टर ही चित्रे झळकताना दिसतात.

✦ मन्टोंची प्राणज्योत मालवली

भारत-पाकिस्तान विभाजन ही घटना अनेक पुस्तके, कथा आणि चित्रपटांची प्रेरणा ठरली. मुंबईतून १९४७ मध्ये लाहोरला स्थलांतरित झालेल्या लेखकांपैकी सादत हसन मन्टो (१९१२-५५) हे एक मोठे लेखक होते. त्यांनी कित्येक पुस्तके व कथा लिहिल्या. त्यांपैकी 'तोबा टेकसिंग' ही त्यांची एक गाजलेली कथा होय. या कथेचा नायक बिशनसिंग पाकिस्तानातील तोबा टेकसिंग गावचा रहिवासी होता. देश विभाजनाच्या वेळी, त्याच्या मनाची अवस्था गोंधळाची नि हतबल बनली होती. तो निर्वासित झाला, तेव्हा त्याला लाहोरमधून भारतात हलविण्यात येणार होते. हिंदू आणि शीख निर्वासितांनी भरलेला एक ट्रक सीमारेषा ओलांडताना वाघा बॉर्डरवर आला, तेव्हा दोन्ही देशांना वेगळे करणाऱ्या सरहद्दीवरील काटेरी कुंपणात तो बेशुद्ध होऊन पडला.

मन्टोंचे लग्न १९३६ मध्ये साफियाशी झाले होते. ते आपली पत्नी आणि तीन मुलींना मागे सोडून गेले. देश-विभाजनाची शोकांतिका त्यांच्या भावनाशील मनाला झोंबली होती आणि ते दुःख विसरण्यासाठी तो कवीमनाचा माणूस दारूच्या आहारी गेला आणि अकाली मरण पावला.

‘कॅट आणि लॉबस्टर’ची पुनर्निर्मिती

✦ पथेर पांचाली

१९३१च्या दरम्यान बंगाली सिनेसृष्टीची सुरुवात झाली, तेव्हा 'जमाई शास्त्री' आणि 'देना पूना' हे बोलपट प्रदर्शित झाले होते; परंतु सत्यजित रे यांनी 'पथेर पांचाली' हा चित्रपट तयार करून तिथे नवयुग आणले. सत्यजित रे (१९२१-९२) यांनी प्रारंभी कलाविभागात शिक्षण घेतले आणि पुढे ते व्यावसायिक चित्रकार बनले. पथेर पांचाली (रस्त्याचे गाणे) ही कादंबरी त्यांच्या वाचनात आली, तेव्हा त्यांनी चित्रपटासाठी हक्क मिळवले आणि स्वतःच्या खासगी फंडातून चित्रपट तयार करायला सुरुवात केली. पुढे पश्चिम बंगाल सरकारने दिलेल्या निधीतून या चित्रपटाची निर्मिती पूर्ण झाली. त्या चित्रपटाचा जागतिक पातळीवरील प्रिमियर शो न्यू यॉर्क येथील म्युझियम ऑफ मॉडर्न आर्टमध्ये पार पडला.

हा चित्रपट बिभूतीभूषण बंडोपाध्याय यांच्या कथेवरून तयार केला होता. अपू, त्यांची मोठी बहीण दुर्गा, त्यांचे आई-वडील हरिहर रॉय आणि सर्बजया आणि वृद्ध चुलती इंदिर ठाक्रन या बंगालमधील गावातील कुटुंबाची ही कथा आहे. चित्रपटात दाखविलेला मुलांचा निर्भेळ आनंद आणि त्यांच्या समस्या वास्तववादी वाटतात; परंतु दुर्गाचा अकाली दुःखद मृत्यू होतो, तेव्हा ते कुटुंब गावातून निघून जाते. या चित्रपटाला १९५५ सालचा नॅशनल फिल्म पुरस्कार लाभला. कॅनेस येथील बेस्ट ह्युमन डॉक्युमेंट अवॉर्ड मिळाले आणि आणखी कितीतरी पुरस्कार लाभले. या चित्रपटात इंदिर ठाक्रनची भूमिका केलेली अभिनेत्री चुनीबाला देवी १९५५ मध्ये कालवश झाली आणि त्या वेळी हा चित्रपट प्रदर्शित झाला नव्हता. या चित्रपटाचे 'अपराजितो' (१९५६) आणि 'अपूर संसार' (१९५९) असे दोन सिक्वेल काढले गेले.

सत्यजित रें यांनी चित्रपट निर्मितीचा सपाटा लावला व त्यांनी भारतातील उत्कृष्ट दिग्दर्शक म्हणून नाव कमावले. 'जलसागर' (१९५८), 'नायक' (१९६६), 'प्रतिद्वंद्वी' (१९७०), 'अशनी संकेत' (१९७३), 'शतरंज के खिलाडी' (१९७७), 'चारुलता' (१९६४), 'कांचनजुंगा' (१९६२), 'तीन कन्या' (१९६१), 'देवी' (१९६०), 'गुपी गिने बघा बिने' (१९६८), 'सीमाबद्ध' (१९७१), 'जन अरण्य' (१९७५) आणि 'आगंतुक' (१९९२) हे त्यांचे वेगवेगळे चित्रपट होत. आगंतुक हा त्यांचा अखेरचा चित्रपट ठरला. मृत्युपूर्वी १९९२ मध्ये त्यांना ऑस्कर पुरस्कार व भारतरत्न किताब लाभला.

१९५० पासून अनेक बंगाली चित्रपटांची निर्मिती केलेले ऋत्विक घटक आणि मृणाल सेन हे आणखी दोन गाजलेले दिग्दर्शक होत. ऋत्विक घटक यांचे चित्रपट शोकांतिकेने व्यापलेले असत. त्याच्या चित्रपटात निर्वासितांच्या व्यथा

मांडलेल्या असत. 'मेघे ढाका तारा' (१९६०), 'कोमल गंधार' (१९६१) आणि 'सुवर्णरेखा' (१९६५) हे त्यांचे काही चित्रपट होत. मृणाल सेन यांनी भुवन शोम (१९६९), 'कोरस' (१९७४), 'मृगया' (१९७६), 'एक दिन प्रतिदिन' (१९७९), 'अकालेर संधाने' (१९८०) आणि 'जिनेसिस' (१९८६) या चित्रपटांची निर्मिती केली.

तपन सिन्हा, तरुण मजुमदार आणि बुद्धदेव दासगुप्ता हे बंगालमधील आणखी काही चित्रपट निर्माते होत.

हिंदी सिनेसृष्टीत १९५५ सालचा राज कपूर आणि नर्गिसची भूमिका असलेला 'श्री ४२०' हा चित्रपट बॉक्स ऑफिसवर विशेष गाजला.

१९५५ मधील आणखी काही घटना

१ जानेवारी : देशातील प्रयोगशाळांची संख्या वाढविणारे आणि सायंटिफिक अँन्ड इंडस्ट्रियल रिसर्च परिषदेचे डायरेक्टर असलेले शांती स्वरूप भटनागर (जन्म : १८९४) यांचे देहावसान.

जानेवारी : महाराष्ट्रातील पुण्याजवळील खडकवासला येथे नॅशनल डिफेन्स अकादमीची स्थापना.

३० एप्रिल : १९२१ मध्ये स्थापन केल्या गेलेल्या इम्पिरिअल बँकेचे 'स्टेट बँक ऑफ इंडिया' असे नामांतर झाले.

'द ऑइल अँन्ड नॅचरल गॅस कमिशन'ची (ONGC) स्थापना.

परराष्ट्रमंत्री ए. के. चंदा यांच्या नेतृत्वाखाली भारतीय सांस्कृतिक शिष्टमंडळाची प्रथमच चीनला अधिकृत भेट.

या वर्षीचे भारतरत्न किताबाचे मानकरी ठरले : भगवान दास, एम. विश्वेश्वरय्या आणि जवाहरलाल नेहरू.

भारतीय संगीत क्षेत्रात योगदान देणाऱ्या बाबा अल्लाउद्दीन खान यांना संगीत नाटक अकादमीची शिष्यवृत्ती.

१०

१९५६ : राज्यांची पुनर्रचना

१९५६ मध्ये राज्यांच्या पुनर्रचनेचा कायदा संमत झाला. आता मध्यवर्ती सरकारच्या अखत्यारीत व्यवस्थापनासाठी १४ राज्ये आणि ६ केंद्रशासित प्रदेश आले होते. ती राज्ये होती– आंध्रप्रदेश, आसाम, बिहार, बॉम्बे, जम्मू आणि काश्मीर, केरळ, मध्यप्रदेश, मद्रास, म्हैसूर, ओरिसा, पंजाब, राजस्थान, उत्तर प्रदेश आणि पश्चिम बंगाल. तसेच केंद्रशासित प्रदेश पुढीलप्रमाणे होते- दिल्ली, हिमाचल प्रदेश, मणिपूर, त्रिपुरा, अंदमान आणि निकोबार बेटे तसेच लक्षद्वीप, मिनीकॉय आणि अमिनदिवी बेटे. आणखी एक महत्त्वाचा बदल झाला तो म्हणजे राजप्रमुख हे पद नामशेष होऊन गव्हर्नर हे पद अस्तित्वात आले.

फ्रेंचांनी आपल्या ताब्यातला भूप्रदेश भारताच्या हवाली केला होता; पण कायदेशीर कागदपत्रे तयार झाली नव्हती. १९४७ मध्ये काही नोंदी परत करण्यात आल्या. १९५१ ला चांदनगोर (आताचे चांदनगर) भारताच्या हवाली करण्यात आले, तसेच पाँडिचेरी आणि इतर क्षेत्र १९५६ मध्ये विसर्जित झाले. हा सारा प्रदेश १९५४ पासून भारताच्या नियंत्रणाखाली होता.

✦ बाबासाहेब आंबेडकर

या वर्षाच्या अखेरीस भीमराव रामजी आंबेडकर (१४ एप्रिल, १८९१ ते ६ डिसेंबर, १९५६) यांचे महानिर्वाण झाले. ते देशाच्या घटना निर्मितीचे एक शिल्पकार होते आणि दलितांचे नेते होते. मध्य प्रदेशातील महू येथे ते जन्मले व जातीने महार होते. सुदैवाने, त्यांना शालेय शिक्षण मिळाले आणि पुढे बडोद्याच्या गायकवाड महाराजांकडून मिळालेल्या शिष्यवृत्तीच्या आधारे ते पुढील शिक्षणासाठी अमेरिकेला

१९५६ सालच्या पुनर्रचनेनंतरची राज्ये

पोहोचले. त्यांनी इंग्लंडला जाऊन कायद्याचा अभ्यास केला आणि ते वकील झाले. ते भारतात परतले, तेव्हा त्यांनी कित्येक सरकारी व अन्य पदे भूषविली आणि १९४६ मध्ये, ते घटक सभेचे सदस्य बनले व घटनेचा मसुदा तयार करणाऱ्या समितीचे चेअरमन झाले. स्वातंत्र्यप्राप्तीनंतर १९५१ पर्यंत ते कायदामंत्री होते. त्यांना आदराने बाबासाहेब म्हणून संबोधिले जाई. आपले सारे आयुष्य त्यांनी दलितांच्या उद्धारासाठी समर्पित केले. त्या काळी दलितांना हरिजन किंवा अनुसूचित जातीचे म्हटले जाई. दलित लोकांचे जीवनमान अन्य हिंदूंइतके उंचावणे शक्य नाही, हे १९५६ पर्यंत त्यांच्या लक्षात आले. त्यांनी २,००,००० दलितांसोबत नागपूर येथील समारंभात बौद्ध धर्म स्वीकारला. त्यांनी खूप पुस्तके लिहिली.

त्यांनी मराठी शोधनियतकालिकांत भरपूर लिखाण केले.

बाबासाहेबांना दलित तसेच समाजाच्या सर्व थरांतून आदर मिळाला. १९९० मध्ये त्यांना भारतरत्न हा किताब देण्यात आला. निळ्या सुटाचा पेहराव केलेले आणि घटनेचे प्रतीक म्हणून हातात पुस्तक धरलेले त्यांचे पुतळे उत्तर प्रदेशात ठळकपणे दिसून येतात.

✦ रुक्मिणीदेवींना पद्मभूषण

रुक्मिणीदेवी अरुंडले (२९ फेब्रुवारी, १९०४ - २४ फेब्रुवारी, १९८६) या सुप्रसिद्ध नर्तिका आणि ब्रह्मविद्येच्या उपासक होत्या. १९५६ मध्ये त्यांना पद्मभूषण देऊन सन्मानित करण्यात आले. त्यांचा जन्म मदुराईला झाला होता. वयाच्या १६ व्या वर्षी त्यांचा ब्रह्मविद्यातज्ज्ञ जॉर्ज अरुंडले यांच्याशी विवाह झाला. प्रारंभीच्या काळात त्यांनी प्रसिद्ध रशियन बॅले-नर्तिका ॲना पावलोवा यांच्याकडे नृत्याचे धडे घेतले आणि तद्नंतर, मीनाक्षी सुंदरम पिल्ले (जन्म : १९५४) यांच्यासारख्या भारतीय नर्तिकेकडून त्या नृत्य शिकल्या. १९२० पर्यंत नृत्य ही कला मंदिरे आणि राजदरबारापुरती मर्यादित होती; परंतु रुक्मिणीदेवींनी नृत्यकलेला मुख्य प्रवाहात आणले आणि मध्यमवर्गीय कलाकार नृत्य शिकू लागले. त्यांनी नृत्यक्षेत्रात, विशेषतः भरतनाट्यम् नृत्यात क्रांती घडवून आणली. १८९७ ते १९६८ मध्ये होऊन गेलेल्या इ. कृष्ण अय्यर यांनीदेखील या क्षेत्रात उल्लेखनीय कार्य केले. उच्चकुलीन मुलींनी नृत्य शिकावे, म्हणून त्यांनी प्रोत्साहन दिले. देवळात सादर होणाऱ्या सदिरनाट्यम् नृत्याला या दोघांनी मिळून भरतनाट्यम् हे नाव दिले. निर्मितीक्षम कलेच्या सादरीकरणासाठी आणि अभ्यासासाठी १९३६ मध्ये रुक्मिणीदेवींनी मद्रास येथे कलाक्षेत्र केंद्र स्थापन केले. त्यांनी प्राणिसंवर्धनाचे कार्य केले. त्यांनी कला, नृत्य, शिक्षण व ब्रह्मविद्येसंबंधी लिखाण केले, व्याख्याने दिली. पद्मभूषणासोबतच त्यांना मिळालेल्या अनेक पुरस्कारांमध्ये संगीत नाटक अकादमी (१९५७), प्राण्यांवर होणाऱ्या अत्याचाराला आवर घालण्याच्या कार्यामुळे मिळालेले 'रॉयल सोसायटी'चे राणी व्हिक्टोरिया पदक, प्राणिमित्र पुरस्कार (१९६८) आणि संगीत नाटक अकादमीची शिष्यवृत्ती (१९६८) अशा प्रतिष्ठित पुरस्कारांचा समावेश होता. १९७७ मध्ये पंतप्रधान असलेल्या मोरारजी देसाई यांनी रुक्मिणीदेवींना राष्ट्रपतिपदक स्वीकारण्याची विनंती केली होती; पण त्यांनी ती विनंती नम्रपणे नाकारली होती.

✦ बटाटे आणि चॉकलेट्स

बटाट्याचा कुठला पदार्थ तुम्हाला आवडतो?

तुम्हाला आलू-पराठा पसंत आहे की बटाट्याच्या फोडींनी भरलेला मसाला डोसा? बटाट्याशिवाय कसं जगायचं हा प्रश्नच आहे. ती कल्पनाच करवत नाही. सुरुवातीला दक्षिण अमेरिकेतील शिखरांवर बटाट्याची लागवड केली जाई. युरोपियन लोकांनी सतराव्या शतकात हा बटाटा भारतात आणला. बहुधा हे काम पोर्तुगीज वा इंग्रजांनी केलं असावं. स्वातंत्र्यपूर्व काळात बटाट्याची उपज डोंगरदऱ्यांत केली जाई. तद्नंतर सेंट्रल पोटॅटो रिसर्च इन्स्टिट्यूट या संस्थेने त्याचे निरनिराळे वाण शोधले आणि ते सपाट जागेत तसेच उष्ण विभागात उगवू लागले. ही संशोधन संस्था १९४९ मध्ये पाटण्याला स्थापन झाली होती, नंतर १९५६ मध्ये ती सिमल्याला हलवली गेली. आज भारतातील कुठल्याही भूमीत बटाटा पिकवला जातो अन् त्याचे विविध खाद्यपदार्थ तयार केले जातात.

दक्षिण अमेरिकेतून आलेले दुसरे खाद्यपदार्थ म्हणजे चॉकलेट, काजू, मिरची व अननस हे होत. भारतात सोळाव्या शतकाच्या आधी यापैकी काहीच नव्हते.

भारतातील चॉकलेटची निर्मिती

१९४७ : कॅडबरीने भारतात चॉकलेटचे उत्पादन सुरू केले.
१९५६ : कॅडबरीच्या मिल्क चॉकलेटची निर्मिती
१९५७ : कॅडबरीच्या फाइव्ह स्टार चॉकलेटचा प्रारंभ
१९७० : कॅडबरीचे एक्लेअर्स बाजारात आले.
१९७४ : अमूल चॉकलेटची सुरुवात
१९८६ : कॅडबरी मिल्क चॉकलेटचे रूपांतर कॅडबरी डेअरी मिल्कमध्ये झाले.
१९९१ : नेस्ले चॉकलेट बाजारात आले.

✦ खेळ-क्रीडा

१९५६ चे उन्हाळी ऑलिम्पिक ऑस्ट्रेलियातील मेलबर्न येथे भरले होते. भारतातर्फे विविध खेळांसाठी ७६ खेळाडूंचा चमू धाडण्यात आला होता. त्यामध्ये धावपटू आणि कुस्तीगीर होते. वेटलिफ्टिंग, जलतरण, हॉकी या खेळांचे खेळाडू होते. देशाला हॉकीमध्ये सुवर्णपदक मिळाले खरे; पण अन्य क्रीडाप्रकारांत फारशी प्रगती करता आली नाही.

आंतरराष्ट्रीय स्तरावर बॅडमिंटन स्पर्धा जिंकणारे नंदू नाटेकर (जन्म : १९३३) पहिले भारतीय ठरले. कुआलालंपूर येथील १९५६ मधील सेलांगोर इंटरनॅशनल टुर्नामेंटमध्ये ते विजेते ठरले होते. शिवाय १९५३ मध्ये ग्वालिअर येथे खुल्या राष्ट्रीय स्पर्धेतदेखील त्यांनी बाजी मारली होती. सहा एकेरी आणि सहा दुहेरी स्पर्धा जिंकल्याने १९६१च्या अर्जुन पुरस्काराने ते सन्मानित झाले. त्यानंतर, अनेक पुरस्कारांनी त्यांच्या पायाशी लोळण घेतली. १९६५ मध्ये त्यांनी स्पर्धात खेळण्याचे बंद केले. त्या काळी, टी.एन. सेठ, सुरेश गोयल, पी.एम. चावला आणि मनोज गुहा हे बॅडमिंटनचे गाजलेले खेळाडू होते.

क्रिकेट : भारतात कधी व केव्हा सुरू झाले?

१७२१ मध्ये इंग्रज व्यापारांनी कॅम्बे इथे पहिल्यांदा क्रिकेट खेळल्याची नोंद आहे. ब्रिटिशांनी १७९२ मध्ये कलकत्ता क्रिकेट क्लबची स्थापना केली. बॉम्बेमधील पारशांनी १८४८ मध्ये 'ओरिएन्ट क्रिकेट क्लब' स्थापन केला होता व त्यांनी युरोपियन लोकांसोबत स्पर्धा खेळायला सुरुवात केली होती. १९२३-२४ च्या दरम्यान, भारतभर क्रिकेटचा खेळ खेळला जाऊ लागला होता. बॉम्बेत काही समाजात जातीनिहाय, क्रिकेटच्या टीम निर्माण झाल्या होत्या व ते आपसांत स्पर्धा खेळत. महात्मा गांधींनी १९४५ मध्ये अशा स्पर्धांना मनाई केली.

सी.के. नायडू (३१ ऑक्टोबर, १८९५-१४ नोव्हेंबर, १९६७) हे एक उत्कृष्ट क्रिकेटपटू होऊन गेले. ते भारतीय चमूचे कप्तान होते आणि फलंदाज-गोलंदाज-क्षेत्ररक्षण या सर्व आघाडीवर चमकले होते. ते १९५२-५३ दरम्यान निवृत्त झाले; परंतु पुन्हा १९५६-५७ ला उत्तर प्रदेश टीमचे कप्तान म्हणून खेळू लागले आणि १९५८ पर्यंत खेळले. १९३३ चा 'विस्डेन क्रिकेटर ऑफ द इयर' हा मानाचा किताब त्यांनी पटकावला होता आणि त्यांना 'टायगर ऑफ द फील्ड' असे संबोधले जात होते. भारतीय क्रिकेट नियामक मंडळाने २००३ मध्ये त्यांच्या सन्मानार्थ क्रिकेटमधला पुरस्कार सुरू केला. पद्मभूषण (१९५६) पटकावणारे ते पहिले क्रिकेटर ठरले.

भारताने १९५२ मध्ये मद्रास येथे इंग्लंडवर विजय मिळवला होता. अमरनाथ, एच.आर. अधिकारी, गुलाम अहमद, विजय एस. हजारे, विनू मंकड, पंकज रॉय, जी.एस. रामचंद आणि पॉली आर. उम्रिगर हे १९५०च्या दरम्यान होऊन गेलेले भारतीय टीमचे कप्तान

होत. स्वातंत्र्यपूर्व काळात गाजलेले क्रिकेटर होते - के.एस. रणजित सिंहजी ऊर्फ रणजी (त्यांच्या नावाने पुढे क्रिकेटमध्ये रणजी ट्रॉफी सुरू झाली.) जे.जी. नवले, वझिर अली, कर्नल मिस्त्री, विजय मर्चंट, शुते बॅनर्जी, एम.जे. गोपालन, के.आर. मेहेरहोमजी, सी. रामस्वामी, मुश्ताक अली, इफ्तिकार अली खान आणि नबाब पतौडी (सिनियर). भारतातील अनेक राजपुत्रांनी या खेळाला आधार दिला होता.

✦ गाजलेले चित्रपट

'सी.आय.डी.' (देव आनंद व शकिला), 'एक ही रास्ता' (अशोककुमार, सुनीलदत्त व मीनाकुमारी) आणि 'चोरी चोरी' (राजकपूर व नर्गिस) हे तीन गाजलेले चित्रपट होत.

१९५६ मधील आणखी काही घटना

२० मार्च : बा. सी. मर्ढेकर या आधुनिक विचारांच्या मराठी कवी - लेखकाचा देहान्त. (जन्म १९०९)

२१ जुलै : गुजरातमधील कच्छ विभागातील अंजेर येथे झालेल्या ६.१ रिश्टर स्केलच्या भूकंपाने खूप हानी.

४ ऑगस्ट : बॉम्बेतील ट्रॉम्बे येथे 'अप्सरा' नावाची पहिली अणुभट्टी सुरू.

१५ ऑक्टोबर : केरळ साहित्य अकादमीचा प्रारंभ.

लोकसभेच्या कायद्यानुसार, नवी दिल्लीत 'ऑल इंडिया इन्स्टिट्यूट ऑफ मेडिकल सायन्सेस' (AIIMS) ची स्थापना.

नवी दिल्लीतील प्रगती मैदानात हस्तकला संग्रहालयाची- 'नॅशनल क्राफ्टस् म्युझियम'ची उभारणी.

वजन आणि मापासाठी मेट्रिक पद्धतीचा अवलंब.

११

१९५७ : पुन्हा निवडणुका

१९५७ च्या २४ फेब्रुवारी ते ९ जून या दरम्यान लोकसभा आणि राज्यातील विधानसभांच्या निवडणुका पार पडल्या. या वेळी एकूण १९.३ कोटी मतदार होते. काँग्रेस पुन्हा बहुमताने निवडून आली. लोकसभेत ४९४ पैकी ३७१ जागा त्या पक्षाला मिळाल्या. त्यानंतरचा क्रमांक कम्युनिस्ट पार्टी ऑफ इंडियाचा होता आणि त्यांनी २७ जागा जिंकल्या होत्या. बहुतेक राज्यांत काँग्रेसची सरकारे स्थापन झाली होती. मात्र, केरळात इ.एम.एस. नंबुद्रीपाद यांच्या नेतृत्वाखाली कम्युनिस्ट पार्टीने सरकार स्थापन केले.

✦ लेखक आणि कवी : पंजाबी, हिंदी आणि ओडिया

सुंदर आणि राणी राज कौर

पंजाबी लेखक भाई वीर सिंग (५ डिसेंबर, १८७२ - १० जून, १९५७) यांनी रचलेल्या 'राणा सुरत सिंग' या महाकाव्यामध्ये राणी राज कौर हे मुख्य पात्र आहे. भाई वीर सिंग यांचा जन्म अमृतसर येथे झाला होता. त्यांच्या अनेक साहित्यकृतींमध्ये प्रमुख पात्रांत समर्थ स्त्री दिसून येते. शिखांचे गुरू, त्यांचे पवित्र लिखाण, त्यांच्या जमातीमध्ये होऊन गेलेले सर्व शीख या विषयांवर त्यांचे लेखन केंद्रित झालेले होते. 'सुंदरी' ही त्यांची पहिली कादंबरी १८९८ मध्ये प्रकाशित झाली. त्यात सुंदर कौरची कथा होती. तिने शीख धर्म स्वीकारला आणि एका शीख लढवय्याशी लग्न करून उभे आयुष्य जंगलात काढले. तिच्या

धाडसी जीवनाची ही कहाणी आहे. १९ ते २० व्या शतकात घडलेल्या या घटनेत, राणी राज कौर हिला पतीच्या मृत्युनंतर, लढाईत जीवनाचे सूत्र सापडते. पती निधनानंतर कित्येक वर्षे शोकात बुडालेल्या राज कौरला शीख धर्मगुरूंच्या गुरूवाणीमध्ये शांती मिळते. शीख धर्मतत्त्वांचा प्रसार करण्यासाठी, भाई वीर सिंग यांनी शिखांचा पवित्र ग्रंथ असलेला गुरू ग्रंथ साहिबावर भाष्ये लिहिली. तसेच, त्यांनी कादंबऱ्या, काव्य यासोबतच शीख संतांची व गुरूंची आत्मचरित्रे लिहिली.

त्यांच्या या महान साहित्य कार्याची पावती म्हणून पंजाब विश्वविद्यालयाने त्यांना प्राच्यशिक्षणातील उच्च पदवी (डॉक्टरेट) बहाल केली. त्यांना 'मेरे सय्या जिओ' या ग्रंथासाठी १९५५ मध्ये साहित्य अकादमी पुरस्कार मिळाला आणि १९५६ मध्ये पद्मभूषण पुरस्काराने त्यांना सन्मानित करण्यात आले.

हजारीप्रसाद द्विवेदी

हजारीप्रसाद द्विवेदी (१९ ऑगस्ट, १९०७ - १९ मे, १९७९) यांनी मध्ययुगीन संतांसंबंधी अनेक कादंबऱ्या, निबंध आणि पुस्तके लिहिली; शिवाय हिंदी साहित्याचा इतिहास रचला. उत्तर प्रदेशातील बालिया गावातील दूबे-का- छपरा येथे त्यांचा जन्म झाला होता आणि बालिया व वाराणसी येथे त्यांचे शिक्षण पार पडले होते. त्यांना संस्कृतसह अनेक भाषा ज्ञात होत्या. त्यांनी विश्वभारती विश्वविद्यालय, बनारस हिंदू विश्वविद्यालय आणि पंजाब विश्वविद्यालयामध्ये शिकवले. १९६८-७० या काळात ते बनारस हिंदू विश्वविद्यालयाचे रेक्टर होते. त्यांना मिळालेल्या अनेक पुरस्कारांत पद्मभूषण (१९५७) व साहित्य अकादमी अवॉर्ड (१९७३) यांचा समावेश होता. अखेरच्या काळात त्यांनी 'पुनर्नव' आणि 'अनामदास का पोथा' या कादंबऱ्या लिहिल्या.

विद्युतप्रभा देवी

ओडिया साहित्यातील एक श्रेष्ठ कवयित्री म्हणून विद्युतप्रभा देवी (१९२६-७७) प्रसिद्ध आहेत. त्यांच्या कवितांचा संग्रह 'विद्युतप्रभा संचयन' या शीर्षकाने प्रकाशित झाला होता. त्यांच्या कवितांना वेगवेगळे कंगोरे होते. लिखाणातला आनंद, स्त्रियांचे प्रश्न असे काही विषय त्यातून हाताळलेले आहेत. त्यांनी नाटके लिहिली होती. बालसाहित्याची निर्मिती केली होती. आकाशवाणीवर महिलांच्या उद्धारासंबंधी भाषणे दिली आहेत. त्यांचे लिखाण १९५७ पर्यंत सुरू होते; पण तब्येतीच्या कारणामुळे १९६६ नंतर ते मंदावले. त्यांचे पती त्यांच्या लिखाणाला प्रोत्साहन

देत; परंतु प्रकृती अस्वास्थ्याने बेजार झाल्यावर त्या अध्यात्माकडे वळल्या आणि पाँडिचेरीतील श्री अरबिंदो आश्रमाला शरण गेल्या. आजारपणाने बेजार झालेल्या या महान कवयित्रीने १९७७ मध्ये धावत्या गाडीखाली उडी मारून आत्मसमर्पण केले. 'विद्युतप्रभा संचयन' या पुस्तकाला १९६२चे ओरिसा साहित्य अकादमीचे बक्षीस मिळाले.

✦ गाजलेले चित्रपट

मेहबूब खान यांच्या दिग्दर्शनाखाली नर्गिस, राजकुमार, सुनील दत्त व राजेंद्रकुमार यांच्या भूमिकांनी नटलेला 'मदर इंडिया' हा या वर्षीचा सर्वोत्कृष्ट चित्रपट ठरला. चित्रपटाला नौशादनी संगीत दिले होते. 'मदर इंडिया' ही राधाची गोष्ट आहे. या चित्रपटात गावाकडच्या एका सद्‌वृत्ती व संस्कारमय निष्ठा असलेल्या स्त्रीची कथा आहे. तिला गावात मानमरातब असतो आणि गावातील कालव्याचे उद्‌घाटन करण्याचा मान तिला दिला जातो, तेव्हा ती स्वतःच्या भूतकाळासंबंधी विचार करू लागते आणि तो सारीपाट फ्लॅशबॅकने प्रेक्षकांसमोर येतो : सुखीलाल नावाच्या सावकाराच्या पाशात अडकलेल्या तिच्या कुटुंबाला खूप हालअपेष्टा सहन कराव्या लागल्या होत्या. तिच्या पतीचा मृत्यू झाला होता; पण तिच्याजवळ बिरजू आणि रामू नावाचे दोन मुलगे असतात. कुटुंबावर झालेल्या अन्यायाचा बिरजूच्या मनात राग असतो आणि तो सूड घेण्यासाठी आसुसलेला असतो. सुखीलालची तरुण मुलगी रूपाच्या लग्नाच्या दिवशी बिरजू तिच्या बापाला गोळी घालतो आणि तिला पळवून नेतो. राधाला हे सहन होत नाही आणि ती रूपाला पळवून नेणाऱ्या बिरजूला गोळी घालून ठार करते. तो तिच्या कवेत प्राण सोडतो. या चित्रपटातील राधाच्या भूमिकेचं भिन्न प्रकारे विश्लेषण झालं. काहींनी तिच्या धैर्याचं कौतुक केलं, तर काही टीकाकारांना तिची ही भूमिका आवडली नाही; पण तो चित्रपट देशात खूपच गाजला.

गावात बसगाड्या येऊन त्याचे शहरीकरण टळावे म्हणून विरोध करणाऱ्या टांगेवाल्याची कथा 'नया दौर'मध्ये मांडली आहे. या चित्रपटाचे दिग्दर्शन बलदेव राज चोप्रा यांनी केले होते.

'प्यासा' हा गुरुदत्तचा शृंगारिक चित्रपट होय. त्यात खुद्द, गुरुदत्तने भूमिका केली होती. विजय हा प्रसिद्धीच्या झोतात नसलेला कवी होता आणि त्याच्या अप्रकाशित कविता मात्र लोकप्रिय ठरल्या होत्या.

'मदर इंडिया' चित्रपटाचे पुनर्निर्मित पोस्टर

✦ हरिश आणि राष्ट्रीय शौर्य पुरस्कार :

दरवर्षी प्रजासत्ताक दिनी मुलांना आणि तरुणांना शौर्यपुरस्कार देऊन सन्मानित केले जाते. या शौर्यपुरस्काराची सुरुवात चौदा वर्षांच्या हरिश चंद्र मेहरा या मुलापासून झाली होती.

२ ऑक्टोबर १९५७ चा तो दिवस होता. रामलीला मैदानावर भव्य कार्यक्रम आयोजित केला होता. जवाहरलाल नेहरू आणि अन्य मान्यवर तिथे बसून कार्यक्रम पाहण्यात मग्न होते. जेव्हा तिथल्या शामियान्याला आग लागली, तेव्हा तिथे हजर असलेला तरुण मुलगा स्काउट हरिश याने क्षणाचाही विलंब न लावता नेहरूजींना हाताने पकडून त्या अग्नितांडवातून बाहेर काढले. मग तो भराभर तिथल्या विज़ेच्या खांबावर चढला आणि त्याने युनिफॉर्ममध्ये असलेल्या स्काउट - नाइफ (सुरी)ने पेट घेतलेली वायर कापून टाकली. आपल्या जळालेल्या हाताची जराही पर्वा न करता त्याने हे धाडसी कृत्य केले. त्याच्या या कृत्याने भारावून, नेहरूंनी तरुण मुलांसाठी या पुरस्काराची घोषणा केली. पहिला पुरस्कार ४ फेब्रुवारी, १९५८ रोजी हरिशला देण्यात आला. १९५९ च्या प्रजासत्ताक सोहळ्यात समावेश करून, त्याचा आणखी सन्मान केला गेला.

काही काळ प्रसिद्धीच्या झोतात असलेला हरिश पुढे सरकारी मदतीच्या अभावामुळे फारसा झळकला नाही. आर्थिक समस्येमुळे त्याला आपले शिक्षणदेखील पुरे करता आले नाही. त्याने कनिष्ठ कारकून म्हणून सेवा रुजू करून, २००४ मध्ये निवृत्ती घेतली.

✦ गुरुदत्त

नट, दिग्दर्शक म्हणून नावाजलेले गुरुदत्त (९ जुलै, १९२५ - १० ऑक्टोबर, १९६४) बंगलोरला जन्मले होते. त्यांचे खरे नाव वसंतकुमार शिवशंकर पदुकोण असे होते; पण लहानपणी घडलेल्या अपघातामुळे ते बदलण्यात आले होते. त्यांना अल्प आयुष्य लाभले तरी १९५० च्या दरम्यान आणि १९६० च्या प्रारंभकाळात ते दिग्दर्शक, निर्माते व कलाकार म्हणून श्रेष्ठ ठरले. बाजी (१९५१), जाल (१९५२) आणि बाज (१९५३) तसेच मिस्टर आणि मिसेस ५५ (१९५५), प्यासा (१९५७) आणि कागज के फूल (१९५९) हे त्यांचे सुरुवातीचे चित्रपट होत आणि ते आजही लोकप्रिय आहेत. त्यांनी लघुकथा लिहिल्या. वयाच्या अवघ्या ३९ व्या वर्षी अचानक झोपेतच ते देवाघरी गेले. पार्श्वगायिका असलेली त्यांची पत्नी गीता दत्त १९७२ मध्ये वयाच्या ४१ व्या वर्षी निवर्तली.

✦ चलन

ब्रिटिशकाळात एक रुपया १६ आण्यांचा होता. एक आण्याचे ४ पैसे (दिडकी) व एक पैशाचे ३ पैसे होते. २ पैशांचा ढब्बू पैसादेखील उपलब्ध होता. स्वातंत्र्यानंतर देशात मेट्रिक पद्धतीनुसार १९५७ पासून नवीन नाणी खुळखुळू लागली. या पद्धतीनुसार १०० नव्या पैशांचा एक रुपया वापरात आला आणि जुना रुपया दिडक्या चलनातून बाहेर पडला. हा बदल १९५५ च्या भारतीय चलन कायद्यात दुरुस्ती करून अमलात आला. १९६४ मध्ये पैशापुढचा 'नवा' शब्द हटवला गेला.

१९५७ मधील आणखी काही घटना

२० जानेवारी : मुंबईतील ट्रॉम्बे येथे 'द अटॉमिक एनर्जी एस्टॅब्लिशमेंट' (अणुऊर्जा आस्थापना) चे उद्घाटन. २२ जानेवारी १९६७ रोजी त्याचे 'भाभा अटॉमिक रिसर्च सेंटर' (BARC) असे नामकरण करण्यात आले.
१ ऑगस्ट : भारत सरकारच्या शिक्षण व मनुष्यबळ विकास खात्यातर्फे 'नॅशनल बुक ट्रस्ट'ची स्थापना. देशाशी निगडित विविध विषयांवर कमी किमतीची पुस्तके छापण्यावर या ट्रस्टचा भर असतो.
३० ऑगस्ट : नट व पार्श्वगायक एन.एस. कृष्णन् यांचा मृत्यू.
बलबीर सिंग (सिनिअर) हे पद्मश्री मिळविणारे पहिले हॉकी खेळाडू ठरले.
स्वातंत्र्यपूर्व काळात संयुक्त प्रांताचे प्रमुख, स्वातंत्र्यसैनिक, उत्तर प्रदेशाचे मुख्यमंत्री आणि नंतर केंद्रीय मंत्री झालेले जी.बी. पंत (१८८७-१९६१) यांना भारतरत्न किताब.

१२

१९५८ : पंचायत राज

१९५७ मध्ये बलवंतराय मेहता समितीने 'पंचायत राज' नावाची कार्यपद्धती तयार केली आणि ती १९५८ च्या जानेवारीत मंजूर होऊन १९५९ पासून देशात कार्यरत झाली. १९९२ सालच्या घटनेच्या ७२ व्या दुरुस्ती कायद्यात या पद्धतीचा सविस्तर ऊहापोह होता. या पद्धतीनुसार, तीन स्तरांवर कार्य चालणार होते. गावकऱ्यांनी ग्रामपंचायत निवडून द्यायची, ग्रामपंचायतीच्या प्रमुखांनी मिळून पंचायत समिती स्थापन करायची, विभागीय विकास अधिकारी व इतरांनी जिल्हा परिषद स्थापून एकंदर कार्यभार सांभाळायचा. (ईशान्येकडील राज्यांत, पंचायतीऐवजी जिल्हा पातळीवरील परिषदा स्थापन झाल्या होत्या. समाज उन्नती कार्यक्रमांना पंचायत पद्धतीशी जोडण्यात आले होते.

या वर्षात विज्ञान आणि सामाजिक प्रगती या क्षेत्रांतदेखील विकास घडणाऱ्या घटना घडल्या. १९५८ सालच्या धोरण ठरावानुसार, विकासासाठी तंत्रज्ञानाची कास आवश्यक आहे. नवीन तंत्रज्ञान हे केवळ विज्ञानाच्या अभ्यासातून व त्याच्या वापरातून निर्माण होऊ शकते. या धोरणानुसार शेतकी, अभियांत्रिकी आणि विज्ञान संस्थांची उभारणी झाली. मागासवर्गीय जातींतील लोकांची, आदिवासींची व महिलांची परिस्थिती सुधारण्यासाठी नवे कायदे करण्यात आले.

✦ खेळक्रीडा

'उडणारा शीख' मिल्खा सिंग

कार्डिफ येथे १९५८ मध्ये राष्ट्रकुल खेळाच्या स्पर्धेत भारताने प्रथम सुवर्णपदक पटकावले, तेव्हा मिल्खा सिंग प्रसिद्धीच्या झोतात आले. देश विभाजनाच्या वेळी

मिल्खाचे काही नातेवाईक बळी गेले होते. पुढे ते भारतीय लष्करात भरती झाले, तेव्हा त्यांच्या धावण्याच्या कलेची जगाला ओळख झाली. टोकिओत आयोजित आशिया क्रीडा स्पर्धेत त्यांनी दोन सुवर्णपदके मिळवली. (खरे तर १९५८ आणि १९६२ च्या आशियायी खेळांत त्यांनी एकूण चार सुवर्णपदके जमवली होती.) तरीही ते फारसे उजेडात आले नव्हते. त्यांनी राष्ट्रकुल खेळ स्पर्धेत, दक्षिण आफ्रिकेच्या माल्कम स्पेन्स या धावपटूला हरवून सुवर्णपदक पटकावले, तेव्हा भारतभर जल्लोष झाला. विजयालक्ष्मी पंडित या शर्यतीच्या वेळी हजर होत्या आणि त्यांनी मिल्खाला विचारले, "तुला काय बक्षीस हवंय?" त्यांनी सांगितले की, एक सुट्टी जाहीर करा अन् जवाहरलाल नेहरूंनी मिल्खाच्या शब्दाचा मान राखून देशभर सुट्टी जाहीर केली. हे धावपटू जेव्हा भारतात परतले, तेव्हा विमानतळावर त्यांचे बॅन्ड वाजवून स्वागत करण्यात आले. पंडित जवाहरलाल यांनी त्यांच्यासाठी खास स्वागत समारंभ आयोजित केला. त्यानंतरही मिल्खांनी अनेक पदके मिळवली; पण १९६०च्या ऑलिम्पिकमध्ये त्यांचे कांस्यपदक थोडक्यात हुकले. त्यांना 'उडता शीख' हे टोपणनाव कसे पडले, माहित्येय? पाकिस्तानच्या अयुब खाननी ते नाव दिले होते. आश्चर्य वाटलं ना! १९६० मध्ये पाकिस्तानातील लाहोर येथे भरलेल्या आंतरराष्ट्रीय खेळांत, २०० मीटर शर्यतीत भाग घेण्यासाठी ते तिथे गेले होते. १९४७ मधील फाळणीच्या वेळच्या दुःखद आठवणी त्यांच्या उराशी होत्या. त्यांना पाकिस्तानला जायचं नव्हतं; पण जवाहर नेहरूंनी त्यांचं मन वळवलं. तिथे त्यांचं जंगी स्वागत झालं. तिथली शर्यत जिंकली, तेव्हा पाकिस्तानचे राष्ट्राध्यक्ष जनरल अयुब खान उद्गारले की, तो धावत नव्हता तर 'उडत' होता व त्यामुळे पाकिस्तान त्याला 'उडता शीख' हा सन्मान बहाल करत आहे.[६] 'भाग मिल्खा भाग' हा त्यांच्या जीवनावरील चित्रपट २०१३ मध्ये प्रदर्शित झाला.

मिल्खा सिंग

---

6. Rob Brown and Rehan Fazal, 'The Flying Sikh' Who Won India's First Commonwealth Gold,' BBC News Magazine, '1 August-2014, http://www.bbc.com/news/magazine28545882

मिल्खा सिंगसोबत अन्य खेळाडूंनीदेखील राष्ट्रकुल क्रीडा स्पर्धेत आपला ठसा उमटविला. हरीसिंग यांनी मुष्टियुद्धाच्या मिडलवेट गटात कांस्यपदक मिळवले होते. लिलाराम यांनी कुस्तीच्या १०० किलो वर्गात पहिले सुवर्णपदक पटकावले होते.

टोकिओत आयोजित तिसऱ्या आशियायी खेळात भारताने पाच सुवर्ण, चार रौप्य आणि चार कांस्यपदके मिळवली होती. ही पाचही सुवर्णपदके, तसेच दोन रौप्य आणि दोन कांस्यपदके ही धावपटूंची कमाई होती. आशियाई खेळात, १९५८ मध्ये प्रथम हॉकी खेळ समाविष्ट झाला व भारताने रौप्यपदक पटकावले.

✦ दिल्लीच्या पहिल्या महापौर : अरुणा असफ अली

पूर्वाश्रमीच्या अरुणा गांगुली असलेल्या अरुणा असफ अली (१९०९-९६) या स्वातंत्र्यसैनिक होत्या. भारतीय स्वातंत्र्यलढ्यातील आजीबाई असे त्यांना कौतुकाने म्हटले जाई. १९२८ मध्ये त्या असफअलींच्या (१८८८-१९५३) प्रेमात पडल्या आणि सगळीकडून होणाऱ्या विरोधाला न जुमानता विवाहबद्ध झाल्या. असफअली त्यांच्यापेक्षा वयाने खूप मोठे होते आणि तेही स्वातंत्र्यसैनिक होते. स्वातंत्र्यानंतर त्यांनी महत्त्वपूर्ण सरकारी खाती सांभाळली होती.

स्वातंत्र्य मिळाल्यानंतर १९५८ मध्ये अरुणा दिल्लीच्या प्रथम महापौर बनल्या. लेनिन शांती पुरस्कार (१९६४), राष्ट्रीय एकात्मतेसाठी इंदिरा गांधी पुरस्कार (१९८७), आंतरराष्ट्रीय सामंजस्याचा जवाहरलाल नेहरू पुरस्कार (१९९१), पद्मविभूषण (१९९२) आणि भारतरत्न (१९९७) असे मानाचे पुरस्कार त्यांच्या वाट्याला आले. त्यांच्या स्मृतिप्रीत्यर्थ पोस्टाचे तिकीट काढले गेले.

✦ वल्लाथोल

नारायण मेनन वल्लाथोल (१६ ऑक्टोबर, १८७८ - १३ मार्च, १९५८) हे मल्याळी कवी होते. त्यांचा जन्म आताच्या केरळमध्ये असलेल्या चेनरा खेड्यात झाला होता.

जातीव्यवस्था, राष्ट्रभक्ती नि राष्ट्रवाद, तसेच पुराणकथा व महाकाव्ये; या विविध विषयांवर त्यांनी लिखाण केले. त्यांनी काही पुराणग्रंथांचे आणि वाल्मिकींच्या रामायणाचे मल्याळम् भाषेत अनुवाद केले. ते महात्मा गांधींचे निस्सीम चाहते होते व बापूंविषयी लिहिलेली 'एन्ते गुरूनाथन' (माझे गुरू) ही कविता खूप गाजली. त्यांनी मेरी माग्दालेना (या येशू ख्रिस्ताची भक्त बनलेल्या) या स्त्रीविषयीची

'माग्दालेना मरियम', 'पामसुनानम' व इतर कविता अल्ला, तसेच परमेश्वराचा संदेश महमद पैगंबर यांच्याविषयी प्रसिद्ध आहेत. त्यांना आलेल्या बहिरेपणाबद्दलदेखील त्यांनी आपली व्यथा कवितेतून मांडली होती. 'साहित्य मंजिरी' या अकरा भागांच्या संग्रहात त्यांच्या छोट्या कविता एकत्रित केलेल्या आहेत. त्यांना १९५४ मध्ये पद्मभूषण मिळाले. वल्लाथोल हे केरळच्या महाकवींच्या त्रिकुटात गणले जातात, दुसरे दोघे : कुमारन आसन (१८७३-१९२४) आणि उल्लूर परमेश्वर अय्यर (१८७७-१९४९) हे होत.

१९५८ मधील आणखी घटना

८ जानेवारी : शेख अब्दुल्लांची तुरुंगातून सुटका पुन्हा, २९ एप्रिलला अटक.

२२ फेब्रुवारी : राष्ट्रवादी, स्वातंत्र्यसैनिक, स्वतंत्र भारताचे शिक्षणमंत्री आणि 'इंडिया विन्स फ्रीडम' या पुस्तकाचे जनक मौलाना अब्दुल कलाम आझाद (जन्म : १८८८) पैगंबरवासी झाले.

१९ मे : मुघल आणि मराठ्यांच्या इतिहासाचे अभ्यासक असलेले नामवंत इतिहासकार यदुनाथ सरकार (जन्म : १८७०) देवाघरी गेले.

१७ ऑगस्ट : हडप्पा संस्कृतीचा शोध घेणारे, ब्रिटिश पुराणवस्तू संशोधक सर जॉन मार्शल स्वर्गवासी झाले. ते 'आर्किओलॉजिकल सर्व्हे ऑफ इंडिया' या संस्थेचे १९०२ ते १९२८ या काळासाठी डायरेक्टर होते.

१८ सप्टेंबर : बनारस हिंदू विश्वविद्यालयाचे (पूर्वीचे नाव - हिंदू कॉलेज) संस्थापक भगवान दास कैलासवासी झाले. ते ब्रह्मज्ञानाचे उपासक होते आणि त्यांनी संस्कृतमध्ये तीस पुस्तके लिहिली.

राष्ट्रीय बालसंग्रहालयाची स्थापना करून ते राष्ट्रीय बालभवनाशी जोडण्यात आले. राष्ट्रीय पातळीवर शिक्षकांसाठी पुरस्कार सुरू करण्यात आला.

महर्षी कर्वे ऊर्फ धोंडो केशव कर्वे (१८५८-१९६२) हे महाराष्ट्रातील समाजकार्यकर्ते आणि समाजसुधारक होते. ते स्त्री शिक्षणासाठी तळमळीने कार्य करत होते. त्यांना भारतरत्न किताब देण्यात आला.

१३

१९५९ : दलाई लामांचा भारतात प्रवेश

या वर्षी निर्वासितांचा नवा लोंढा बर्फाच्छादित सीमा पार करून देशात आला. तिबेटचे राजकीय व आध्यात्मिक नेते दलाई लामा अनेक तिबेटीयन नागरिकांसह भारतात आले होते. तिबेट हा चिनी प्रदेशाचा भाग आहे, असे चीनने १९५० मध्ये जाहीर केले होते आणि ते तिबेटमध्ये घुसून तिथल्या लोकांच्या दैनिक आणि धार्मिक व्यवहारांत लुडबूड करू लागले होते. तिबेटवासीयांनी १९५९ पासून या जुलमाला विरोध करायला प्रारंभ केला. चीनने त्यांच्यावर आक्रमण केले, तेव्हा चिनी हल्ल्यापासून स्वतःचे रक्षण करण्यासाठी हजारो तिबेटीयन भारतात घुसले; भारताने त्यांना कुशीत घेतले.

१४वे दलाई लामा

हळूहळू तिबेटीयन नागरिक देशाच्या विविध भागांत घुसले. हद्दपार झालेले शासन प्रमुख दलाई लामा यांनी हिमाचल प्रदेशातील धर्मशाळेत आश्रय घेतला. अशा प्रकारे तिबेटीयन बुद्धिझमच्या रूपाने बौद्ध धर्म स्वगृही परतला.

याच वर्षी सी. राजगोपालाचारी व समविचारी गटाने 'स्वातंत्र्य पक्षा'ची स्थापना केली. सरकारचे उद्योगावरचे नियंत्रण कमी करणे, हे नव्या पक्षाचे धोरण होते. १९५९ ते १९६९ या

दशकादरम्यान हा पक्ष जोमात कार्यरत होता; पण १९७४ मध्ये इतर पक्षांत विलीन झाला.

दलाई लामा आणि तिबेटमधील बौद्ध धर्म

दलाई लामा हे चौदाव्या शतकात त्सोंग खापा यांनी स्थापन केलेल्या गेलूग संप्रदायाचे धार्मिक नेते होत. १५७८ मध्ये मंगोलिया राज्यकर्त्यांनी या संप्रदायाच्या तिसऱ्या प्रमुखाला दलाई लामा हा किताब बहाल केला होता. तद्नंतर पहिल्या दोन प्रमुखांनादेखील हे पद आपसूक देण्यात आले. त्या किताबाचा अर्थ आहे, 'ज्याचे शहाणपण समुद्राइतके व्यापक आहे.' तेन्झिंग गियास्टो हे चौदावे दलाई लामा १९५९ मध्ये भारतात आले होते.

भारत आणि मंगोलिया देशांतून बौद्ध धर्म तिबेटमध्ये पसरला होता. अर्थात, तिथे हा धर्म विकसित होत असताना, तिथल्या धार्मिक आचरणात मूळ तिबेटीयन पद्धती आल्या होत्या. तिथल्या देव-देवतांची आराधना आणि विधी याचा बौद्ध धर्म आचरणात समावेश होता.

✦ रजब अली खान

या वर्षाने हिंदुस्थानी संगीतातील ख्याल गायक रजब अली खान (३ सप्टेंबर, १८७४ - ८ जानेवारी, १९५९) यांचा मृत्यू अनुभवला. संगीतातील क्लिष्ट तान गायनात ते तज्ज्ञ होते. सध्याच्या मध्य प्रदेशात असलेल्या नरसिंगगढ येथे त्यांचा जन्म झाला होता. ते सारंगीवादक मुगलूखान यांचे सुपुत्र होत. ते रुद्रवीणा तसेच अन्य संगीत वाद्ये वाजवण्यात पटाईत होते. देवास व कोल्हापूर येथील राजदरबारांत त्यांनी संगीतकाराची भूमिका केली होती. तसेच ते संगीत रजनीत सहभाग घेत. त्यांना १९५४ चा संगीत नाटक अकादमी पुरस्कार मिळाला होता.

वीणा

वीणा हे तंतुवाद्य प्राचीन काळापासून अस्तित्वात आहे. त्याला २४ चाव्या, चार मुख्य तारा आणि तीन उपतारा जोडलेल्या असतात. त्याच्या पोकळ भागातून आवाजांचा अनुनाद उमटतो. त्याला साधारण दोन कमंडलू असतात. हे वाद्य लाकडी असते, तरीदेखील काचतंतूसारखे पदार्थदेखील वापरले जातात. वीणा हे सरस्वतीदेवीचं वाद्य आहे आणि वास्तुशिल्पे, चित्रे व चलनातील नाण्यांवर तिची रेखाटने आढळतात.

गुप्त साम्राज्याचे समुद्रगुप्त राजाची वीणा वाजवत असतानाची चित्रे नाण्यांवर आढळतात. उत्तर भारतातील शास्त्रीय संगीतात वीणेचा वापर होतो आणि कर्नाटक संगीतातली वीणा काहीशी वेगळी असते. सरस्वती वीणा, रुद्र वीणा, विचित्र वीणा आणि मोहन वीणा अशी विणेची विविध रूपे होत.

✦ गाजलेले चित्रपट

हृषिकेश मुखर्जी यांनी दिग्दर्शित केलेला व राजकपूर, नूतन, ललिता पवार आणि मोतीलाल यांच्या भूमिका असलेला 'अनाडी' हा १९५९ सालचा चित्रपट बॉक्स ऑफिसवर भाव खाऊन गेला. या चित्रपटाला शंकर-जयकिशनचे संगीत लाभले होते. मुख्य गीतकार शैलेंद्र असले तरी काही गाणी हसरत जयपुरींचीदेखील होती. मुकेश, लता मंगेशकर आणि मन्ना डे पार्श्वगायक होते.

दिलीपकुमार, वैजयंतीमाला आणि राजकुमार यांच्या भूमिका असलेला 'पैगाम' हा चित्रपट दुसऱ्या क्रमांकावर होता.

उत्कृष्ट चित्रपटासाठी राष्ट्रपतींचे सुवर्णपदक सत्यजित रे यांच्या 'अपूर संसार'ने पटकावले होते.

✦ गीतकार शैलेंद्रना फिल्मफेअरचा पुरस्कार

शैलेंद्र या टोपणनावाने गाणी लिहिणारे शंकरदास केसरीलाल (३० ऑगस्ट, १९२१ - १४ डिसेंबर, १९६६) यांनी हिंदी चित्रपटाच्या प्रारंभीच्या काळात गीते लिहिली. विशेषतः राजकपूरच्या चित्रपटासाठी ते हमखास लिहीत असत व त्यांचे 'आवारा'मधील 'आवारा हूँ...' हे गीत भलतेच लोकप्रिय ठरले. शंकर-जयकिशन, सलिल चौधरी, सचिनदेव बर्मन, रविशंकर यांसारख्या संगीतकारांसोबत, त्यांनी अन्य काही चित्रपटांसाठी गाणी लिहिली.

उत्कृष्ट गीतकाराचे १९५८, १९५९ आणि १९६८ सालातील फिल्मफेअर पुरस्कार त्यांच्या गळ्यात पडले. १९५९चा पुरस्कार तर 'अनाडी'मधील 'सब कुछ सिखा हमने' या गाण्यासाठी होता. नंतर त्यांनी 'तिसरी कसम' (१९६६) चित्रपटाच्या निर्मितीचा उद्योगदेखील केला. या चित्रपटाला उत्कृष्टतेचा राष्ट्रीय पुरस्कार मिळाला खरा; पण तो फारसा चालला नाही आणि त्यांचे खूप आर्थिक नुकसान झाले; त्यामुळे त्यांना अकाली मरण आले. ज्या दिवशी ते गेले (१४ डिसेंबर) तो दिवस राजकपूरचा वाढदिवस होता; हा एक विचित्र योगायोग होता.

✦ राष्ट्रीय वनस्पती उद्यान व ऑर्किडच्या बागा

रंगीबेरंगी फुलांत ऑर्किडची फुले उठून दिसतात. भारतात ऑर्किडच्या सुमारे १६०० नानाविध जाती आहेत. ईशान्य भारतात या फुलांचा घमघमाट असतो. १९५९ मध्ये शिलाँग येथे राष्ट्रीय ऑर्किड उद्यान सुरू करण्यात आले.

१९५९ मधील आणखी घटना

एप्रिल : संगीत नाटक अकादमीने नवी दिल्ली येथे 'नॅशनल स्कूल ऑफ ड्रामा' या नाट्य संस्थेची उभारणी केली. मध्यवर्ती सरकारकडून निधी मिळणारी ती स्वायत्त संस्था ठरली.

६ ऑक्टोबर : माहिती संचालनालयाच्या अखत्यारीत सरकारी कामकाजाची दृक-श्राव्य माहिती पुरवणारे माहितीपट तयार करण्यासाठी, इंटिग्रेटेड फोटो युनिट स्थापन करण्यात आले. पुढे त्याचे फोटो डिव्हिजन असे नामकरण करण्यात आले.

१ नोव्हेंबर : २५० एकर क्षेत्रात दिल्ली प्राणिसंग्रहालय सुरू करण्यात आले. पुढे १९८२ मध्ये त्याला 'नॅशनल झोआलॉजिकल पार्क' असे नाव पडले.

१ नोव्हेंबर : कर्नाटक गायक आणि कलाकार एम.के. त्यागराज भागावतार यांना देवाज्ञा झाली. (जन्म : १९१०)

१४

१९६० : बॉम्बेचे विभाजन

राज्याच्या सीमारेषा कशा आखण्यात आल्या होत्या? नेहरूंना वाटायचे राज्याचे विभाजन हे नैसर्गिक प्रदेशावरून ठरवावे; पण इतरांना वाटे की, भाषिक प्रदेश हा निकष लावावा. विशिष्ट भाषा बोलणाऱ्या प्रदेशाला एकत्रित आणावे. काही राज्यांसाठी हे सूत्र वापरलेदेखील होते; परंतु मराठी आणि गुजराती भाषकांनी व्यापलेले बॉम्बे हे एक मोठे राज्य होते. गुजराती मंडळींनी वेगळ्या राज्याची मागणी करायला सुरुवात केली. सरतेशेवटी १९६० मध्ये बॉम्बे या भल्या मोठ्या राज्याची महाराष्ट्र व गुजरात अशी दोन छकले करण्यात आली. बॉम्बे शहर महाराष्ट्राला मिळाले, तर अहमदाबाद गुजरातची राजधानी बनली.

✦ खेळक्रीडा

१९६० मध्ये रोममध्ये भरलेल्या ऑलिम्पिक खेळात, धावण्याच्या शर्यतीत मिल्खासिंग चौथे आले आणि सेकंदाच्या काही अंशामुळे त्यांचे कांस्यपदक हुकले. पाकिस्तानने फायनलमध्ये भारताला हॉकीत नमवले आणि भारताला रौप्यपदकावर समाधान मानावे लागले.

✦ फ्लूटवादक (बासरीवादक)

भारतात जुन्या काळापासून बासरीवादन होत असे. दक्षिण भारतात एक जुने 'भोरिन्दो' नावाचे वायुवाद्य अस्तित्वात होते. मातीच्या गोलाकार चेंडूला तीन भोके असायची. हाताच्या दोन बोटांनी त्याची दोन भोके बंद ठेवून एका भोकातून हवा फुंकली की, नादमय ध्वनी उमटायचा. भगवान श्रीकृष्णाचे वाद्य म्हणून भारतीय

संस्कृतीत बासरीला अनन्यसाधारण महत्त्व आहे. कृष्ण तर बासरीच्या सुराने मनुष्य व प्राणिमात्राला जोजवीत आणि आपल्याकडे आकर्षित करत. या पाव्याला हिंदीत बन्सुरी असे म्हणतात. मराठीत बासरी म्हणतात तर देशाच्या निरनिराळ्या भागांत ती वेगवेगळ्या नावाने ओळखली जाते.

हरिप्रसाद चौरसिया

देशातील एक सर्वोत्कृष्ट बासरीवादक पन्नालाल घोष (जन्म : १९११) यांचा २० एप्रिल, १९६० रोजी देहान्त झाला.

हिंदुस्थानी संगीताचे दुसरे बासरीवादक हरिप्रसाद चौरसिया व रोणू मजुमदार होते.

कर्नाटक संगीतात पल्लादम संजीव राव (१८८२ - १९६२), टी.आर. महालिंगम् (१९२६-८६) आणि एन. रामाणी (१९३४-२०१५) हे वादक बासरी वाजवीत असत.

हरिप्रसाद चौरसिया : कुस्तीगीर ते संगीतकार

हरिप्रसाद चौरसिया (जन्म : १९३८) यांचा जन्म अलाहाबाद येथे झाला होता. त्यांच्या घराण्याला कुस्तीचा वारसा होता, संगीताचा नव्हे! त्यांच्या वडिलांनी त्यांना कुस्तीचे धडे दिले खरे; पण त्यांचे मन तिथे रमेना. ते गुपचूप बासरीवादन करत. अगदी प्रारंभी शेजारी राहणाऱ्या राजाराम यांच्याकडे त्यांनी बासरीवादनाचे धडे घेतले; तरी खरी सुरुवात वाराणसीच्या भोलानाथ प्रसन्ना यांच्याकडे झाली. नंतर अल्लाउद्दीन खान यांची कन्या अन्नपूर्णा देवी यांच्याकडे ते बासरी शिकले. हरिप्रसाद यांनी स्वतःची शैली निर्माण केली. नवे राग रचले, त्यात जुन्या-नव्यांचा संयोग आणि मिश्र संस्कृतीमधील संगीत वापरले. त्यांनी चित्रपटासाठी संगीत दिले. त्यांचे सुपुत्र राजीव चौरसिया हेदेखील संगीतकार आहेत आणि आपल्या पिताश्रींच्या सन्मानार्थ त्यांनी ‘बन्सुरी गुरू’ नावाचा माहितीपट तयार केला आहे.

हरिप्रसादना लाभलेल्या पुरस्कारांत संगीत नाटक अकादमी (१९८४), पद्मभूषण (१९९२), पद्मविभूषण (२०००) यांचा समावेश आहे. त्यांनी रचलेले संगीत ‘कॉल ऑफ द व्हॅली अॅन्ड म्युझिक ऑफ द

रिव्हर्स' या शीर्षकाने अमर झाले आहे. 'कॉल ऑफ द व्हॅली' (१९६७) हा हिंदुस्थानी शास्त्रीय संगीताशी निगडित संगीत संग्रह आहे. त्यात चौरसियांना ब्रिजभूषण काब्रा (गिटारवादक) आणि शिवकुमार शर्मा (संतूर) यांची साथ लाभली आहे. या संग्रहात काश्मीरमधील एका मेंढपाळाच्या दैनिक जीवनाची संगीतमय कहाणी आहे. त्याच्या दिवसभरातील वेगवेगळ्या वेळेशी संबंधित गोडवा विविध रागांतून व्यक्त करण्याची किमया त्यातून साधलेली आहे.

✦ गाजलेले चित्रपट

१९६० हे वर्ष 'मुगल-इ-आझम', 'बरसात की रात' आणि 'कोहिनूर' या हिंदी चित्रपटांनी गाजवले.

'मुगल-इ-आझम'चा निर्माता शापूरजी पालनजी ग्रूप होता, तर दिग्दर्शक के. असिफ होते. त्यात दिलीपकुमार, मधुबाला, पृथ्वीराज कपूर आणि दुर्गा खोटे यांच्या भूमिका होत्या. त्यात मुघल राजपुत्र सलीम (नंतरचा सम्राट जहांगीर) याच्या जीवनाची, त्याच्या अनारकली नावाच्या नर्तिकेवरील प्रेमाची आख्यायिका गुंफली होती. या चित्रपटातले संगीत अफलातून अजरामर ठरले. लता मंगेशकर आणि बडे गुलाम अली खान यांनी गायलेली गाणी अजूनही लोकांच्या ओठावर आहेत. त्या वेळी या चित्रपटाने खूप मोठा गल्ला जमवला होता. वास्तविक तो चित्रपट ब्लॅक ॲन्ड व्हाइट होता; पण नोव्हेंबर २००४ मध्ये त्याला डिजिटल प्रक्रियेने रंगीत करून पुन्हा प्रदर्शित केले गेले.

१९६० मध्ये पुण्यात 'फिल्म इन्स्टिट्यूट ऑफ इंडिया'ची स्थापना झाली. पुढे १९७४ मध्ये या संस्थेचे नामकरण 'फिल्म ॲन्ड टेलिव्हिजन इन्स्टिट्यूट ऑफ इंडिया' असे करण्यात आले. त्याच वर्षी तिला स्वायत्त दर्जा मिळाला.

'अनुराधा' हा चित्रपट १९६० मध्ये राष्ट्रपती सुवर्णपदकाचा मानकरी ठरला. हृषीकेश मुखर्जींनी दिग्दर्शित केलेल्या या चित्रपटामध्ये लीला नायडू आणि बलराज साहनी यांच्या भूमिका होत्या. तसेच रविशंकरचे संगीत आणि शैलेंद्रची गीते होती.

✦ आसामी साहित्य

१९६० मध्ये आसामी साहित्यात दोन अक्षर वाङ्मय पुस्तकांचे प्रकाशन झाले. 'सूरजमुखीर सपना' (सूर्यफुलाचे स्वप्न) हे सैयद अब्दुल मलिक (१९१९-२०००) यांचे तर विरेंद्रकुमार भट्टाचार्य (१९२४-९७) यांचे 'आई' ही ती दोन

पुस्तके होत. विरेंद्रकुमार यांची पहिली साहित्यकृती 'राजपथ रिंगीयाई' (महामार्गाची हाक) ही कादंबरी १९५८ मध्ये प्रकाशित झाली होती. त्यात त्यांनी स्वातंत्र्योत्तर काळातही देशातली गरिबी कमी झाली नव्हती हा विषय मांडला होता. त्यांनी 'आयरुइंगम' हे नागा लोकांच्या स्वतंत्र नागा चळवळीसंबंधी पुस्तक लिहिलं होतं. त्यांच्या 'मृत्युंजय' पुस्तकाला १९७९ चा प्रतिष्ठेचा पुरस्कार मिळाला होता.

आसामी साहित्यात अनेक कादंबरीकार, नाटककार आणि कवी होऊन गेले. त्यातले काही मोजके– दीनानाथ शर्मा (१९१४-८८), हितेश डेका (१९२४-२०००), लक्ष्मीनंदन बोरा (जन्म : १९३१) होमेन बोरगोहेन (जन्म : १९३१), देवेंद्रनाथ आचार्य (१९३७-८१), जोगेश दास (१९२७-९९) आणि प्रफुल्ल दत्त गोस्वामी (१९१९-९४) हे होत.

✦ राजशेखर बसू

बंगाली लेखक राजशेखर बसू (जन्म : १८८०) यांना २७ एप्रिल रोजी देवाज्ञा झाली. नर्मविनोदी, उपहासात्मक निबंध आणि कविता त्यांच्या नावावर आहेत. त्यांनी बंगाली शब्दकोशाचे संकलन केले असून प्रथम बंगाली पुस्तक प्रकाशित करण्याचा विक्रमही त्यांच्या नावावर जमा आहे. केमिस्टची पूर्णवेळ नोकरी आणि व्यक्तिगत आयुष्यातील तणावातही त्यांनी लेखनाची जिद्द सोडली नाही. त्यांची मुलगी आणि जावई यांना एकाच दिवशी देवाज्ञा झाली. तर त्यांची पत्नी १९४२ मध्ये निवर्तली. सत्यजित रे यांनी त्यांच्या दोन कथांवर आधारित सिनेमे दिग्दर्शित केले असून बसू यांना १९५६ मध्ये पद्मभूषण पुरस्काराने सन्मानित करण्यात आले.

✦ जागतिक स्तरावर रामनाथन कृष्णन तिसऱ्या क्रमांकावर

१९६० मध्ये टेनिस खेळाडू रामनाथन कृष्णन (जन्म : ११ एप्रिल, १९३७) यांना जागतिक स्तरावर तिसरा क्रमांक मिळाला. १९५४ मध्ये वयाच्या सोळाव्या वर्षी त्यांनी ज्युनियर विम्बल्डन चॅम्पियनशिप मिळवली होती. त्याआधी १९५० मध्ये वयाच्या तेराव्या वर्षी त्यांनी नॅशनल ज्युनिअर जिंकली होती. तिथून त्यांच्या एका दीर्घ प्रवासाला सुरुवात झाली होती. १९६० आणि १९६१ मध्ये त्यांनी विम्बल्डनच्या अंतिम फेरीपर्यंत धडक मारली होती व १९६१ चा अर्जुन पुरस्कार तसेच १९६२ चे पद्मश्री पुरस्कार मिळवले होते. याशिवाय आशियाचा आघाडीचा हौशी खेळाडू म्हणून त्यांना अमेरिकेतील १९६६ची हेल्म्स ट्रॉफी देण्यात आली. त्यांनी सात वेळा राष्ट्रीय चॅम्पियन आणि तीन वेळा आशियाइ चॅम्पियनशिप स्पर्धा

जिंकल्या होत्या.

साठ-सत्तरीच्या काळात निरुपमा मंकड या महिला टेनिस खेळाडू म्हणून गाजल्या. त्यांनीही सात वेळा राष्ट्रीय स्पर्धा जिंकली. त्यांना १९८० मध्ये अर्जुन पुरस्कार मिळाला होता.

१९६० मधील आणखी ठळक घटना

२ फेब्रुवारी : हिंदी साहित्यिक म्हणून गाजलेले आचार्य चतुर्सेन शास्त्री (जन्म : १८९१) कालवश झाले.

२७ एप्रिल : लष्करी अधिकाऱ्यांना प्रशिक्षण देण्यासाठी नवी दिल्ली येथे नॅशनल डिफेन्स कॉलेजची उभारणी.

१५

१९६१ : गोवामुक्ती

पोर्तुगीज भारतातील त्यांचा प्रदेश सोडून द्यायला तयार नव्हते. दादरा आणि नगर हवेलीतील लोकांनी १९६१ च्या ऑगस्ट महिन्यात स्वातंत्र्य मिळविले होते व तो प्रदेश भारत शासनाने अधिकृतपणे ताब्यात घेतला होता. १८ डिसेंबरला भारतीय सैन्य गोव्यात घुसले आणि गोवा मुक्त झाला. तो दिवस होता १९ डिसेंबर १९६१चा. दरवर्षी हा दिवस गोवामुक्ती दिन म्हणून साजरा होतो.

✦ काही महत्त्वपूर्ण घटना :

देशाच्या विकासाच्या अजून काही योजना आखायच्या होत्या. तिसऱ्या पंचवार्षिक योजनेत (१९६१-६६) भारतातील शेती विकास व मूलभूत औद्योगिक विकास यावर भर देऊन देशाला स्वयंपूर्ण करण्याचा निर्धार केला होता.

देशाची दुसरी जनगणना झाली, त्या वेळी देशातील दूरवरच्या प्रदेशातील लोकांची मोजणी झाली. या वेळी लोकसंख्या ४३,९०,७२,५८२ (सुमारे ४४ कोटी) एवढी भरली.

तिथे, नागालँडमध्ये नागांचे नेते अन्गामी झापू फिजो (१९१३-९०) यांनी स्वतंत्र नागालँडसाठी सशस्त्र लढा उभारला होता. तिथल्या नेत्यांशी झालेली बोलणी फिस्कटली, तेव्हा फिजो देश सोडून गेला आणि इतर नेत्यांनी देशांतर्गत स्वतंत्र नागा राज्य मान्य केले. अशा प्रकारे १९६१ मध्ये नागालँड राज्य अस्तित्वात आले; पण त्यास अधिकृत मान्यता १९६३ मध्ये मिळाली.

✦ गोवामुक्तीचे शिलेदार

पोर्तुगीज सत्तेपासून गोव्याला स्वतंत्र करण्यासाठी खूपजणांचा हातभार लागला. त्यातील एक उल्लेखनीय व्यक्ती म्हणजे लेखक व कवी असलेले तेलो दी मस्कारेन्स (२३ मार्च, १८९९ - ऑक्टोबर, १९७९) होत. त्यांचा जन्म माजोर्दा सालसेत (मोर्मूगाव) येथे झाला होता. १९२० मध्ये ते शिक्षणासाठी पोर्तुगालला गेले आणि तेथील कोइंब्रा विश्वविद्यालयात त्यांनी कायद्याचे शिक्षण घेतले. पोर्तुगालमध्ये त्यांनी १९३०-४८ या कालावधीत दंडाधिकारी म्हणून काम केले. त्याच वेळी स्थानिक वर्तमानपत्रांतून भारतासंबंधी स्तुतीपर लेख लिहिले. गोव्यातून पोर्तुगालला आलेल्या अन्य देशबांधवांना हाताशी घेऊन त्यांनी 'इंडिया नोवा' (नवा भारत) नावाचे नियतकालिक सुरू केले. त्यांनी काही भारतीय पुस्तकांचे पोर्तुगीज भाषेत अनुवाद केले. ते १९४८ मध्ये भारतात परतले, तेव्हा गोवामुक्ती संग्रामात त्यांचा सहभाग असल्याने, त्यांच्यावर पोलिसांची नजर होती. त्यानंतर ते मुंबईला येऊन (१९५०-५८) राहिले आणि 'रिसर्ज गोवा' नावाचे राजकीय पत्रक काढून तसेच आकाशवाणीवरून पोर्तुगीज आणि कोकणी भाषेत भाषणे देऊन त्यांनी गोवामुक्ती विषयावर जनजागृती केली. ते पुन्हा १९५९ मध्ये गोव्याला आले, तेव्हा त्यांना अटक करण्यात आली आणि त्यांची रवानगी थेट पोर्तुगालला झाली. तिथे १९७० पर्यंत ते कैदी म्हणून तुरुंगवासात होते. अखेर त्यांची मुक्तता झाली आणि त्यांना गोव्याला जायला परवानगी मिळाली. त्यांनी अखेरचे दिवस पणजीमध्ये व्यतीत केले. सुनीत काव्यात रचलेल्या त्यांच्या कविता 'गोवा, टेरा मिन्हा अमाडा' (गोवा, माझी प्रिय जन्मभूमी), 'सिन्फोनिया गोऐसा' (Goan Symphony) ही कादंबरिका आणि त्यांच्या चरित्रात्मक आठवणी 'क्वोन्दो ॲज मॅन्गुरीआस फ्लोरियम' (जेव्हा आंब्याचे झाड मोहराने फुलते) ही त्यांची साहित्यिक निर्मिती होय.

त्रिस्ताव दी ब्रगान्झा कून्हा (१८९१-१९५८) हे गोवामुक्ती लढ्यातले आणखी एक स्वातंत्र्यसैनिक होते. तेदेखील लेखक होते. त्यांचे शिक्षण पाँडिचेरी व पॅरिसमध्ये झाले. स्वातंत्र्यलढ्यात भाग घेतलेले पीटर अल्वारिस, इव्हेग्रिओ जॉर्ज (१९२५-७८), जॉर्ज वाझ (१९१९-९९), गुरू लक्ष्मीकांत भेंब्रे (१९०६-८५), पांडुरंग पुरुषोत्तम शिरोडकर (१९१६-२०००), पुरुषोत्तम काकोडकर (१९१३-९८), सुप्रसिद्ध सर्जन पुंडलिक गायतोंडे (१९१३-९२) आणि दुसरे एक वैद्य राम हेगडे (जन्म : १९१२) ही काही मंडळी होती. शिवाय गोवेकर नसलेल्या मंडळींचादेखील या लढ्यात सहभाग होता.

पोर्तुगालचे तत्कालीन राष्ट्राध्यक्ष मारियो सोरेस यांना १९९२ च्या प्रजासत्ताक

दिनाच्या संचलनासाठी प्रमुख पाहुणे म्हणून आमंत्रित करण्यात आले, तेव्हा भारत आणि पोर्तुगाल या देशांत सामोपचाराची घटना घडली.

गोवा संग्रामावर चित्रपट

'सात हिंदुस्थानी' हा ख्वाजा अहमद अब्बास यांची कथा व दिग्दर्शन असलेला हिंदी चित्रपट गोव्यावर बेतलेला होता. शस्त्रक्रियेच्या प्रतीक्षेत असलेली मारिया, आपण आपल्या सहा मैत्रिणींसोबत गोव्याच्या मुक्तीसाठी पोर्तुगिजांशी केलेल्या संघर्षाची आठवण काढते. १९६९ मध्ये प्रदर्शित झालेला, अमिताभ बच्चन यांचा हा पहिलाच चित्रपट होता.

दिग्दर्शक रमेश बेहल यांचा 'पुकार' (१९८३) हा चित्रपटदेखील गोवा-मुक्ती लढ्यावर आधारित होता.

१९८५ मध्ये प्रदर्शित झालेला व श्याम बेनेगल यांनी दिग्दर्शित केलेला 'त्रिकाल' या चित्रपटातदेखील गोव्यातील अस्वस्थ दिवसांचे वर्णन होते.

✦ गिर्यारोहण आणि गिर्यारोहण संस्था

१९५३ मध्ये 'एव्हरेस्ट' या अत्युच्च शिखरावर यशस्वी चढाई झाल्यावर, देशाच्या उत्तरेस पसरलेल्या हिमालयाच्या गिरीशिखरांवर गिर्यारोहणाला ऊत आला. या धाडसी प्रकल्पांना चालना देण्यासाठी आणि काही मूलभूत तसेच आधुनिक माहिती देण्यासाठी अभ्यासक्रम सुरू झाले. पर्वतावरील स्वारी, धाडसी उपक्रम, गिर्यारोहण आणि अन्य संबंधित कृतीसाठी प्रशिक्षण देण्यात येऊ लागले.

'इंडियन माउंटेनिअरिंग फाउंडेशन' (IMF) या पायाभूत संस्थेची स्थापना १९५७ मध्ये झाली होती आणि चो ओयू गिर्यारोहण या प्रायोजक समितीतून तिचा उदय झाला होता. १९५८ मधले हे गिर्यारोहण खूपच यशस्वी ठरले, तेव्हा १५ जानेवारी १९६१ रोजी एक कायमस्वरूपी संघटना स्थापन झाली आणि नोव्हेंबर महिन्यात तिची नोंदणी झाली.

इंडियन माउंटेनिअरिंग फाउंडेशनच्या आधिपत्याखाली स्थापन होऊन कार्यरत झालेल्या अन्य गिर्यारोहण संस्था :

- हिमालयन माउंटेनिअरिंग इन्स्टिट्यूट, दार्जिलिंग, पश्चिम बंगाल, स्थापना : ४ नोव्हेंबर, १९५४. तेनसिंग नोर्गेच्या यशस्वी चढाईनंतर, गिर्यारोहणाला प्रोत्साहन देणे हा उद्देश.
- नेहरू इन्स्टिट्यूट ऑफ माउंटेनिअरिंग, उत्तर काशी, उत्तराखंड, स्थापना

हिमालय पर्वतरांग

: १४ नोव्हेंबर, १९६५. पंडित नेहरूंना गिरीशिखरे सदैव साद घालत म्हणून त्यांच्या स्मृतिप्रीत्यर्थ.

- अटलबिहारी वाजपेयी इन्स्टिट्यूट ऑफ माउंटेनिअरिंग ॲन्ड अलाइड स्पोर्टस्, मनाली, हिमाचल प्रदेश, स्थापना : १९६१. ही संस्था पश्चिम हिमालयाचे गिर्यारोहण केंद्र आहे आणि राज्यातील अन्य भागांत त्याची उपकेंद्रे आहेत.
- जवाहर इन्स्टिट्यूट ऑफ माउंटेनिअरिंग ॲन्ड विन्टर स्पोर्टस, अरू (पेहलगामजवळ) जम्मू आणि काश्मीर, स्थापना : २५ ऑक्टोबर, १९८३.
- इंडियन इन्स्टिट्यूट ऑफ स्कीइंग ॲन्ड माउंटेनिअरिंग, गुलमर्ग, जम्मू आणि काश्मीर, स्थापना : १९६९.
- पंडित नैनसिंग सर्व्हेअर माउंटेनिअरिंग ट्रेनिंग इन्स्टिट्यूट, मुन्सियारी, पिठोरागढ जिल्हा, उत्तराखंड, भारताच्या भूप्रदेशाचे मोजमाप करण्यासाठी एक वैज्ञानिक प्रकल्प (त्रिकोणमिती सर्वेक्षण) राबवला गेला; त्यात नैनसिंगांचा (१८३०-९५) सिंहाचा वाटा होता.
- सोनम जिआत्सो माउंटेनिअरिंग इन्स्टिट्यूट, बालूवाखणी, गंगटोक, सिक्कीम, स्थापना : १९६३
- नॅशनल इन्स्टिट्यूट ऑफ माउंटेनिअरिंग ॲन्ड अलाइड स्पोर्टस, दिरांग, अरुणाचल प्रदेश, स्थापना : २०१३

शोध आणि सुटका

या सर्व गिर्यारोहण संस्थांपैकी फक्त नेहरू इन्स्टिट्यूट ऑफ माउंटेनिअरिंग संस्थेत बर्फामध्ये हरवलेल्या गिर्यारोहकांचा शोध घेऊन त्यांची सुटका

करण्याचे प्रशिक्षण देणारा अभ्यासक्रम राबवला जातो. तेथील विद्यार्थ्यांनी २०१३ मध्ये उत्तराखंडातील पुरात अडकलेल्या लोकांची सुटका करण्याचे उल्लेखनीय कार्य केले होते.

✦ विधानचंद्र रॉय : डॉक्टरांचा दिवस

विधानचंद्र रॉय (१ जुलै, १८८२ - १ जुलै, १९६२) हे २३ जानेवारी १९४८ रोजी पश्चिम बंगालचे मुख्यमंत्री बनले. ते विद्याविभूषित वैद्य होते. रॉयल कॉलेज ऑफ सर्जन या मंडळाचे ते सन्माननीय सदस्य होते. रॉयल कॉलेज फिझिशन या वैद्यकीय मंडळाचे सभासद होते. तरी त्यांनी राजकारणामध्ये प्रवेश केला आणि जीवनाच्या अंतापर्यंत त्यांनी मुख्यमंत्रिपद भूषविले. १९६१चा भारतरत्न किताब त्यांना देण्यात आला होता. १ जुलै हा त्यांचा जन्मदिन आणि मृत्युदिनदेखील होता. त्यांच्या स्मरणार्थ दरवर्षी १ जुलै हा दिवस 'डॉक्टर्स डे' म्हणून पाळला जातो.

✦ भुकेलेली पिढी

ही बंगालमधील एक साहित्यिक चळवळ होती आणि ती अस्तित्वात असलेल्या नियमांना आव्हान देण्याचे काम करत असे. आज हा उपक्रम भुकेलेल्यांची चळवळ म्हणून ओळखला जातो. १९६१ च्या नोव्हेंबर महिन्यात अधिकृतपणे सुरू झालेली ही चळवळ १९६५ पर्यंत टिकली. या चळवळीचा परिणाम मात्र सर्वदूर आणि टिकाऊ असा होता. शक्ती चट्टोपाध्याय, मलाय रॉयचौधरी, समीर रॉयचौधरी आणि देवीरॉय हे त्या उपक्रमाचे संस्थापक व सभासद होते. बरीच कलावंत मंडळी या चळवळीत सामील होती. केवळ देशातीलच नव्हे, तर परदेशातील लेखकांवर या चळवळीचा प्रभाव होता. या चळवळीने परंपरागत संस्कृतीवर टीकास्त्र सोडल्यामुळे ती निरर्थक, अपमानकारक आणि विनाशकारक असल्याची अफवा उठली होती. मलाय रॉयचौधरी (जन्म : २९ ऑक्टोबर, १९३९) यांना 'प्रचंड विद्युती छुतार' (येशूचे विद्युतीकरण) लिहिल्याबद्दल अटकदेखील झाली होती. या कवितेवरून २०१४ मध्ये एक लघुपट निघाला होता आणि त्याला अनेक पुरस्कार मिळाले होते. त्या कवितेची सुरुवात आहे.[७]

---

7. Quoted in 'Malay Roy Chaudhary Poems', Poem Hunter.com, accessed 11June 2017, https://www.poemhunter.com/poem/stark-electric- jesus/.

“मी मरणार आहे,
मृत्यू तर अटळ आहे.
एक प्रचंड ओढ माझ्या त्वचेतून ठिणगीसम सळसळते,
माझं काय होणार आहे, मी कुठे जाणार आहे देवा रे!
माझा तर गोंधळ उडालाय...”

१९६१ मधील आणखी घटना

७ मार्च : स्वातंत्र्यलढ्यात भाग घेतलेले, उत्तर प्रदेशचे मुख्यमंत्रिपद भूषविलेले आणि नंतर केंद्रीय मंत्री बनलेले गोविंद वल्लभ पंत (जन्म : १८८७) यांचा स्वर्गवास.

सप्टेंबर : अलिप्तवादी संघटनेची पहिली परिषद युगोस्लाव्हियातील बेलग्रेड येथे भरली होती. त्या परिषदेत पंचवीस देशांच्या प्रमुखांनी हजेरी लावली.

खेळक्रीडात प्रावीण्य दाखविणाऱ्या खेळाडूंसाठी भारत सरकारने ‘अर्जुन पुरस्कारा’ची घोषणा केली.

१९६० ते १९६१च्या दरम्यान संरक्षण अकादमीत येऊ इच्छिणाऱ्या होतकरू उमेदवारांना प्रशिक्षण देण्यासाठी ‘सैनिक शाळा’ उभारण्यात आल्या. पहिली सैनिक शाळा १९६० मध्ये लखनौला कार्यरत झाली असली, तरी सैनिक स्कूल सोसायटीतर्फे पहिली शाळा, १९६१मध्ये सुरू झाली. ही कल्पना तेव्हाचे संरक्षणमंत्री व्ही.के. कृष्ण मेनन यांची होती. तेथे प्रशिक्षणार्थींना निवासाची सोय असते.

शिक्षण खात्याला शालेय शिक्षणक्रम राबविण्यात साहाय्य करण्यासाठी नवी दिल्ली येथे नॅशनल कौन्सिल ऑफ एज्युकेशनल रिसर्च अॅन्ड ट्रेनिंग (NCERT) ही परिषद स्थापन करण्यात आली.

१६

१९६२ : भारत-चीन युद्ध

१९६२ मध्ये तीन लक्षणीय घटना घडल्या. तिसरी सर्वसाधारण निवडणूक, फ्रान्सकडून त्यांच्या अखत्यारीतील भूप्रदेशाची भारताकडे अधिकृत बदली, चीनचे भयानक आक्रमण.

तिसरी निवडणूक १६ फेब्रुवारी ते १६ जून या दरम्यान पार पडली. पुन्हा एकदा काँग्रेस वरचढ ठरली आणि त्या पक्षाने ४९४ जागांपैकी ३६१ जागा जिंकल्या. त्यानंतरचा क्रमांक कम्युनिस्ट पार्टीचा होता आणि त्यांच्या खाती २९ जागा जमा झाल्या होत्या.

जरी १९५४ मध्ये फ्रेंचाचा भूभाग भारताकडे सुपूर्द करण्यात आला होता, तरी अधिकृत कागदपत्रे तयार झाली नव्हती.१९६२च्या ऑगस्टमध्ये ही प्रक्रिया पूर्ण होऊन, फ्रेंचांच्या ताब्यातील सत्ता भारताच्या स्वाधीन करण्यात आली. या वेळी सातवा केंद्रशासित प्रदेश म्हणून पाँडिचेरीची उद्घोषणा झाली आणि त्यात माहे, यनम आणि कारैकल या प्रदेशांच्या अंतर्भाव करण्यात आला.

निवडणुका ऐन भरात असताना, मार्च महिन्याच्या अखेरीस जवाहरलाल नेहरू मूत्रपिंडाच्या संसर्गाने आजारी पडले. या घटनेमुळे ते चीनचे विनाशकारी आक्रमण थोपवू शकले नसावेत का? भारतीय भूप्रदेशावर चीनचा डोळा होताच आणि १९५९ पर्यंत त्यांनी लडाखच्या पश्चिमेकडची व पूर्वेकडची लाँगजू मिळून ३०,००० चौ.किमी. जागा व्यापली होती. चीनचे प्रमुख व परराष्ट्रमंत्री झाऊ इन्लाय (१८९८-१९७६) हे १९६० मध्ये बोलणी करण्यासाठी दिल्लीत आले होते. अक्साई चीनमधील प्रदेशावर भारताने पाणी सोडावे, ही त्यांची मागणी होती; भारताने ती फेटाळली. तद्नंतर १९६२ च्या एप्रिलपर्यंत, चीन

सैन्याची भारतीय सरहद्दीवर जमवाजमव सुरू झाली होती.

८ सप्टेंबर, १९६२ रोजी त्यांनी पश्चिमेकडची सीमा ओलांडली आणि २० ऑक्टोबरला पूर्व आणि पश्चिमेकडून मोठ्या प्रमाणात हल्ले करायला सुरुवात केली. वीस हजार चिनी सैन्य ईशान्येकडील नॉर्थ-ईस्ट फ्रन्टिअर एजन्सी (NEFA) सरहद्द ओलांडून देशात घुसले, तर पश्चिमेकडील सीमेवरच्या तेरा बॉर्डर पोस्ट त्यांनी ताब्यात घेतल्या. भारतीय सैन्याला माघार घ्यावी लागली. मध्यंतरी, भारताला पाठिंबा देण्यासाठी अमेरिकेने बंगालच्या उपसागरात 'सेव्हन्थ फ्लीट'ची फौज पाठवली. २० नोव्हेंबरला चीनने अचानक युद्धविराम जाहीर केला आणि १ डिसेंबरपर्यंत आपले सैन्य माघारी बोलावले. जरी युद्ध आटोपले होते, तरीही चीनने अक्साई चीनच्या लडाख भागातील ४१,५०० किलोमीटरचा भूभाग आपल्या ताब्यात ठेवला होता.

हकिकत

चेतन आनंद यांनी दिग्दर्शित केलेल्या आणि १९६४ मध्ये प्रदर्शित झालेल्या 'हकिकत' या चित्रपटात भारत-चीन युद्धाच्या आठवणी प्रतिबिंबित झाल्या. बलराज सहानी, धर्मेंद्र, प्रिया राजवंश, सुधीर, संजय खान, शेख मुख्तार आणि विजय आनंद यांच्या भूमिका असलेल्या या चित्रपटाला १९६५ सालचा द्वितीय क्रमांकाचा राष्ट्रीय पुरस्कार लाभला. त्यात लडाखच्या प्रदेशात चिनी सैन्याने घेरलेले व हतबल झालेले भारतीय सैन्य दाखवले आहे. लडाखचा कप्तान बहादूरसिंग आणि त्याची प्रेयसी, अग्मो, तिथल्या भारतीय सैन्याला वाचविण्यासाठी प्रयत्नांची पराकाष्ठा करतात व जीव गमावतात. या चित्रपटात बरीच वास्तव दृश्ये आहेत. भारतात प्रवेश करणाऱ्या चीन सैनिकांच्या पलटणी संख्येने एवढ्याशा असलेल्या भारतीय सैनिकांवर आक्रमक हल्ले करत आहेत, तेही ध्वनीक्षेपकावरून 'हिंदी-चिनी भाई भाई' असे नारे लगावत, भारतीय सैन्याला ठेचत आहेत, अशी ती विदारक दृश्ये होती.

✦ लष्कराचे सैन्य बळ

स्वातंत्र्य मिळाले, तेव्हा देशाचे सैन्यबळ २,८०,००० होते, ते वाढून १९६२ पर्यंत ५,५०,००० झाले होते. त्याच वेळी, हवाई व नाविक दलातदेखील वाढ झाली होती.

'हकिकत' चित्रपटाचे पुनर्निर्मित पोस्टर

✦ युद्धानंतर परमवीरचक्र प्रदान

भारत-चीन युद्धानंतर, तीन लष्करी सैनिकांना परमवीर चक्र बहाल करण्यात आले. १/८ गोरखा रायफल रेजिमेंटचे धनसिंग थापा, १ सिख रेजिमेंटचे जोगिंदर सिंग साहनान आणि १३ कुमाऊ रेजिमेंटचे शैतान सिंग हे ते वीर जवान होते. त्यांना हे मरणोत्तर पुरस्कार देण्यात आले. त्यांच्यापैकी धनसिंग थापा धारातीर्थी पडल्याचे वाटले होते; पण त्यांना कैद करण्यात आले होते. युद्धानंतर, त्यांची सुटका झाली होती आणि ते परतले होते. युद्धाच्या वेळी ते मेजरपदावर कार्यरत होते आणि नंतर लेफ्टनंट म्हणून निवृत्त झाले. वयाच्या ७७ व्या वर्षी, ते देवाघरी गेले. त्यांच्या जीवनावर एक हिंदी चित्रमालिका तयार करण्यात आली होती.

✦ शिक्षक दिन

भारताचे माजी राष्ट्रपती डॉ. राधाकृष्णन हे एक शिक्षक तसेच तत्त्वज्ञानी होते आणि लेखक होते. दरवर्षी त्यांच्या वाढदिवशी म्हणजे ५ सप्टेंबरला शिक्षक दिन साजरा होतो. १९६२ मध्ये त्यांचे मित्र आणि चाहते डॉ. राधाकृष्णन यांना वाढदिवसाच्या शुभेच्छा देण्यास जमले होते. त्या वेळी भारताचे दुसरे राष्ट्रपती म्हणून त्यांची निवड झाली होती, तेव्हा आपला वाढदिवस साजरा करण्याऐवजी तो दिवस शिक्षकांच्या सन्मानार्थ साजरा व्हावा, ही मनिषा त्यांनी व्यक्त केली.

शिक्षकांना आर्थिक साहाय्य मिळावे म्हणून राष्ट्रीय पातळीवर 'नॅशनल फाउंडेशन फॉर टीचर्स वेल्फेअर' ही संघटनादेखील १९६२ मध्ये स्थापन झाली.

✦ राष्ट्रीय प्रतिज्ञा

सरकारी अधिकारी व लेखक असलेले तेलुगू गृहस्थ पी.व्ही. सुब्बाराव यांनी १९६२ मध्ये राष्ट्रीय प्रतिज्ञा रचली. हिचे नंतर अनेक भाषांत अनुवाद झाले.[८] तिच्या प्रारंभीच्या ओळी आहेत :

भारत माझा देश आहे.
सारे भारतीय माझे बांधव आहेत.
माझ्या देशावर माझे प्रेम आहे.

---

8. Quoted in 'The Everyday State and Society in Modern India, ed. Christopher John Fuller and Veronique Benei (London : Hurst & Company, 2001)

माझ्या देशातल्या समृद्ध आणि विविधतेने नटलेल्या परंपरांचा मला अभिमान आहे...

राष्ट्रीय दिनाच्या दिवशी, ही प्रतिज्ञा शाळा-कॉलेजांतून आणि अन्य संस्थांतून जाहीरपणे म्हटली जाते.

✦ बडे गुलाम अली खानना पद्मभूषण

बडे गुलाम अली खान (१९०२-६८) हे हिंदुस्थानी संगीतातील गायक म्हणून मोठे प्रस्थ होते. लाहोरजवळील कसूर येथे ते जन्मले होते. त्यांचे पितामह अली बक्ष, तीन भाऊ : बक्तार अली खान, मुबारक अली खान आणि अमन अली खान; सारे गायनात तज्ज्ञ होते. आपले वडील आणि काका काले खान साहेब आणि नंतर मुंबईत सिंधी खान यांच्याकडे त्यांनी संगीताचे धडे घेतले. ते केवळ गायकच नव्हते, तर सारंगीवादकदेखील होते. अनेक ठिकाणी त्यांचे कार्यक्रम होत. १९४५ मध्ये त्यांनी महात्मा गांधींसाठी सादर केलेला जलसा अविस्मरणीय ठरला होता. त्यांचे गायन आकाशवाणीवरून प्रसारित होई.

बडे गुलाम अली खान खरे तर पाकिस्तानी होते; पण फाळणीनंतर ते भारतात आले आणि १९५७ मध्ये त्यांनी भारतीय नागरिकत्व पत्करले. त्यांना संगीत नाटक अकादमी आणि पद्मविभूषण पुरस्काराने सन्मानित करण्यात आले. ते हैदराबादला स्थायिक झाले आणि दीर्घ कालावधीच्या आजारानंतर तिथेच त्यांनी देह सोडला. आपल्या नादमधुर आवाजात ते ख्याल व ठुमरी गात असत. ते श्रोत्यांच्या कायम स्मरणात राहिले. त्यांनी 'मुगल-ए-आझम' या एकमेव चित्रपटासाठी गायन केले.

१९६२ मधील आणखी घटना

८ जून : एअर इंडिया इंटरनॅशनलचे एअर इंडिया असे नामकरण झाले.

अवकाश संशोधनासाठी इंडियन नॅशनल कमिटीचे उद्घाटन करण्यात आले. थुम्बा येथे क्षेपणास्त्र उडविणारा तळ बांधण्यात आला.

इंडोनेशियातील जाकार्ता येथे आशियाई खेळ भरले व तिथे भारताने दहा सुवर्ण, चौदा रौप्य आणि दहा कांस्यपदके पटकावली.

सोशालिस्ट पक्ष आणि प्रजा सोशालिस्ट पार्टीचा काही भाग एकत्र येऊन संयुक्त सोशालिस्ट पार्टी (SSP) हा पक्ष स्थापन झाला.

राजेंद्र प्रसाद यांना 'भारतरत्न' हा किताब मिळाला.

१७

१९६३ : भाषिक समस्या

शासनाने आपल्या कारभारासाठी कोणती भाषा वापरावी; हिंदी, इंग्लिश की आणखी कुठली? घटनेत नमूद केल्याप्रमाणे, पहिली पंधरा वर्षे म्हणजेच १९६५ पर्यंत दोन्ही भाषांचा वापर व्हावा आणि त्यानंतर हिंदी वापरात यावी; परंतु काही राज्यांत हिंदी बोलली जात नव्हती; त्यामुळे त्यांना हा बदल नको होता. त्यांच्या विरोधामुळे १९६३ मध्ये नवा कायदा अमलात आला आणि १९६५ नंतरसुद्धा इंग्रजीचा वापर करण्याचे ठरले.

✦ राहुल सांकृत्यायन

राहुल सांकृत्यायन (९ एप्रिल, १८९३ - १४ एप्रिल, १९६३) ही एक मोठी विद्वान व्यक्ती होती. त्यांचा जन्म आजच्या उत्तर प्रदेशात असलेल्या आजमगढ जिल्ह्यातील पन्डाहा येथे झाला होता. त्यांचे खरे नाव केदारनाथ पांडे होते. आध्यात्मिकतेकडे ओढा असल्याने ते संन्यासी बनले आणि त्यांनी बाबा रामउदर दास हे नाव धारण केले. पुढे बौद्ध धर्मात रस वाटल्याने त्यांनी राहुल सांकृत्यायन हे नाव घेतले. त्यानंतर, ते कम्युनिस्ट बनले; पण हेच नाव सुरू ठेवले.

१९४४ मध्ये, ते रशियातील लेनिनग्राड युनिव्हर्सिटीत (आताची सेंट पीटर्सबर्ग युनिव्हर्सिटी) शिकवू लागले. तद्नंतर ते श्रीलंकेतील विद्यालंकार पिरिवेना विश्वविद्यालयात (आताचे, केलानिया विश्वविद्यालय) प्रोफेसर या पदावर रुजू झाले. मध्य आशियाइ देशांवर आधारित 'मध्य आशिया का इतिहास' या त्यांच्या दोन भागांतील ग्रंथाला १९५८ चा साहित्य अकादमी पुरस्कार प्राप्त झाला.

राहुलना बऱ्याच भाषा येत आणि ते उच्च दर्जाचे लेखक तथा पर्यटक होते.

त्यांच्या १२५च्या वर असलेल्या ग्रंथांत, स्वतःच्या आत्मचरित्राव्यतिरिक्त हिंदी, भोजपुरी, संस्कृत, पाली आणि तिबेटियन भाषेतली ग्रंथसंपदा आहे. आपल्या पर्यटनासंबंधी त्यांनी विपुल लिखाण केले आणि त्यामुळे त्यांना प्रवासवर्णनाचे पितामह म्हणून संबोधिले जाई. त्यांचा एक लघुकथा संग्रह 'व्होल्गा से गंगा' म्हणजे एक प्रकारे ऐतिहासिक ललित होय. त्यातील पहिली कथा ही एका इन्डो-युरोपियन गटाच्या व्होल्गा नदीकडून भारतात केलेल्या स्थलांतरासंबंधी आहे. त्यांनी दार्जिलिंगमध्ये चिरविश्रांती घेतली. तिथे त्यांचे थडगे पाहावयास मिळते.

✦ अल्लाउद्दीन खान

अल्लाउद्दीन खान (१८८१ - ६ सप्टेंबर, १९७२) हे हिंदुस्थानी संगीताचे एक ख्यातनाम व्यक्तिमत्त्व होते. आजच्या बांगलादेशात असलेल्या शिवपूर येथे ते जन्मले आणि ते सेनिया घराण्याचे वादक होते. सरोदवादनाव्यतिरिक्त ते किमान २०० अन्य प्रकारची संगीत वाद्ये वाजवायला शिकले होते. त्यात तंतुवाद्ये, वायुवाद्ये, उच्च रवातील वाद्ये यांचा समावेश होता. ते गायक व कवीदेखील होते आणि त्यांनी काही रागांची निर्मिती केली होती. अनेक संगीतकारांकडे त्यांचे प्रशिक्षण झाले होते, तरीही त्यांचे मुख्य गुरू तानसेनचे वंशज असलेले रामपूर येथील वझिरखान (१८५१-१९२६) होते. वझिरखान हे संगीतातले खूप मोठे प्रस्थ होते. ते कडक शिस्तीचे होते, तसेच तज्ज्ञही होते. अल्लाउद्दीन खाननी मध्यप्रदेशातील मैहर येथे १९१८ पासून राहुटी केली आणि मैहर घराण्याची प्रस्थापना केली. संगीतातील घराणे पद्धत एकोणिसाव्या शतकापासून अस्तित्वात होती; पण अल्लाउद्दीन खाननी त्या प्रणालीत महत्त्वपूर्ण बदल घडवून आणले, म्हणून त्यांना घराणे पद्धतीचे पाइक असे म्हटले जाई.

मैहर घराणे या महान संगीतकारावर आणि विविध तऱ्हेची वाद्ये वाजविणाऱ्या त्यांच्या शिष्यांवर केंद्रित आहे. सरोद वाजविणारे त्यांचे पुत्र अली अकबर खान, सतार वाजविणारे रविशंकर आणि निखिल बॅनर्जी ही त्यातील ठळक नावे होत. त्यांच्या अग्रगण्य शागिर्दांमध्ये त्यांची मुलगी अन्नपूर्णा देवी (आधीचे नाव रोशन तारा होते) होत्या आणि त्या सूरबहार पेश करत. त्यांचे लग्न रविशंकरांशी झाले होते; तसेच पावा वाजविणारे पन्नालाल घोष, शरण रानी आणि अजून कितीतरी कलावंतांचा त्यात समावेश होता. अल्लाउद्दीन खाननी १९२४ मध्ये मैहर वाद्यपथक सुरू केले आणि १९३५-३६ च्या काळात उदय शंकर यांच्या नृत्यमंडळासोबत दौरे केले. १९५५ मध्ये त्यांनी मैहर संगीत महाविद्यालयाची स्थापनादेखील केली होती.

हिंदुस्थानी वाद्यसंगीतातील उल्लेखनीय कामगिरीबद्दल मिळालेला संगीत नाटक अकादमी पुरस्कार (१९५२), संगीत नाटक अकादमी शिष्यवृत्ती (१९५४), पद्मभूषण (१९५८), विश्वभारतीचा देसीकोत्तम पुरस्कार (१९६१) आणि पद्मविभूषण (१९७१); अशा मानसन्मानाचे ते धनी ठरले. सुनील शानभाग यांनी दिग्दर्शित केलेला मैहर राग (१९९३) हा चित्रपट त्यांच्या जीवनावर व संगीत कारकिर्दीवर निघाला होता. त्या कलाकृतीस १९९४ चे नॅशनल फिल्म अवॉर्ड मिळाले होते. शिवाय ऋत्विक घटक यांनी १९६३ मध्ये त्यांच्या जीवनावर आधारित उस्ताद अल्लाउद्दीन खान नावाचा एक माहितीपट तयार केला होता.

सरोद वाद्य

सरोद वाद्य

सतारीपेक्षा खोल आवाज निघणारे सरोद हे तंतू वाद्य हिंदुस्थानी संगीतात लोकप्रिय आहे. या वाद्याच्या निर्मितीत विविधता असते. त्याचा मुख्य भाग लाकडी असतो आणि त्याला स्टील किंवा पितळेच्या तारा असतात. त्याला चाव्या नसतात; तर चार मुख्य आणि चार उपतारा असतात. शिवाय दोन बिनकामाच्या आणि नऊ ते अकरा जादा ताराही असतात.

✦ गाजलेले चित्रपट

राजेंद्रकुमार, साधना आणि अमिता यांच्या भूमिका असलेला 'मेरे मेहबूब' एम. सादिक यांनी दिग्दर्शित केलेला आणि मुघलसम्राट शहाजहान यांच्या जीवनावर बेतलेला 'ताजमहल', नाझिर हुसेनची निर्मिती व दिग्दर्शन असलेला 'फिर वही दिल लाया हूँ' हे चित्रपट बॉक्स ऑफिसवर यशस्वी ठरले.

'बंदिनी' या विमल रॉयच्या चित्रपटाचा बॉक्स ऑफिसवर दहावा क्रमांक होता, तरी या वर्षीचे जास्तीतजास्त पुरस्कार या चित्रपटाने मिळवले. बंदिनी ही खुनाच्या आरोपामुळे कैद भोगत असलेली स्त्री आहे. तुरुंगाचा डॉक्टर असलेला देवेंद्र तिच्या प्रेमात पडतो; पण ती विकास नावाच्या स्वातंत्र्यसैनिक असलेल्या

जुन्या प्रियकराला विसरू शकत नाही. नूतन, धर्मेंद्र आणि अशोककुमार या कलाकारांनी या चित्रपटात भूमिका केल्या आहेत. सचिन देव बर्मनचे संगीत, शैलेंद्र आणि गुलझारची गाणी, शिवाय लता मंगेशकर, आशा भोसले, मन्ना डे, एस.डी. बर्मन व मुकेशचे गायन इतका लवाजमा या चित्रपटाला लाभला होता. उत्कृष्ट चित्रपटाचा पुरस्कार आणि आणखी पाच फिल्मफेअर पुरस्कार या चित्रपटाला मिळाले. जरासंधा हे एक तुरुंग अधिकारी होते आणि त्यांनी आपल्या अनुभवांवर अनेक कथानके लिहिली होती. 'तामसी' या त्यांच्या बंगाली कादंबरीवर आधारित हा चित्रपट तयार करण्यात आला होता.

१९६३ मधील आणखी घटना

२८ फेब्रुवारी : भारताचे पहिले राष्ट्रपती राजेंद्र प्रसाद (१८८४-१९६३) यांचे निधन.

ऑक्टोबर : हिमाचल प्रदेशातील विलासपूर येथे सतलज नदीवर बांधलेल्या भाक्रा धरणाचे जवाहरलाल नेहरूंच्या हस्ते उद्घाटन. ते म्हणाले, 'हे धरण मानवतेच्या भल्यासाठी कठोर परिश्रमांतून उभे राहिले आहे आणि आपल्या श्रद्धेचे स्थान आहे.'[९] मोर हा राष्ट्रीय पक्षी म्हणून जाहीर झाला. या वर्षीचा भारतरत्न हा किताब कालांतराने, भारताचे तिसरे राष्ट्रपती बनलेले झाकीर हुसेन तसेच इंडोलॉजिस्ट पी.व्ही. काणे यांना बहाल करण्यात आला.

9. Vandana Asthana and A.C. Shukla, Water security in India : Hope, Despair and the Challenges of Human Developments (n.p.: Bloomsbury, 2014)

१८

१९६४ : नेहरूंचे महानिर्वाण

देशासाठी हे वर्ष शोकाचे ठरले. भारताचे पहिले पंतप्रधान जवाहरलाल नेहरू (जन्म : १४ नोव्हेंबर १८८९) यांना २७ मे रोजी डेहराडूनहून दिल्लीला परतल्यावर देवाज्ञा झाली. जानेवारीपासून त्यांची प्रकृती अस्वस्थ होती. त्यांच्या निधनाची बातमी वाऱ्यासारखी पसरली, तेव्हा घरोघरी लोक वियोगाच्या शोकाने रडले. भारताचे समर्थ नेतृत्व करणाऱ्या आपल्या लाडक्या नेत्यावर जनतेचे निरतिशय प्रेम होते. देशातूनच नव्हे, तर परदेशातूनही त्यांच्यावर स्तुतिसुमने उधळणारे शोकसंदेश आले.

त्यांच्या पार्थिवाचे दहन झाल्यानंतर काही रक्षा गंगेत विसर्जित केली, तर काही रक्षा उंचावरून दूरवर पसरविली गेली. ज्या देशाची त्यांनी जीवनभर प्रेमाने सेवा केली, तिच्या भूमीशी तादात्म्य पावण्याची त्यांची इच्छा होती.

आयुष्याच्या अखेरच्या दिवसातील नेहरू

आपल्या मातृभूमीसंबंधी नेहरूंनी अनेक स्वप्ने पाहिली होती. देशाच्या उन्नतीसाठी त्यांनी एक ध्येय-धोरण उरी बाळगले होते व त्यानुसार आपल्या स्वप्नांना आकार देण्यासाठी ते कार्यमग्न असत. ते मृत्यू पावले त्या वेळेपर्यंत भारत हा प्रजासत्ताक देश म्हणून प्रस्थापित झाला होता. मानवी मूल्यांचे जतन करणारी घटना इथे कार्यरत होती. त्यांच्या दूरदृष्टीमुळेच तर देशातील विज्ञान, तंत्रज्ञान, उद्योगक्षेत्र कला आणि संस्कृती या विविध क्षेत्रांत लक्षणीय प्रगती झाली होती.

जवाहरलाल नेहरू १९१२ पासून भारताच्या स्वातंत्र्यलढ्यात सहभागी होते. ते महात्मा गांधींचे अगदी निकटचे सहकारी होते. स्वातंत्र्यलढ्याच्या काळात नेहरूंनी नऊ वर्षे तुरुंगवास भोगला. ते बंदीवासात असताना त्यांचे वडील मोतीलाल नेहरू १९३१ मध्ये, तर आई १९३८ मध्ये देवाघरी गेले. त्यांच्या पत्नी कमला क्षयरोगाने व्याधीग्रस्त होत्या आणि त्यांच्यावर स्वित्झर्लंडमधील लुसाना येथे उपचार सुरू होते. १९३८ मध्ये त्या मरण पावल्या, तेव्हा त्यांच्या अखेरच्या दिवसांत सेवा करण्यासाठी नेहरूंना तुरुंगातून रजा मिळाली होती. त्यांना इंदिरा प्रियदर्शनी नेहरू (नंतरच्या इंदिरा गांधी) ही कन्या होती.

नेहरू विद्वान गृहस्थ होते आणि जातीवंत लेखकदेखील होते. तुरुंगवासात असताना त्यांनी 'ॲन ऑटोग्राफी' (१९३६) हे पुस्तक लिहिले. 'डिस्कव्हरी ऑफ इंडिया' (१९४६) आणि 'ग्लिम्प्सेस ऑफ वर्ल्ड हिस्ट्री' (१९३४) हे त्यांचे अन्य ग्रंथ होत. शेवटचे पुस्तक म्हणजे त्यांनी आपली कन्या इंदिरा हिला तुरुंगातून लिहिलेल्या पत्रांचा संग्रह होय. ते इतके ज्ञानवंत होते की, तुरुंगात पुस्तकांचा आधार नव्हता, तरी त्यांनी मौल्यवान असे साहित्य निर्माण केले होते.

✦ नवे पंतप्रधान

२ जून १९६४ रोजी लाल बहादूर शास्त्री हे नवे पंतप्रधान बनले. ते काहीसे कमी उंचीचे होते आणि प्रारंभी चाचरत असणारे होते. पण, नंतर तेसुद्धा कठोर निर्णय घेऊ लागले.

✦ काही महत्त्वपूर्ण घटना

संरक्षण खात्यातर्फे एक नवीन योजना आखली जात होती. उंच पर्वतावरील सीमेवर कार्यरत असलेल्या सैनिकांच्या प्रशिक्षणासाठी जास्त साधने आणि शस्त्रे जमविण्याचा त्यात समावेश होता.

१९६४ च्या ऑक्टोबरमध्ये भारत आणि सिलोन (श्रीलंका) यांच्यात मूळ भारतीयांसंबंधी एक करार झाला. त्यानुसार, ५,२५,००० भारतीयांना श्रीलंकेतून मातृभूमीत परत आणण्यात आले आणि भारतात असलेल्या ३,००,००० श्रीलंकन लोकांना त्यांच्या देशात धाडण्यात आले. या कराराला नंतर सिरीमा-शास्त्री करार असे संबोधले जाऊ लागले.

✦ उर्मिला

उर्मिला या पात्राची कितीजणांना आठवण आहे? रामायणातील लक्ष्मणाची उर्मिला ही पत्नी होती. वाल्मिकींच्या आधीच्या उपलब्ध रामायणात तिचा फारसा उल्लेख नाही. राम-सीता-लक्ष्मण जेव्हा वनवासाला निघाले, तेव्हा ती म्हणाली की, आपल्या सासू-सासऱ्यांची देखभाल करण्यासाठी ती मागे राहणार आहे. फक्त एवढाच काय तो तिचा उल्लेख होता. मात्र, नंतरच्या लेखकांनी उर्मिलेच्या पात्राचे वेगळेपण रंगवून दाखवले. त्यातील दोन लेखक १९६४ मध्ये निवर्तले.

मैथिली शरण गुप्त (३ ऑगस्ट, १८८६-१२ डिसेंबर, १९६४) हे एक नामवंत हिंदी कवी होऊन गेले. त्यांचा जन्म आज उत्तर प्रदेशात असलेल्या झांशी जिल्ह्यातील चिरगाव नावाच्या खेड्यात झाला. त्या काळी कवी मंडळींत ब्रजभाषा वापरली जाई; पण मैथिली शरण गुप्त यांनी खारीबोली या बोलीभाषेत काव्यरचना केली. त्यांनी महाकाव्ये आणि बौद्ध धर्मावर आधारित नाटके लिहिली, कविता रचल्या. साकेत ही त्यांची गाजलेली साहित्यकृती आहे आणि त्यात जरी रामाची कथा असली, तरी ती उर्मिलेवर केंद्रित आहे. 'यशोधरा' नावाच्या त्यांच्या कवितेत गौतम बुद्धांच्या पत्नीवर स्तुतीगान आहे. ब्रिटिश सत्तेच्या विरोधात राष्ट्रभक्तिपर गीतांचा 'भारत-भारती' या संग्रहात समावेश आहे. त्यांनी काही संस्कृत साहित्याचा हिंदीत अनुवाद केला आहे. १९४७ मध्ये त्यांची राज्यसभेत निवड झाली, तर १९५४ मध्ये त्यांना पद्मभूषण प्रदान करण्यात आले.

भार्गवराम विठ्ठल वरेरकर (१८८३-१९६४) यांनीसुद्धा उर्मिलेवर लिखाण केले आहे. महाराष्ट्राच्या रत्नागिरी जिल्ह्यातील चिपळूण येथे जन्मलेल्या वरेरकरांनी मराठीत नाटके, लघुकथा, कादंबरी आणि ललित-निबंध असे विपुल लिखाण केले आहे. त्यांनी इंग्रजी व बंगाली साहित्याचे मराठीत अनुवाद केले. नाट्यनिकेतन या नाट्य संस्थेसाठी त्यांनी १९५५ मध्ये 'भूमिकन्या' हे सीतेच्या जीवनावरचे नाटक लिहिले. त्यांनी उर्मिलेची कणखर भूमिका उभी केली आहे. रामाने सीतेला दुसरी शपथ घ्यायला लावली, तेव्हा ती ठामपणे सीतेच्या बाजूने उभी राहिली, असं त्या नाटकात दाखवलं आहे. त्यांनादेखील १९५९ मध्ये पद्मभूषण देण्यात आले आणि राज्यसभेवर नेमण्यात आले.

✦ भारतीदासन

भारतीदासन (२९ एप्रिल, १८९१ - २१ एप्रिल, १९६४) हे ख्यातकीर्त कवी आणि लेखक होऊन गेले. पाँडिचेरी (पुदूचेरी) येथे जन्मलेल्या भारतीदासनचे खरे नाव कनक सुब्बुराथिनम होते; पण ते कवी सुब्रमनिय भारतीचे चाहते होते आणि

त्यामुळे त्यांनी टोपणनाव घेतले. त्यांनी गीते, नाटके, कादंबऱ्या लिहिल्या तसेच महाकाव्यावर तमिळ भाषेत कविता रचल्या. संगम कवी आणि त्यांची सम्राट कोप्पेरूंचोलन यांच्याशी मैत्रीवर लिहिलेल्या 'पिचिरान्डैयर' या नाटकाबद्दल १९६९ मध्ये त्यांना मरणोत्तर साहित्य अकादमी पुरस्कार मिळाला.

✦ खेळक्रीडा

टोकिओमध्ये भरलेल्या ऑलिम्पिक स्पर्धेत भारताने बेचाळीस खेळांत भाग घेतला होता. त्यात त्रेपन्न खेळाडू होते; त्यांपैकी बावन्न पुरुष व एकमेव महिला होती. हॉकीतले सुवर्णपदक भारताने राखले, तरी दुसरी उल्लेखनीय पदकप्राप्ती झाली नव्हती. केवळ ११० मीटर अडथळ्याच्या शर्यतीत गुरबचन सिंग पाचवा आल्याने त्याला प्रशस्तीपत्रक देण्यात आले होते.

✦ गाजलेले चित्रपट

वैजयंतीमाला, राजकपूर आणि राजेंद्र कुमार यांच्या भूमिका असलेला 'संगम', मोहनकुमारने दिग्दर्शित केलेला व प्रेमाचा त्रिकोण असलेला 'आई मिलन की बेला', तसेच सत्येन बोसच्या दिग्दर्शनाखाली तयार झालेला 'दोस्ती' हा दोन तरुण मित्रांची गोष्ट सांगणारा चित्रपट; हे तीन चित्रपट यशस्वी ठरले.

सत्यजित रे यांच्या 'चारुशिला' या बंगाली चित्रपटाने नॅशनल फिल्म अवॉर्ड पटकावले.

१९६४ मधील आणखी घटना

६ फेब्रुवारी : राजकुमारी अमृतकौर (जन्म : २ फेब्रुवारी, १८८९) निवर्तल्या. त्या पक्क्या राष्ट्रवादी, समाजसुधारक, शिक्षणतज्ज्ञ होत्या. १९४७-५७च्या दरम्यान त्या केंद्रीय मंत्रिमंडळात आरोग्यमंत्री होत्या व तद्नंतर राज्यसभेच्या सदस्या होत्या.

२२ फेब्रुवारी : वेरियर एल्विन (जन्म : २९ ऑगस्ट, १९०२) यांचा मृत्यू. ते प्रख्यात मानववंशशास्त्रज्ञ होते आणि भारतातील आदिवासी लोकांच्या जीवनावरचे अधिकृत जाणकार होते. विशेषतः देशाच्या ईशान्य भागातील वनवासी लोकजीवनाचा त्यांचा अभ्यास होता.

फेब्रुवारी : भारतात तयार झालेले जुने चित्रपट तसेच चित्रपटांची कथानके, पुस्तके, फोटो आणि भारतीय चित्रपटसृष्टीशी निगडित इतर नोंदी जतन करून ठेवण्यासाठी 'नॅशनल फिल्म अर्काइव्ह ऑफ इंडिया'ची

स्थापना झाली. या संस्थेमार्फत चित्रपटासंबंधी अभ्यासक्रम राबविले जातात आणि ते संशोधनाचे केंद्रदेखील आहे.

२९ ऑगस्ट : विश्व हिंदू परिषदेची स्थापना. हिंदू समाजाला एकत्रित करणे आणि हिंदुतत्त्वाचा प्रसार करणे हे त्यांचे ध्येय आहे.

सप्टेंबर : इंडियन रिफायनरीज लिमिटेड आणि इंडियन ऑइल कंपनी लिमिटेड या दोन कंपन्या एकत्रित होऊन इंडियन ऑइल कार्पोरेशन या राष्ट्रीय तेल कंपनीची स्थापना.

७ नोव्हेंबर : भारतीय कम्युनिस्ट पार्टीचे विभाजन झाले व कम्युनिस्ट पार्टी ऑफ इंडिया (मार्क्सिस्ट) या नव्या पक्षाची निर्मिती झाली.

नोव्हेंबर : अन्नाची साठवणूक व तुटवडा यावर नियंत्रण ठेवण्यासाठी जीवनावश्यक वस्तूंच्या अध्यादेशात दुरुस्ती झाली.

१९

१९६५ : पाकिस्तानशी युद्ध

एप्रिल १९६५मध्ये पाकिस्तानने कच्छमधील काही विवादित प्रदेश व्यापला. भारताने चोख प्रत्युत्तर दिले; पण शांतीसाठी ब्रिटनने हस्तक्षेप केला आणि दोन्ही देशांनी मान झुकवली; परंतु ऑगस्ट महिन्यात पाकिस्तानने काश्मीरमध्ये मुसंडी घेत कुरघोडी करण्याचा प्रयत्न केला, तेव्हाचे पंतप्रधान लालबहादूर शास्त्री यांनी कठोर भूमिका घेऊन, १९४८ च्या युद्धबंदी सीमेवर सैन्य धाडले.[१०] ज्या टिठवाल आणि हाजी पीर सीमेवरून, पाकिस्तानी सैन्य घुसखोरी करत होते, तो भाग भारतीय सैन्याने व्यापून टाकला.

१ सप्टेंबरला पाकिस्तानने काश्मीरच्या नैर्ऋत्य भागातून रणगाडे आणि पायदळाचा हल्ला केला. भारतीय सैन्याने बचावासाठी प्रखर विरोध केला. भारतीय सैन्य हवाई दलाच्या साहाय्याने पाकिस्तानच्या लाहोर आणि सियालकोट शहरांपाशी पोहोचले. या युद्धात भारतीय सैन्याने अनेक आघाड्यांवर यश मिळवले. असल उत्तर भागात तर पाकिस्तानचे सुमारे शंभर पॅटन आणि इतर रणगाडे ताब्यात घेतले किंवा नष्ट केले. या लढाईचा एकूण युद्धावर परिणाम झाला आणि या युद्धात भारत विजयी ठरला.

संयुक्त राष्ट्रसंघटनेने दोन्ही देशांना युद्ध थांबवण्याची विनंती केली आणि २३ सप्टेंबरला युद्धबंदी जाहीर झाली. या युद्धकालीन परिस्थितीत लालबहादूर शास्त्रींनी दाखवलेला कणखरपणा भारतीयांना भावला व ते लोकांचे नायक बनले.

---

१०. ही सरहद्द १९४७-४८च्या भारत-पाकिस्तान युद्धानंतर प्रस्थापित करण्यात आली होती.

समाजवादी पक्षात घडलेला बदल ही आणखी एक महत्त्वाची घटना ठरली. प्रजा समाजवादी पक्षाने १९६२ मध्ये स्थापन झालेल्या संयुक्त समाजवादी पक्षाशी काडीमोड घेतला.

तांत्रिक शिक्षणात वाढ : १९५०-६५

- विज्ञान आणि तंत्रज्ञान क्षेत्रातील मनुष्यबळ १,८८,००० पासून ते ७,३१,५०० पर्यंत वाढले.
- अभियंता व तांत्रिक संस्थांमधील विद्यार्थ्यांची संख्या १३,००० होती, ती ७८,००० झाली.
- शेतकी विभागामध्ये शिक्षण घेणारे विद्यार्थी २६०० होते, ते १४,९०० झाले.

✦ चेम्मीन आणि ओडाक्कूझाल

१९६५ मध्ये रामू करिआत यांनी दिग्दर्शित केलेल्या 'चेम्मीन' या तमिळ चित्रपटाला राष्ट्रपती सुवर्णपदक मिळाले. हा चित्रपट ठाकझी शिवशंकर पिल्ले यांच्या त्याच शीर्षकाच्या कादंबरीवरून काढण्यात आला होता. ही कथा कोळी समाजातील आहे. चेम्बानकुंजू नावाचा एक हिंदू कोळी असतो आणि करुथम्मा ही त्याची मुलगी असते. पेरिकुट्टी नावाच्या माशांच्या व्यापाऱ्याला तो कोळी आपले मासे विकत असे. त्याची मुलगी नेमकी पेरिकुट्टीच्या प्रेमात पडते. जातीबाहेरच्या मुलासोबत लग्न केल्यास समुद्रदेवता - कडालम्माचा रोष ओढवेल म्हणून त्या मुलीची आई तिला पेरिकुट्टीला विसरून, आपल्या जातीतल्या पालानी या तरुणाशी लग्न करायची विनवणी करते. करुथम्मा निष्ठेने पालानीशी संसार करते; पण पालानीच्या गावकऱ्यांना जेव्हा भूतकाळ कळतो, तेव्हा ते त्याला वाळीत टाकतात. एके दिवशी करुथम्मा आणि पेरिकुट्टीची गाठ पडते आणि ते आपल्या जुन्या प्रितीला उजाळा देतात. समुद्रकिनाऱ्यावर एकाकी असलेला पालानी वादळात सापडून मरतो. त्याच वेळी हे दोन्ही प्रेमिकही मृतावस्थेत आढळतात.

'चेम्मीन' हा दक्षिण भारतातील राष्ट्रपती सुवर्णपदक मिळवणारा पहिला चित्रपट होय. हा चित्रपट हिंदी आणि इंग्रजीत डब करण्यात आला. त्याने शिकागो इंटरनॅशनल फिल्म फेस्टिव्हलमध्ये गुणवत्तेचे प्रमाणपत्र पटकावले. तसेच, कॅन्स फिल्म फेस्टिव्हलमध्ये सिनेमॅटोग्राफीसाठी सुवर्णपदक मिळवले होते. भारतातील उत्कृष्ट चित्रपटांत त्याची गणना होते आणि या चित्रपटामुळे ती कादंबरी भलतीच लोकप्रिय झाली. या चित्रपटाला सलील चौधरींचे संगीत होते व गीते वायलर

रामवर्मांची होती. के. जे. येशूदास, पी. लिला आणि मन्ना डे हे गायक होते.

दुसरे मल्याळम साहित्यिक जी. शंकरा कुरूप (३ जून, १९०१-२ फेब्रुवारी, १९७८) यांना त्यांचा काव्यसंग्रह 'ओडाक्कूझाल'साठी (पावा, १९५०) पहिला ज्ञानपीठ पुरस्कार लाभला. कुरूप हे एक प्रतिभावान कवी होते. केरळमधील कलाडीजवळ नायथोडे येथे ते जन्मले होते. वयाच्या अवघ्या नवव्या वर्षी त्यांनी कविता लिहायला सुरुवात केली होती. एक शिक्षक म्हणून त्यांनी आपल्या कारकिर्दीला प्रारंभ केला. ते शाळेत मल्याळम् शिकवीत असत. पुढे ते लेक्चरर आणि प्रोफेसर झाले. त्यानंतर आकाशवाणीवर निर्माते बनले. ज्ञानपीठ पुरस्कार मिळण्याआधी त्यांना केरळ साहित्य अकादमी पुरस्कार (१९६१) आणि साहित्य अकादमी पुरस्काराने (१९६३) सन्मानित करण्यात आले होते. १९६५ नंतर त्यांच्यावर पारितोषिक नि पुरस्कारांची उधळण झाली. १९६८ मध्ये त्यांना राज्यसभेवर धाडण्यात आले. १९६७ चा सोविएट लॅन्ड नेहरू पुरस्कार आणि १९६८चा पद्मभूषण पुरस्कारही त्यांना मिळाले.

त्यांच्या कवितेत गूढता आणि सामाजिक आशय असे. त्यांच्या बऱ्याच कविता प्रतिकात्मक असत. 'पेरूम्थाचन' (तज्ज्ञ सुतार) ही त्यांची कविता एक हृदय हेलावणारी शोकांतिका आहे. एका ज्येष्ठ सुताराचा मुलगा त्याच्या बापापेक्षाही जास्त प्रतिभावान असतो. एकदा काम करत असताना, त्या बापाच्या हातून छिन्नी निसटते आणि त्याच्या मुलाचा मृत्यू होतो. तो सुतार सतत विचार करायचा की, तो अपघात होता का? त्याला ते दुष्कृत्य करायचं होतं का? पुत्रवियोगाने तो शोकसागरात बुडतो आणि त्याचे सारे म्हातारपण त्याला तडफडत ठेवते.

ज्ञानपीठ पुरस्कारानंतर, कुरूप यांनी मल्याळम् साहित्यिकांसाठी स्वतःचा ओडाक्कूझाल हा पुरस्कार सुरू केला.

ज्ञानपीठ पुरस्कार

भारतीय घटनेच्या आठव्या परिशिष्टामध्ये नमूद केल्यानुसार, ज्ञानपीठ पुरस्कार हा भारतीय भाषेत उत्कृष्ट आणि क्रियाशील साहित्य निर्माण करणाऱ्या नागरिकाला प्रदान केला जातो. दिवंगत रामा जैन यांनी या पुरस्काराची प्रतिष्ठापना केली. हा एक मोठ्या मानाचा पुरस्कार मानला जातो.

✦ जलतरंग

हे एक संगीतवाद्य आहे. त्यामध्ये विविध पातळीपर्यंत भरलेले कप असतात

आणि एक काठी असते. त्या काठीने त्या कपांवर मारले असता विशिष्ट नादमय सूर निघतो. हे कप धातू किंवा चिनी मातीचे असतात. पूर्वी हे वाद्य खूप लोकप्रिय होते आणि अजूनही काही मंडळी त्याचा वापर करतात. कर्नाटक संगीतामध्ये जलतरंग आणणाऱ्या सीता दोरायस्वामी (२७ जानेवारी, १९२६ - १४ मार्च, २०१३) यांनी हा संगीतप्रकार जतन करण्यास मोठा हातभार लावला. त्यासाठी, त्यांना २००१ च्या कलैमामानी पुरस्काराने सन्मानित करण्यात आले. हा संगीतप्रकार त्यांनी वयाच्या ४१व्या वर्षी सुरू केला होता. शिवाय त्यांनी कर्नाटक संगीताचा तजुर्मा लिहिण्यासाठी हातभार लावला होता. या संगीत प्रकाराशी निगडित शशिकला दाणी, अनयाम्पट्टी एस. गणेशन, नेमाणी सोमयाजुलू आणि मिलिंद तुळणकर हे काही वादक होत. जॉर्ज हॅरिसन यांनी आपल्या १९८२ च्या 'गोन ट्रोपो' या अल्बममध्ये जलतरंगाचा वापर केला होता.

✦ महर्षी महेश योगी

महर्षी महेश योगी (१२ जानेवारी, १९१८ - ५ फेब्रुवारी, २००८) यांनी १९५५ मध्ये अलौकिक चिंतनाची प्रणाली सुरू केली. ही मनन पद्धती जगभरात लोकप्रिय ठरली आणि १९६५ पासून काही शैक्षणिक संस्थांमध्ये समाविष्ट झाली. या चिंतनपद्धतीत प्रशिक्षित शिक्षक आधुनिक तंत्राने प्रशिक्षणार्थींना खोलवर विचारमग्न करतात आणि त्याद्वारे त्यांना विविध सिद्धी प्राप्त होतात. बीटलसारखे नामवंत सेलिब्रिटी या योगाभ्यासात सहभागी होतात. योगी महर्षींच्या निर्वाणानंतरदेखील ही अलौकिक प्रणाली अवलंबली जात आहे. महर्षी योगींनी जगभरात अनेक शाळा, महाविद्यालये, विश्वविद्यालये आणि धर्मदाय संस्था स्थापन केल्या.

१९६५ मधील आणखी घटना

जानेवारी : फूड कॉर्पोरेशन ऑफ इंडियाची स्थापना.

६ फेब्रुवारी : स्वातंत्र्योत्तर काळात, तीन वेळा पंजाबचे मुख्यमंत्रिपद भूषविलेल्या प्रतापसिंग कैरोन (जन्म : १९०१) यांची गोळी घालून हत्या. ते भारतीय काँग्रेसचे सभासद होते आणि त्यांनी स्वातंत्र्यलढ्यात भाग घेतला होता.

सप्टेंबर : चौथ्या पंचवार्षिक योजनेचा (१९६६-७१) मसुदा तयार; त्यात शेतीव्यवसायावर भर.

१ डिसेंबर : शांततेच्या काळात, भारतीय सरहद्दीचे रक्षण करण्यासाठी बॉर्डर सिक्युरिटी फोर्स (BSF) या निमलष्करी दलाची स्थापना.

जवाहरलाल नेहरू हे जागतिक शांती आणि सामंजस्यासाठी जीवनभर झटले. त्यांच्या स्मृतिप्रीत्यर्थ केंद्र सरकारने जवाहरलाल नेहरू आंतरराष्ट्रीय सामंजस्य पुरस्कार जाहीर केला. या पुरस्काराचे पहिले मानकरी ब्रह्मदेशाचे मुत्सद्दी व संयुक्त राष्ट्रसंघाचे सरचिटणीस यु थान्ट ठरले.

भारतभर दुग्धव्यवसायामध्ये सहकार वाढीस लागावा म्हणून सरकारने आणंद दूध सहकारी सोसायटीच्या धर्तीवर नॅशनल डेअरी डेव्हलपमेंट बोर्डाची स्थापना केली.

४ ग्रेनेडिअर रेजिमेंटचे अब्दुल हमीद आणि ७ पूना हॉर्स रेजिमेंटचे अर्देशीर बर्झोर्जी तारापोर यांना मरणोत्तर परमवीरचक्र देण्यात आले.

२०

१९६६ : इंदिरा गांधींचा उदय

पाकिस्तानसोबतच्या युद्धाची समाप्ती झाली खरी; पण शांतता करारावर सह्या झाल्या नव्हत्या. रशियाचे पंतप्रधान ॲलेक्सी कोसिजीन यांनी पाकिस्तानचे अध्यक्ष अयुबखान आणि भारताचे पंतप्रधान लालबहादूर शास्त्री यांना सोविएट युनियनमधील ताश्कंद (आता, उझबेकिस्तानमध्ये) येथे आमंत्रित केले. ३ ते १० जानेवारी या काळात शांतता करारावर बोलणी झाली आणि खान व शास्त्री यांनी ५ ऑगस्ट १९६५ रोजी ठरवलेल्या सीमांपर्यंत माघार घेण्याचे कबूल केले. दोघांनीही आपापसांत राजनैतिक नाते ठेवण्याचे आणि परस्परांच्या अंतर्गत कारभारात ढवळाढवळ न करण्याचे मान्य केले.

लालबहादूर शास्त्री

त्यामुळे भारतीय सैन्याला टिठवाल आणि हाजी पीरमधून माघार घ्यावी लागली. शास्त्रीजींच्या मते ही काळाची गरज होती, कारण चीन पाकिस्तानला पाठिंबा देऊन परिस्थिती चिघळवू शकत होता. ताश्कंद करारावर १० जानेवारीला सह्या झाल्या. शास्त्री शिणले होते, तरीही शांत नि स्वास्थ्यपूर्ण होते; परंतु भारतातून या करारावर कडवट प्रतिक्रिया उमटल्या; त्यामुळे ते अस्वस्थ झाले. ११ जानेवारीला

पहाटे १ वाजून २० मिनिटांनी, त्यांनी जवळच्या खोलीत झोपलेल्या डॉक्टरांना आणि अधिकाऱ्यांना बोलावणे धाडले. ते सारे मदतीला धावून आले, तेव्हा शास्त्रीजी जोरजोराने खोकत होते आणि त्यांना खूप वेदना होत होत्या. १ वाजून ३२ मिनिटांनी, त्यांना हृदयविकाराचा झटका आला आणि ते गतप्राण झाले.

भारताला आणि ताश्कंदला याचा जबरदस्त धक्का बसला आणि सारे शोकाकुल झाले. त्याच दिवशी त्यांचा मृतदेह भारतात आणला गेला. ते केवळ १९ महिने देशाच्या पंतप्रधानपदी होते. त्यांच्या मृत्युविषयी शंका उपस्थित झाल्या; पण डॉक्टरांनी त्यांचा मृत्यू नैसर्गिक असल्याचे खात्रीपूर्वक जाहीर केले. त्या शांतता करारामुळे, भारताला पाकिस्तानने कब्जा केलेला २००० चौ.किमी.चा प्रदेश ताब्यात घेता आला.

✦ नवे पंतप्रधान

शास्त्रीजींच्या देहावसानानंतर, नव्या पंतप्रधानांचा शोध सुरू झाला. काँग्रेसकडे दोन पर्याय होते : जवाहरलाल नेहरूंची कन्या, इंदिरा गांधी आणि पक्षातले ज्येष्ठ नेते मोरारजी देसाई. मग निवडणूक झाली आणि इंदिराजींनी बाजी मारली. २४ जानेवारी १९६६ रोजी त्या पंतप्रधान बनल्या.

✦ इतर मुख्य घटना

१ नोव्हेंबर, १९६६ या दिवशी पंजाबचे विभाजन होऊन हरयाना व पंजाब अशी दोन राज्ये तयार झाली. दोन्ही राज्यांची राजधानी चंडिगढ राहिली आणि त्याला केंद्रशासित प्रदेश घोषित करण्यात आले.

शास्त्रीजींच्या नेतृत्वाखाली चौथ्या पंचवार्षिक योजनेचा अखेरचा मसुदा तयार झाला होता; पण युद्धामुळे त्यात काही बदल करावे लागले; त्यामुळे एका पंचवार्षिक योजनेऐवजी १९६६ ते ६९ या वर्षांसाठी तीन वार्षिक योजना तयार केल्या गेल्या.

महाराष्ट्रात बाळासाहेब ठाकरे यांच्या नेतृत्वाखाली शिवसेना या राजकीय पक्षाची स्थापना झाली. आजही महाराष्ट्रात हिंदुत्व आणि मराठी संस्कृतीचे जतन करत शिवसेना कार्यरत आहे.

✦ रिझर्व्ह बँकेचे रखवालदार : यक्ष आणि यक्षिणी

सार्वजनिक इमारतींना भारतीय कलाकारांच्या कलाकुसरीने सुशोभित करण्याची मूळ कल्पना पंडित जवाहरलाल नेहरू यांची होती. त्यानुसार नवी दिल्लीतील

रिझर्व्ह बँकेच्या इमारतीचा चेहरामोहरा दोन शिल्पांनी सजविण्याचे ठरले. 'उद्योगक्षेत्राद्वारे विकास' आणि 'शेतीतून विकास' या अर्थाची दोन शिल्पे इमारतीच्या दोन बाजूला ठरविण्यात आली. यक्ष आणि यक्षिणीच्या मूर्तीतून ही बोधवाक्ये अचूक व्यक्त होतील, असे ठरविण्यात आले.

रामकिंकर बैज यांच्याशी कंत्राट करून हा प्रकल्प त्यांच्यावर सोपविण्यात आला; पण त्यांनी तो पूर्ण करण्यास दहा वर्षे घेतली. १९६६-६७ पर्यंत शिल्पे तयार झाली नव्हती. त्या प्रतिकृती प्राचीन काळातील पर्खाम आणि बिसनगर येथील शिल्पांवर आधारित होत्या. या मूर्ती तयार झाल्या, तेव्हा देशातले वातावरण बदलले होते. कलेची जाण नसलेले राजकीय नेते बिथरले आणि रिझर्व्ह बँकेसमोर 'नागडी स्त्री कशाला?' असा सवाल करू लागले. सरतेशेवटी, त्यांना पटवून देण्यात आले की, यक्ष हा धनाचा देव - कुबेराचे प्रतिनिधित्व करतो, तर यक्षिणी ही शेतीची देवता - वनदेवता आहे. ती भलीमोठी शिल्पे अजूनही त्या बँकेसमोर उभी आहेत.

रामकिंकर बैज

रामकिंकरना १९७० मध्ये पद्मभूषण पुरस्कार लाभला. ते सुप्रसिद्ध चित्रकार आणि शिल्पकार होते. त्यांनी नंदलाल बोस यांच्यासोबत शांतिनिकेतनमध्ये शिक्षण घेतले आणि विश्वभारती विश्वविद्यालयात ते शिल्पकलेचे प्राध्यापक बनले. त्यांनी शिल्पकलेची आणि चित्रकलेची अनेक प्रदर्शने भरवली होती. त्यांच्या कलाकृतींत रवींद्रनाथ टागोरांच्या पितळेच्या पुतळ्याचा समावेश आहे आणि तो हंगेरीतील बालटोनफुर्ड येथे स्मारक म्हणून उभारला आहे. याच ठिकाणी टागोरांनी आपल्या हृदयविकारावर उपचार घेतले होते. त्यांची बुद्धाची मूर्ती आणि सन्थाल कुटुंबाची प्रतिकृती शांतिनिकेतनमध्ये जपून ठेवण्यात आली आहे. संन्थाल कुटुंबीयांचा साधेपणा आणि कष्ट उपसण्याची वृत्ती किंकर यांनी जवळून पाहिली आहे आणि ती मंडळी त्यांच्या अनेक चित्रकृतींतून आणि शिल्पकलेतून उठून दिसतात.

रामकिंकराच्या कलाकृती 'ललित कला अकादमी'मध्ये तसेच 'नॅशनल गॅलरी ऑफ मॉडर्न आर्ट' (आधुनिक चित्रकलेचे राष्ट्रीय कलादालन) येथे प्रदर्शित झाल्या आहेत.

✦ नंदलाल बोस

या वर्षी रामकिंकरांचे गुरू असलेले नंदलाल बोस यांचे निधन झाले. बंगाल कला विद्यालयाशी निगडित असलेले नंदलाल अबनिंद्रनाथ टागोरांचे शिष्य होते. त्यांनी विविध शैलीत चित्रे काढली. त्यात दांडी यात्रेच्या वेळी कॅन्व्हासवर चितारलेले महात्मा गांधींचे चित्र खूप लोकप्रिय ठरले. त्यांना १९५४ मध्ये पद्मविभूषण देण्यात आले आणि १९५६ मध्ये त्यांना ललित कला अकादमीची शिष्यवृत्ती लाभली. या दोन सन्मानांव्यतिरिक्त त्यांना अनेक पारितोषिके मिळाली. त्यांची चित्रे आधुनिक चित्रांच्या राष्ट्रीय कलादालनात पाहावयास मिळतात आणि त्यांची जगभर प्रदर्शने भरली आहेत.

✦ साधू वासवानी मिशन आणि मिरा चळवळ

साधू टी.एल. वासवानी (२५ नोव्हेंबर, १८७९ - १६ जानेवारी, १९६६) हे नामवंत शिक्षणतज्ज्ञ आणि मोठे समाजसुधारक होते. ते सिंधमधील (आताचे सिंध) हैदराबाद येथे जन्मले होते. त्यांनी शंभरावर पुस्तके लिहिली. सर्व धर्मांच्या वाटा एकाच सत्याकडे जातात, ही त्यांची तत्त्वप्रणाली होती. १९३३ मध्ये त्यांनी शिक्षण क्षेत्रात सुरू केलेली सिंध येथील 'मिरा चळवळ' पुढे फाळणीनंतर पुण्याला हलवली. आज या चळवळीद्वारे एकट्या पुण्यात सहा शैक्षणिक संस्था, दुसऱ्या काही शहरांतदेखील शिक्षण संस्था, इस्पितळे, दवाखाने उभे आहेत. गरजूंना मोफत शिक्षण व अन्नवाटप केले जाते. खेड्यांची उन्नती व्हावी यासाठी त्यांचे मिशनकार्य सुरू आहे. अध्यात्माची जोड देऊन, अन्यायाप्रती कणव, दया नि सहानुभूती दाखविण्याचे महान कार्य ही चळवळ करत असते. पशु-पक्ष्यांवर प्रेम करण्याचे आवाहन या चळवळीद्वारे केले जाते. 'मी जर पशु-पक्ष्यांवर प्रेम करत नसेन तर मी परमेश्वरावरदेखील प्रेम करत नसतो,' असे वासवानी म्हणत.[११] त्यांच्या मृत्युनंतर त्यांच्या शिष्यांनी पशु-पक्ष्यांना अन्न देण्याची परंपरा सुरू ठेवली. भारतात, त्यांचा वाढदिवस 'मांसमुक्ती दिन आणि प्राणीहक्क दिन' म्हणून साजरा केला जातो.

त्यांच्या देहान्तानंतर शांतीदूत असलेले त्यांचे पुतणे, दादा जे.पी.वासवानी (जन्म : १९१८) यांनी त्यांचे मिशन कार्य सुरू ठेवले.

---

11. 'Jiv Daya,' Activities of Sadhu Vasvani Mission, accessed 11 June 2017, http://www.sadhuvaswani.org/svm/svmact.html.

✦ रिटा फारियाची प्रेमकहाणी

रिटा फारिया (जन्म : १९४३) ही भारतीय युवती १९६६ साली 'मिस वर्ल्ड' हा किताब जिंकणारी पहिली एशियन तरुणी ठरली.

ती मूळची गोव्याची आणि मुंबईतील वैद्यकीय कॉलेजात शिकत असताना तिने 'मिस इंडिया' स्पर्धेत भाग घेतला होता आणि अनेक फेऱ्यांनंतर मिस इंडियाचा मुकुट तिने पटकावला होता. मिस वर्ल्ड स्पर्धेची अखेरची फेरी १७ नोव्हेंबर, १९६६ या दिवशी लंडनला होती आणि तिने ती जिंकली व साऱ्यांना चकित करून टाकले. वर्ल्ड काँटेस्टमध्ये भाग घेणारी ती केवळ दुसरीच भारतीय युवती होती. या स्पर्धेत भारतीय तरुणींचा फारसा प्रभाव पडत नव्हता. तिचा पासपोर्ट (पारपत्र) आणि व्हिसा अगदी अखेरच्या मिनिटाला तिच्या हाती पडला होता आणि भारत सरकारच्या नियमानुसार, तिला केवळ तीन पौंड परदेशी चलन देण्यात आले होते.

आपण कमावलेल्या पैशाचा सदुपयोग करून रिटाने लंडनच्या किंग्ज कॉलेज हॉस्पिटलात वैद्यकीय पदवी मिळवली. त्या विजयातून तिची प्रेमकहाणी सुरू झाली. त्या हॉस्पिटलमधील एक कनिष्ठ डॉक्टर डेव्हिड पॉवेलने तिला टी.व्ही.वर बघितले आणि तो तिच्या प्रेमात पडला. १९७१ मध्ये दोघांचं लग्न झालं आणि पंचेचाळीस वर्षांपेक्षा जास्त काळ दोघांचे सहजीवन सुरळीत सुरू आहे.

गंमत म्हणजे आणखी एक वैद्यकीय विद्यार्थिनी यास्मिन दाजी (जन्म : १९४७) ही दिल्लीतील लेडी हार्डिंग्ज कॉलेजात शिकत होती आणि तिने भारतातील १९६६ ची 'मिस फेमिना' ही स्पर्धा जिंकली होती. आणि त्याच वर्षी ती 'मिस युनिव्हर्स' स्पर्धेत उतरली होती. ती स्पर्धा जिंकू शकली नव्हती; पण तिसऱ्या क्रमांकापर्यंत तिने बाजी मारली होती. पुढे तिने मॉडेलची कारकीर्द स्वीकारून, आपले वैद्यकीय शिक्षण पूर्ण केले. आता ती अमेरिकेत आपल्या जन्मस्थळी वास्तव्याला आहे.

१९६६ मधील आणखी घटना

२४ जानेवारी : डॉ. होमी भाभा (जन्म : ३० ऑक्टोबर, १९०९) यांचा विमानप्रवासात मृत्यू. ते भाभा ॲटोमिक रिसर्च सेंटरचे संस्थापक होते. ते भारतीय अणुशक्तीचे जनक म्हणून ओळखले जात होते.

बँकॉकमधील एशियन खेळस्पर्धेत भारताने सात सुवर्णपदके, तीन रौप्यपदके आणि अकरा कांस्यपदके मिळवली.

अखिल भारतीय पातळीवर, भारतातील जंगलांचे व्यवस्थापन आणि

रक्षण करण्यासाठी 'इंडियन फॉरेस्ट सर्व्हिस' संघटनेची स्थापना. ही संघटना पर्यावरण, जंगले आणि बदलते वातावरण या खात्यांअंतर्गत कार्यरत झाली.
लालबहादूर शास्त्रींना मरणोत्तर 'भारतरत्न' हा किताब दिला गेला.
'गणदेवता' या बंगाली कादंबरीसाठी ताराशंकर बंडोपाध्याय यांना 'ज्ञानपीठ' पुरस्कार लाभला.

२१

१९६७ : चौथी सार्वत्रिक निवडणूक

चौथी सार्वत्रिक निवडणूक तसेच मोठ्या प्रमाणातील राज्याच्या निवडणुका फेब्रुवारी १९६७ मध्ये आयोजित केल्या होत्या. या निवडणुकीत काँग्रेसला मताधिक्य मिळाले तरी तो पक्ष २८३ जागा जिंकू शकला होता व त्या आधीच्या निवडणुकीतील जागांपेक्षा तुलनात्मकदृष्ट्या कमी होत्या. काही राज्यांतदेखील ते अपयशी ठरले होते. बिहार, पंजाब, राजस्थान, ओरिसा, उत्तर प्रदेश, पश्चिम बंगाल, केरळ आणि मद्रास या राज्यांत काँग्रेसला बहुमत मिळाले नाही.

मद्रासमध्ये द्रविड मुन्नेत्र कझागम (DMK) पक्षाने सरकार स्थापन केले आणि इतर राज्यांत युतीची सरकारे सत्तेवर आली.

आर्थिक विकास आणि असमानता कमी करण्याचे गाजर दाखवून काँग्रेस पक्षाने इतर पक्षांचा जास्तीतजास्त पाठिंबा मिळवण्याचे प्रयत्न केले. बँकिंग क्षेत्रावर नियंत्रण, विमा कंपनीचे राष्ट्रीयीकरण, अन्नधान्याचे सार्वजनिक वाटप करण्याची पद्धती आणि आधीच्या शासनकर्त्यांनी लादलेले जाचक नियम रद्द करणे ही त्यांची आश्वासने होती.

नियोजन आयोगावर आयुक्तांची नेमणूक आणि झाकीर हुसेन यांची राष्ट्रपतिपदी निवड या वर्षीच्या महत्त्वाच्या घटना होत.

✦ माओवादी आणि नक्षलवादी

आज छत्तीसगढसारख्या निरनिराळ्या राज्यांत माओवादी आढळतात. त्यांना शासनाला हटवायचं असतं. त्यांना समानतेवर आधारित एक वेगळा समाज हवा असतो. त्यासाठी ते हिंसक मार्गाचा अवलंब करतात. ही चळवळ भारतात केव्हा रुजली?

स्वातंत्र्यपूर्व काळात भारताने शेतकऱ्यांच्या चळवळीचा अनुभव घेतला होता; परंतु १९६७ मध्ये या चळवळींना वेगळे वळण लागले. भारतीय कम्युनिस्ट पक्षाने (मार्क्सिस्ट) सार्वत्रिक निवडणुकांत भाग घेतला. सर्वसामान्य माणसांसाठी कायदेशीर व शांततेने कार्य करण्याच्या हेतूने त्यातील काही सदस्यांनी वेगळा गट तयार केला. त्याला भारतीय कम्युनिस्ट पक्ष (मार्क्सिस्ट - लेनिनिस्ट) असं नाव पडलं आणि चारु मुझुमदार त्यांचे नेते बनले. त्यांनी ३ मार्च १९६७ रोजी पश्चिम बंगालमधील दार्जिलिंग जिल्ह्यातील नक्षलबारी या विभागातून शेतकरी चळवळीला सुरुवात केली. यावरूनच त्यांना नक्षलवादी हे नाव पडले. त्यांना समाजातील वर्गसंस्थेचा नायनाट करायचा होता. विशेषतः जमीनदार मंडळी आणि सरकारी अधिकाऱ्यांवर त्यांचा राग होता.

ही शस्त्रधारी चळवळ हळूहळू इतर राज्यांमध्ये पसरली. कित्येक विद्यार्थी आणि बुद्धिवंत या चळवळीत सामील झाले. त्यातले बरेच पुन्हा समाजाच्या मुख्य प्रवाहात सामील झाले. पोलिसांनी नक्षलवाद्यांना दडपण्याचे खूप प्रयत्न केले, तरी आजही वेगवेगळ्या नावांखाली ही हिंसक चळवळवाली मंडळी विविध राज्यांत अस्तित्वात आहेत.

✦ मीर ओस्मान अली खान : अखेरचे निजाम

मीर ओस्मान अली खान (६ एप्रिल, १८८६ - २४ फेब्रुवारी, १९६७) हे १९११ ते १९४८ पर्यंत हैदराबाद राज्याचे निजाम अर्थात सत्ताधीश होते. भारत सरकारने १९४८ मध्ये या राज्याचा ताबा घेतला, तेव्हा ते १९५६ पर्यंत राज्यप्रमुख होते; परंतु नंतरच्या काळात ते फारसे काही करू शकले नाहीत, कारण राज्यात लष्करी शासन कार्यरत होते अणि सत्ता लष्कराच्या हाती होती. १९५० नंतर निवडून आलेले सरकार शासनकर्ते बनले. १९५६ मध्ये आंध्र प्रदेश राज्य उदयास आले आणि निजामाची त्या राज्यातील भूमिकाही संपुष्टात आली.

मीर ओस्मान अली खान

हैदराबादमधील किंग कोठी या प्रासादात त्यांचे वास्तव्य होते आणि दरवर्षी त्यांना काही ठरावीक रक्कम मानधन म्हणून मिळत असे. त्यातून ते आपले कुटुंबीय व त्यांच्यावर अवलंबून असणाऱ्यांचा उदरनिर्वाह चालवीत

असत. त्यांच्या मृत्युनंतर शहरातून एक भव्य अंत्ययात्रा काढण्यात आली होती. स्वतंत्र भारतामध्ये एवढी मोठी शोकयात्रा प्रथमच दिसून आली होती. ते जगातल्या धनाढ्य श्रीमंतांपैकी एक होते. सत्तापालट होऊन अनेक वर्षे लोटली तरी ते जनतेच्या स्मरणात होते, कारण त्यांनी ओस्मानिया विश्वविद्यालय, हैदराबाद स्टेट बँक (आताची स्टेट बँक ऑफ हैदराबाद), एक वाचनालय, ओस्मानिया जनरल इस्पितळ अशा कित्येक संस्थांची उभारणी केली होती.

✦ उमाशंकर जोशी व कुवेम्पू : ज्ञानपीठ विजेते

गुजराती साहित्यात जे लेखक होऊन गेले, त्यात उमाशंकर जोशी (१९११-८८) हे उजवे ठरतात. त्यांनी लघुकथा, कविता, निबंध, नाटके आणि एक कादंबरी लिहिली. त्यांनी स्वतः अनुवादित केलेल्या त्यांच्या 'छिन्नभिन्न चूम' (विखुरलेले) या कवितेच्या ओळी अशा आहेत :[१२]

मी विखुरलो आहे, छोटे तुकडे होऊन, वेगळा होत
जसा ताल धडपडतोय, कवितेत घुसण्यासाठी
जशी एखादी नक्षी उमटू पाहतेय, मानवी जीवनाच्या कॅन्व्हासवर
जसे अन्नाचे तुकडे घरोघरी, भिकाऱ्याच्या वाडग्याच्या प्रतीक्षेत

'निश्चित' या साहित्यकृतीसाठी त्यांना १९६७ चा ज्ञानपीठ पुरस्कार मिळाला. तसेच साहित्य अकादमी पुरस्कार (१९७३) आणि सोव्हिएट लॅन्ड पुरस्कार (१९७९) देखील त्यांना लाभले. याशिवाय, १९७०-७६ या काळात ते राज्यसभेचे सदस्य होते आणि गुजरात विश्वविद्यालयाचे कुलगुरू, विश्वभारती विश्वविद्यालयाचे कुलपती, साहित्य अकादमीचे अध्यक्ष ही पदे त्यांनी भूषविली.

कुवेम्पू हे टोपणनाव असलेले कुप्पाली वेकंटप्पा पुटाप्पा (२९ डिसेंबर, १९०४ - ११ नोव्हेंबर, १९९४) हे कन्नड साहित्यातील लेखक होते. त्यांनादेखील त्याच वर्षी, त्यांच्या 'श्रीरामायण दर्शनम्' या रामायणाच्या नव्या आवृत्तीबद्दल ज्ञानपीठ पुरस्कार देण्यात आला. कुवेम्पू हे जातीव्यवस्थेच्या विरुद्ध होते. त्यांना अनावश्यक विधी रुचत नसत. ते स्त्रीसमानतेला महत्त्व देत; त्यामुळे त्यांच्या रामायणात रामालादेखील सीतेसोबत अग्निपरीक्षा द्यावी लागते. कुवेम्पूंना पद्मविभूषण (१९८८) व इतर मानसन्मान मिळाले.

12. Quoted in Modern Indian Literature : An Anthology; Surveys and Poems, ed. K.M. George, (Delhi : Sahitya Akademi, 1992)

✦ ॲन्जेलो डि फोन्सेका : गोव्याचे चित्रकार

ॲन्जेलो डि फोन्सेका (१९०२-६७) हे गोव्याचे चित्रकार होते आणि त्यांनी रवींद्रनाथ टागोर आणि नंदलाल बोस यांच्याकडे शिक्षण घेतले. त्यांनी ख्रिस्ती संकल्पना भारतीय शैलीत पेश केल्या. मॅडोना (मरिया मातेला) साडी नेसलेल्या गोवेकरी स्त्रीच्या रूपात साकारल्यामुळे, त्यांची गोव्यातून हकालपट्टी झाली. ते पुण्यात येऊन स्थायिक झाले आणि तिथे त्यांनी आपले रंगकार्य सुरू ठेवले. ते रंगीत काचा, लाकूड, वॉटर कलर्स, तैलचित्रे आणि पेन्सिल अशा विविध माध्यमांतून चित्रकला पेश करत. त्यांनी भित्तीचित्रेसुद्धा रंगवली होती.

✦ बादल सरकार आणि बंगाली रंगभूमी

बादल सरकार (१५ जुलै, १९२५ - १३ मे, २०११) या बंगाली नाटककाराने अनेक नाटके लिहिली. त्यात १९६०च्या दरम्यान लिहिलेली 'इबोंग इंद्रजित', 'बाकी इतिहास' आणि 'पगला घोडा' ही नाटके खूप गाजली. इबोंग इंद्रजित (अन् इंद्रजित, १९६३) मध्ये एकटा जीव सदाशिव असलेला इंद्रजित आणि अमल, विमल आणि कमल यांची गोष्ट आहे. शंभू मित्राने १९४८ मध्ये कलकत्त्यात 'बहुरूपी थिएटर ग्रूप' स्थापन केला होता आणि त्यांनी बादल सरकारची ही नाटके आणि त्या काळची काही नाटके सादर केली होती. १९७० च्या काळामध्ये बादल सरकारना नक्षलवादी चळवळीबद्दल सहानुभूती वाटल्याने त्यांनी प्रस्थापितांविरुद्ध काही नाटके सादर केली. १९६७ मध्ये, त्यांनी शताब्दी थिएटर उभे केले अन् स्वतःची नाटके सुरू केली. या प्रायोगिक रंगभूमीने व्यावसायिक रंगभूमीला विरोध करण्यास सुरुवात केली. या तृतीय रंगभूमीची नाटके उघड्या जागेत होत आणि त्यात प्रेक्षकदेखील सहभागी होत असत. सरकारना बरेच पुरस्कार मिळाले. ते १९९७ मध्ये संगीत नाटक अकादमीचे रत्न सदस्य बनले. २०१० मध्ये त्यांना देण्यात आलेला पद्मभूषण किताब त्यांनी नाकारला होता; पण त्याआधी १९७२ मध्ये दिलेला पद्मश्री पुरस्कार त्यांनी स्वीकारला होता. त्यांचा पंचाऐंशिवा वाढदिवस साजरा करण्यासाठी २००९ मध्ये जोमात 'बादल उत्सव' साजरा करण्यात आला होता.

बहुरूपी थिएटर ग्रूप

एक नाटककार, कलावंत आणि दिग्दर्शक म्हणून गाजलेले शंभू मित्रा (२२ ऑगस्ट, १९१५ - १९ मे, १९९७) यांना १९६६ ची संगीत नाटक अकादमीची शिष्यवृत्ती, १९७० सालचे पद्मभूषण तसेच १९७६ चा रॅमन मॅगसेसे पुरस्कार मिळाला होता. बादल सरकारांच्या नाटकांव्यतिरिक्त त्यांच्या बहुरूपी थिएटरने कित्येक प्रायोगिक नाटके सादर केली. हेन्रिक इब्सेनच्या 'अ डॉल्स-हाउस'वर आधारित 'पुतूल खेला' आणि सोफोकल्सच्या 'ऑडिपस रेक्स'वर बेतलेले 'राजा ऑडिपस' ही त्यांची गाजलेली नाटके होत.

अजितेश बंडोपाध्याय (१९३३-८३) यांनीदेखील कित्येक नाटके या रंगभूमीवर सादर केली आणि त्यातील बहुतेक आधारित होती.

१९६७ मधील आणखी घटना

१२ ऑक्टोबर : समाजवादी पक्षाचे संस्थापक राम मनोहर लोहिया (जन्म : १९१०) यांचे देहावसान.

नवी दिल्लीतील पालम हवाई अड्ड्यावर भारतीय हवाई दलाच्या वस्तूसंग्रहालयाची स्थापना.

२२

१९६८ : हरितक्रांतीची सुरुवात

१९६७-६८ मध्ये भारताच्या शेती उत्पादनात वाढ झाली आणि हीच हरितक्रांतीची सुरुवात होती. हरितक्रांतीचा प्रारंभ मेक्सिकोमध्ये झाला होता. नॉर्मन बोर्लोग (१९१४-२००९) या अमेरिकन तज्ज्ञाने तिथे छोट्या चणीच्या व रोगप्रतिबंधक गव्हाचा वाण वापरून मोठे उत्पादन घेतले. त्या वेळी भारतातले धान्य उत्पादन अल्प प्रमाणात होते. एम. एस. स्वामीनाथन (जन्म : ७ ऑगस्ट, १९२५) हे त्या वेळी भारतीय शेती संशोधन संस्थेत कार्यरत होते आणि त्यांनी हा गव्हाचा वाण देशात आणला.

स्वामीनाथन यांनी १९४९ मध्ये बटाटा, गहू, भात व तागाच्या बिया यांवर संशोधन केले आणि १९६३ मध्ये, त्यांनी बार्लोग यांना भारतात आमंत्रित केले. प्राथमिक चाचण्यांनंतर बोर्लोग यांनी (१९६५ हा भारत-पाकिस्तान युद्धाचा काळ होता; तरीही) भारत व पाकिस्तानला टनभर गव्हाचे बी पुरविले. खते आणि मोठ्या प्रमाणात पाणीपुरवठा यामुळे गव्हाचे अमाप पीक आले. याशिवाय जमिनीच्या कसात सुधारणा झाली; त्यामुळे शेतकऱ्यांना खूप उपयोग झाला.

या हरितक्रांतीमुळे, १९७४ मध्ये भारत अन्नधान्याच्या क्षेत्रात

हरित क्रांतीत ट्रॅक्टरच्या संख्येत वाढ

स्वावलंबी बनला.

स्वामीनाथन हे भारतीय शेती संशोधन परिषदेचे १९७२ ते १९७९ पर्यंत निदेशक होते. केंद्रीय शेती खात्याचे १९७९ ते १९८० मध्ये मंत्री होते. तसेच, आंतरराष्ट्रीय तांदूळ संशोधन संस्थेचे १९८२ ते १९८८ या काळात डायरेक्टर जनरल होते.

✦ ओरोविले : एक आंतरराष्ट्रीय नगरी

ओरोविले एक आंतरराष्ट्रीय नगरी आहे आणि या वैशिष्ट्यपूर्ण ठिकाणी जगभरातील नागरिक गुण्यागोविंदाने राहात आहेत. हे ठिकाण सध्याच्या पुदूचेरी शहरातील श्री अरबिंदो आश्रमाजवळ आहे आणि त्याचा विस्तार तामिळनाडूपर्यंत झालेला आहे. ओरोविले नगरीची स्थापना २८ फेब्रुवारी, १९६८ रोजी झाली, तेव्हा १२४ देशांचे प्रतिनिधी उद्घाटनासाठी उपस्थित होते. नगरीच्या मध्यभागी वर्तुळाकार चिंतनगृह आहे. त्याचे चार भाग आहेत व प्रत्येकाची उभारणी भिन्न हेतूंसाठी आहे. (निवास, उद्योग, संस्कृती व आंतरराष्ट्रीय हे ते चार विभाग होत.)

पाँडिचेरीमध्ये श्री अरबिंदो यांच्या कार्यात सहभाग असलेल्या आणि त्यांच्या निर्गमनानंतर आश्रमाचा कारभार सांभाळणाऱ्या 'मदर' मिरा अल्फासा रिचर्ड यांच्या संकल्पनेतून ओरोविले हे शहर उभारले गेले होते. हळूहळू ओरोविलेचा विकास होत गेला आणि जगभरातील बुद्धिमान लोक इथे येऊन स्थायिक झाले. तिथले रहिवासी शेती करतात, कलाकुसरीची कामे करतात, विविध मार्गांनी आपली क्रियाशीलता वापरतात. तिथे शेती विभाग, वैद्यकीय विभाग आणि इतर अनेक विभाग आहेत.

✦ विलायत खान यांनी पद्मभूषण पुरस्कार नाकारला

सतार हे तंतुवाद्य अठराव्या शतकापासून लोकप्रिय आहे. ही सतार आली कुठून? वीणेतून तिची निर्मिती झाली का? काही स्रोतांतून कळते की, तेराव्या शतकात होऊन गेलेल्या अमिर खुस्रो यांनी सतार या वाद्याचा शोध लावला. सतारला धातूच्या सात मुख्य तारा असतात आणि त्याखाली ११ ते १७ तारा असतात. वादन सुरू असताना त्या साऱ्या दुमदुमतात.

लखनौ घराण्याचे इलायस खान (१९२४-८९) आणि इटावा घराण्याचे विलायत खान (१९२८-२००४) हे दोघे सतारवादनात आघाडीवर होते. इनायत खानांचे (१८९४-१९३४) सुपुत्र विलायत खान हेदेखील सतारवादनात प्रवीण होते. सतारवादनातून मौखिक संगीताला जवळ असणारी गायकी अंग ही वैशिष्ट्यपूर्ण

शैली त्यांनी विकसित केली.

विलायत यांनी चित्रपटांच्या संगीत यंत्रणेत वादन केले आणि त्यातील उल्लेखनीय चित्रपट जेम्स आयवरी यांनी दिग्दर्शित केलेला 'द गुरू' (१९६९) हा होता. त्यांना देऊ केलेले पद्मश्री (१९६४), पद्मभूषण (१९६८) आणि पद्मविभूषण (२०००) पुरस्कार त्यांनी नाकारले.

✦ नोबेल पुरस्कार

मूळचे भारतीय असलेले आणि अमेरिकेत स्थायिक झालेले जैवरसायन संशोधक हरगोविंद खुराणा (१९२२-२०११) यांना १९६८ मध्ये नोबेल पुरस्कार मिळाला. हा पुरस्कार मार्शल डब्ल्यू. निरेनबर्ग आणि रॉबर्ट डब्ल्यू. होले यांच्यासोबत त्यांच्या पेशींच्या केंद्रीय आम्लासंबंधीच्या संशोधनाबद्दल वाटून मिळाला. या संशोधनामुळे पेशीकेंद्रकातील जनुकीय घटकांचा थांगपत्ता लागू शकतो. पश्चिम पंजाबमधील (आता- पाकिस्तान) रायपूर येथे हरगोविंद खुराण यांचा जन्म झाला होता. त्यांनी लाहोरमधील पंजाब विश्वविद्यालयात शिक्षण घेतले आणि नंतर ते इंग्लंडमधील लिव्हरपूल विश्वविद्यालयात उच्च शिक्षणासाठी गेले. तिथे त्यांनी डॉक्टरेट मिळवली. केंब्रिज विश्वविद्यालयात त्यांनी संशोधन सुरू ठेवले. तद्नंतर ते अमेरिकेला गेले. १९४७ नंतर, ते भारतीय नागरिक होते; पण १९६६ मध्ये ते अमेरिकन नागरिक बनले.

खुराणांनी छोट्या केंद्रीय आम्लाचे संश्लेषण केले. या न्यूक्लीक आम्लाचा प्रोटीन या अन्नाच्या संश्लेषणात सहभाग असतो. नोबेल पुरस्कारानंतरदेखील त्यांनी आपले वेगळ्या वाटेचे अमूल्य संशोधन सुरू ठेवले होते.

✦ सुमित्रानंदन पंतांना ज्ञानपीठ पुरस्कार

सुमित्रानंदन पंत (१९००-७८) हे हिंदी लेखक आणि कवी होते. त्यांनी जयशंकर प्रसाद आणि सूर्यकांत त्रिपाठी (टोपणनाव : निराला) यांच्यासोबत हिंदीत 'छायावादी' (शृंगारिक काव्याचा) प्रकार प्रस्थापित केला. १९२६ मध्ये त्यांचा 'पल्लव' नावाचा पहिला कवितासंग्रह प्रकाशित झाला. त्यात निसर्गसौंदर्याची बहारदार वर्णने आहेत. आजच्या दुनियेतील माणसाची व्यथा त्यांनी 'जोत्स्ना' (१९३४) कवितासंग्रहात मांडली आहे. 'स्वर्णकिरण' (१९४७) मध्ये दूरवरच्या भविष्यकाळाचा वेध घेतला आहे. 'लोकायत' (१९६४) हे २०,००० ओळींचे महाकाव्य असून त्यात मानवाच्या प्रदीर्घ भविष्याचा धांडोळा आहे. त्यांनी बरेच गद्यलिखाणसुद्धा केले आहे. त्यांनी तरुणपणी लिहिलेली एक कादंबरी, लघुकथा संग्रह, लेखसंग्रह

तसेच त्रोटक स्वरूपात स्वतःचे आत्मपरीक्षणात्मक चरित्र तसेच आपल्या सहकाऱ्यांची चरित्रे लिहिली आहेत. त्यांना १९६८च्या ज्ञानपीठ पुरस्कारासह बरेच साहित्यिक पुरस्कार व सन्मान लाभले. रामधारीसिंह 'दिनकर' आणि महादेवी वर्मा हेदेखील शृंगारिक लिखाण करत. ते साहित्य १९१८ ते १९३७ पर्यंत टिकले आणि नंतर त्याचा प्रभाव ओसरला. त्यानंतर सदर लेखक संबंधित अन्य लेखनाकडे वळले.

'यम' (१९३६) या काव्यसंग्रहासाठी महादेवी वर्मा (१९०७-८७) यांना १९८२ चा ज्ञानपीठ पुरस्कार मिळाला. 'निहार', 'रश्मी', 'दीपशिखा' हे त्यांचे अन्य कवितासंग्रह होत. त्या संस्कृतमध्ये एम.ए. होत्या आणि अलाहाबादच्या महिला विद्यापीठात प्राचार्य होत्या. 'स्मृती की रेखाएँ' हा त्यांच्या आठवणींचा संग्रह प्रकाशित आहे.

रामधारीसिंह 'दिनकर' (१९०८-७४) यांना 'उर्वशी' (१९७२) आणि अन्य साहित्यकृतींबद्दल ज्ञानपीठ पुरस्कार देण्यात आला होता.

१९६८ मधील आणखी घटना

१ फेब्रुवारी : कन्नड साहित्यातील लेखक व अनुवादक ए.आर. कृष्णाशास्त्री (जन्म : १८९०) निवर्तले.

२५ डिसेंबर : भूमिहीन शेतकऱ्यांनी आंदोलन सुरू केल्याने, तामिळनाडूमधील किझ्वेनमानी खेड्यातील ४४ दलित महिला आणि मुलांवर हल्ला होऊन त्यांना जिवंत जाळले गेले.

स्वातंत्र्योत्तर काळात आसाममध्ये झालेल्या दहशतवादी हल्ल्यावर आधारित आणि रामानंद सागर निर्मित 'आँखे' हा चित्रपट गाजला. त्यात हेरगिरीची उत्कंठावर्धक कथा होती.

२३

१९६९ : काँग्रेसमध्ये फूट

इंदिरा गांधींना नवी धोरणे राबवायची होती; पण त्यांना काही ज्येष्ठ काँग्रेस नेत्यांनी विरोध केला. या विरोधकांनी एक सिंडिकेट स्थापन केले होते. त्यांच्यातली पहिली संघर्षाची ठिणगी पडली ती राष्ट्रपतींच्या निवडीबाबत होती. राष्ट्रपती झाकीर हुसेन ३ मे रोजी पैगंबरवासी झाल्यानंतर या सिंडिकेटने संजीव रेड्डींना राष्ट्रपतिपदासाठी उमेदवार करण्याचे ठरविले; पण इंदिराजींनी त्यास विरोध केला. अखेर संजीव रेड्डींचा पाडाव करण्यात त्या यशस्वी ठरल्या. त्याच वेळी उपराष्ट्रपती असलेले व्ही. व्ही. गिरी यांनी स्वतंत्रपणे राष्ट्रपतिपदाची निवडणूक लढवली आणि २० ऑगस्टला ते राष्ट्रपती बनले. इंदिराजींना आणखी काही सुधारणा अपेक्षित होत्या.

१६ जुलै १९६९ रोजी इंदिराजींनी मोरारजी देसाईंकडून अर्थखाते काढून घेतले, तेव्हा त्यांनी राजीनामा दिला. मग इंदिराजींनी अध्यादेश अमलात आणून बँकांचे राष्ट्रीयीकरण केले. सिंडिकेट त्यांच्या विरोधात होते व त्यांनी इंदिराजींना १३ नोव्हेंबरला काँग्रेसमधून काढून टाकले; परंतु इंदिराजींचे खूप पाठीराखे होते. अखिल भारतीय काँग्रेस समितीची बैठक झाली, तेव्हा ७०५ सदस्यांपैकी ४४०जण इंदिराजींच्या बाजूने उभे राहिले. काँग्रेस पक्षाची दोन शकले उडाली आणि दोन्ही बाजू आपण खरे काँग्रेस पक्ष आहोत, असा दावा करू लागल्या. इंदिरा काँग्रेसला भारतीय राष्ट्रीय काँग्रेस (आर) म्हणून संबोधले गेले. इंग्रजी अक्षर

इंदिरा गांधी

‘आर’ म्हणजे (requisitionist) (मागणीकार) आणि दुसरी काँग्रेस ‘ओ’ बनली. ओ म्हणजे ऑर्गेनायझेशन (संघटित).

✦ अण्णादुराई : तमिळ नट आणि राजकारणी

या वर्षात सी.एन. अण्णादुराई (जन्म : १९०९) यांचे निर्वाण झाले. द्रविड कझागम पक्षातून वेगळे होत, त्यांनी द्रविड मुनेत्र कझागम हा पक्ष स्थापन केला. ते १९६७ मध्ये मद्रासचे मुख्यमंत्री म्हणून निवडून आले खरे; पण त्यांचा कालावधी पूर्ण होण्याच्या आधीच ते मृत्यू पावले.

अण्णादुराई केवळ राजकारणी नव्हते, तर ते एक नट आणि लेखकदेखील होते. जमीनदारांची पिळवणूक आणि जातीव्यवस्थेतला संघर्ष या विषयावर त्यांनी लिहिलेल्या नाटकावर ‘वेलैक्कारी’ (१९४९) हा चित्रपट निघाला होता. त्यानंतर मुख्यमंत्री झालेले अण्णादुराई यांचे सहाय्यक एम. करुणानिधी हेदेखील चित्रपटकथा लिहीत. शिवाजी गणेशन यांना प्रकाशात आणणारा ‘परशक्ती’ (१९५२) हा गाजलेला चित्रपट त्यांच्या चित्रपटकथेवरून तयार करण्यात आला होता. दुसऱ्या महायुद्धाच्या काळातील एका तमिळ कुटुंबाची कथा सांगणारी ही चित्रपटकथा पावलर बालसुंदरम यांच्या मूळच्या कथेवर बेतली होती. एम. जी. रामचंद्रन हे मुख्यमंत्रीसुद्धा लोकप्रिय अभिनेते होते. ज्यांची परंपरा त्यांच्यानंतर मुख्यमंत्री झालेल्या जे. जयललिता यांनी चालविली. त्यासुद्धा लोकप्रिय अभिनेत्री होत्या.

१९६०च्या दरम्यान, अनेक तमिळ कलाकार उदयास आले; पण त्या सगळ्यांत जेमिनी गणेशन उजवे ठरले. दिग्दर्शकांपैकी के. बालचंदर यांनी नव्या शैलीचे चित्रपट काढले. त्यांची स्वतःची चित्रपटकथा असलेले ‘इथिर नीचल’ (१९६८) आणि ‘अरंगेत्रम’ (१९७३) हे त्यातले दोन होत. दुसरा चित्रपट हा एका पुराणवादी, गरीब ब्राह्मण कुटुंबाविषयी असून त्यात संसाराला हातभार लावण्यासाठी घरातील कर्त्या स्त्रीला वेश्याव्यवसाय करण्यास भाग पाडले जाते.

✦ केसरबाई केरकरांना पद्मभूषण

हिंदुस्थानी संगीतातील सुप्रसिद्ध गायिका केसरबाई केरकर (१३ जुलै, १८९२-१६ सप्टेंबर, १९७७) यांना १९६९ सालचे पद्मभूषण देण्यात आले. गोव्यातील केरी गावात त्या जन्मल्या होत्या. त्यांनी अनेक गुरूंकडे संगीताचे धडे घेतले होते. त्यांपैकी जयपूर-अत्रौली घराण्याचे अल्लादिया खान (१८५५-१९४६) यांच्या त्या शागीर्द होत्या. अल्लादिया खान प्रख्यात गायक होते. त्यांना संगीतसम्राट या नावाने संबोधिले जाई. त्यांची शिस्त कडक होती आणि त्यांनी केसरबाईंना

निदान दहा वर्षांचे प्रशिक्षण घ्यावे लागेल, अशी अट घातली होती. केसरबाईंनी त्यांच्या शर्ती मान्य केल्या आणि त्यांनी शालेय नव्हे तर त्यांच्या घरगुती कामकाजात हातभार लावला. त्यांचा आवाज उच्च दर्जाचा होता आणि बहार तसेच मिया मल्हारसारखे राग गाण्यात त्या प्रवीण होत्या. संगीत नाटक अकादमी (१९५३) या पुरस्कारासह त्यांनी अनेक मान-सन्मान मिळवले होते.

त्या काळात हिंदुस्थानी संगीतात गाजलेल्या काही स्त्रिया होत्या आणि त्यात मोगूबाई कुर्डीकर, गंगूबाई हंगल आणि हिराबाई बडोदेकर यांचा समावेश होता. मोगूबाई कुर्डीकर (१९०४-२००१) यासुद्धा गोव्याच्या होत्या आणि त्यांना संगीत नाटक अकादमी (१९६८) आणि पद्मभूषण (१९७४) या सन्मानांनी गौरविले गेले होते. गंगूबाई हंगल (१९१३-२००९) या किराणा घराण्याशी निगडित होत्या आणि त्या प्रामुख्याने ख्याल गात असत. त्यांचा जन्म धारवाडला झाला होता आणि त्या सवाई गंधर्वांच्या शिष्या होत्या. त्यांच्याकडे गंगूबाईंनी हिंदुस्थानी संगीताचे धडे घेतले होते. त्यांच्या निधनाच्या वेळी, कर्नाटक सरकारने त्यांना शाही इतमामाने निरोप दिला आणि म्हैसूर संगीत विश्वविद्यालयाला त्यांचे नाव देण्यात आले. पद्मभूषण (१९७१), पद्मविभूषण (२००२), संगीत नाटक अकादमी पुरस्कार (१९७३) आणि संगीत नाटक अकादमी शिष्यवृत्ती (१९९६) अशा सन्मानांनी त्यांच्या पायाशी लोळण घेतली होती. हिराबाई बडोदेकर (१९०५-८९) या ख्याल, ठुमरी आणि भजन गात असत. त्यांनी चित्रपटातदेखील भूमिका केल्या. त्यांनासुद्धा संगीत नाटक अकादमी पुरस्कार (१९६५) आणि पद्मभूषण (१९७०) हे सन्मान प्राप्त झाले होते. त्यांचे भाऊ सुरेशबाबू माने आणि बहीण सरस्वती माने हेदेखील नामवंत गायक होते.

✦ जादूची चावी

झाकीर हुसेन (जन्म : १८९७) हे १९६७ ते १९६९ या दरम्यान भारताचे राष्ट्रपती होते. ते शिक्षणतज्ज्ञ असल्याने त्यांनी अनेक शिक्षण संस्था उभारल्या तसेच शिक्षण, तत्त्वज्ञान व इतर विषयांवर मार्गदर्शक लिखाण केले. त्यांनी मुलांसाठी गोष्टीदेखील लिहिल्या.

त्यांनी मॅजिक की (जादूची किल्ली) या कथामालिकेतून लोककथा सांगून मुलांचे मनोरंजन केले. या पुस्तकाच्या शीर्षकाविषयी ते म्हणाले होते, 'मुलांना वाचनातून प्रथम जगातील जादूई किमयेची माहिती मिळाली पाहिजे.'[१३] या गोष्टी

---

13. Zakir Husain, Blowing Hot, Blowing Cold (New Delhi : Young Zubaan, 2004)

'अ फ्लॉवर्स साँग' पुस्तकाचे पुनर्निर्मित केलेले मुखपृष्ठ

त्यांची पणती समिना मिश्रा हिने उर्दूतून इंग्रजीत भाषांतरित केल्या आहेत. ब्लोविंग हॉट, ब्लोविंग कोल्ड ही कथा एका सामान्य सुताराची आणि त्याच्या जादूमय श्वासासंबंधी आहे. 'अ फ्लॉवर्स साँग,' 'सनशाइन फॉर अम्मा,' 'द ब्रेव्हेस्ट गोट इन द वर्ल्ड,' 'द पूरी दॅट रॅन अवे,' आणि 'लिटल चिकन इन अ हरी' या त्यांच्या अन्य मनोरंजक कथा मालिका होत.

✦ साठच्या दरम्यानचे नामवंत क्रिकेटर

१९६०च्या दरम्यान क्रिकेटचे वेड वाढतच गेले. त्या वेळी एकापेक्षा एक सरस क्रिकेटर होते. त्यांपैकी अर्जुन पुरस्कार मिळालेले खेळाडू खालीलप्रमाणे होत–

१९६१ : सलीम दुराणी
१९६४ : मन्सूर अली खान, नवाब ऑफ पतौडी (कनिष्ठ)
१९६५ : विजय एल. मांजरेकर
१९६६ : चंदू बोर्डे
१९६७ : अजित वाडेकर
१९६८ : इ. ए. श्रीनिवास प्रसन्ना
१९६९ : बिशनसिंग बेदी

१९६९ मधील आणखी घटना

३१ जानेवारी : देशात अद्यापही पाठीराखे भक्त असलेले आध्यात्मिक नेते मेहेरबाबा (जन्म : २५ फेब्रुवारी, १८९४) यांचे निर्वाण.

२८ ऑगस्ट : उर्दू कवी मकदूम मोहीउद्दीन (जन्म : १९०८) पैगंबरवासी झाले. त्याच वर्षी, त्यांच्या 'बिसत-इ-रक्स' या कवितासंग्रहाला साहित्य अकादमी पुरस्कार मिळाला.

२४ सप्टेंबर : राष्ट्रीय सेवा योजना (NSS) सुरू करून, शाळा-कॉलेजातील विद्यार्थ्यांना देशाची सेवा करण्यास आणि विकास करण्यासाठी सामावून घेण्यात आले. महाराष्ट्रातील अणुशक्तीच्या शांतीसाठी तसेच विद्युतशक्ती निर्माण करण्यासाठी उपयोग करण्याच्या हेतूने तारापूर येथे अॅटोमिक पॉवर स्टेशन उभारण्यात आले.

फिराक गोरखपुरी (१८९६-१९८२) या उर्दू कवी आणि लेखकाला ज्ञानपीठ पुरस्कार देण्यात आला.

'सरहद्द गांधी' म्हणून ओळखले जाणारे खान अब्दुल गफार खान भारतभेटीला आले होते, तेव्हा त्यांना आंतरराष्ट्रीय सामंजस्याचा जवाहरलाल नेहरू पुरस्कार बहाल करण्यात आला.

भारतातील चित्रपटसृष्टीत महत्कार्य करणाऱ्या कलाकारांसाठी दादासाहेब फाळके पुरस्काराची सुरुवात झाली. हा पुरस्कार भारत सरकारने, प्रारंभीच्या काळात चित्रपटसृष्टीत महत्त्वपूर्ण योगदान देणारे दादासाहेब फाळके (१८७०-१९४४) यांच्या सन्मानार्थ ठेवला आहे. देविका राणी या प्रथम पुरस्काराच्या मानकरी ठरल्या.

२४

१९७० : लोकसभेचे विसर्जन

इंदिरा गांधींना आर्थिक सुधारणा करण्याची आस लागली होती; पण काँग्रेस (आर)कडे फक्त लोकसभेत २२० सदस्य होते. त्यांनी १९६९ मध्ये बँकांचे राष्ट्रीयीकरण केले होते; पण फेब्रुवारी १९७० मध्ये उच्च न्यायालयाने हा प्रस्ताव फेटाळून लावला. त्यांनी बँकेच्या राष्ट्रीयीकरणासाठी नवा अध्यादेश लागू केला. आधीच्या राज्यकर्त्यांना जी बिदागी (मानधन) दिले जायचे, ते रद्द करण्याचा प्रस्ताव त्यांनी मांडला; पण १९७०च्या ऑगस्टमध्ये राज्यसभेत तो प्रस्ताव केवळ एक मताने बारगळला. या बाबतीतसुद्धा त्यांनी अध्यादेश लागू करण्याचा प्रयत्न केला; पण उच्च न्यायालयाने आडकाठी आणली; त्यामुळे डिसेंबर महिन्यात, लोकसभेचे विसर्जन करावे, अशी राष्ट्रपतींकडे मागणी करण्यात आली. हे विसर्जन २७ डिसेंबरला घडले व पुढच्या निवडणुकीचे पडघम वाजू लागले.

अमूलपरी

✦ अटर्लि बटर्लि डिलिशस : शुभ्रक्रांती

भारतात दुग्ध उत्पादन वाढावे यासाठी १९७०च्या जुलै महिन्यात 'ऑपरेशन फ्लड' अर्थात, शुभ्रक्रांती सुरू झाली. १९६५ मध्ये राष्ट्रीय दुग्धपदार्थ विकास बोर्डाची स्थापना झाली होती व त्याद्वारे देशातील दुग्ध उत्पादनाला चालना दिली जात होती. ही योजना या क्षेत्रात महत्त्वपूर्ण भूमिका बजावलेल्या अमूल (आणंद दुग्धपदार्थ) व्यवसायावर आधारित

होती. या व्यवसायाने खेड्यापाड्यांतील दुग्धउत्पादकांना सहकारी तत्त्वाखाली एकत्र आणले होते. १९८५ पर्यंत, या प्रकल्पांतर्गत १३६ दूधकेंद्रे समाविष्ट झाली होती आणि ३४,५०० सहकारी सोसायट्या कार्यरत होत्या. ही संख्या वाढत गेली आणि १९९३ पर्यंत, ती ६४,७०० सहकारी सोसायट्यांपर्यंत पोहोचली. १९९८ मध्ये, भारत हा जगातील आघाडीचा दूधउत्पादक देश बनला. या कामी खूपजणांचा हातभार लागला असला तरी, गुजरातमध्ये आणंद प्रकल्प सुरू करणाऱ्या वर्गिस कुरियन (१९२१-२०१२) यांचा त्यामध्ये सिंहाचा वाटा होता. त्यांच्या कार्याची प्रतिकृती देशभर राबवली गेली.

अमूल आणि अमूलपरी

द आणंद मिल्क को-ऑपरेटिव्ह (अमूल) ची ख्याती देशभर पसरली होती. ते दूधपावडर, लोणी, चीज आणि अन्य दुग्धपदार्थ तयार करत असत. ही संस्था २०१६ पर्यंत, ३६ लाख शेतकऱ्यांच्या मालकीची बनली होती.

डाकूना कम्युनिकेशन या जाहिरात कंपनीतील युस्टस फर्नांडिस यांनी 'अमूल'साठी एक बोधचिन्ह तयार केले. ती होती 'अमूलपरी' आणि तिच्या रेखाटनासोबत बोधवाक्य होते- अटर्लि बटर्लि डिलिशस! अमूलच्या सर्व उत्पादनांत हे बोधवाक्य व बोधचिन्ह वापरले गेले. गोल गोल चेहऱ्याची, गोरीगोमटी, ठिपक्यांचा फ्रॉक घातलेली आणि डोक्यावर निळ्या केसांचा झुपका बांधलेली खोडकर पोर असे ते चित्र होते. निशा डाकूनाने तिला चपखल बोधवाक्य दिले होते.

१९६६ सालच्या मुंबईतील घोड्यांच्या शर्यतीच्या वेळी प्रथमच 'अमूल'ची ही जाहिरात प्रदर्शित केली गेली होती. त्या जाहिरातीत अमूल गर्ल घोड्यावर बसलेली दाखवली होती आणि त्यात वरती 'Thoroughbread' असं मोठ्या अक्षरात, तर बाजूला कोपऱ्यात 'Utterly Butterly Amul' असं लिहिलेलं होतं. वास्तविक तो घोडा 'Thoroughbread' (उत्कृष्ट निपज असलेला) होता; परंतु 'Thoroughbread' हा शब्द अमूल बटर पसरविलेला पावाचा तुकडा असं दर्शवीत होता! अशा प्रकारची श्लेष अलंकारी वाक्ये ही 'अमूल'ची परंपरा बनून गेली आणि आजदेखील विविध राष्ट्रीय घटनांवर त्यांची मनोरंजक भाष्ये होत असतात.

✦ अहमद जान 'थिरक्वा' यांना पद्मभूषण

अहमद जान 'थिरक्वा' (१८९१-१९७६) हे देशातले एक नामवंत तबलावादक होत. त्यांना १९७० मध्ये पद्मभूषण देण्यात आले तसेच त्यांना संगीत नाटक अकादमीचा पुरस्कार (१९५४) देण्यात आला होता. सध्या उत्तरप्रदेशात असलेल्या मोरादाबाद येथे त्यांचा जन्म झाला होता. त्यांनी मुनीरखान, भेरखान आणि फय्याजखान यांच्याकडे तबलावादनाचे धडे घेतले. नंतर ते लखनौ येथील 'भातखंडे म्युझिक इन्स्टिट्यूट'मध्ये तबलावादनाचे प्राध्यापक बनले.

✦ कंठेमहाराज निवर्तले

१ ऑगस्टला सुप्रसिद्ध तबलावादक कंठेमहाराज (जन्म : १८८०) कैलासवासी झाले. ते वाराणसी घराण्याचे संगीतकार होते. पुढे त्यांचे पुतणे किशनमहाराज (१९२३-२००८) आणि इतर शागीर्दांनी तो वारसा पुढे नेला. किशनमहाराज अन्य मानसन्मानांसह २००२ मध्ये पद्मविभूषित ठरले. ते केवळ तबलाच नव्हे, तर अन्य वाद्येही वाजवीत. शिवाय ते कवी, चित्रकार व शिल्पकारदेखील होते.

तबला आणि इतर ढोल

तबल्याला दोन पडघम असतात. एक भाग मोठा असतो; त्याला बायाँ किंवा डग्गा म्हणतात आणि छोट्या भागाला दायाँ म्हणतात. दोन्ही एकत्र होऊन किंवा केवळ दायाँ एकटा हा तबला होतो. ही ढोलकी हाताने वाजवतात. त्यांच्या लयी वेगवेगळ्या असतात आणि त्या हिंदुस्थानी संगीताच्या ताला-सुरांवर अवलंबून असतात.

ढोल हा दोन अंगांनी बनलेला असतो व त्याचे आकार वेगवेगळे असतात. तो विविध वैशिष्ट्यांनी बनलेला असतो. साधारण ढोल हा मोठ्या आकाराचा असतो. मोठ्या ढोलाला ढाक असे म्हणतात, तर छोट्या आकाराच्या ढोलाला ढोलक असे म्हणतात.

पखवाज हा पिंपाच्या आकाराचा लांबसर लाकडी ढोल असतो. हे वाद्य पूर्वी हिंदुस्थानी संगीतात लोकप्रिय होते. पुढे तबल्याने त्याची जागा घेतली.

मृदंग हा शब्द मिरुतंकम यावरून आलेला आहे आणि हे वाद्यसुद्धा लांब पिंपाच्या आकाराचे असते. त्याचा मधला भाग फुगीर असतो आणि ते टोकांकडे निमुळते होत जाते. ते दोन्ही बाजूंनी सजवता येते व हे वाद्य कर्नाटक संगीताचा भाग आहे.

✦ हाहा हुहु लंडनला पोहोचले

विश्वनाथ सत्यनारायण (१० सप्टेंबर, १८९५ - १८ ऑक्टोबर, १९७६) हे तेलुगू भाषेतील साहित्यिक होते. त्यांनी विविध विषयांवर ललित निबंध, कादंबऱ्या, लघुकथा, नाटके व कविता लिहिल्या आहेत. आजच्या आंध्रप्रदेशातील कृष्णा जिल्ह्यातील नंदामुरू येथे ते जन्मले. त्यांनी तेलुगू भाषेत शेकडो साहित्यकृती निर्माण केल्या आणि त्यांचे काही साहित्य इंग्रजीत रूपांतरित झाले आहे. त्यांनी तीन ऐतिहासिक कादंबऱ्या लिहिल्या. त्यांनी सामाजिक कादंबऱ्या जन्माला घातल्या आणि मिथ्थक व दंतकथांना नावीन्यपूर्ण रूप देऊन वाचकांपुढे पेश केले. पुराणामध्ये कश्यप ऋषी यांचे हाहा आणि हुहु नावाचे दोन गंधर्वपुत्र असल्याचा उल्लेख आहे. विश्वनाथ यांनी लिहिलेल्या हाहा हुहु नावाच्या कादंबरीत, आठ फूट उंचीच्या देवतेची कथा आहे, तिचं डोकं घोड्याचं तर शरीर माणसाचं आहे. कादंबरीची सुरुवात अशी होते- 'एके सकाळी लंडनच्या ट्रफलगर चौकात खूप मोठी गर्दी जमली होती. ते सर्व एका विचित्र प्राण्याकडे विस्मयाने पाहात होते. त्या प्राण्याचे डोके घोड्याचे, तर शरीर मानवी होते.[१४]

सत्यनारायण यांना बरेच पुरस्कार लाभले, त्यात पद्मभूषण (१९७०) पुरस्काराचा समावेश आहे. त्यांनी 'श्रीमद् रामायण कल्पवृक्षामु' ही भगवान रामाची सहा भागांतील कथा १९५५-६३ या काळात लिहिली व त्यासाठी त्यांना १९७० चा ज्ञानपीठ पुरस्कार देण्यात आला होता.

✦ गांधीनगर

गुजरात राज्याची राजधानी म्हणून नवे शहर उभारण्यात आले. गांधीनगर हे शहर साबरमती नदीच्या किनाऱ्यावर वसले आहे आणि आधीची राजधानी अहमदाबादच्या वास्तुशिल्पावर ली कॉर्बूसियर यांचे सहकारी असलेले एच.के. मेवाडा यांनी गांधीनगरची उभारणी केली. बांधकामाची सुरुवात १९६६ मध्ये झाली आणि १९७० मध्ये इथे पहिले सरकारी कार्यालय हलवले गेले.

---

14. Vishwanatha Satyanarayana, Ha Ha Hu Hu, trans. Velcheru Narayana Rao, quoted in Journal of South Asian Literature, Volume 16, No. 1, Part I : East-West Literary Relations (Asian Studies Centre, Michigan State University, 1981), 103-131, http://www.jstor.org/stable/40873625.

✦ आशियाई खेळक्रीडा

१९७० मध्ये बँकॉक येथे आशियाई खेळक्रीडा आयोजित केल्या होत्या. तिथे भारताने सहा सुवर्ण, नऊ रौप्य आणि दहा कांस्यपदके पटकावली होती. धावण्याची स्पर्धा, मुष्टियुद्ध व कुस्ती या खेळांत सुवर्णपदके मिळाली होती.

४०० मीटर धावण्याच्या शर्यतीत कमलजीत कौर ही सुवर्णपदक मिळवणारी पहिली भारतीय महिला ठरली.

१९७० मधील आणखी घटना

२४ जून : जयपूर राज्याचे शेवटचे राज्यकर्ते दुसरे सवाई मानसिंग (जन्म : १९११) यांचे निधन.

२२ सप्टेंबर : बंगाली साहित्यिक शरदिंदू बंडोपाध्याय (जन्म : ३० मार्च, १८९९) यांचे देहावसान. व्योमकेश बक्षी ही त्यांची हेरकथा गाजली होती.

२१ नोव्हेंबर : नोबेल पारितोषिक विजेते सी. व्ही. रमण (जन्म : १९५१) यांचे महानिर्वाण. पुराणवस्तू संशोधक व इतिहासकार ताराचंद आणि नागरी सेवेत असलेले सुरंजन दास यांना पद्मविभूषण.

झीनत अमान (जन्म : १९५१) या मॉडेल, अभिनेत्री आणि मिस इंडिया स्पर्धेत दुसऱ्या आलेल्या विजेत्या सौंदर्यवतीने फेमिना मिस इंडिया आशिया पॅसिफिक हा किताब पटकावला.

२५

१९७१ : बांगलादेशाचा उदय

१९७० सालच्या अखेरीस लोकसभा विसर्जित करण्यात आली आणि मार्च १९७१ मध्ये नवीन निवडणुका घेण्यात आल्या. इंदिरा गांधींच्या काँग्रेस (आर) पक्षाला शह देण्यासाठी, काँग्रेस (ओ), भारतीय जनसंघ, स्वतंत्र पक्ष आणि समाजवादी पक्ष यांनी एकत्र येऊन भलीमोठी आघाडी तयार केली. इंदिरा गांधींना सत्तेतून डच्चू द्यायचा हा त्यांचा एकमेव हेतू होता. देशातील विविध समस्यांना त्या कारणीभूत आहेत या भावनेने त्यांनी 'इंदिरा हटाव' हा नारा बुलंद केला. त्याच वेळी इंदिरा गांधी व त्यांचे पक्षसदस्य 'गरिबी हटाव'चा नारा देत होते. आपल्याला देशात आर्थिक समता आणायची हा त्यांचा दावा होता. काँग्रेस (आर) चे नवे निवडणूक चिन्ह 'गाय - वासरू' होते तर जुन्या काँग्रेसचे 'बैलाची जोडी व नांगर' हे चिन्ह काँग्रेस (ओ) कडे होते.

निवडणुकीचे निकाल पाहता, जनतेचा अजूनही इंदिरा गांधींवरच भरवसा होता. त्यांच्या पक्षाने ५१८ पैकी ३५२ जागा जिंकल्या होत्या. 'त्या' भव्य आघाडीला एकूण ४९ जागा मिळाल्या होत्या, त्यामध्ये काँग्रेस (ओ)च्या १६ जागा होत्या.

त्याच वेळी, पश्चिम आणि पूर्व पाकिस्तानच्या सरहद्दीवर वेगवेगळ्या घडामोडी घडत होत्या. पाकिस्तान आणि भारताला एकाच वेळी स्वातंत्र्य मिळाले असले तरी पाकिस्तानात स्थिर प्रजासत्ताक व्यवस्था स्थापन झाली नव्हती.

तिथे पहिली प्रत्यक्ष निवडणूक १९७० मध्ये आयोजित केली होती व त्यात प्रत्येक प्रौढ नागरिकाला मतदान करण्याचा अधिकार देण्यात आला होता. त्या वेळी जनरल याह्याखान राष्ट्राध्यक्ष होते. पश्चिमेकडील पंजाबींचे वर्चस्व पूर्व

पाकिस्तानला सतत खुपत असायचे. मुजिबूर रेहमान यांनी पूर्व पाकिस्तानात स्थापन केलेल्या अवामी लीग पक्षाने संपूर्ण पाकिस्तानातील ३१३ पैकी १६९ जागा जिंकल्या होत्या. जर निवडणुकीच्या निकालानुसार सरकार स्थापन करायचं ठरलं असतं तर तो हक्क बहुमतांत असलेल्या पूर्व पाकिस्तानला द्यावा लागला असता. पश्चिम पाकिस्तानला हे मंजूर नव्हते. जनरल याह्याखान याने पूर्व पाकिस्तानवर लष्करी कायदा लादला; मुजिबूर रेहमानना अटक केली आणि टिक्काखान यांना पूर्व पाकिस्तानचा प्रशासक नेमले. टिक्काखानने तेथील हिंदू आणि मुस्लीम बंगाली नागरिकांना दहशतीखाली छळायला सुरुवात केली. टिक्काखानच्या क्रूरतेला घाबरलेले निर्वासित भारतात घुसू लागले. १९७१च्या नोव्हेंबरपर्यंत निर्वासितांची संख्या १ कोटीपर्यंत पोहोचली. पूर्व पाकिस्तानने पश्चिम पाकिस्तानशी लढा देण्यासाठी मुक्तिवाहिनी नावाची गनिमी सेना तयार केली. भारताने मुक्तिवाहिनीला पाठिंबा देऊन पूर्व पाकिस्तानला स्वातंत्र्य मिळवून दिले.

३ डिसेंबर, १९७१ रोजी भारत-पाकिस्तान देशात युद्ध पेटले. पाकिस्तानने काश्मीरमधील आठ हवाई अड्ड्यांवर हल्ले केले. पूर्वेकडील पाकिस्तानचे कमांडर लेफ्टनंट जनरल नियाझी १६ डिसेंबरला शरण आले. १७ तारखेला पश्चिमेकडे सामोपचाराने युद्धबंदी झाली. पूर्व पाकिस्तानचे बांगलादेश असे नामकरण झाले. ढाका शहर स्वतंत्र बांगलादेशाची राजधानी बनले. मुजिबूर रेहमान बांगलादेशाचे पहिले राष्ट्राध्यक्ष झाले.

✦ ताराशंकर बंडोपाध्याय आणि विष्णू डे

लघुकथा, नाटके, स्मृतिचित्रे, कविता व ललित निबंध अशा साहित्याच्या विविध क्षेत्रांत मुशाफिरी करून १०० हून अधिक पुस्तके प्रकाशित करणारे थोर बंगाली साहित्यिक ताराशंकर बंडोपाध्याय (२३ जुलै, १८९८ - १४ सप्टेंबर, १९७१) यांचा मृत्यू झाला. त्यांच्या कादंबऱ्यांपैकी 'गणदेवता' (१९४३) या कादंबरीला ज्ञानपीठ पुरस्कार (१९६६) लाभला होता. या कादंबरीचे कथानक स्वातंत्र्यपूर्व काळात, शिवकालीपुरी नावाच्या खेड्यात घडलेले असते. या छोट्या गावात विविध जातींचे लोक गुण्यागोविंदाने राहात होते. गावातील खालच्या जातीतील लोक आपले सुतारकी, न्हावी इ. परंपरागत व्यवसाय करण्यास राजी नव्हते. त्यापेक्षा ते गिरण्यांत मजुरी करणे पसंत करत होते. या परिस्थितीवर उमटलेल्या उच्च जातीच्या गाववाल्यांच्या प्रतिक्रिया व शेजारच्या गावात घडलेल्या घटनांवरचे प्रतिसाद या कथानकावर ही कादंबरी रचली गेली होती. बंगालमधील वास्तव घटनांवरदेखील त्यांनी लिखाण केले. बंगालच्या ग्रामीण भागातील जमीनदाराच्या

जीवनासंबंधी त्यांनी 'हन्सुली बान्केर उपकथा' (१९५१) ही कादंबरी लिहिली होती आणि त्या कथानकावर तपन सिन्हांनी १९६२ मध्ये चित्रपट काढला होता. 'गन्ना बेगम' (१९६५), 'महानगरी' (१९६६) 'अरण्यबानी' (१९६६) आणि 'जनपद' या त्यांच्या अलीकडच्या साहित्यकृती होत. ज्ञानपीठ पुरस्काराशिवाय ते रवींद्र पुरस्कार (१९५५), साहित्य अकादमी अवॉर्ड (१९५६), पद्मश्री (१९६२) आणि पद्मभूषण (१९६९) या सन्मानांचे मानकरी ठरले होते.

विष्णू डे हे दुसरे एक बंगाली लेखक व कवी होते. त्यांच्या 'स्मृती सत्ता भविष्यात' (स्मृती हेच भविष्य) या काव्यसंग्रहाला १९७१ चे ज्ञानपीठ देण्यात आले होते.

✦ भारतातील पहिले विमान अपहरण

३० जानेवारी, १९७१ रोजी इंडियन एअरलाइन्सच्या एका विमानाचे अपहरण झाले. ते विमान श्रीनगरमधून जम्मूला जात होते आणि अपहरणकर्त्यांनी ते लाहोरला न्यायला लावले. हे अपहरणकर्ते जम्मू व काश्मीर मुक्तिसंघटनेचे सदस्य होते. सर्व कर्मचारी व प्रवासी यांची सुटका करून त्यांना भारतात धाडण्यात आले. १७ वर्षांचा हाशिम कुरेशी आणि त्याचा चुलता अश्रफ कुरेशी हे ते दोघे अपहरणकर्ते होते. प्रारंभी, पाकिस्तानात त्यांचे स्वागत झाले; पण नंतर त्या दोघांना आणि त्यांच्या काही सहकाऱ्यांना भारतीय गुप्तचर संघटनेशी निगडित असल्याच्या आरोपावरून अटक करण्यात आली. जरी दोन वर्षांनी साऱ्यांची सुटका झाली तरी हाशिमला १९८० पर्यंत तुरुंगवास घडला.

या प्रकरणामुळे पाकिस्तानी विमानांना आपल्या भूमीवरून विमान-उड्डाण करण्यास मनाई केली गेली आणि १९७१च्या युद्धात भारताला त्याचा फायदा झाला. पण, खरंच का हाशिम भारतीय हस्तक होता? सारासार विचार केला तर ते अजिबात शक्य नव्हते.

✦ उदय शंकरना पद्मविभूषण

उदय शंकर (८ डिसेंबर, १९०० - २६ सप्टेंबर, १९७७) हे आधुनिक भारतीय नृत्यकलेत एक नवी शैली निर्माण करणारे नर्तक व नृत्यदिग्दर्शक होऊन गेले.

त्यांचा जन्म उदयपूरचा. त्यांचे वडील श्याम शंकर चौधरी हे उदयपूरच्या महाराजांकडे नृत्य शिक्षकाचे कार्य करत. पुढे ते झालावर (राजस्थान) राज्याचे अधिकारी बनले. उदय हे सतारवादक रविशंकरचे थोरले बंधू होत. उदय शंकरचे शिक्षण मुंबईच्या जे. जे. स्कूल ऑफ आर्ट या संस्थेत झाले. त्यांनी भारतीय

उदय शंकर

शास्त्रीय संगीताचेदेखील धडे घेतले. नंतर ते लंडनच्या रॉयल कॉलेज ऑफ आर्टमध्ये शिकायला गेले. तोपर्यंत, त्यांचे पिताश्रीदेखील लंडनला स्थलांतरित झाले होते आणि त्यांनी इंग्लिश महिलेशी विवाह केला होता. तिथे ते भारतीय नृत्य आणि संगीताचे जलसे भरवीत असत. उदय त्या कार्यक्रमात भाग घेऊ लागले.

जेव्हा त्यांची भेट सुप्रसिद्ध रशियन बॅलेनर्तिका ॲना पावलोवा हिच्याशी झाली, तेव्हा त्यांचा नृत्यातला रस वाढला. ते तिच्या नृत्य पथकासोबत दौरे करू लागले. १९२९ मध्ये ते भारतात परतले आणि त्यांनी भारतीय शास्त्रोक्त नृत्यकलेतील विविध अंगांचा अभ्यास केला. १९३८ मध्ये, त्यांनी अलमोडाजवळ सिमतोला येथे 'उदय शंकर इंडिया कल्चरल सेंटर' हे कलेचे केंद्र उभारून नृत्य, नाट्य आणि संगीत यांच्या विकासाचा ध्यास घेतला. दुसऱ्या महायुद्धाला तोंड फुटल्यानंतर हे कलाकेंद्र बंद करावे लागले; पण १९६५ मध्ये ते पुन्हा कलकत्ता येथे 'उदय शंकर नृत्यकेंद्र' म्हणून सुरू करण्यात आले.

त्यांनी भारतीय शास्त्रीय व आधुनिक नृत्य आणि पश्चिमेकडील बॅलेनृत्य यांचे मिश्रण करून वेगळ्या शैलीतील नृत्यांची निर्मिती केली. त्यांनी स्वतःचे नृत्यपथक तयार केले आणि त्यात प्रामुख्याने भारतीय वाद्ये व कलाकार मंडळी असत. सिम्की नावाने ओळखले जाणारे फ्रेंच नर्तक आणि पियानोवादक सायमन बार्बीयर हे कलाकार त्यांच्यासोबत असत. राधा-कृष्ण व तांडवनृत्य यांसारखी भारतीय नृत्ये त्यांच्या बॅलेनृत्याचा गाभा असत. त्याशिवाय मजूर व यंत्रे, पिकाचा हंगाम व चारा कापणारे गडी यांसारख्या आधुनिक विषयांवर ते बॅलेनृत्य सादर करत. त्यांनी 'कल्पना' (१९४८) नावाचा चित्रपट तयार केला होता. १९६२ मध्ये त्यांना जीवनगौरव म्हणून संगीत नाटक अकादमीची शिष्यवृत्ती मिळाली होती तसेच १९७१ मध्ये ते पद्मविभूषित ठरले होते. १९७५ मध्ये विश्वभारती विश्वविद्यालयाने त्यांना 'देसीकोट्टामा' किताब बहाल केला होता.

त्यांच्यासोबत नर्तिका म्हणून भूमिका करणाऱ्या अमलासोबत त्यांचा विवाह झाला. त्यांना दोन मुले झाली. मुलगा आनंद संगीतकार बनला, तर मुलगी ममता नर्तक झाली.

भारतीय आधुनिक नृत्यक्षेत्रात कार्य करणाऱ्या प्रारंभीच्या कलावंतांमध्ये उदय शंकर यांचा समावेश होतो. त्यांच्या कलेचा अनेक कलावंतांनी पाठपुरावा केला.

त्यांची कन्या ममता शंकर, अमेरिकेत स्थायिक झालेल्या शोभना जयसिंग आणि श्यामक दावर (जन्म : १९ ऑक्टोबर, १९६१) हे काही कलाकार होत. या मंडळींनी चित्रपटात नृत्यदिग्दर्शन केले आणि स्वतःची विशिष्ट शैली निर्माण केली आहे. आज कितीतरी नृत्यदिग्दर्शक चित्रपटासाठी नव्या शैलीची आणि समकालीन नृत्ये पेश करत आहेत.

✦ राजेश खन्ना : पहिला सुपरस्टार

राजेश खन्ना (२९ डिसेंबर, १९४२ - १८ जुलै, २०१२) या हिंदी चित्रपट अभिनेत्याला भारताचा पहिला सुपरस्टार म्हणता येईल. 'आखरी खत' (१९६६) हा त्याचा पहिला चित्रपट होय. १९६९ ते १९७२ च्या दरम्यान, त्याचे पंधरा चित्रपट गाजले. त्यानंतरही त्याचे काही चित्रपट लोकप्रिय ठरले. त्यांनी एकूण १८० चित्रपटांत काम केले होते. त्याची शर्मिला टागोरसोबतची जोडी खूपच गाजली. दोघांनी भूमिका केलेले आराधना (१९६९) आणि अमर प्रेम (१९७२) हे चित्रपट खूपच ख्यातकीर्त ठरले. त्याने मुमताज, आशा पारेख, झीनत अमान, टिना मुनीम आणि इतर अनेक अभिनेत्रींसोबत काम केले. तत्कालीन चित्रपट अभिनेत्यांपेक्षा त्याची लोकप्रियता काकणभर जास्तच ठरली. संगीतकार आर.डी.बर्मन आणि किशोरकुमार यांनी राजेश खन्नासोबत ३२ चित्रपटांत काम केले. त्याला अनेक फिल्मफेअर पुरस्कार लाभलेच; पण २००५ मध्ये जीवनगौरव पुरस्कारानेदेखील त्याला सन्मानित करण्यात आले.

शर्मिला उवाच-

शर्मिला टागोरने, तरुण मुली राजेश खन्नावर कशा मरत होत्या आणि त्याच्या फोटोशी लग्न लावत होत्या, याचं वर्णन करून ठेवलंय. तिचे त्याच्यासोबतचे सात चित्रपट बॉक्स ऑफिसवर गाजले.

शर्मिलाने क्रिकेटपटू मन्सूर अली खान पतौडी यांच्याशी १९६९ मध्ये निकाह केला. त्यांच्या मुलांपैकी सैफ अली खान चित्रपट गाजवतो आहे. तिने तद्नंतरही हिंदी आणि बंगाली चित्रपटांत कामे केली व कित्येक मानसन्मान मिळवले; त्यात १९९८ सालचा फिल्मफेअरचा जीवनगौरव पुरस्कार समाविष्ट आहे.

१९७१ मधील आणखी घटना

२५ जानेवारी : हिमाचल प्रदेश या नव्या राज्याचा उदय.

२९ सप्टेंबर : बंगालच्या महासागरात उसळलेल्या चक्री वादळात ओरिसातील १०,००० लोकांचा बळी.

३१ डिसेंबर : भारताचे आघाडीचे भौतिकशास्त्रज्ञ, अवकाश व अणुशक्तीचे संशोधक विक्रम साराभाई (जन्म : १२ ऑगस्ट, १९१९) यांचे निधन.

इंदिरा गांधींना भारतरत्न पुरस्कार.

अरुण खेतरपाल, अल्बर्ट एक्का आणि निर्मलजीत सिंग सेखोन यांना मरणोत्तर, तर १९७१च्या युद्धात शौर्याची बाजी लावणाऱ्या होशियार सिंग यांना परमवीर चक्र बहाल.

'सम्राट अशोक' नावाचे पहिले बोइंग ७४७ हे भव्य विमान एअर इंडियात दाखल.

२६

१९७२ : विधानसभा निवडणुका

१९७२च्या मार्च महिन्यात उत्तरप्रदेश, ओरिसा, केरळ आणि मद्रास ही चार राज्ये सोडली तर इतर सर्व राज्यांत निवडणुका झाल्या. सर्व राज्यांत काँग्रेस (आर) ने बाजी मारली. जनरल इन्शुरन्स कंपनीचे राष्ट्रीयीकरण (१९७२) आणि नंतर कोळसा उद्योगाचे राष्ट्रीयीकरण (१९७३) करून इंदिरा गांधींनी आपली आर्थिक धोरणे पुढे रेटली.

त्याच वेळी, १९७१च्या पाकिस्तानसोबतच्या युद्धानंतर दोन देशांत शांती प्रस्थापित करण्याची गरज होती. तेव्हाचे पाकिस्तानचे अध्यक्ष झुल्फिकार अली भुट्टो बोलणी करण्यासाठी सिमला येथे आले. तेथे झालेल्या करारानुसार दोन्ही देशांतले वाद सामोपचाराने सोडवले जातील आणि जम्मू काश्मिरात १७ डिसेंबरला ठरलेल्या युद्धबंदीनुसार सीमारेषांचे पालन केले जाईल. शिवाय जे ९०,००० युद्धकैदी भारताच्या ताब्यात होते, त्यांना पाकिस्तानव्याप्त बांगला देशात मोकळे सोडले जाईल. हे स्थलांतर १९७३-७४ मध्ये पूर्ण झाले.

✦ आणखी लक्षणीय घटना

- ईशान्येकडील फ्रंटियर एजन्सी ही भूमी अरुणाचल प्रदेशाचा केंद्रशासित प्रदेश बनली.
- मिझोरामला केंद्रशासित प्रदेश घोषित करण्यात आले. त्यांची स्वतःची स्वतंत्र राज्यसभा निर्माण केली गेली.
- पूर्वी केंद्रशासित प्रदेश असलेल्या त्रिपुराला राज्याचा दर्जा देण्यात आला.
- मेघालयही वेगळे राज्य बनले.

- मणिपूर आधी केंद्रशासित प्रदेश होता; त्याचे राज्य बनले.

✦ मीनाकुमारी आणि पृथ्वीराज कपूर

या वर्षी मीनाकुमारी आणि पृथ्वीराज कपूर या दोन विख्यात चित्रपट कलाकारांनी हे जग सोडले.

मृत्युच्या वेळी, मीनाकुमारी (१ ऑगस्ट, १९३३ - ३१ मार्च, १९७२) केवळ ३९ वर्षे वयाची होती. तिची आई, इक्बाल बेगम नर्तकी होती व महाजबीन हे मूळ नाव असलेली मीनाकुमारी वयाच्या सहाव्या वर्षी अभिनय क्षेत्रात ढकलली गेली. तिने 'लेदर फेस' (हिंदी, उर्दूत- फरजांदे वतन) या चित्रपटात बालकलाकाराची भूमिका केली होती. तिने सुमारे शंभर चित्रपटांत काम केले. त्यांपैकी भलताच लोकप्रिय ठरलेला बैजूबावरा (१९५२), परिणिता (१९५३), दाईरा (१९५३), चांदनी चौक (१९५४), आझाद (१९५५), बंदिश (१९५५), एक ही रास्ता (१९५६), शारदा (१९५७), साहिब, बीबी और गुलाम (१९६२), मेरे अपने (१९७१) आणि दुश्मन (१९७१) हे तिचे लोकप्रिय चित्रपट होत.

एका गुप्त विधीत तिने चित्रपट दिग्दर्शक व निर्माता कमाल अमरोहीसोबत १९५२ मध्ये विवाह केला. १९५१ मध्ये मीनाकुमारी एका अपघातात जखमी झाली, तेव्हा त्यांचा शृंगार बहरला होता. लग्नाच्या वेळी ती केवळ १९ वर्षांची, तर तो ३४ वर्षांचा होता. एका वर्षाने, त्यांच्या लग्नाची जाहीर वाच्यता झाली. सुरुवातीच्या काळात त्यांचे सहजीवन आनंदात होते; पण पुढे तिच्या मनात आपल्यावर जुलूम होतो आहे ही भावना प्रबळ होत गेली. तो आपल्या प्रत्येक गोष्टीवर नियंत्रण ठेवायला पाहतोय आणि आपल्यावर पहारा ठेवतोय असं वाटून ती निराशेच्या गर्तेत गेली. तिने १९६४ मध्ये त्याचे घर सोडले; पण चित्रपटात भूमिका करण्याचे सुरूच ठेवले. त्यातच तिला दारूचे व्यसन जडले. कमाल अमरोहीने निर्मिती व दिग्दर्शन केलेल्या तिच्या 'पाकिजा' (१९७२) या चित्रपटाचे काम पूर्णत्वास नेण्यास, तिने त्याच्याशी जुळवून घेतले; पण तो चित्रपट प्रदर्शित झाल्यानंतर लगेच ती अल्लाला प्यारी झाली. 'गोमती के किनारे' (१९७२) हादेखील अखेरच्या दिवसांतला चित्रपट होय. तो तिच्या मृत्युनंतर प्रदर्शित झाला. मीनाकुमारी 'नाझ' या टोपणनावाने कविता लिहीत असे.

तिला खूपसे पुरस्कार लाभले, त्यात फिल्मफेअर अवॉर्ड समाविष्ट आहे. तिचा 'पाकिजा' हा चित्रपट शास्त्रोक्त चित्रपट समजला जातो.

पृथ्वीराज कपूर (३ नोव्हेंबर, १९०६ - २९ मे, १९७२) हे अभिनेते, निर्माते व दिग्दर्शक होते. त्यांचा जन्म लियालपूर (आता, पाकिस्तानातील फैसलाबाद)

येथे झाला होता. ते १९२८ मध्ये मुंबईला आले आणि चित्रपटात भूमिका करू लागले. भारताचा पहिला बोलपट 'आलम आरा' यात त्यांनी भूमिका केली होती. १९४४ मध्ये त्यांनी 'पृथ्वी थिएटर' नावाची स्वतःची कंपनी स्थापन केली. तो १५० जणांचा फिरता गट होता. त्यांच्यातर्फे २००० नाटकांची निर्मिती व सादरीकरण झाले होते. 'शाकुंतलम,' 'पठाण' आणि 'दीवार' ही त्यांचीच नाटके होती. तद्नंतर त्यांनी आपल्या नाट्यगृहासाठी कायमची जागा शोधण्याचा प्रयत्न केला. मुंबईतील जुहू येथे दीर्घ मुदतीच्या भाडेकरारावर जमीन घेतली; पण तोपर्यंत त्यांचे स्वास्थ्य बिघडले होते. त्यांच्या मृत्युनंतर त्यांचा मुलगा शशी कपूर आणि सूनबाई जेनिफर यांनी ती जमीन विकत घेतली आणि ५ नोव्हेंबर, १९७८ रोजी त्या जागेवर 'पृथ्वी थिएटर' उभे राहिले. जेनिफरने हिंदी रंगभूमीला बढती दिली. तिच्या मृत्युनंतर, तिची मुलगी संजना व मुलगा कुणाल यांनी तिचे कार्य चालू ठेवले.

पृथ्वीराज कपूरनी विविध चित्रपटांत अभिनय केला. 'मुगल-ए-आझम' आणि 'सिकंदर' (१९४१) हे दोन उल्लेखनीय चित्रपट होत. 'सिकंदर'ची कथा ही भारतावर आक्रमण करणाऱ्या सम्राट अलेक्झांडरच्या जीवनावर आहे. या चित्रपटात पृथ्वीराज कपूरची प्रमुख भूमिका आहे. त्यांचा अखेरचा उल्लेखनीय चित्रपट 'कल, आज और कल' (१९७१) हा होता. त्यांना मिळालेल्या असंख्य मानसन्मानांत संगीत नाटक अकादमी शिष्यवृत्ती (१९५४), संगीत नाटक अकादमी पुरस्कार (१९५६), पद्मभूषण (१९६९) आणि दादासाहेब फाळके पुरस्कार (१९७१) यांचा समावेश आहे. त्यांना दोन वेळा राज्यसभेत पाठवण्यात आले होते.

पृथ्वीराजचे लग्न रामसरणी मेहरा यांच्याशी झाले. त्यांचे पहिले दोन मुलगे मरण पावले. नंतरचे तीन जगले; ते होते राज कपूर, शम्मी कपूर आणि शशी कपूर. ते तिघेही अभिनेते बनले आणि त्यांनी चित्रपट निर्मिती केली. त्यांचे नातू आणि पणतूसुद्धा अभिनय करू लागले. राज कपूरची मुले रणधीर कपूर आणि ऋषी कपूर, रणधीर कपूरची कन्या करिश्मा आणि करिना कपूर, ऋषी कपूरचा मुलगा रणबीर कपूर, शशी कपूरची मुले करण कपूर, कुणाल कपूर व संजना कपूर असा हा कौटुंबिक लवाजमा आहे. पृथ्वीराजच्या जन्मशताब्दीनिमित्त २००६ मध्ये 'पृथ्वी थिएटर' महोत्सव साजरा करण्यात आला.

✦ वन्यप्राणी संरक्षण कायदा आणि चित्ता

९ सप्टेंबर १९७२ रोजी वन्यजीवन संरक्षण कायदा अमलात आला आणि वन्यप्राण्यांच्या शिकारीवर बंदी आली. या कायद्यात वारंवार बदल झाले, त्यातूनच

चित्ता

वन्यजीवांचे रक्षण, जतन करून त्यांची वाढ करणे, तसेच त्यांना नामशेष होऊ न देणे, यासाठी राष्ट्रीय उद्याने तयार करण्यात आली. तोपर्यंत एशियाटिक चित्ता *(Acinonyx jubatus venaticus)* हा प्राणी नामशेष झाला होता.

बिबट्यासारखा दिसणारा चित्ता हा प्राणी जमिनीवर जलदगतीने धावतो. चित्ता हा प्राणी किती वेगाने धावतो, माहित्येय? त्याचा वेग दरताशी ११०-१२० किलोमीटर असतो; म्हणजेच एका मिनिटात तो २ किलोमीटर धावतो. हा वेग जगातला जलदगती खेळाडू उसेन बोल्ट[१५] याच्यापेक्षा जास्त आहे. एकेकाळी, उत्तर भारतात मोठ्या संख्येने चित्ते होते; पण आता ते नामशेष झाले. मुघल आणि इतर राज्यकर्त्यांनी या प्राण्याची शिकार करून त्यांना पकडले, आपल्या ताब्यात ठेवून माणसाळविले आणि इतर प्राण्यांची शिकार करण्यास वापरले. हा प्राणी लवकर थकतो, म्हणून त्याला घोड्यावर किंवा पालखीत बसवून शिकारीच्या जवळ नेत असत. त्याला चांगलेचुंगले खायला देत खरे; पण ते त्याचे नैसर्गिक अन्न नसे. या प्राण्याच्या अंगावरची केसाळ कातडी मिळविण्यासाठीदेखील त्याची हत्या होत असे. आता, मध्यप्रदेशाचा भाग असलेल्या सूरगुजा राज्याच्या महाराजांनी १९४७ मध्ये शेवटच्या तीन चित्त्यांची हत्या केली होती. त्यांनी शंभरावर वाघांचेदेखील बळी घेतले होते.

१९७२ मधील आणखी घटना

८ मे : धर्मशास्त्राचे गाढे अभ्यासक पी. व्ही. काणे (जन्म : ७ मे १८८०) यांचा देहांत.

२९ मे : नामदेव ढसाळ व त्यांच्या सहकाऱ्यांनी महाराष्ट्रात 'दलित पॅन्थर्स' हा जातीविरोधी गट सुरू केला.

२८ जून : सुप्रसिद्ध शास्त्रज्ञ आणि आकडेतज्ज्ञ प्रशांत चंद्र महालानोबिस (जन्म : २९ जून, १८९३) यांना देवाज्ञा.

---

15. Bolt has speed of 44.6 Kilometres per hour, calculated as per his performance in a 100 metre race.

ऑक्टोबर : एम. जी. रामचंद्रन यांनी ऑल इंडिया अण्णा द्रविड मुन्नेत्र कझागम (AIADMK) हा राजकीय पक्ष स्थापन केला. आधी अस्तित्वात असलेला द्रविड मुन्नेत्र कझागम हा पक्ष फुटून, हा नवा पक्ष निर्माण झाला होता.

इतिहास संशोधन समन्वय साधता यावा, म्हणून इंडियन कौन्सिल ऑफ हिस्टॉरिकल रिसर्च या परिषदेची स्थापना.

विद्यार्थी नसलेल्या तरुणांसाठी, तसेच ग्रामीण युवकांना स्वयंविकास साधण्यासाठी नेहरू युवा केंद्राची (NYKs) स्थापना करण्यात आली.

सर्पतज्ज्ञ रोमूलस व्हाइटकर यांनी मद्रास स्नेक पार्क ट्रस्ट (आता, चेन्नई स्नेक पार्क ट्रस्ट) सुरू केला.

२७

१९७३ : आर्थिक समस्या

वर्ष १९७२ आणि १९७३ मध्ये पावसाने हुलकावणी दिली. जागतिक स्तरावर खनिज तेलाचे भाव १९७३ मध्ये कडाडले, त्याचाही भारतीय अर्थव्यवस्थेवर परिणाम झाला.

तेलंगणाच्या परिस्थितीत झालेली सुधारणा हीच काय ती दिलासा देणारी बाब होती. आपल्याला शिक्षण आणि रोजगाराच्या पुरेशा संधी मिळत नाहीत, या भावनेने आंध्रप्रदेशातील लोकांनी १९६८-६९ मध्ये वेगळ्या राज्यासाठी हरताळ सुरू केला होता. १९५६ मध्ये निर्माण झालेले आंध्रप्रदेश राज्य मुख्यतः दोन विभाग मिळून तयार झालेले होते. हैदराबादच्या निजामाच्या ताब्यात असलेले तेलंगणा - मद्रास प्रेसिडेन्सीचा भाग असलेले आणि १९५३ मध्ये राज्याचा दर्जा मिळालेले आंध्र. १९७३ मध्ये एक करार झाला आणि त्यानुसार ३२ वा घटनात्मक बदल मंजूर होऊन सर्व जिल्ह्यांतील रहिवाशांना शिक्षण आणि रोजगारासाठी प्राधान्य देण्याचे ठरले. काही वर्षांनंतर या तेलंगणा समस्येने पुन्हा डोके वर काढले होते.

सॅम एच. एफ. जे. माणेकशा

✦ पहिले फिल्ड मार्शल

१९६९ मध्ये लष्कराचे प्रमुख बनलेले सॅम एच. एफ. जे. माणेकशा (एप्रिल १९१४-जून, २००८) हे १५ जानेवारी, १९७३ मध्ये निवृत्त झाले. त्याआधी, ३ जानेवारीला त्यांना

जीवनभरासाठी फिल्ड मार्शल हा किताब बहाल करण्यात आला. माणेकशांनी दुसऱ्या महायुद्धात सहभाग घेतला होता आणि स्वातंत्र्योत्तर काळात, लष्करात मोठमोठ्या जागा भूषविल्या होत्या. १९७१ च्या भारत-पाकिस्तान युद्धात त्यांचे नेतृत्व होते.

सॅम माणेकशांना अनेक नागरी व लष्करी मानसन्मान लाभले; त्यात १९७२ चे पद्मविभूषण होते.

✦ कृष्णराव शंकर पंडित यांना पद्मभूषण

ग्वालियर घराण्याचा दुवा समजले जाणारे कृष्णराव शंकर पंडित (२६ जुलै, १८९३ - २२ ऑगस्ट, १९८९) हे हिंदुस्थानी शास्त्रीय संगीताचे ख्यातनाम गायक होते.

त्यांनी आपले वडील शंकरराव पंडित तसेच नथू आणि निस्सार हुसेन खान या पिता-पुत्रांकडून संगीताचे शिक्षण घेतले. ते मुख्यतः ख्याल गात, शिवाय ते ध्रुपद, तराणा आणि टप्पा गायनातदेखील अग्रेसर होते. अगदी वयाच्या अकराव्या वर्षापासून ते सार्वजनिक कार्यक्रमांत भाग घेऊ लागले होते आणि अठराव्या वर्षी त्यांनी ग्वाल्हेर राज्यातील लष्कर येथे शंकर गंधर्व महाविद्यालय स्थापन केले. त्यांनी 'संगीत सरगम सार' आणि 'संगीत आलाप संचारी' यांसारखी संगीत विषयावरची पुस्तके लिहिली.

कृष्णरावांवर पुरस्कार व पारितोषिकांचा वर्षाव झाला. हिंदुस्थानी शास्त्रीय संगीताचे गायक म्हणून साहित्य नाटक अकादमी (१९५९), पद्मभूषण (१९७३) व तानसेन सन्मान (१९८०) हे त्यातले काही मोजके पुरस्कार होत. त्यांच्या चार मुलांपैकी नारायणराव पंडित आणि कृष्णराव पंडित हेदेखील संगीतकार आहेत.

हिंदुस्थानी शास्त्रीय संगीताचे प्रकार

धृपद आणि ख्याल या हिंदुस्थानी शास्त्रीय संगीताच्या दोन मुख्य शैली आहेत. धृपद हा शब्द ध्रुव आणि पद या शब्दांपासून तयार झाला आहे. ही एक हळुवार आणि भव्य अशी शैली आहे. देव-देवता, राजे-राण्या आणि कधी निसर्गाचे गोडवे गाण्यासाठी ही शैली वापरतात. ख्याल हा काल्पनिक आणि शृंगारिक प्रकार आहे व त्याचा गमकासारखा सुशोभिकरणासाठी वापर करतात.

हळुवार शास्त्रीय शैलीत टप्पा, तराणा, दादरा, धमार, ठुमरी, गझल, भजन आणि कव्वालीचा समावेश होतो. टप्पा हा मूलतः लोकगीताचा

भाग आहे व त्याचा ताल जबरदस्त असतो. तराण्याला सरगमचा किंवा मापाचा आधार असतो. त्यातील शब्द अगम्य असतात. धमार ही शैली धृपदाशी, तर ठुमरी ही ख्यालाशी निगडित असते. ठुमरीची रचना नादमय असते. बहुतेक ख्याल गायनाची अखेर ठुमरीने होते. दादरा हा ठुमरीपेक्षा गतिमान असतो. भजने ही भक्तिपर गीते असतात, तर गझल ही उर्दूत रचलेली आणि साधारणपणे शृंगारिक असते. कव्वाली ही सूफी परंपरेतली भक्तिपूर्ण गाणी असतात.

✦ १९७३चा ज्ञानपीठ पुरस्कार

या वर्षी दोन साहित्यिकांची ज्ञानपीठ पुरस्कारासाठी निवड करण्यात आली होती. कन्नड भाषेतील कवी, समीक्षक, नाटककार आणि अनुवादक डी. आर. बेंद्रे आणि ओरिसाचे लेखक गोपीनाथ मोहंती.

दत्तात्रेय आर. बेंद्रे (३१ जानेवारी, १८९६ - २६ ऑक्टोबर, १९८१) हे 'अंबिकातनयदत्त' या नावाने कविता लिहीत. त्यांच्या 'नाकू तन्ती' (चार तारा, १९६४) या काव्यसंग्रहाला ज्ञानपीठ पुरस्कार मिळाला होता. त्यांचे अनेक कवितासंग्रह प्रकाशित झाले. वाढत्या वयानुसार बेंद्रे यांनी आकडेवारीतून जीवनाचे सार समजून घेण्याचा प्रयत्न केला. त्यातूनच त्यांनी दोन पुस्तकांची निर्मिती केली. त्यातील एक इंग्रजीत होते आणि त्याचे शीर्षक 'अ थेअरी ऑफ इमॉरटॅलिटी' (१९७७) असे होते. त्यांना पद्मश्री (१९६८) तसेच इतर अनेक पुरस्कार लाभले.

गोपीनाथ मोहंती (१९१४-९१) यांनी २४ कादंबऱ्या लिहिल्या. ओरिसातील जीवनावर त्यांच्या लघुकथा, नाटके व अन्य साहित्य प्रसिद्ध आहे. आपल्या 'प्रजा' (१९४५) या कादंबरीसाठी त्यांनी ज्ञानपीठ पटकावले. ते साहित्य अकादमी पुरस्कार (१९५५) आणि पद्मभूषण (१९८१) या मानाचेदेखील धनी ठरले. त्यांच्या प्रजा व इतर कादंबऱ्यांचे इंग्रजीत अनुवाद झाले आहेत. 'प्रजा' या कादंबरीत ओरिसातील आदिवासी जमातीची संस्कृती आणि सावकाराने जमीन बळकावल्याने एका कुटुंबाची झालेली शोकांतिका वर्णन केलेली आहे.

✦ दौलतसिंग कोठारींना पद्मविभूषण

देशाचे ख्यातनाम संशोधक असलेले दौलतसिंग कोठारी (जुलै, १९०६-९३) यांना १९६२ सालचे पद्मभूषण आणि १९७३ सालचे पद्मविभूषण देण्यात आले. त्यांचा जन्म राजस्थानमधील उदयपूर येथे झाला होता. अलाहाबाद विश्वविद्यालयात एम. एस्सी.पर्यंतचे पदव्युत्तर शिक्षण घेतल्यानंतर पीएच. डी.

करण्यासाठी ते केंब्रिजला गेले. त्यांनी मोठ्या मानाच्या जागा भूषविल्या. अलाहाबाद विश्वविद्यालयात ते भौतिक विषयाचे सदस्य होते. दिल्ली विश्वविद्यालयात भौतिक विषयाचे प्राध्यापक होते. देशाच्या संरक्षण खात्याचे वैज्ञानिक सल्लागार होते. युनिव्हर्सिटी ग्रँट कमिशनचे चेअरमन (१९६१-७३) होते. त्यांनी 'न्यूक्लिअर एक्स्प्लोजन अँड देअर इफेक्ट्स' आणि इतर अन्य पुस्तके लिहिली. त्यांच्या स्मरणार्थ २०११ मध्ये पोस्टाचे तिकीट छापले होते.

१९७३ मधील आणखी घटना

भारतात तसेच परदेशात चित्रपट उत्सव भरविण्यासाठी माहिती आणि प्रसारण मंत्रालयातर्फे 'डायरेक्टरेट ऑफ फिल्म फेस्टिव्हल'ची स्थापना.
राष्ट्रवादी, शिक्षणतज्ज्ञ आणि समाजसुधारक म्हणून नावाजलेले स्वामी रामानंद तीर्थ (जन्म : १९०३) परलोकवासी झाले.
पहिली तिरंदाजी स्पर्धा लखनौ येथे आयोजित केली गेली.

२८

१९७४ : संपूर्ण क्रांती- जयप्रकाश नारायण चळवळ

स्वातंत्र्य प्राप्त झाल्यावर भारताने विविध आघाड्यांवर प्रगती साधली होती; पण गरिबी, बेरोजगारी आणि धान्यटंचाई हे प्रश्न अजून शिल्लक होते. भ्रष्टाचार ऊतू गेला होता आणि भाववाढ शिगेला पोहोचली होती. १९७३-७४ मध्ये देशातील लखनौ, गुजरात आणि पटनासारख्या विविध भागांत आंदोलने होत होती. एप्रिल १९७४ मध्ये रेल्वेचा संप झाला; पण तो कठोरपणे दडपला गेला. त्याच महिन्यात बिहारमधील आंदोलक विद्यार्थ्यांनी जयप्रकाश नारायण यांना आपल्या आंदोलनाचे नेतृत्व करावे, अशी विनंती केली. जयप्रकाश नारायण यांनी स्वातंत्र्यलढ्यात भाग घेतला होता आणि ते समाजवादी पक्षाचे सदस्य होते. १९५४ मध्ये त्यांनी पक्ष सोडला व ते विनोबा भावेंच्या भूदान चळवळीत सहभागी झाले. वीस वर्षांनंतर 'पक्षरहित प्रजासत्ताक' आणि 'संपूर्ण क्रांती' या दोन नावीन्यपूर्ण कल्पनांसह ते एका नव्या चळवळीचे नेते बनले. त्यांना एक वेगळ्या प्रकारची राजकीय रचना हवी होती. चळवळ फोफावत गेली, तशी 'जे. पी'नी पोलीस, लष्कर आणि इतर निगडित लोकांना नागरी अवज्ञा करून चळवळीत

जयप्रकाश नारायण

सामील होण्याचे आवाहन केले. ते आदर्शवादी नेते होते. त्यांचा अहिंसेवर विश्वास होता. ते प्रामाणिक वृत्तीचे होते आणि देशासाठी कुठलाही त्याग करण्यास तयार होते; परंतु त्यांच्या वृत्तीशी न जुळणाऱ्या भिन्न प्रकारच्या लोकांनी त्यांच्या चळवळीत भाग घेतला; त्यामुळे संप आणि हरताळ वाढले.

तरीदेखील इंदिरा गांधींची लोकप्रियता तसूभरही कमी झाली नव्हती. उत्तर प्रदेश आणि ओरिसातील निवडणुकीत काँग्रेस (आर) पक्ष बहुमताने निवडून आला.

फक्रूद्दीन अली अहमद नवे राष्ट्रपती म्हणून निवडून आले, तर बी. डी. जत्ती उपराष्ट्रपतिपदावर आरूढ झाले.

✦ कृष्णवर्णीय झंझावात : विजय अमृतराज

१९५४ मधील ज्युनियर विम्बल्डन स्पर्धा रामनाथन कृष्णन यांनी जिंकली व त्यानंतर टेनिस खेळात जयदीप मुखर्जी, प्रेमजित लाल, नरेश कुमार आणि आनंद अमृतराज हे तारे उदयास आले. त्या साऱ्यांना वेळोवेळी अर्जुन पुरस्कार देऊन गौरविण्यात आले होते; परंतु सगळ्यात जास्त प्रसिद्धीस आला, तो आनंदचा धाकटा भाऊ विजय अमृतराज (जन्म : १४ डिसेंबर, १९५३) होय. त्याच्या दीर्घ कारकिर्दीत त्याने बऱ्याच स्पर्धा जिंकल्या. त्याच्या खेळाची सुरुवात १९७० मधील ज्युनियर राष्ट्रीय खेळापासून झाली होती. त्याने १९७२ मध्ये सिनिअर राष्ट्रीय स्पर्धासुद्धा जिंकली होती. इतकेच काय, १९७३ मधील व्होल्वो आंतरराष्ट्रीय स्पर्धेत त्याने तेव्हाचा विम्बल्डन विजेता जिमी कॉनर्स यालाही धूळ चारली होती. आपल्या संपूर्ण कारकिर्दीमध्ये विजय अगदी शेवटच्या क्षणाला हरला आहे.

त्याचा खेळातील वेग इतका प्रचंड होता की, त्याला 'कृष्णवर्णीय तुफान' म्हणत. कदाचित त्याच्या अशा नावाला आजचे राजकारणी आक्षेप घेतील. विजय अमृतराज १९९३ मध्ये खेळातून निवृत्त झाले आणि अभिनय, टेनिस शिक्षक व खेळ-निवेदकाच्या भूमिकेत घुसले.

विजय आणि आनंद या अमृतराज बंधूंनी टेनिसच्या अनेक दुहेरी स्पर्धा लढविल्या. विजय अमृतराजना १९७४ चा अर्जुन पुरस्कार देण्यात आला.

✦ एकशिंगी गेंडा आणि काझिरंगा राष्ट्रीय उद्यान

प्राचीन काळापासून एकशिंगी गेंड्याची चित्रे हडप्पा संस्कृतीत आढळतात; पण आज त्यांची अवस्था नामशेष होण्याच्या मार्गावर आहे. १९७४ मध्ये उभारलेल्या

काझिरंगा राष्ट्रीय उद्यानात २०१५ च्या गणनेनुसार त्यांची संख्या ३५५५ होती. आपल्या देशातील अधिकतम गेंडे या ठिकाणी होते. तिथे गेंड्याव्यतिरिक्त जंगली म्हशी, वाघ, हत्ती, बारशिंग्या, डुक्कर, रानटी डुक्कर, हरीण आणि चित्ता याशिवाय इतर प्राणी, पशु-पक्षी, साप-सरडेदेखील आहेत. आसाममधील ब्रह्मपुत्रा नदीच्या किनारी वसलेल्या काझिरंगामध्ये दरवर्षी पूर येतो, तेव्हा हे प्राणी उंच प्रदेशात स्थलांतर करतात. काहींचा त्यात जीव जातो; पण या पुराने गवतचारा उगवतो आणि वाढतो.

पूर्वी १९४० पर्यंत काझिरंगा वन्यप्राण्यांचे अभयारण्य होते. नैसर्गिक उद्यान झाल्यापासून त्यांच्या संरक्षणात वाढ झाली. काझिरंगाच्या पश्चिमेस ओरांग राष्ट्रीय उद्यान आहे आणि तेथेदेखील गेंडे आहेत. तसेच जवळच असलेल्या पोबितोरा वन्यजीव अभयारण्यातही गेंडे वास करतात. काही गेंड्यांना उत्तर प्रदेशातील दुधवा राष्ट्रीय उद्यानात हलवण्यात आले आहे. पश्चिम बंगालमधील जलदपारा आणि गोरुमारा उद्यानातदेखील गेंडे आढळतात.

गेंड्यांविषयी वस्तुस्थिती

- जगात गेंड्यांच्या चार जाती आहेत व भारतीय गेंडा (*Rhinoceros Unicornis*) हा त्यातील एक होय.
- हा प्राणी साधारण १.६ मीटर उंचीचा असतो.
- त्याचे वजन १८२० किलोग्राम असते.
- नवे जन्मलेले पिल्लू ६० किलोचे असते.
- या प्राण्यात एकजूट असते; परंतु विशिष्ट विभागातील गेंडे अंघोळीसाठी विशिष्ट जलाशय पसंत करतात.
- गेंड्यांच्या शिंगांचा परंपरागत औषधात वापर केला जातो व त्यामुळे गेंड्यांची शिकार केली जाते.
- ते ताशी ४८-५० किलोमीटर वेगाने पळू शकतात.

✦ बेगम अख्तर आणि अमिर खान

या वर्षी दोन प्रख्यात गायकांचा मृत्यू देशाला उदासीन करून गेला.

बेगम अख्तर अब्बासी (जन्म : १९१४) या हिंदुस्थानी शास्त्रीय संगीताच्या गायिका होत्या आणि 'भारताची गझल राज्ञी' म्हणून प्रसिद्ध होत्या. त्यांचे वैशिष्ट्य गझलपुरते मर्यादित नव्हते, तर त्या ठुमरी, दादरा आणि संगीताचे इतर प्रकारदेखील गात असत. त्यांच्या गायन सादर करण्यामध्ये नाना कंगोरे आहेत. त्यांची शिष्या

व चरित्रलेखिका रिटा गांगुली एक आठवण सांगतात. बेगमसाहिबा केवळ अकरा वर्षांच्या होत्या व कलकत्त्यातील एका कार्यक्रमात मूळ गायक गैरहजर होते. त्या वेळी बेगमनी भीतीने थरथरत 'दिवाना बनाना है तो' ही गझल गायली आणि ती लोकप्रिय ठरली. त्यांनी देश-परदेशात संगीत जलशात गायन केले किंबहुना त्या काही थोड्या चित्रपटांतदेखील गायल्या. त्यांचा जन्म फरिदाबादचा व १९४० मध्ये वकील असलेल्या इश्तियाक अहमद अब्बासी यांच्याशी त्यांचा निकाह झाला, तेव्हा सार्वजनिक कार्यक्रमात गायन करण्याचं त्यांनी थांबवलं होतं. पुन्हा जेव्हा त्यांनी गायनाला सुरुवात केली, तेव्हा त्यांनी गालिब, मीर यांसारख्या गझलकारांच्या रचनांवर लक्ष केंद्रित केले. थोड्याच दिवसांत त्यांनी एका मैफलीत गायन केले. अहमदाबाद येथे ३० ऑक्टोबर रोजी हृदयविकाराच्या तीव्र झटक्याने त्या अल्लाला प्याऱ्या झाल्या. १९६८ मध्ये पद्मश्री आणि १९७५ मध्ये मरणोत्तर पद्मभूषण या पुरस्कारांनी त्यांना गौरवण्यात आले होते.

ख्याल गायनात प्रवीण असलेले अमिर खान (जन्म : १९१२) हे हिंदुस्थानी शास्त्रीय संगीतातले गायक होते. त्यांनी गायनाचे प्राथमिक धडे आपले अब्बाजान शाहमिर खान यांच्याकडे घेतले होते. तद्नंतर त्यांच्यावर अब्दुल वाहिद खान, रजब अली खान आणि अमन अली खान यांचा प्रभाव पडला. त्यांनी स्वतःची गायनशैली विकसित केली आणि त्यास इंदौर घराणा हे नाव पडले. त्यांना संगीत नाटक अकादमीकडून १९६७ मध्ये सन्मानित करण्यात आले तसेच १९७१चे पद्मभूषण देण्यात आले. देश-परदेशात त्यांनी अनेक मैफली गाजवल्या. १३ फेब्रुवारी या दिवशी कलकत्त्यातील एका कार अपघातात ते निवर्तले.

या वर्षात आणखी दोन बुजुर्ग गायिकांचा मृत्यू झाला. त्या वयाने बेगम अख्तर आणि अमिर खानपेक्षा मोठ्या होत्या : कर्नाटक संगीतातील चेम्बई वैद्यनाथ भागवतार (जन्म : १८९६) आणि हिंदुस्थानी संगीतातील गायिका अंजनीबाई मालपेकर (जन्म : १८८३).

✦ चिपको आंदोलन

'जंगले तुम्हाला काय देतात?
माती, पाणी अन् शुद्ध हवा.'

१९७० च्या सुमारास हिमालयाच्या गढवाल विभागात वृक्षांच्या रक्षणासाठी उभारलेल्या 'चिपको आंदोलना'चे हे एक गाजलेले गीत होय. मंडल आणि रेनी खेड्यांत प्रारंभ झालेल्या या चळवळीमध्ये महिला झाडांना चिपकून राहत आणि वृक्षतोडीपासून त्यांचे रक्षण करत. झाडे वाचविण्याची ही संकल्पना त्या परिसरातील

इतर गावांतदेखील पसरली.

सरकारी भोंगळपणा, कंत्राटदार तसेच पैसा कमावण्यासाठी वृक्षतोड करणारे गावकरी यांच्यापासून वृक्षवाढीला धोका निर्माण झाला होता, तेव्हा आपल्या दैनिक जीवनात वनांचे महत्त्व जाणलेल्या बायका पुढे सरसावल्या. गौरा देवी, चंडीप्रसाद भट्ट आणि सुंदरलाल बहुगुणा यांनी या चळवळीचे नेतृत्व केले. ही चळवळ १९८०च्या सुमारास संपुष्टात आली असली तरी निसर्गाच्या रक्षणासाठी ती एक आदर्श ठरली.

✦ सत्येंद्रनाथ बोस

१८९४ मध्ये जन्मलेले सत्येंद्रनाथ बोस प्रख्यात भौतिकतज्ज्ञ होते. त्यांनी आइन्स्टाईनच्या भौतिक सूत्रांसंबंधी संशोधन करून 'बोस-आइन्स्टाईन लॉ' नावाचा क्वांटम मॅकेनिझममधील नवा नियम शोधून काढला. या नियमानुसार, एकसारखे असलेले कण एकसारखीच क्वांटम स्थिती धारण करतात. अशा कणांना बोसोन म्हणतात. बोसोन हे नाव त्यांच्याच आडनावावरून आले. फोटॉन, ग्लुओन आणि इतर कण या बोसोन कणात मोडतात. फर्मियोन हा कणांचा वेगळा वर्ग आहे आणि तो एकसारखी क्वांटमस्थिती धारण करू शकत नाही. बोस यांनी फोटॉन प्रारणांचा सखोल अभ्यास करून शोधून काढलेल्या पदार्थाच्या चौथ्या स्थितीला 'बोस-आइन्स्टाईन कन्डेसन्ट' म्हणतात.

४ फेब्रुवारी, १९७४ रोजी हा महान शास्त्रज्ञ देवाघरी गेला.

१९७४ मधील आणखी घटना

१८ मे : राजस्थानच्या वाळवंटात पोखरण येथे पहिली भूमिगत अणूस्फोटाची चाचणी झाली.

२० जुलै : बंगाली संगीतकार, गीतकार आणि लोककला कलाकार कमला दासगुप्ता (जन्म : १९१२) कालवश झाले.

६ ऑक्टोबर : पहिले संरक्षणमंत्री वेंगालील कृष्णन कृष्णमेनन (जन्म : १८९६) यांचा मृत्यू.

१६ ऑक्टोबर : मल्याळम् कवी इदासरी गोंविदन नायर (जन्म : २३ डिसेंबर, १९०६) यांचे निधन झाले.

वि. स. खांडेकर यांना 'ययाती' कादंबरीसाठी ज्ञानपीठ पुरस्कार मिळाला.

२९

१९७५ : आणीबाणी

भारताच्या इतिहासातील एक महत्त्वपूर्ण घटना १९७५ मध्ये घडली. इंदिरा गांधींच्या नेतृत्वाखाली काँग्रेस (आर)ला लोकसभेत बहुमत होते आणि त्या पक्षाने नुकत्याच राज्यसभेच्या निवडणुका जिंकल्या होत्या, तरीही बऱ्याचजणांकडून इंदिराजींना विरोध होता. जयप्रकाश नारायण यांनी २९ जूनपासून नागरी अवज्ञा चळवळ सुरू केली, तेव्हा अनेक नेत्यांनी त्यांना पाठिंबा दिला. त्या वेळचे एक ज्येष्ठ मंत्री मोरारजी देसाई म्हणाले, ''आम्ही तिला सत्ताभ्रष्ट करणार आहोत, तिला राजीनामा द्यायला भाग पाडणार आहोत.''[१६]

इंदिराजी अस्वस्थ झाल्या, कारण त्यांच्यासाठी परिस्थिती बिकट होऊन बसली होती. त्या विरोधाला तोंड कसं द्यायचं या विवंचनेत त्या होत्या. त्यातच, १२ जून १९७५ रोजी, अलाहाबाद हायकोर्टाने इंदिरा गांधींची लोकसभा निवडणूक अवैध ठरवली. त्याला काही तांत्रिक कारणे होती. इंदिराजींनी सुप्रीम कोर्टात दावा केला व हायकोर्टाच्या निर्णयावर सशर्त स्थगिती मिळवली. मग २५ जूनच्या रात्री त्या राष्ट्रपतींना भेटल्या आणि देशात अंतर्गत आणीबाणी जाहीर करण्याची विनंती केली. दुसऱ्या दिवशी सकाळी, मंत्रिमंडळाने या निर्णयाला दुजोरा दिला. सर्व आघाडीचे नेते सकाळी उठले, तेव्हा त्यांना 'मिसा' (Maintenance of Internal Security Act) कायद्याखाली अटक करण्यात आली. हा कायदा १९७१ मध्ये

---

१६ : Morarji Desai to Oriana Fallaci, New Republic, quoted in Francine R. Frankel, India's Political Economy, 1947-1977 (Delhi : Princeton University Press, 1978), 544.

मंजूर झाला होता. वर्तमानपत्रे आणि नियतकालिकांवर मुद्रण नियंत्रण आणले गेले. पहिल्या काही दिवसांत दहा हजार लोकांना कैद करण्यात आले. त्यात विद्यार्थी, बुद्धिवंत, राजकारणी, पत्रकार व इतरांचा समावेश होता. राष्ट्रपतींच्या एका अध्यादेशानुसार बहुतेक मूलभूत हक्क रद्द करण्यात आले.

आणीबाणीच्या जीवनाचा सर्व घटकांवर परिणाम झाला. त्याच वेळी जनतेचा विरोधदेखील वाढला. आता काय करायचं? हा सगळ्यांपुढे उभा राहिलेला बिकट प्रश्न होता. मात्र, भारताचे सांस्कृतिक जीवन सुरळीत होते.

मिसा भारती

मिसा हे एखाद्या मुलीचं नाव वाटतं; पण त्यामागे लालूप्रसाद यादव यांच्या मिसा भारती नावाच्या मुलीची कथा आहे. आणीबाणीच्या काळात लालूप्रसाद यांनी जयप्रकाश नारायण यांच्या चळवळीला पाठिंबा दिल्याने, त्यांना अटक करण्यात आली होती. त्या १९७६ च्या काळात, त्यांनी एका मुलीला जन्म दिला आणि त्यांनी तिचे नाव 'मिसा' (अंतर्गत सुरक्षा प्रतिपाळ कायदा) असे ठेवले.

✦ इतर महत्त्वाच्या घटना

१९७५ मध्ये सिक्कीमचा प्रदेश भारताचा भाग बनला. सिक्कीमचे रक्षण, संपर्क आणि बाह्यगतासंबंधी भारताने १९५०पासून जबाबदारी सांभाळली होती.

जम्मू व काश्मीरचे नेते शेख अब्दुल्ला हे कित्येक वर्षे तुरुंगात होते आणि पुढे त्यांना राज्यातून हद्दपार करण्यात आले होते. १९७४ मध्ये त्यांच्यात आणि इंदिरा गांधी यांच्यात करार झाला. मग १९७५ मध्ये, ते राज्याचे मुख्यमंत्री बनले.

बॉन्डेड लेबर सिस्टिम (ॲबॉलिशन) कायदा १९७६ नुसार, देशातील वेठबिगार मजूर पद्धती नामशेष करण्यात आली.

✦ तीन गायिका : कर्नाटक संगीताच्या त्रिमूर्ती

या वर्षी कर्नाटक शास्त्रीय संगीतातल्या प्रसिद्ध त्रिकुटीने पद्मविभूषण पटकावले. एम. एस. सुब्बुलक्ष्मी (१६ सप्टेंबर, १९१६ - ११ डिसेंबर, २००४) या त्यातील एक होत आणि बाकी दोघी डी. के. पट्टाम्मल आणि एम. एल. वसंतकुमारी होत्या.

सुब्बुलक्ष्मी या जरी प्रामुख्याने कर्नाटक संगीत क्षेत्रातील होत्या, तरी त्या

मराठी अभंग, हिंदी भजन, लोकसंगीत आणि हलके शास्त्रीय गायन करत असत. त्या सराईतपणे वीणादेखील वाजवीत. त्यांचा जन्म मदुराईला सुब्रमण्य अय्यर आणि शण्मुगा वादिवू यांच्या पोटी झाला होता. शण्मुगा स्वतः संगीततज्ज्ञ होत्या आणि त्यांच्या वाद्यवादनात साथ देत. सुब्बुलक्ष्मी गायला शिकल्या. १९४० मध्ये टी. सदाशिवम् यांच्याशी त्यांचा विवाह झाला आणि त्यांच्याकडून सुब्बुलक्ष्मींना साजेशी साथ मिळाली.

१९७५ मध्ये मिळालेल्या पद्मविभूषण पुरस्काराव्यतिरिक्त जीवनभर त्यांच्यावर अनेक मान-सन्मानांचा वर्षाव झाला; त्यात पद्मभूषण (१९५४), कर्नाटक शास्त्रीय गायनासाठी संगीत नाटक अकादमी पुरस्कार (१९५६), रॅमन मॅगसेसे पुरस्कार (१९७४), राष्ट्रीय एकात्मतेचा इंदिरा गांधी पुरस्कार (१९९०) आणि भारतरत्न (१९९८) यांचा समावेश आहे. त्यांनी देश-परदेशात अनेक संगीत जलसे गाजविले; त्यात १९८२ मधील लंडन येथील 'फेस्टिव्हल ऑफ इंडिया'च्या उद्घाटन सोहळ्याचा कार्यक्रम अविस्मरणीय आहे.

डी. के. पट्टाम्मल (२८ मार्च, १९१९ - १६ जुलै, २००९) यांचा जन्म कांचीपूरम येथे झाला होता. त्यांनी अंबी दीक्षिथर आणि टी. एल. वेंकटराम अय्यर यांच्या हाताखाली संगीताचे धडे घेतले. वयाच्या दहाव्या वर्षी त्यांनी आकाशवाणीवर पहिला कार्यक्रम सादर केला. त्या विविध प्रकारच्या रचनांचे गायन करत. त्या भजन गात तसेच चित्रपटासाठी गाणी गात. त्यांचा अखेरचा तमिळ चित्रपट 'हे राम' (२०००) हा होता आणि त्यात त्यांनी महात्मा गांधींचे आवडते भजन 'वैष्णव जन तो' गायले होते. त्यांना मिळालेल्या असंख्य मानसन्मानांत पद्मभूषण (१९७१), पद्मविभूषण (१९९९) आणि संगीत कलानिधी (१९७०) यांचा समावेश आहे. १९९२ मध्ये त्यांना संगीत नाटक अकादमीच्या सदस्य होण्याचा मान मिळाला.

एम. एल. वसंतकुमारी (३ जुलै, १९२८ - ३१ ऑक्टोबर, १९९०) या संगीतकार त्रिकुटातील तरुण गायिका; पण सर्वांत आधी देवाघरी गेल्या. त्यांनी जी. एन. बालसुब्रमणियम यांच्याकडे संगीताचे शिक्षण घेतले आणि शास्त्रीय राग, तसेच हरिदासाच्या रचना गायल्या. विशेषतः भक्ती संत पुरंदरदास यांच्या रचना आणि चित्रपट गीते गायली. त्यांच्या मानसन्मानांत संगीत नाटक अकादमी (१९७०) आणि पद्मभूषण (१९६७) या पुरस्कारांचा समावेश आहे.

✦ सिंह आणि नाचणारे हरिण : एका राज्याचे दोन प्राणी

आशियाई सिंह (*Panthera leo persica*) हा आशिया खंडात सर्वत्र आढळणारा

वन्यप्राणी आहे. सध्या त्याचे अस्तित्व गीर राष्ट्रीय उद्यान आणि वन्यजीव अभयारण्यात शिल्लक आहे. तो गुजरातचा राज्याचा प्राणी आहे.

संगाई हरिण

२०१५ मध्ये या भागात ५२३ सिंह अस्तित्वात होते. गुजरातमधील जुनागढ जिल्ह्यात आढळलेल्या या प्राण्यांना जुनागढचे नवाब सर महाबत खान यांनी अभय दिले होते. त्यांनी १९२९ मध्ये, पोस्टाचे तिकीट छापून त्यांचा गौरव केला होता. स्वातंत्र्योत्तर काळात, या ठिकाणी शिकारीला बंदी घालण्यात आली होती आणि १९६५ मध्ये वन्यजीवांसाठी अभयारण्य उभारले गेले. त्यातील २५८ चौरस किलोमीटर गाभ्याचा भाग १९७५ मध्ये राष्ट्रीय उद्यानात रूपांतरित केला गेला. ही सारी एकूण जागा १४१२ चौरस किलोमीटर इतकी आहे.

गीरचा भूप्रदेश डोंगराळ आहे. तो झऱ्यांनी आणि पानगळीच्या जंगलांनी व्यापलेला आहे. तिथे चित्ता, रानमांजर, पिवळ्या रंगाचा कोल्हा, साळिंदर, काळे बोकड असे विविध प्राणी तसेच पक्षी आणि सरपटणारे जीव आढळतात. इथले सिंह काहीसे माणसाळलेले आहेत आणि जवळच्या गावांत ते जाता-येताना नजरेस पडतात.

राष्ट्रीय उद्यानात कुठल्याही प्रकारचे अतिक्रमण खपवून घेतले जात नाही; पण अभयारण्याचे नियम तितके कडक नाहीत.

तिथे नाचणारे संगाई हरिण किंवा पुढे आलेल्या कपाळाची हरणे आढळतात. ही हरणे मुख्यतः मणिपूरमधील कैबूल लामजाव राष्ट्रीय उद्यानात आढळतात; परंतु १९७५ पासून इथे दिसली. कैबूल लामजाव हा लोकतक सरोवरातील ४० चौरस किलोमीटरचा दलदलीचा भूप्रदेश आहे. या भूप्रदेशावरून चालणे माणसाला शक्य नसते; परंतु ही हरणे मात्र आपल्या लांब खुराच्या साहाय्याने हळुवार उड्या घेतात आणि दलदलीत न बुडता सहज वावरतात. त्यांच्या या हलक्या उड्यांमुळे लोक त्यांना नाचणारी हरणे असे संबोधतात.

१९७५ मध्ये इथे १४ हरणे आढळली होती, त्यांची संख्या वाढून १९८४ मध्ये ५० झाली आणि २००० मध्ये ती १६२ पर्यंत पोहोचली. संगाई हरिण मणिपूर राज्याचा प्राणी आहे आणि तो स्थानिक लोककथेशी निगडित आहे. त्या प्राण्याचा आत्मा माणूस आणि निसर्ग यातील दुवा समजला जातो; पण हे प्राणी

व त्यांच्या वसाहती मोठ्या प्रमाणात धोक्यात आल्या आहेत.

१९७५ मधील आणखी घटना

१७ एप्रिल : नामवंत तत्त्वज्ञानी, भारताचे दुसरे राष्ट्रपती (१९६२-६७) सर्वपल्ली राधाकृष्णन (जन्म : १८८८) यांचे निर्वाण झाले.

२ ऑक्टोबर : काँग्रेसचे अध्यक्ष व मद्रासचे मुख्यमंत्रिपद भूषविलेले के. कामराज (जन्म : १५ जुलै, १९०३) यांचे निधन झाले. त्यांनी इंदिरा गांधींना विरोध केला होता आणि ते 'कामराज योजने'मुळे सर्वपरिचित होते.

३१ ऑक्टोबर : शास्त्रीय संगीताचे गीतकार, लोकसंगीत आणि सुगम संगीताचे निर्माते, तसेच चित्रपटाचे दिग्दर्शक असलेले सचिनदेव बर्मन (जन्म : १ ऑक्टोबर, १९०६) निवर्तले.

२७ डिसेंबर : धनबादजवळील चासनाला येथील खाणीत शोकांतिका घडली आणि ३७२ खाणकामगार बळी गेले. या अपघाती घटनेवर १९७९ मध्ये 'काला पत्थर' हा चित्रपट निघाला होता.

१९६९ ते १९७४ या काळात भारताचे राष्ट्रपती असलेले व्ही. व्ही. गिरी (१८९४-१९८०) यांना भारतरत्न पुरस्कार देण्यात आला.

तमिळ लेखक अकिलन (१९२२-८८) यांना त्यांच्या 'चित्रा पवई' या कादंबरीसाठी ज्ञानपीठ पुरस्कार देण्यात आला.

३०

१९७६ : वीस कलमी कार्यक्रम

आणीबाणीत इंदिरा गांधी एखाद्या हुकूमशहासारख्या वागत होत्या. जे हवे ते करण्यासाठी त्यांच्याकडे सत्ता होती. १९७६ मध्ये राष्ट्रीय घटनेत बदल घडवून, 'धर्मनिरपेक्ष आणि समाजवादी' हे शब्द प्रस्तावनेत घुसविले गेले. मूलभूत हक्कांपेक्षा निर्देशक तत्त्वांना वरचढ करण्यात आले. लोकसभा आणि राज्यसभेचा कालावधी पाच वर्षांपासून सहा वर्षांपर्यंत वाढविण्यात आला. बरेच बदल घडवले गेले. इंदिराजींनी अर्थव्यवस्था सुधारण्याचे धोरण अवलंबिले आणि किमती कमी करण्यासाठी, जमीन विकसित करण्यासाठी, कामगारांची आणि गरीब जनतेची स्थिती सुधारण्यासाठी वीस कलमी कार्यक्रम राबविला गेला. प्रारंभीच्या काळात, काही फायदे उठून दिसले; परंतु हळूहळू त्याचा ऱ्हास होत गेला. सरकारी अधिकारी व पोलिसांच्या हातात सत्ता गेली नि अटकसत्रे, तुरुंगवास, लोकांचा छळवाद याला ऊत आला. १९७६ पर्यंत, १,४०,००० लोकांना तुरुंगात डांबण्यात आले होते.

इंदिराजींचा धाकटा पुत्र, संजय याने स्वतःचे कार्यक्रम राबवायला सुरुवात केली. त्यात शहरीकरण व कुटुंबनियोजनाचा अंतर्भाव होता. या संकल्पना नीट रितीने अमलात न आणल्याने घरे आणि दुकाने यांची तोडफोड झाली. पुरुषांचे त्यांच्या इच्छेविरुद्ध निर्जंतुकीकरण करण्यात आले.

आणीबाणीचा मोठा परिणाम उत्तर प्रदेशात झाला होता आणि तिथे विरोध प्रखर होत गेला.

त्या वेळी तामिळनाडूमध्ये डी.एम.के. चे करुणानिधी हे मुख्यमंत्री होते. त्यांचाही आणीबाणीला विरोध होता. इंदिरा गांधींनी ३१ जानेवारी रोजी त्यांच्या

सरकारला लाचलुचपतीच्या आरोपाखाली बरखास्त केले आणि तिथे राष्ट्रपती राजवट आणली.

✦ यशपाल आणि खांडेकर : दोन नामवंत लेखक

प्रेमचंदांनंतर हिंदी साहित्यात ज्यांचे नाव घेतले जाते ते यशपाल (३ डिसेंबर, १९०३ - २६ डिसेंबर, १९७६) हे हिंदी साहित्यातील मोठी हस्ती आहेत. आजच्या हिमाचल प्रदेशातील कांग्रा जिल्ह्यात ते जन्मले होते. त्यांनी फिरोझपूर येथे आपले शालेय शिक्षण पूर्ण केले आणि पुढील शिक्षणासाठी ते लाहोर येथील नॅशनल कॉलेजात गेले. तिथे ते भगतसिंग यांच्या संपर्कात आले आणि क्रांतिकारक बनले. डिसेंबर १९२९ मध्ये, तेव्हाचे व्हाइसरॉय लॉर्ड आयर्विन रेल्वेगाडीतून प्रवास करीत असताना त्यांनी त्या गाडीत बॉम्ब ठेवला होता. लॉर्ड आयर्विन सुखरूप बचावले; पण १९३१ मध्ये यशपालना त्यांच्या क्रांतिकारी कार्याबद्दल पकडण्यात आले. १९३८ मध्ये त्यांची सुटका करण्यात आली. त्या वेळी कॉंग्रेस सरकार विभागीय विधानमंडळात निवडून आले होते. आपल्या सुटकेनंतर, त्यांनी लिखाणाला सुरुवात केली. त्यांच्या कथा-कादंबऱ्यांत त्यांच्या राजकीय जीवनाचे तर समान नि स्वतंत्र भारताच्या स्वप्नांचे प्रतिबिंब उमटत होते.

तीन विभागांत प्रकाशित झालेले त्यांचे 'सिंहावलोकन' (१९५१-५५) हे त्यांचे आत्मचरित्र, फाळणीवर दोन भागांत लिहिलेला 'झूठा सच' (१९५८-६०) हा ग्रंथ, 'दादा कॉम्रेड' (१९४१), 'मनुष्य के रूप' (१९४९), 'रामराज्य की कथा आणि मार्क्सवाद' या त्यांच्या प्रसिद्ध लोकप्रिय साहित्यकृती होत. त्यांना १९७०चे पद्मभूषण तसेच 'तेरी मेरी उसकी बात' (१९७४) या कादंबरीसाठी १९७६चे साहित्य अकादमी पुरस्कार लाभले. यशपालच्या 'गुलदस्ता' (१९९५) आणि 'जीवन के रंग' (२००५) या साहित्यकृतींवर आधारित कार्यक्रम टेलिव्हिजनवर सादर केले गेले.

या वर्षी दिवंगत झालेले दुसरे व मराठीतील सुप्रसिद्ध लेखक विष्णू सखाराम (वि.स.) खांडेकर (११ जानेवारी, १८९८ - २ सप्टेंबर, १९७६) हे होत. त्यांनी १६ कादंबऱ्या लिहिल्या, तसेच शेकडो लघुकथा आणि निबंध लिहिले. 'परदेशी' (१९५३) सारख्या त्यांच्या काही कादंबऱ्यांवर चित्रपटही निघाले.

✦ आशापूर्णादेवी : ज्ञानपीठ जिंकणारी पहिली स्त्री लेखिका

आशापूर्णादेवी (८ जानेवारी, १९०९ - १३ जुलै, १९९५) या बंगाली लेखिका होत्या व १९७६चा ज्ञानपीठ पुरस्कार मिळवणाऱ्या प्रहिल्या महिला

लेखिका ठरल्या.

आशापूर्णा या प्रतिभावान कवयित्री, कादंबरीकार आणि लघुकथा लेखिका होत्या. त्यांचे औपचारिक शिक्षण झाले नव्हते, तरीही बालवयापासून त्या आपल्या भगिनीसोबत वाचन करायला शिकल्या. त्यांची आई- सरोलासुंदरींना वाचनाचे वेड होते, तर त्यांचे वडील हरेंद्रनाथ गुप्ता चित्रकार होते.

आशापूर्णा देवी

वयाच्या तेराव्या वर्षी एक कविता लिहून आशापूर्णा देवींनी आपल्या साहित्यिक कारकिर्दीला प्रारंभ केला होता. वयाच्या पंधराव्या वर्षी त्यांचा विवाह झाला. आपल्या कुटुंबाची देखभाल करत त्यांनी लिखाण सुरू ठेवले. 'छोटो ठाकूरदार काशीयात्रा' (१९८३) हे त्यांचं मुलांसाठी लिहिलेलं आधीचं पुस्तक होतं. कादंबऱ्या, लघुकथासंग्रह, बालसाहित्य अशा विषयांवर त्यांनी १५०च्या वर पुस्तके प्रकाशित केली. त्यांनी तीन भागांत लिहिलेली मालिका खूपच गाजली. पहिल्या भागाचे नाव 'प्रथम प्रतिश्रुती' (पहिले वचन, १९६४) होते व त्यात अनेक अडचणींवर मात करणाऱ्या खेड्यातील नववधूची कहाणी आहे. दुसऱ्या 'सुवर्णलता' (१९६७) या भागात प्रेमाचा त्रिकोण असलेली कथा आहे आणि शेवटचा भाग 'बकुळकथा' (१९७४) होय. ज्ञानपीठ पुरस्कारासोबत त्यांना पश्चिम बंगाल सरकारचा रवींद्र पुरस्कार (१९६५) बहाल करण्यात आला होता. त्याशिवाय त्यांना पद्मश्री (१९७६), साहित्य नाटक अकादमी शिष्यवृत्ती (१९९४) व इतर सन्मान लाभले होते.

✦ विवान सुंदरमद्वारा कसौली कला केंद्राची स्थापना

विवान सुंदरम हे राजकीय विवेक असलेले चित्रकार होते. हिमाचल प्रदेशातील सिमला येथे १९४३ मध्ये त्यांचा जन्म झाला होता. त्यांचे शिक्षण बडोद्याच्या एम. एस. विश्वविद्यालयात झाले. नंतर ते लंडनच्या स्लाडे स्कूलमध्ये गेले. त्यांनी वारंवार, विविध शैलींत चित्रकला जोपासली. शाई, जलचित्रे, रेखाचित्रे, छायाचित्रे, व्हिडिओ कला, स्थापत्यकला अशा विविध माध्यमांतून ते व्यक्त होत गेले. त्यांच्यावर अतिवास्तववाद, दादाइझम आणि (विविध माध्यमांचे मिश्रण करून निर्माण होणाऱ्या) फ्लक्सस या कलाशैलीचा विशेष प्रभाव होता. त्यांनी १९७५च्या आणीबाणीवर भाष्य करण्यासाठी पाब्लो नेरुदाच्या 'हाइट्स ऑफ माछू-पिछू' या कवितेवर आधारित कलाकृती सादर केली होती. १९९१च्या

गल्फ युद्धावर भाष्य करणारे चित्र तसेच अलीकडच्या सामाजिक आणि पर्यावरणीय विषयांवर बोलकी चित्रे काढली. त्यांच्या चित्रांची प्रदर्शने जगभरात आयोजित करण्यात आली. त्यांनी सफदर हाश्मी स्मृती ट्रस्ट (१९८९) आणि कसौली कला केंद्राची (१९७६) स्थापना केली आणि नावीन्यपूर्ण कलेच्या निर्मितीचा ध्यास घेतला. पट्टानाम येथील पुराणवस्तू उत्खननामध्ये आढळलेल्या मडक्यांचे तुकडे वापरून त्यांनी 'ब्लॅक गोल्ड' (२०१२) नावाचे चित्रशिल्प तयार केले होते.

१९७६ मधील आणखी घटना

जुलै : परवीन बाबी (४ एप्रिल, १९४९ - २० जानेवारी, २००५) ही अभिनेत्री 'टाइम' या मासिकाच्या मुखपृष्ठावर झळकली; असे चित्र छापून येणारी भारतीय चित्रपटातील ती पहिलीच तारका ठरली.
१० सप्टेंबर : इंडियन एअरलाइन्सच्या दिल्लीतून बॉम्बेला येणाऱ्या विमानाचे अपहरण झाले आणि ते लाहोरला नेण्यात आले; परंतु सारे प्रवासी सुखरूप बाहेर धाडले गेले.
के. कामराज यांना मरणोत्तर भारतरत्न देण्यात आले.

३१

१९७७ : नवे सरकार - जनता पार्टी

१९७७ हे वर्ष उजाडले तरी आणीबाणी सुरूच होती. जानेवारी महिन्यात इंदिरा गांधींनी मार्चमध्ये निवडणुका घ्यायचे जाहीर केले. निवडणुका घेऊन आपली बाजू मजबूत करण्याचा त्यांचा हेतू असावा का? आपण नक्कीच जिंकू, अशी त्यांना खात्री वाटली असावी का? त्यांच्या पक्षाला भारतीय कम्युनिस्ट पार्टी आणि एडीएमके पक्षाचा पाठिंबा होता. विरोधी पक्षांत अनेक पक्षांचे कडबोळे होते. भारतीय जनसंघ, भारतीय लोकदल, काँग्रेस (ओ), संयुक्त समाजवादी पक्ष हे सारे एकत्र येऊन जनता पक्ष स्थापन करण्यात आला होता. त्यांनी एकत्रितपणे निवडणूक लढवण्याचं ठरवलं होतं. जगजीवनरामसारख्या काही ज्येष्ठ काँग्रेस नेत्यांनी 'काँग्रेस फॉर डेमॉक्रसी' हा पक्ष स्थापन केला होता. काँग्रेस (आर) ला विरोध करण्यासाठी त्या पक्षाने जनता पक्षाशी हातमिळवणी केली होती. डी.एम.के., अकाली दल आणि कम्युनिस्ट पार्टी (मार्क्सिस्ट) सुद्धा विरोधी पक्षात सामील झाले होते.

निवडणुकीच्या निकालाने इंदिराजींना आणि काँग्रेस (आर) पक्षाला धक्काच बसला. ती आणि तिचा पुत्र, संजय दोघेही निवडणूक हरले. उत्तर प्रदेश, बिहार, पंजाब, हरयाना आणि दिल्लीत काँग्रेसला एकही जागा जिंकता आली नाही. मध्यप्रदेश, राजस्थान आणि काश्मीर राज्यांत फक्त एकेक जागा मिळाली. इतर राज्यांमध्ये आणीबाणीचे फारसे पडसाद उमटले नव्हते आणि काँग्रेस (आर) ला देशभरात एकूण १५३ जागा मिळवता आल्या. जनता पार्टी आणि काँग्रेस फॉर डेमॉक्रसी या दोन्ही पक्षांना मिळून २९८ जागा मिळाल्या होत्या. ते दोन पक्ष विलीन झाले. इतर मित्र पक्षांना एकत्र करून, त्यांच्या ३३० जागा झाल्या होत्या.

त्यांनी २३ मार्च १९७७ रोजी सरकार स्थापन केले. ८१ वर्षांचे मोरारजी देसाई पंतप्रधान बनले.

मोरारजी देसाई (२९ फेब्रुवारी, १८९६ - १० एप्रिल, १९९५) हे स्वातंत्र्योत्तर काळातील पहिले बिगरकाँग्रेस पंतप्रधान (१९७७ ते १९७९) होते. त्यांची राजकारणातली कारकीर्द दीर्घ होती. ते अर्थमंत्री होते तसेच १९६७ पासून उपपंतप्रधानदेखील होते. १९६९ मध्ये, त्यांनी काँग्रेस (ओ)चे नेतृत्व करून इंदिराजींना विरोध केला होता. आणीबाणीच्या काळात ते एकोणीस महिने अटकेत होते. त्यांची जीवनशैली साधी होती. ते शाकाहारी होते आणि निसर्गोपचाराचे भोक्ते होते.

✦ बुद्धिबळाचे खेळाडू

सत्यजित रे यांचा 'शतरंज के खिलाडी' हा नावीन्यपूर्ण चित्रपट या वर्षात गाजला. इतिहासातील एका विशिष्ट काळातला भाग या चित्रपटात उलगडून दाखवला गेला होता. अवधचे दोन नवाब बुद्धिबळाचे जबरदस्त शौकिन होते. ते सतत बुद्धिबळ खेळत बसत. ब्रिटिशांनी त्यांच्या राज्यावर हल्ला करून ते ताब्यात घेतले, याचेही त्यांना भान नव्हते. सत्यजित रे स्वतः बुद्धिबळाचे शौकिन होते; पण आपले चेसबुक त्यांनी पहिल्या चित्रपट निर्मितीसाठी विकले होते!

हा चित्रपट प्रेमचंद यांच्या त्याच नावाच्या कादंबरीवर काढण्यात आला

'शतरंज के खिलाडी'मधील पुनर्निर्मित दृश्य

होता. प्रेमचंद (३१ जुलै, १८८० - ८ ऑक्टोबर, १९३६) हे भारतातील नामांकित लेखक होते. ते स्वातंत्र्यपूर्व काळात होऊन गेले, तरीही त्यांचे लेखन आजही आवडीने वाचले जाते. त्यांच्या अनेक कादंबऱ्यांत 'रंगभूमी' (१९२४), 'गोदान' (१९३६), 'गबन' (१९३१) आणि 'प्रेमाश्रम' (१९२२) यांचा समावेश आहे. त्यांनी असंख्य लघुकथा लिहिल्या.

✦ अकाली मृत्यू आणि ज्ञानपीठ पुरस्कार : कृष्णन चंदर आणि शिवराम कारंथ

कृष्णन चंदर (२३ नोव्हेंबर, १९१४ - ८ मार्च, १९७७) हे हिंदी आणि उर्दू साहित्यातील कादंबरीकार व लेखक होते. त्यांना दुर्दैवी मृत्यू आला. आपल्या टेबलावर बसून लिखाण करत असताना, त्यांना हृदयविकाराचा जबरदस्त झटका आला. वाक्य अर्धे सोडून, ते अवचित निघून गेले आणि चाहत्यांना चटका लावून गेले. त्यांच्या खाती वीस कादंबऱ्या, कित्येक लघुकथा आणि हिंदी चित्रपटकथा आहेत. त्यांचा जन्म राजस्थानातील भरतपूर येथे झाला; पण ते जम्मू-काश्मीरमधील पूँछ येथे वाढले. त्यांनी आपल्या प्रारंभीच्या आठवणी 'मिट्टी के सनम' या कादंबरीत लिहून ठेवल्या आहेत. त्यांच्या कथांमध्ये 'अन्नदाता', 'गालिचा', 'कालू भंगी' आणि 'गर्जन की एक शाम' या गाजलेल्या कथा आहेत. 'शिकस्त' आणि 'जब खेत जागे' या त्यांच्या महत्त्वाच्या कादंबऱ्या आहेत. आपल्या लिखाणातून त्यांनी गोरगरिबांची बाजू मांडली, महिलांच्या शोषणाला वाचा फोडली; सामान्य माणसांना उजेडात आणले. काश्मीरमधले बालपण उलगडून दाखवले. त्यांनी मिळवलेल्या अनेक पुरस्कारांत पद्मभूषण (१९६९) आणि सोविएत लँड नेहरू पुरस्काराचा (१९६६) समावेश आहे.

शिवराम कारंथ (१० ऑक्टोबर, १९०२ - ९ डिसेंबर, १९९७) हे कन्नड साहित्यिक होऊन गेले. त्यांना १९७७ सालचा ज्ञानपीठ पुरस्कार त्यांच्या 'मूकाजिया कानासुगालू' (आजीचे स्वप्न) या पुस्तकाला मिळाला. त्यांनी कविता-कादंबऱ्या लिहिल्या. त्यांचे काही लिखाण स्वातंत्र्यपूर्व काळात प्रकाशित झाले होते. त्यांच्या 'चोमाना दुडी' (चोमाचा ढोल) या कादंबरीत एका दलिताची शोकांतिका वाचायला मिळते. 'बेटाडा जीवा'मध्ये एक स्वातंत्र्यसैनिक गावातील सामान्य लोकांच्या कथा नि व्यथा जाणून घेतो. या कथानकावर काढलेल्या चित्रपटाला पुरस्कार प्राप्त होतो. त्यांच्या नावावर कितीतरी पुस्तके प्रकाशित झालेली आहेत. त्यांनी यक्षगान नृत्याची शैली विकसित करण्यास हातभार लावला होता. ज्ञानपीठव्यतिरिक्त त्यांना अन्य मान-सन्मानही मिळाले; त्यात १९८५ सालची साहित्य अकादमीची

शिष्यवृत्ती समाविष्ट आहे.

✦ सिद्धेश्वरीदेवी : एक नकोशी अनाथ मुलगी झाली श्रेष्ठ गायिका

सिद्धेश्वरीदेवी (१९०८-७७) या हिंदुस्थानी शास्त्रीय संगीताच्या नामवंत गायिका होत्या आणि वाराणशीतील एका संगीतकाराच्या पोटी जन्मल्या होत्या. त्यांचे आई-वडील त्यांच्या बालपणीच दिवंगत झाल्याने, त्या पोरकी झाल्या. त्यांच्या काकूने त्यांना आपल्या घरी नेले. तिथे त्यांचे खूप हाल झाले, असे त्यांनी आपल्या मुलीसोबत लिहिलेल्या आत्मचरित्रात नमूद केले आहे; पण त्यांच्या नशिबात नियतीने वेगळेच काही लिहून ठेवले होते. त्या वेळचे प्रख्यात संगीतकार सयाजी महाराज यांच्याकडून त्यांना गायनाचे धडे मिळाले. मग त्या त्यांच्याच कुटुंबीयांसोबत राहिल्या. तिला बडे रामदास, रजब अलीखान आणि इनायत खान यांच्याकडेसुद्धा गायनाचे शिक्षण घ्यायची संधी मिळाली. त्या साधारणपणे ख्याल गात असत, तसेच हलके शास्त्रीय संगीत, ठुमरी, दादरा, कजरी, टप्पा, होरी आणि चैती असे गायनाचे विविध प्रकार हाताळत असत.

१९६५ पासून ते जीवनाच्या अंतापर्यंत, त्या नवी दिल्लीतील श्रीराम भारतीय कला केंद्रात संगीत शिकवीत होत्या. हिंदुस्थानी गायनाबद्दल १९६६ सालचा संगीत नाटक अकादमी पुरस्कार, १९६७ मध्ये पद्मश्री, १९७६ चा उत्तरप्रदेश संगीत नाटक अकादमी पुरस्कार आणि १९७५ सालचा साहित्य कला परिषद पुरस्कार; असे अनेक मानसन्मान त्यांना लाभले. त्यांच्या जीवनावर १९८९ मध्ये एक माहितीपट तयार करण्यात आला होता.

त्यांची कन्या सवितादेवी यादेखील एक प्रतिभावान गायिका होत्या आणि १९७७ मध्ये त्यांनी आईच्या स्मरणार्थ एक संगीत निकेतन सुरू केले.

✦ राष्ट्रीय नाट्य विद्यालयातून अल्काझी निवृत्त

इब्राहिम अल्काझी (जन्म : १८ ऑक्टोबर, १९२५) हे भारतातील एक ख्यातकीर्त रंगभूमी दिग्दर्शक व कलागुरू आहेत. त्याचं प्रशिक्षण लंडनच्या 'रॉयल अकॅडमी ऑफ ड्रॅमॅटिक आर्ट' येथे झाले होते. ते 'नॅशनल स्कूल ऑफ ड्रामा' या नाट्य संस्थेचे १९६२ ते १९७७ पर्यंत डायरेक्टर होते. आपल्या दीर्घ कारकिर्दीत त्यांनी अनेक नाटके दिग्दर्शित केली. त्यात गिरिश कार्नाड यांचे 'तुघलक', धर्मवीर भारतीचे 'अंधा युग', तसेच शेक्सपिअर आणि ग्रीक नाटकांचे भारतीय रूपांतर होते. आपली पत्नी रोशन अल्काझीसोबत त्यांनी नवी दिल्ली येथे 'आर्ट

हेरिटेज गॅलरी'ची स्थापना केली.

१९७७ मधील आणखी घटना

११ फेब्रुवारी : भारताचे राष्ट्रपती असलेले (१९७४-७७) फक्रूद्दीन अली अहमद (जन्म : १३ मे, १९०५) पैगंबरवासी झाले.

जून : ज्योती बसू (८ जुलै, १९१४ - १७ जानेवारी, २०१०) पश्चिम बंगालचे मुख्यमंत्री (१९७७ - २०००) झाले.

२५ जुलै : संजीव रेड्डी भारताचे राष्ट्रपती बनले.

'सेल्फ एम्प्लॉइड वुमन्स असोसिएशन'च्या संस्थापिका इला भट (जन्म : ७ सप्टेंबर, १९३३) यांना रॅमन मॅगसेसे पुरस्कार देण्यात आला. त्यांना राइट लाइव्हलिहूड अवॉर्ड (१९८४) आणि पद्मभूषण (१९८६) हे सन्मानसुद्धा मिळाले होते.

३२

१९७८ : ४४ वी घटना-दुरुस्ती

भारतीय घटनेत ४४वी दुरुस्ती करण्यात आली. इंदिरा गांधींनी ४२व्या दुरुस्तीत केलेले सारे बदल काढून टाकण्यात आले. भविष्यात आणीबाणी सहजपणे लादता येणार नाही, अशी व्यवस्था करण्यात आली. काँग्रेस पक्षातसुद्धा काही बदल घडून आले.

१९६९ मध्ये मूळ काँग्रेसमधून बाहेर पडलेल्या काँग्रेस (आर)चे १९७८ मध्ये दोन भाग झाले. इंदिरा गांधींचे नेतृत्व असलेली काँग्रेस (आय) आणि स्वर्णसिंगांच्या नेतृत्वाखालची काँग्रेस (एस) अशी ती दोन शकले होती. यशवंतराव बी. चव्हाण दुसऱ्या गटात सामील झाले. लोकसभेत काँग्रेस (आय)कडे ७० सदस्य होते, तर काँग्रेस (एस)चे ७६ सभासद होते. इंदिरा गांधींनी देवराज अर्सच्या मदतीने कर्नाटकमधील चिकमंगळूर येथून निवडणूक लढवली आणि त्या जिंकल्या. १९७९च्या एप्रिलमध्ये अर्सना काँग्रेस (आय) मधून डच्चू मिळाला, तेव्हा त्यांनी स्वतःचा काँग्रेस (यु) पक्ष काढला.

✦ आणखी लक्षणीय घटना

१ फेब्रुवारी, १९७७ रोजी सागरी किनाऱ्याचे रक्षण करण्यासाठी इंडियन कोस्ट गार्डची स्थापना झाली आणि १८ ऑगस्ट, १९७८ रोजी त्यांना लष्कराचा दर्जा देण्यात आला.

✦ नैसर्गिक इतिहासाचे राष्ट्रीय संग्रहालय

भारतात अनेक प्रकारची संग्रहालये उभारली होती; पण १९७२ मध्ये इंदिराजींना

वाटले की, नैसर्गिक इतिहासाचे प्रदर्शन करणारे एक संग्रहालय असावे. भारतातील पशु-पक्षी, वनस्पती, खनिजे यांचे त्यात प्रदर्शन असावे. नवी दिल्लीत उभारलेले हे संग्रहालय ५ जून, १९७८ रोजी लोकांसाठी खुले करण्यात आले. त्यानंतर, विभागीय स्तरावर नैसर्गिक इतिहासाची संग्रहालये उभारण्यात आली.

✦ गोटुवाद्यम्

गोटुवाद्यम्ला चित्र-वीणा असेही म्हणतात. ते एक तंतुवाद्य आहे. ते एक प्रकारची वीणा असून, तिला सहा मुख्य तारा आणि आणखी काही आधारभूत तारा असतात. त्यांना बोटांच्या आधारासाठी चाव्या नसतात. कर्नाटक संगीतात हे वाद्य लोकप्रिय आहे.

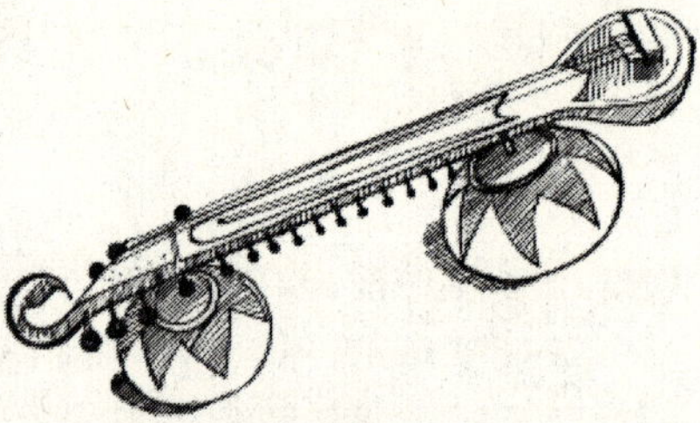
गोटुवाद्यम

तारा दाबण्यासाठी एक छोट्या नळकांड्याच्या आकाराचा, गोटु नावाचा तुकडा वापरला जातो; त्यावरून या वाद्याला गोटुवाद्यम असे नाव पडले.

गायक म्हणून आपल्या संगीत कारकिर्दीला प्रारंभ करणारे बुदालूर कृष्णमूर्ती शास्त्रीगल (१८९४-१९७८) हे गोटुवाद्यममधील तज्ज्ञ होते. त्यांनी सखाराम रावांचे शिष्य असलेल्या गोटुवाद्यम नारायण अय्यंगार यांच्यासोबत गोटुवाद्यमचा अभ्यास केला आणि त्यात प्रावीण्य मिळवले. तसे हे वाद्य वाजविण्यास अवघड असते; पण कृष्णमूर्ती त्यात तरबेज झाले. रुक्मिणीदेवींनी त्यांना कलाक्षेत्रात येण्याचे आवतण दिले आणि ते तिथे प्राचार्य बनले. ते या वाद्याची लोकप्रियता वाढविण्यास कारणीभूत ठरले. मद्रासमधील सेंट्रल कॉलेज ऑफ कर्नाटक म्युझिक येथे त्यांनी संगीताचे धडे दिले.

गोटुवाद्यम वाजविण्यात निष्णात असलेल्या संगीतकारांमध्ये चित्रवीणा एन्. रविकिरण (जन्म : १९६७) यांचे नाव घेतले जाते. त्यांनी नवचित्रवीणा नावाचे वाद्य तयार केले. ते गोटुवाद्यम नारायण अय्यंगार यांचे नातू होते.

✦ पु. शि. रेगे : आधुनिक मराठी कवी

पुरुषोत्तम शिवराम रेगे (१९१०-७८) यांनी कविता केल्या, कादंबऱ्या लिहिल्या, ललित लेखन केले तसेच एक नाटक व आत्मचरित्र लिहिले. त्यांच्या कविता लोकप्रिय ठरल्या व त्यांचे बरेच काव्यसंग्रह निघाले. प्रेम, स्त्रीचं सौंदर्य यासोबतच

जागतिक घटना आणि सामाजिक समस्या हे त्यांच्या कवितांचे विषय असत. शब्दांशी खेळ करणे हा त्यांचा छंद होता. दोन कडव्यांची त्यांची 'गाणे' नावाची एक कविता अशी आहे.[१७]

'पक्षी जे झाडावर गाणे गातो
आहे झाडच दुसरे पुन्हा त्या गाण्यात
पक्षी जे झाडावर गातो.
झाडावर जे गाणे पक्षी गातो
आहे पक्षी दुसरा गाण्यातच त्या पुन्हा
झाडावर जे पक्षी गातो.'

✦ सच्चिदानंद वात्सायन यांना ज्ञानपीठ पुरस्कार

सच्चिदानंद वात्सायन 'आग्नेय' (७ मार्च, १९११ - ४ एप्रिल, १९८७) हिंदी भाषेतील कवी होते. कवितेसोबत त्यांनी कित्येक कादंबऱ्या, कथा, प्रवासवर्णने आणि ललित निबंध व इतर लिखाण केले. 'कितने नाँवोमें कितनी बार' (१९६७) या कवितासंग्रहासाठी त्यांना ज्ञानपीठ पुरस्कार बहाल करण्यात आला.

त्यांचे पिताश्री पुराणवस्तू संशोधक होते. खुशीनगर जिल्ह्यात उत्खनन सुरू असताना, एका तंबूत सच्चिदानंदांचा जन्म झाला होता. आपल्या कुटुंबीयांसोबत त्यांची भटकंती सुरू होती. त्यांनी औद्योगिक विज्ञानात पदवी (B.Sc.) प्राप्त केली आणि भारत स्वातंत्र्याच्या क्रांतिकारक चळवळीत भाग घेतला. त्यांनी १९३० ते ३३ या काळात तुरुंगवास भोगला; त्या वेळी त्यांच्या लेखनाला सुरुवात झाली. दुसऱ्या महायुद्धात त्यांनी ब्रिटिशांना साथ देऊन, फॅसिझमला विरोध केला. स्वातंत्र्योत्तर काळातही त्यांनी आपले लिखाण सुरू ठेवले. ते संपादक आणि प्राध्यापकदेखील होते.

त्यांनी असंख्य कविता लिहिल्या. स्वातंत्र्योत्तर काळात त्यांच्या काही कविता गाजल्या, त्या अशा : 'इंद्रधनू रौंदे हुए ये' (१९५७), 'अरी ओ करुणा प्रभामाया' (१९५९), 'क्यों की मैं उसे जानता हूँ' (१९६९) आणि 'ऐसा कोई घर आपने देखा है' (१९८६). त्यांचे बहुसंख्य लिखाण हिंदीत असले तरी त्यांनी इंग्रजीतदेखील लिखाण केले. त्यांच्या कविता सतत उत्क्रांत पावत होत्या आणि नव्या आशयासह नवनवे रूप घेत होत्या.

---

17. Quoted in Journal of South Asian Literature, Volume 17 (n.p. Asian Studies Centre, Michigan State University, 1982)

भारतातील रंगभूमी

स्वातंत्र्यानंतर भारतीय रंगभूमीने विविध रूपे धारण केली. या रंगभूमीची नाळ प्राचीन भारताशी जुळलेली आहे. संगीत नाटक अकादमी आणि राष्ट्रीय नाट्यशाळा तसेच विविध विभागांत स्थापन झालेल्या कला संस्थांमुळे रंगभूमी विकसित होत गेली. स्वातंत्र्य मिळण्याआधी 'इंडियन पीपल्स थिएटर असोशिएशन'सारख्या नाट्यसंस्था कार्यरत होत्या. त्यात डावे कलाकार अग्रेसर होते. कलकत्त्यातील 'अनामिका' (१९५५), मुंबईतील 'थिएटर युनिट' (१९५४) आणि दिल्लीतील 'आर्ट थिएटर' (१९५१) आणि 'इंद्रप्रस्थ थिएटर' (१९५९) या संस्था रंगभूमीची सेवा करत होत्या; तद्नंतर ओम शिवपुरींचे 'दिशांतर' आणि राजेंद्रनाथ यांचे 'अभियान' (१९६७) यांच्यातर्फे नाटकाचे अनेक प्रयोग झाले. बादल सरकार, विजय तेंडुलकर आणि गिरिश कार्नाड यांनी अनेक नाटके लिहिली व रंगभूमीवर आणली. हबीब तन्वीर (१ सप्टेंबर, १९२३ - ८ जून, २००९) यांनी नाटके लिहिली, दिग्दर्शित केली व त्यांनी नाटकात अभिनयदेखील केला. त्यांना राष्ट्रीय व आंतरराष्ट्रीय पातळीवर पुरस्कार लाभले. त्यांच्या 'चरणदास चोर' (१९७५) नाटकाने लोकप्रियतेचा कळस गाठला. छत्तीसगढच्या आदिवासींसोबत काम करताना, त्यांनी १९५९ मध्ये 'नया थिएटर' गट स्थापन केला व त्याला बरीच प्रसिद्धी मिळाली. एकेकाळी लोककला रंगभूमी जोमात होती; जरी ती अस्तित्वात असली तरी तिचा लय होत आहे. बाहुल्यांच्या खेळांना पारंपरिक तसेच आधुनिक रूपात सादर केले जाते.

१९७८ मधील आणखी घटना

जानेवारी : सरकारने १०,०००, ५००० आणि १००० रुपयांच्या मोठ्या नोटा चलनातून काढून टाकल्या.

बालविवाह निर्बंध (दुरुस्ती) कायदा, १९७८ याद्वारे विवाहासाठी मुलांचे कमीतकमी वय २१, तर मुलींचे १८ वर्षे ठरवण्यात आले.

३३

१९७९ : चरण सिंग

जनता सरकार हे अनेक पक्षांच्या कडबोळ्यांनी बनलेले होते. त्यांचे आपसांत खूप मतभेद होते. त्यांच्यात समझोता करून, शांती राखण्यासाठी मोरारजी देसाई आटोकाट प्रयत्न करत होते; पण त्यांच्या प्रयत्नांवर पाणी पडत होते. ११ जुलै, १९७९ रोजी विरोधी पक्षाचे नेते यशवंतराव चव्हाण यांनी सरकारविरुद्ध अविश्वासाचा ठराव मांडला आणि १५ जुलैला सरकारने माघार घेतली. चरण सिंग तात्पुरत्या काळासाठी पंतप्रधान बनले. त्यांना इंदिरा गांधींची काँग्रेस (आय), यशवंतराव चव्हाणांच्या नेतृत्वाखालील काँग्रेस (समाजवादी), कम्युनिस्ट पार्टी आणि काही समाजवाद्यांचा पाठिंबा होता; परंतु इंदिरा गांधींनी आपला पाठिंबा काढून घेतल्याने, २० ऑगस्टला चरण सिंगांना पायउतार व्हावे लागले. अर्थात, जानेवारी १९८० मध्ये निवडणुका होऊन, नवे सरकार स्थापन होईपर्यंत त्यांना काळजीवाहू पंतप्रधान म्हणून कार्यरत राहावे लागले.

✦ नवे राजकीय पक्ष

आसाममधील 'ऑल आसाम स्टुडण्टस् युनियन'ने इतर संघटनांशी हातमिळवणी करून 'ऑल आसाम गणसंग्राम परिषद' हा पक्ष स्थापन केला. 'लोकदल' हा आणखी एक नवा पक्ष स्थापन झाला. या पक्षाचे आधीचे अस्तित्व होते. १९६९ मध्ये 'भारतीय किसान दल' (BKD) नावाने उदयास आलेल्या या पक्षाचे नेतृत्व चरण सिंग करत होते. १९७४ मध्ये, काही समाजवादी बी.के.डी.त सामील झाले व 'भारतीय लोकदल पक्ष' (BLD) निर्माण झाला. १९७७ मध्ये बी.एल.डी. जनता पक्षात विलीन झाला. १९७९ मध्ये जनता पक्ष फुटला आणि 'लोकदल'

वेगळा पक्ष झाला.

✦ रमेश कृष्णन : टेनिसचा उगवता तारा

टेनिस खेळाडू रामनाथन कृष्णनचा सुपुत्र रमेश कृष्णन (जन्म : ५ जून, १९६१) याने १९७९ मध्ये ज्युनियर विम्बल्डन एकेरीची स्पर्धा जिंकली, त्याचबरोबर फ्रेंच ओपन ज्युनियर आणि नंतर, अमेरिकेतील यु. एस. ओपन ज्युनिअर चॅम्पियनशिप खेळामध्ये विजेतेपद पटकावले. तद्नंतर राष्ट्रीय पातळीवर पुरुषांची स्पर्धा खिशात घातली आणि १९८७ मध्ये 'डेव्हिस कप'साठी जी तुकडी पाठविली गेली, त्यात सहभाग घेतला. 'मनिला ग्रँड प्रिक्स' (१९८१), 'स्टुटगार्ट ग्रँड प्रिक्स' (१९८२), फ्रान्समधील ग्रँड प्रिक्स (१९८४), जपान ओपन ग्रँड प्रिक्स आणि हाँगकाँग ग्रँड प्रिक्स (१९८६), 'वेलिंग्टन ओपन' (१९८८), 'ए.टी.पी., ऑकलंड ओपन' (१९८९) तसेच 'शेनेक्टडी ओपन' (१९९०) अशा कितीतरी खेळस्पर्धा जिंकल्या. त्यांना १९८०-८१ मध्ये अर्जुन पुरस्काराने सन्मानित करण्यात आले. १९९३ मध्ये खेळातून निवृत्त झाल्यानंतर आपल्या वडिलांसह त्यांनी १९९५ मध्ये चेन्नईमध्ये 'कृष्णन टेनिस सेंटर' सुरू केले. १९९८ मध्ये त्यांना पद्मश्री किताब देण्यात आला.

✦ वयाच्या ७४व्या वर्षी ध्यानचंद निवर्तले

ध्यानचंद

हॉकी खेळाचे जादूगार समजले जाणारे ध्यानचंद (२९ ऑगस्ट, १९०५- ३ डिसेंबर, १९७९) ऑलिम्पिकमध्ये १९२८, १९३२ आणि १९३६ मध्ये सुवर्णपदक जिंकणाऱ्या चमूचे सदस्य होते.

ते १६ व्या वर्षी सैन्यात भरती झाले आणि १९२१ पासून लष्कराच्या संघातर्फे तसेच १९२६ ते १९४८ या काळात राष्ट्रीय संघातून हॉकी खेळू लागले. ते लष्करातून १९५६ मध्ये निवृत्त झाले आणि त्याच वर्षी त्यांना पद्मभूषण किताबाने गौरवण्यात आले.

✦ सत्तरीतले उच्चश्रेणी चित्रपट

१९७० नंतरचा काळ हा हिंदी चित्रपटसृष्टीसाठी सुवर्णकाळ समजला जातो. बॉक्स ऑफिसवर गाजलेल्या चित्रपटांची ही यादी पाहा :

१९७० : जॉनी मेरा नाम, सच्चा-झूठा, आन मिलो सजना

१९७१ : हाथी मेरे साथी, मेरा गाँव मेरा देश, कारवाँ
१९७२ : सीता और गीता, पाकिजा, राजा-जानी
१९७३ : बॉबी, दाग, ए पोएम ऑफ लव्ह
१९७४ : रोटी कपडा और मकान, चोर मचाये शोर, दोस्त
१९७५ : शोले, प्रतिज्ञा, जय संतोषी माँ
१९७६ : दस नंबरी, लैला-मजनू, चरस
१९७७ : अमर अकबर ॲन्थनी, चाचा-भतिजा, दुल्हन वही जो पिया मन भाये
१९७८ : मुकद्दर का सिकंदर, त्रिशूल, डॉन
१९७९ : सुहाग, जानी दुश्मन, सरगम

या साऱ्या चित्रपटांत 'शोले' हा जबरदस्त प्रभावी ठरला. त्याने १९७०च्या दरम्यान खूप मोठी बाजी मारली. त्यानंतर कोवळ्या तरुणाईची प्रीतिकथा असलेल्या 'बॉबी'चा क्रमांक लागला.

त्याच वेळी हिंदी चित्रपटसृष्टीत आणखी एक लाट अवतरली होती. ती 'भुवन शोम' व 'सारा आकाश' चित्रपटाने १९६९ मध्ये सुरू झाली. या नवपर्वाचा सिलसिला 'उसकी रोटी' (१९७०), 'गर्म हवा' (१९७३) आणि '२७ डाउन' (१९७३) यांसारख्या चित्रपटांनी सुरू ठेवला. १९७५ मध्ये श्याम बेनगेल यांनी दिग्दर्शित केलेला 'निशांत' हा चित्रपट वेगळाच ठसा उमटवून गेला. या चित्रपटाने नॅशनल फिल्म अवॉर्ड पटकावले होते. या वेगळ्या वाटेवरील चित्रपटाचे मातब्बर दिग्दर्शक श्याम बेनेगल, गोविंद निहलानी, सईद मिर्झा आणि मुझफ्फर अली यांसारखे दिग्गज होते. हे चित्रपट गंभीर विषयांवरची वस्तुनिष्ठ चित्रे होती.

सत्तरीच्या काळातील लोकप्रिय चित्रतारे होते : अमिताभ बच्चन, धर्मेंद्र, राजेश खन्ना, ऋषीकपूर, मिथुन चक्रवर्ती, शत्रुघ्न सिन्हा, राज कपूर, देवआनंद, नसरुद्दीन शाह, ओम पुरी, गिरिश कार्नाड, हेमामालिनी, शर्मिला टागोर, रेखा, राखी, जया भादुरी (बच्चन), शबाना आझमी आणि स्मिता पाटील.

✦ मदर तेरेसांना नोबल पुरस्कार

मदर तेरेसा (१९१०-९८) या 'मिशनरी ऑफ चॅरिटी' या धर्मसंस्थेच्या संस्थापक होत्या. युगोस्लाव्हाकियातील अल्बानिया येथे जन्मलेल्या मदर तेरेसांचे मूळचे नाव अग्नेस बोर्जक्झू होते. त्या १९२८ मध्ये भारतात आल्या आणि 'लोरेटो' संस्थेत उमेदवारी केल्यानंतर त्या शिक्षिका बनल्या. नंतर कलकत्त्याच्या 'सेंट मेरी हायस्कूल'मध्ये त्या प्राचार्यपदी पोहोचल्या. १९४६ मध्ये त्या दार्जिलिंगला

आध्यात्मिक मनन-चिंतनासाठी जात असताना, त्यांना प्रभू येशूचा दैवी संदेश मिळाला आणि त्यानुसार भारतातील बेघर व निराधार लोकांची सेवा करण्यासाठी त्या रस्त्यावर आल्या. त्यांनी झोपडपट्टीतील गरिबांतल्या गरीब लोकांची सेवा करण्याचा निश्चय केला. परमाचार्य पोप बारावे पायस यांची परवानगी घेऊन, त्यांनी झग्याऐवजी निळ्या किनारीची पांढरी साडी हा साधा वेष परिधान केला. 'मिशनरीज ऑफ चॅरिटी'च्या सर्व जोगिणींसाठी हा गणवेश ठरला. त्यांनी १९५२ मध्ये कलकत्त्याच्या कालीमाता मंदिराजवळ मरणोन्मुख लोकांसाठी आश्रम सुरू केला. त्यानंतर त्यांच्या सेवाकार्याचा विस्तार झाला आणि कुष्ठरोगी, निराधार मुले व गरीब लोकांच्या सेवेत 'मिशनरी ऑफ चॅरिटी'च्या धर्मभगिनी व्यग्र झाल्या. १९६३च्या फेब्रुवारीमध्ये पुरुषांसाठी एक शाखा उघडण्यात आली आणि तिचे नामकरण 'मिशनरीज ऑफ चॅरिटी ब्रदर्स' असे करण्यात आले.

भारतातील अनेक कानाकोपऱ्यांत असे आश्रम सुरू केल्यानंतर, त्यांच्या कार्याची व्याप्ती वाढली. इंग्लंड, इटली, श्रीलंका, टांझानिया आणि व्हेनेझुएला येथे मिशनच्या शाखा उघडल्या. मदर तेरेसांना अनेक मान-सन्मान लाभले. पोप पॉल - सहावे (१९७१) यांच्या हस्ते दिले गेलेले 'पोप तेविसावे शांती पारितोषिक', 'जवाहरलाल नेहरू आंतरराष्ट्रीय सामंजस्य पारितोषिक' (१९६९), शांतीचा 'नोबेल पुरस्कार' (१९७९) आणि भारतरत्न (१९८०) हे त्यातील ठळक होत. त्यांच्या मृत्यूनंतर त्यांनी केलेल्या चमत्काराची छाननी होऊन २०१६ मध्ये त्यांना संतपद देण्यात आले.

✦ पर्सिस खंबाटाचा 'स्टार ट्रेक'मध्ये अभिनय

पर्सिस खंबाटा (जन्म १९४८) या एक मॉडेल व अभिनेत्री आहेत. त्यांनी १९७९ मध्ये 'स्टार ट्रेक : द मोशन पिक्चर' लेफ्टनंट इलियाची भूमिका केली होती; त्यामुळे सॅटर्न अवॉर्डसाठी त्यांचे नामकरण झाले होते. त्या भूमिकेसाठी तिला डोक्याचा चकोट करावा लागला होता आणि पर्सिसने चाचणीच्या आधीच ती तयारी केली होती; त्यामुळे ती भूमिका मिळवण्यात ती यशस्वी ठरली होती. तिचा जन्म मुंबईचा आणि वयाच्या सतराव्या वर्षी तिने १९६५ ची 'फेमिना मिस इंडिया' ही सौंदर्यवतींची स्पर्धा जिंकली होती. त्यानंतर 'मिस युनिव्हर्स' स्पर्धेत तिने भाग घेतला होता.

स्टार ट्रेकनंतर तिने हॉलिवुडमधील काही चित्रपटांत आणि टेलिव्हिजनवर एका हिंदी मालिकेत भूमिका केली. तिने 'प्राइड ऑफ इंडिया' (१९९७) हे पुस्तकदेखील लिहिले. हे पुस्तक तिच्या आधीच्या सौंदर्यवतींसंबंधी आहे. पर्सिसला

१९८० मध्ये जर्मनीत कार अपघात झाला आणि हृदयविकाराने तिला ग्रासले. १८ ऑगस्ट १९९८ रोजी वयाच्या ४१ व्या वर्षी, हृदयविकाराच्या झटक्याने ती मरण पावली.

१९७९ मधील आणखी घटना

९ फेब्रुवारी : बंगाली साहित्यिक बनफूल (जन्म : १८९९) स्वर्गवासी झाले.

१९ मे : हिंदी लेखक हजारीप्रसाद द्विवेदी (जन्म : १९०७) कालवश झाले.

ऑगस्ट : गुजरातमधील मोरवी धरण फुटले आणि पूर आला. त्यात हजारोंचा अंत झाला.

२७ ऑगस्ट : लॉर्ड लुइस माउंटबॅटन (जन्म : २५ जून १९००) स्वर्गवासी झाले. ते २६ मार्च १९४७ ते १५ ऑगस्ट १९४७ या काळात भारताचे व्हाइसरॉय होते. तसेच, स्वतंत्र भारताचे १५ ऑगस्ट १९४७ ते २१ जून १९४८ पर्यंत गव्हर्नर जनरल होते. आयर्लंडच्या किनाऱ्यावरील काउंटी स्लिगो येथे एका बोटीतील बॉम्बस्फोटात त्यांचा मृत्यू झाला. त्यामागे आयरिश रिपब्लिकन आर्मीचा हात होता.

८ ऑक्टोबर : जयप्रकाश नारायण (जन्म : ११ ऑक्टोबर १९०२) यांचे महानिर्वाण झाले. ते स्वातंत्र्यसैनिक होते. त्यांनी भूदान चळवळीला पाठिंबा दिला होता. इंदिरा गांधींच्या हुकूमशाहीला शह देण्यासाठी ते संघटक ठरले.

३४

१९८० : सातवी सार्वत्रिक निवडणूक

जानेवारी १९८० मध्ये सातवी सर्वसाधारण निवडणूक घेण्यात आली.

निवडणुकीत भाग घेतलेले मुख्य पक्ष होते, हाताचा पंजा हे नवे चिन्ह घेतलेला काँग्रेस (आय), इतर काँग्रेस पक्ष, कम्युनिस्ट पार्टी, जनता पक्ष आणि जनता पक्ष सोडलेल्या छोट्या पक्षांचे समूह. त्यामध्ये चरणसिंग यांचा लोकदल पक्षही होता.

निवडणुकीचे निकाल पाहता, जनता आणीबाणी विसरून गेलेली दिसली. काँग्रेस (आय) ने ५२९ पैकी ३५३ जागा जिंकल्या होत्या. इंदिरा आणि संजय मोठ्या मताधिक्याने निवडून आले होते. इंदिरा गांधी पुन्हा पंतप्रधान म्हणून आरूढ झाल्या.

परंतु, एक नवी शोकांतिका घडली. त्यांचा मुलगा संजय २३ जून, १९८० रोजी 'दिल्ली फ्लाइंग क्लब'चे छोटे विमान उडवीत असताना, अपघात होऊन मृत्युमुखी पडला.

✦ अन्य ठळक घटना

जनसंघाच्या काही सदस्यांनी जनता पक्षातून अंग काढून घेतल्यानंतर भारतीय जनता पार्टी (BJP) या नव्या पक्षाची निर्मिती झाली.

✦ नंदादेवी राष्ट्रीय उद्यान : पर्वतावरचे प्राणी

हिमालयाच्या उंचीवर बर्फाळ प्रदेशात हिम-चिता (*Panthera uncia*) डरकाळ्या

फोडतोय. दोन मीटर लांबीचा, अंगावर जाडसर खाकी रंगाचा झगा ल्यालेला आणि त्यावर काळे ठिपके व ठिगळे असलेला असा हा सुंदर, वैभवशाली प्राणी भारतीय वन्यजीव संरक्षण कायद्याखाली जपला जात आहे. त्याचे अस्तित्व मुख्यतः नंदादेवी राष्ट्रीय उद्यानात आहे. ही जागा उत्तराखंडमधील चमोली जिल्ह्यात आहे. या उद्यानाने ६३० चौरस किलोमीटर जागा व्यापली आहे. त्याची स्थापना १९८० मध्ये करण्यात आली होती आणि १९८२ मध्ये ते वन्यजीव उद्यान म्हणून घोषित केले होते. या उद्यानात खाकी रंगाची हिमालयीन अस्वले, चित्ते, कस्तुरी मृग, रानटी डुक्कर तसेच विविध पक्षी, त्यात उत्तराखंडचा राज्यपक्षी असलेला रंगीबेरंगी यांचा समावेश आहे. हे उद्यान नंदादेवी पर्वतराजीच्या सखोल भागात व भारतातील दुसरे उंच उद्यान असून, उंचीबाबत जगात त्याचा २३ वा क्रमांक आहे. हा प्रदेश समुद्रसपाटीपासून सुमारे ७८१६ मीटर उंच आहे.

रेड पांडा

नंदादेवी उद्यानाच्या वायव्येला २० किलोमीटर अंतरावर आणखी एक सुंदर राष्ट्रीय उद्यान आहे. त्याला 'व्हॅली ऑफ फ्लॉवर्स' असे म्हणतात व तिथे विशिष्ट फुले बहरलेली असतात.

लाल रंगाचा पांडा किंवा मांजरी अस्वल हा आणखी एक प्राणी इथल्या पर्वतराजीत आढळतो. पूर्व हिमालयात १५२५ मीटर उंचीवर आढळणारी ही एकमेव जात आहे. मेघालयातील नोक्रेक आणि बालपक्राम राष्ट्रीय उद्यानात या प्राण्यांची जपणूक होते.

✦ ओरु देसाथिन्टे कथा : एका स्थळाची गोष्ट

'ओरु देसाथिन्टे कथा' हे मल्याळी लेखक एस. के. पोट्टेक्काट्ट (१४ मार्च, १९१३-६ ऑगस्ट, १९८२) यांचे आत्मचरित्र आहे. या साहित्यकृतीला १९८०चा ज्ञानपीठ पुरस्कार मिळाला. या विस्तृत कादंबरीत अथिरानीप्पदम गावातील लोकांचे जीवन श्रीधरन नावाच्या अर्धकाल्पनिक पात्रामधून चितारलेले आहे. विविध लोककथांसोबतच, श्रीधरनचे आपल्या पित्याशी असलेले नाते या कथानकात

उलगडून दाखवले आहे. आपल्या वडिलांच्या मृत्युनंतर, श्रीधरन गाव सोडून जातो आणि पुन्हा तीस वर्षांनी परत येतो. या साऱ्या तपशिलांचा धांडोळा या कादंबरीत आहे. या पुस्तकावर एक चित्रपटदेखील निघाला.

पोट्टेक्काट्ट यांच्या लिखाणात कादंबऱ्या, लघुकथा, कविता आणि प्रवासवर्णने समाविष्ट आहेत. त्यांनी युरोप - आफ्रिकेतील देशांसह खूप ठिकाणी भटकंती केली. त्यांच्या साहित्याचे निरनिराळ्या भाषांत अनुवाद झाले आहेत.

✦ सुनील गावस्कर : द विस्डेन क्रिकेटर ऑफ द इयर

सनी या लोकप्रिय नावाने प्रसिद्ध असलेले सुनील गावस्कर (जन्म : १० जुलै, १९४९) या क्रिकेट खेळाडूने १९७१ मध्ये आपल्या कसोटी क्रिकेटच्या कारकिर्दीला सुरुवात केली. १९७०-७१ च्या दरम्यान, वेस्ट इंडिज संघाविरुद्ध खेळताना त्याने चार सामन्यांत ७७४ धावा काढल्या. त्याची सरासरी १५४.८० होती व पदार्पणात इतक्या संख्येने धावा करणारा तो पहिला खेळाडू ठरला. त्याने १९८७ पर्यंत कसोटी क्रिकेटचा खेळ केला, तसेच १९७४ नंतर एक दिवसाचे (ODI) सामने खेळून काढले. एकूण १२५ टेस्ट मॅचमध्ये ३४ शतके ठोकली आणि १९७० व १९८०च्या दरम्यान कित्येक वेळा भारतीय संघाचे नेतृत्व केले. शिवाय १०,००० धावा करणारे ते पहिले क्रिकेट खेळाडू होत. १९७५मधील अर्जुन पुरस्कार, १०८० चा पद्मभूषण पुरस्कार आणि २०१२ चा सी. के. नायडू जीवनगौरव पुरस्कार या सन्मानाने त्यांना गौरविण्यात आले. त्यात भर म्हणून १९८० चा 'क्रिकेटर ऑफ द इयर' हा विस्डेनचा सन्मान लाभला. निवृत्तीनंतर ते समालोचक बनले आणि त्यांनी चार पुस्तके लिहिली आहेत. त्यात 'सनी डेज' हे आत्मचरित्रदेखील आहे. ॲलन बॉर्डर आणि सुनील गावस्कर या दोन महान खेळाडूंच्या सन्मानार्थ एका टेस्ट मालिकेसाठी बॉर्डर-गावस्कर चषकाची योजना करण्यात आली.

✦ खेळ : आंतरराष्ट्रीय यश

१९८० सालचे उन्हाळी ऑलिम्पिक खेळ रशियातील मॉस्को येथे आयोजित केले होते. त्यात भारताने हॉकीमध्ये सुवर्णपदक जिंकले.

प्रकाश पदुकोण यांनी ऑल इंग्लंड चॅम्पियनशिप जिंकून, भारताला जागतिक पातळीवर नेऊन ठेवले.

ती शिट्टी कुणाची बरे?

उन्हाळ्याचे दिवस आहेत आणि तुम्ही एखाद्या राष्ट्रीय उद्यानात भटकायला गेलात, तर तुम्हाला एक हळुवार शिट्टी ऐकायला येईल. ती काही एखाद्या माणसाने वाजवलेली शिट्टी नसते, तर तो चौशिंग्या म्हणजे चार शिंगांच्या काळविटाचा आवाज असतो. हे आशियातील सर्वांत लहान सांबर असून, ते उंचीने ६० सेंटीमीटर आणि वजनाने १६ किलोचे असते. त्याची कातडी वरून लाल-खाकी रंगाची, तर खालून पांढऱ्या वर्णाची असते. त्याला शिंगांच्या दोन जोड्या असतात. या वैशिष्ट्यामुळे, तो कायम शिकाऱ्यांच्या नजरेत भरतो. त्याला वन्यजीव संरक्षण कायद्याखाली रक्षण दिले जाते.

१९८० मधील आणखी घटना

११ फेब्रुवारी : भारताच्या इतिहासाचा सखोल अभ्यास केलेले सुप्रसिद्ध इतिहासकार आर. सी. मुजुमदार (जन्म : ४ डिसेंबर, १८८८) कालवश झाले.

११ एप्रिल : 'फिल्म फायनान्स कॉर्पोरेशन' आणि 'इंडियन मोशन पिक्चर एक्स्पोर्ट कॉर्पोरेशन' या दोन संस्थांचे विलीनीकरण करून 'नॅशनल फिल्म डेव्हलपमेंट कॉर्पोरेशन' (NFDC) ही संस्था स्थापन करण्यात आली. त्यामागे भारतीय भाषांतील चित्रपटातील श्रेष्ठतेला प्रोत्साहन देण्याचा हेतू आहे.

२४ जुलै : उत्तम कुमार (जन्म : १९२६) या अभिनेत्याने अखेरचा श्वास घेतला.

२५ ऑक्टोबर : उर्दू कवी व गीतकार साहिर लुधियानवी (जन्म : १९२१) काळाच्या उदरात गडप झाले.

एशियन ज्युनियर व्हॉलिबॉल स्पर्धा १९८० मध्ये आयोजित केल्या होत्या. त्यामध्ये भारतीय मुले आणि मुली यांचे दोन्ही संघ तिसऱ्या क्रमांकावर आले.

३५

१९८१ : अंतर्गत घडामोडी

आपला धाकटा पुत्र संजय याच्या अकाली मृत्युने इंदिरा गांधी उद्ध्वस्त झाल्या. त्यांनी आपला ज्येष्ठ मुलगा, राजीव याची राजकारणात येण्यासाठी मनधरणी केली. राजीव हे 'इंडियन एअरलाइन्स'मध्ये कप्तान होते. त्यांनी अनिच्छेने का होईना, आईच्या कामात हातभार लावण्यासाठी राजकारणात प्रवेश केला आणि ते १९८१ मध्ये अमेठीतून निवडून आले.

तोपर्यंत भारतात देशी बदलांचे वारे सुटले होते. १९७६ मध्ये ग्रामीण भागांसाठी एकत्रीकरणाचा कार्यक्रम सुरू झाला; तो १९८० पर्यंत देशाच्या कानाकोपऱ्यांत पोहोचला. देशात गरिबी होती; पण आपल्या हक्कांसाठी जागृती व दलितांच्या स्थितीत सुधारणा होत होती. आपल्या स्वत्वाची जाणीव झालेले दलित, उच्चवर्गीय व धनाढ्य जमीनदारांशी संघर्ष करण्याच्या पावित्र्यात होते.

✦ खलिस्तान

खलिस्तान हे शिखांचे वेगळे राज्य व्हावे म्हणून १९७० मध्ये चळवळ उदयास आली. लंडनमध्ये वास्तव्यास असलेले जगजित सिंग चौहान यांनी १९८०च्या मे महिन्यात या वेगळ्या राज्याची जाहिरात केली. अमृतसर येथे बलजित सिंग संधू यांनीदेखील तशीच घोषणा केली; पण राज्य सरकार व केंद्र सरकार यांनी त्याकडे काणाडोळा केला. हळूहळू चळवळीची व्याप्ती वाढत गेली आणि १९७८ मध्ये दल खालसा पार्टी सुरू करणारा शीख धर्मगुरू जर्नेलसिंग भिंद्रानवाले या चळवळीचा नेता बनला. १९८१ मध्ये काही शीख दहशतवाद्यांनी दिल्लीहून अमृतसरला जाणाऱ्या विमानाचे अपहरण करून ते लाहोरला नेले. त्यांनी सप्टेंबरमध्ये

अटक केलेल्या संत भिंद्रानवाले आणि शीख कैदी यांच्या सुटकेची मागणी केली, तसेच खलिस्तान चळवळीसाठी ४५,००,००० रुपयांची मागणी केली; परंतु पाकिस्तानी कमांडोंनी त्यांना नेस्तनाबूत करून, प्रवाशांची सुटका केली.

✦ नर्गिस दत्त कर्करोगाच्या बळी

१९४० ते १९६० च्या काळात हिंदी चित्रपटभूमी गाजविणाऱ्या नर्गिस दत्त (१ जून, १९२९- ३ मे, १९८१) या उत्कृष्ट अभिनेत्री समजल्या जात. 'आवारा', 'श्री ४२०', 'मदर इंडिया' (१९५७) या चित्रपटांतील त्यांच्या भूमिका संस्मरणीय ठरल्या. 'मदर इंडिया'तील अभिनयाबद्दल त्यांना उत्कृष्ट अभिनेत्रीचा १९५८ सालचा फिल्मफेअर पुरस्कार लाभला. तसेच 'रात और दिन' (१९६७) या चित्रपटासाठी उत्कृष्ट अभिनेत्रीचे नॅशनल फिल्म अवॉर्ड देण्यात आले. त्यांनी राज कपूरसोबत खूप चित्रपटांत भूमिका केल्या आणि आपले सहकलाकार सुनील दत्त यांच्याशी १९५८ मध्ये त्या विवाहबद्ध झाल्या. त्यांना तीन मुले झाली; त्यातील संजय दत्त अभिनेता बनला.

संजय दत्तने १९८१ मध्ये अभिनय क्षेत्रात पदार्पण केले आणि शृंगारिक, विनोदी आणि टोळीयुद्धांनी युक्त चित्रपटांत काम केले.

✦ सलमान रश्दींना बुकर पुरस्कार

सलमान रश्दींचा जन्म १९ जून, १९४७ रोजी मुंबइमध्ये झाला होता. नंतर ते इंग्लंडला गेले आणि तिथे १९६८ मध्ये केंब्रिज विश्वविद्यालयातून इतिहासातील पदव्युत्तर शिक्षण पूर्ण केले. भारतातील स्वातंत्र्योत्तर काळातील परिस्थितीवर आधारित 'मिडनाइट चिड्रेन' ही त्यांची दुसरी कादंबरी 'बुकर' पुरस्कार प्राप्त ठरली. या पुरस्काराला नंतर २००२ मध्ये 'मॅन बुकर' हे नाव पडले. रश्दींनी 'बुकर ऑफ बुकर्स' (१९९३) आणि 'बेस्ट ऑफ बुकर' (२००८) हे किताबदेखील पटकावले. दीपा मेहता यांनी त्यांच्या पुस्तकावर २०१२ मध्ये एक चित्रपट काढला होता.

रश्दींनी बारा कादंबऱ्या, लघुकथा आणि अन्य गद्यलिखाण केले. त्यांच्या साहित्याचे चाळीस भाषांत अनुवाद झाले आणि कितीतरी पुरस्कार व पारितोषिकांनी त्यांच्या पायाशी लोळण घेतली. त्यांनी लिहिलेल्या 'सॅटॅनिक व्हर्सेस (१९९८) या पुस्तकातील पात्राचे प्रेषित महंमदाशी साम्य होते; त्यामुळे भारतामध्ये या पुस्तकावर बंदी आली होती आणि जगभरातून निषेध करण्यात आला होता. जरी ते ब्रिटिश नागरिक असले तरी त्यांच्या लिखाणाची पार्श्वभूमी भारत व पाकिस्तानच्या

परिस्थितीवर बेतलेली असे. ते वारंवार भारतभेटीस येत असत.

✦ अमृता प्रितम यांना ज्ञानपीठ पुरस्कार

अमृता प्रितम (३१ ऑगस्ट, १९१९ - ३१ ऑक्टोबर, २००५) या पंजाबी व हिंदी भाषेतील साहित्यिक होत्या. त्यांनी कविता, कादंबऱ्या, निबंध असे विविधांगी लेखन केले. त्या आपल्या लिखाणाशी प्रामाणिक होत्या आणि त्यांची शैली अपारंपरिक स्वरूपाची होती. 'कागद ते कॅन्व्हास' (कागद आणि कॅन्व्हास, १९७३) या कवितासंग्रहासाठी त्यांना १९८१ चे ज्ञानपीठ मिळाले.

आज पाकिस्तानात असलेल्या पंजाबमधील गुजरातवाला येथे त्यांचा जन्म झाला होता आणि फाळणीनंतर त्या भारतात आल्या होत्या. वयाच्या अकराव्या वर्षी त्या आईविना पोरक्या झाल्या, तेव्हा त्यांनी लेखणी हाती घेतली. वयाच्या सोळाव्या वर्षी, व्यवसायाने संपादक असलेल्या प्रितम सिंग यांच्याशी त्यांचा विवाह झाला; पण १९६० मध्ये त्या वेगळ्या झाल्या. शेवटची चाळीस वर्षे, त्या आपला जोडीदार इमरोज यांच्यासोबत राहिल्या. इमरोज कलाकार व लेखक होता आणि त्यांच्यापेक्षा वयाने खूप लहान होता.

त्यांच्या लिखाणात प्रामुख्याने 'फाळणी' हा विषय असे. 'आज्ज आखान वारीस शाह नु' (आज मी वारिस शाहचा धावा केला- १९४८) या दीर्घ कवितेत त्यांनी फाळणीच्या काळातील दंगली, दुःख-वेदना आठवून अठराव्या शतकात होऊन गेलेल्या कवी वारिस शहा यांना आवतण दिले होते. दुसऱ्या दीर्घकाव्याने, 'सुनेहादे'ने (निरोप, १९५५) त्यांना १९५५ चा साहित्य अकादमी पुरस्कार मिळवून दिला. १९६९ मध्ये पद्मश्री, नंतर २००४ मध्ये पद्मविभूषण आणि साहित्य अकादमीची शिष्यवृत्ती शिवाय आणखी अनेक सन्मान त्यांच्या वाट्याला आले. त्यांची नावाजलेली कादंबरी 'पिंजर', (पिंजरा, १९५०) देखील फाळणीवर लिहिलेली होती आणि त्यावरून २००३ मध्ये 'दिल्ली की गलियाँ' आणि 'यात्री' हे चित्रपट निघाले. त्यांनी २८ कादंबऱ्या, कित्येक कविता, कथा आणि निबंध लिहिले. तसेच त्यांनी त्यांचे आत्मचरित्रही लिहिले. त्यांनी आध्यात्मिक नेते ओशो यांच्यावरही लिहिले आहे.

आदिवासी कला

प्राचीन परंपरांनी युक्त अशी आदिवासी कला आता मुख्य प्रवाहात आणली जात आहे आणि त्यांच्या कलाकुसरीला व्यावसायिक मूल्य प्राप्त झाले आहे. पुस्तकातील रेखाटने व अन्य माध्यमांत आदिवासी

चित्रे वापरली जात आहेत. गोंड, वारली आणि मधुबनी हे आदिवासी कलेचे काही प्रकार आहेत.

अनेक आदिवासी चित्रकार प्रकाशात येत आहेत. दुर्गा बाय व्याम हा गोंड जमातीतील आधुनिक कलाकार आहे आणि त्याच्या चित्रांतून कथा व्यक्त होतात. त्याने चितारलेली गोंड देवतांची चित्रे आदिवासी चित्र प्रदर्शनात भाव खाऊन जातात. त्याने मुलांच्या पुस्तकांसाठी छान रेखाटने केली आहेत. आदिवासी कलेला प्रोत्साहन देणारे चित्रकार जे. स्वामीनाथन यांना १९८१ मध्ये दुर्गा बायचा शोध लागला. स्वामीनाथन हे निपुण चित्रकार असून, ते स्वतःच्या चित्रांची प्रदर्शने भरवतात. त्यांनी हस्ताक्षर शैलीत काढल्या जाणाऱ्या चित्रांसंबंधी 'द मॅजिकल स्क्रिप्ट' (१९८३) नावाचे पुस्तक तयार केले. मध्य प्रदेशातील रायगड येथील हिल कोरवा या पहाडात कोरलेली हस्ताक्षरसदृश चित्रांची माहिती प्रस्तुत पुस्तकात दिली आहे.

शशिकला देवी यांचे 'मिथिला' (मधुबनी) चित्र

१९८१ मधील आणखी घटना

२६ फेब्रुवारी : तमिळ अभिनेता रजनीकांत हा लता रंगाचारी हिच्याशी विवाहबद्ध झाला.

२ जुलै : पुण्यात 'इन्फोसिस' कंपनीची स्थापना झाली.

प्रजासत्ताक राष्ट्रसंघाने नॉटिंगहॅम येथे आयोजित केलेल्या १९८१च्या व्हॉलिबॉल स्पर्धेत भारत तिसरा आला.

कर्नाटक संगीत क्षेत्रात मृदंगम वादक म्हणून नावारूपास आलेले पालघट मणी अय्यर (जन्म : १९१२) कालवश झाले.

३६

१९८२ : एशियन गेम्स

१९ नोव्हेंबर ते ४ डिसेंबर, १९८२च्या एशियन खेळक्रीडांनी नवी दिल्ली शहर गजबजले होते. या वेळी भारताच्या इतिहासाला वेगळे वळण मिळाले. खेळक्रीडांचे वाढते महत्त्व लक्षात घेऊन 'इंदिरा गांधी इनडोअर स्टेडियम', 'एशियन गेम्स व्हिलेज', 'जवाहरलाल नेहरू स्टेडियम', 'सिरी फोर्ट ऑडिटोरियम' आणि 'कर्णीसिंग शूटिंग रेंज' या साऱ्यांची उभारणी याच वेळी झाली. दिल्लीत नवे रस्ते आणि फ्लायओव्हर्स बांधण्यात आले. बसवाहतूक वाढविण्यात आली. दूरध्वनीची संपर्कयंत्रणा सुधारण्यात आली. अगदी पहिल्यांदा देशात रंगीत टेलिव्हिजन आला. लोकसभेचे सदस्य बनलेले राजीव गांधी आणि अरुण नेहरू यांच्या नियंत्रणाखाली ही सारी यंत्रणा कार्यरत झाली. राजीव गांधींच्या आधुनिक विचारसरणीला अनुसरून हा सारा बदल घडून येत होता. नव्या तंत्रज्ञानाच्या वापराला इथूनच प्रारंभ झाला होता. आजही त्याचे परिणाम दिसून येतात.

या क्रीडा कार्यक्रमाची संकल्पना 'स्वागतम्' ही होती आणि त्याची रचना सतारवादक रविशंकर यांनी केली होती. या खेळात ३३ देशांतील ३४११ खेळाडू सहभागी झाले होते. खेळाच्या स्मृती म्हणून पोस्टाची खास तिकिटे काढण्यात आली होती. भारतातील खेळाडूंनी १३ सुवर्ण, १९ रौप्य आणि २५ कांस्यपदके मिळवून पाचवा क्रमांक मिळवला होता. या भव्य कार्यक्रमामुळे आशियात नि जगभरात भारताची शान वाढली.

✦ दुसऱ्या लक्षणीय घटना

झैलसिंग (५ मे, १९१६ - २५ डिसेंबर, १९९४) हे नवे राष्ट्रपती निवडून

आले. त्यांचा कालावधी २५ जुलै, १९८२ ते २५ जुलै, १९८७ पर्यंत होता.

एन.टी.आर. म्हणून ओळखले जाणारे आंध्रप्रदेशातील एन. टी. रामाराव (२८ मे, १९२३ - १८ जानेवारी, १९९६) या चित्रपट अभिनेत्याने तेलुगू देसम नावाचा नवा पक्ष स्थापन केला. १९८३ च्या राज्यसभा निवडणुकीत हा पक्ष सत्तेवर आला.

✦ मालगुडीतला वाघ

एक म्हातारा वाघ प्राणिसंग्रहालयात बसून आपली जीवनकथा लिहितो. कधीकाळी तो हिंस्र होता आणि तो पिल्लू असताना त्याची आई वारली होती. जसजसा तो मोठा होत गेला, तसतसा तो जंगलातील इतर प्राण्यांना भिववू लागला. नंतर तो पकडला गेला आणि सर्कशीत त्याला निर्दयी वागणूक मिळाली. तिथून तो पळाला. लोक त्याला मारणार होते; पण एका संन्याशाने त्याला दत्तक घेतले. त्यांची दोस्ती झाली. तो संन्यासी मरण पावला, तेव्हा त्या वाघाला प्राणिसंग्रहालयात आणले गेले. आर. के. नारायण यांनी १९८२ मध्ये लिहिलेल्या 'अ टायगर फॉर मालगुडी' या पुस्तकाचे हे कथानक होय. नारायण त्यांच्या अन्य साहित्यासाठी खूप प्रसिद्ध आहेत. कुंभमेळ्यात एका वाघाला एका संन्याशासोबत चालताना पाहिले, तेव्हा त्यांना हे कथानक सुचले होते.

१९८६ मध्ये 'मालगुडी डेज' नावाची टेलिव्हिजन मालिका निर्माण करण्यात आली होती आणि ती आर. के. नारायण यांच्या 'स्वामी अँड फ्रेंड्स' (१९३५) या पुस्तकावर आधारित होती. मालगुडी हे एक काल्पनिक स्थळ असून तिथे स्वामी, मणी, राजम ही तरुण पोरं आणि इतरेजन काम करीत. आर. के. नारायण (१९०६ - २००१) यांनी खूप पुस्तके लिहिली. त्यामध्ये 'फायनान्शिअल एक्स्पर्ट' (१९५२), 'वेटिंग फॉर महात्मा' (१९५५) आणि 'द गाइड' (१९५८) यांचा उल्लेख करावा लागेल.

वाघ आणि त्याचे पट्टे

प्रत्येक वाघाचे वैशिष्ट्य म्हणजे त्याच्या शरीरावरील पट्ट्यांची नक्षी व चेहऱ्यावरच्या खुणा (बोटाच्या ठशाप्रमाणे) वेगवेगळ्या असतात.

वाघ हा भारताचा राष्ट्रीय प्राणी आहे, तरी त्यांची संख्या ढासळत आहे. जगात आठ प्रकारचे वाघ आहेत आणि त्यातील रॉयल बंगाली वाघ फक्त भारतात आढळतो. सिंधू संस्कृतीच्या शिक्क्यावर वाघाची चित्रे आढळतात. प्राचीन काळात देशभर आढळणाऱ्या वाघ या प्राण्याची

आधीच्या साम्राज्यातील चलनावर मुद्रा उमटलेली आढळते. त्यांची संख्या कमी होऊ लागल्याने 'प्रोजेक्ट टायगर' ही योजना हाती घ्यावी लागली. वाघांसाठी सुरक्षित जागा राखून ठेवण्यात आल्या. १९९३ मध्ये झालेल्या वाघाच्या गणनेनुसार, त्या वेळी भारतातील वाघांची संख्या ३७५० होती; परंतु २००६ पर्यंत ही संख्या १४११ पर्यंत घटली होती. पुन्हा २०१६ मध्ये ती २५०० पर्यंत वाढलेली आढळली.

१९०० मध्ये जगभरातील वन्य वाघांची संख्या एक लाख होती. आणि आज ती संख्या ३९०० पर्यंत खाली आली आहे. भारत व इतर देशांकडून संरक्षण देऊनसुद्धा वाघांची, त्यांचे कातडे व हाडे यासाठी शिकार केली जाते. त्यांचे हे अवयव महागड्या किमतीस विकले जातात.

✦ तीन मोठे लेखक

'सिंधू संस्कृती'चे पुनर्निर्मित बोधचिन्ह

स्वातंत्र्यपूर्व काळापासून इंग्रजीत लिखाण करणारे आर. के. नारायण, मुल्कराज आनंद (१९०५-२००४) आणि राजा राव (१९०९-२००६) हे तीन ज्येष्ठ श्रेष्ठ लेखक होते. तिघांनी इंग्रजीत मुबलक लिखाण केले. मुल्कराज आनंद यांची 'अनटचेबल' ही कादंबरी १९३५ मध्ये तर 'प्रायव्हेट लाइफ ऑफ इंडियन प्रिन्स' ही १९५३ मध्ये प्रकाशित झाली. राजा राव यांची पहिली इंग्लिश कादंबरी 'कंठपुरा' १९३८ मध्ये प्रकाशित झाली आणि भारताच्या स्वातंत्र्य चळवळीची पार्श्वभूमी तिला लाभली आहे. 'द सरपंट अँड द रोप' (साप आणि दोरी) ही त्यांची गाजलेली कादंबरी (१९६०) होय. अन्य साहित्यात 'ऑन द गंगा घाट' (१९८९) आणि 'द मिनिंग ऑफ इंडिया' (१९९६) यांचा समावेश आहे. या तिन्ही लेखकांना बरेच मान-सन्मान व जागतिक कीर्ती लाभली.

✦ मिथुन चक्रवर्तीचा 'डिस्को डान्सर'

१९८२ मध्ये 'डिस्को डान्सर' हा चित्रपट प्रदर्शित झाला, त्यामध्ये मिथुन चक्रवर्ती (जन्म : १६ जून, १९५०) या अभिनेत्याने स्ट्रीट डान्सरची भूमिका केली होती; ती जगभर गाजली. त्याआधी १९७६ मधील त्याचा पदार्पणाचा चित्रपट होता

'मृगया'. यातील भूमिकेसाठी त्याला नॅशनल फिल्म अवॉर्डचा पुरस्कार मिळाला होता. तसेच 'तहदेर कथा' (१९९२) आणि 'स्वामी विवेकानंद' (१९९८) या चित्रपटांतील भूमिकेसाठीदेखील त्याला फिल्म फेअर अवॉर्डनी सन्मानित केले होते. त्याच्या दीर्घ कारकिर्दीत त्याने हिंदी, बंगाली, ओडिया आणि भोजपुरी अशा एकूण ३५० चित्रपटांत भूमिका केली.

✦ अंदमान आणि निकोबार बेटे

अंदमान आणि निकोबार बेटांवरील केंद्रशासित प्रदेशाला अखेर स्वतःची स्थानिक व्यवस्थापन असलेली यंत्रणा देण्यात आली. तिची सूत्रे 'पोर्ट ब्लेअर'मधील लेफ्टनंट गव्हर्नरच्या हाती गेली.

या भागाचा इतिहास मनोरंजक आहे. ब्रिटिशांनी हे ठिकाण १८५७ ते १९४२ पर्यंत काळ्या पाण्याची शिक्षा देण्यास वापरले. ज्या अंडाकृती बंदिवासात भारताचे महान स्वातंत्र्यवीर कैद करून ठेवले होते, ते आता राष्ट्रीय स्मारक बनले आहे. ही बेटे १९४२-४५ च्या दरम्यान जपानच्या ताब्यात होती. १९५६ मध्ये त्यांना केंद्रशासित प्रदेशाचा दर्जा मिळाला.

✦ गोल्फ खेळाचा भारतप्रवेश

१९८२ च्या आशियाई खेळात गोल्फचा समावेश झाला. लक्ष्मण सिंग, राजीव मोहता, ऋषी नारैन व अमित लुथ्राच्या चमूने सुवर्णपदक जिंकले. लक्ष्मण सिंग यांनी तर वैयक्तिक सुवर्णपदकदेखील पटकावले.

अन्य खेळांप्रमाणे गोल्फ भारतात आणण्यासाठी इंग्रजच कारणीभूत ठरले. कोलकाताचा 'रॉयल कलकत्ता गोल्फ क्लब' (स्थापना : १८२९) हा देशातील पहिला गोल्फ क्लब होता. महिलांसाठी कलकत्त्याला १८९१ मध्ये लेडिज गोल्फ क्लब सुरू झाला. १९५५ मध्ये दिल्लीत 'इंडियन गोल्फ युनियन'ची स्थापना झाली होती आणि त्याचा महिला विभाग १९७० मध्ये अस्तित्वात आला होता.

प्रारंभीच्या काळात, पी. जी. 'बिल्लू' सेठी, आर. के. पितांबर, आय.एस. मलिक व त्यांचे चिरंजीव अशोक मलिक हे भारताचे आघाडीचे खेळाडू होते. तसेच १९६० आणि १९७० च्या काळात गोल्फमध्ये नावाजलेल्या महिला खेळाडूंत मॉरीन वालिस, अंजनी देसाई, विनिता त्रिपाठी, चंपिका नंदा आणि रोहिणी चौगुले आणि १९८०च्या दरम्यान नोनिता लाल यांचा उल्लेख करता येईल.

१९८२ च्या आशियाई खेळ स्पर्धेने गोल्फला भारतात प्रोत्साहन मिळाले.

त्या वेळच्या आघाडीच्या खेळाडूंत जीव मिल्खा सिंग होते आणि त्यांनी आंतरराष्ट्रीय पातळीवर २९वा क्रमांक गाठला होता. गौरव घई, ज्योती रंधवा आणि अर्जुन अटवाल हेदेखील आघाडीवर होते. तसेच २०१५-१६मध्ये उगम पावलेल्या खेळाडूंमध्ये गगनजीत भूल्लर, अनिर्बान लाहिरी आणि शिव चौरासिया हे पुरुष खेळाडू होते, तर आदिती अशोक, गौरी मोंगा, वाणी कपूर आणि शर्मिला निकोलेट या महिला खेळाडू होत्या.

१९८२ मधील आणखी घटना

२६ जानेवारी : रागिणी देवी नावाने ओळखल्या जाणाऱ्या अमेरिकन व भारतीय शास्त्रीय नृत्यकलेचा भाग असलेल्या इस्थर शेर्मन (जन्म : १८९६) देवाघरी गेल्या.

३ मार्च : उर्दू लेखक फिराक गोरखपुरी (जन्म : १८९६) यांना ईहलोकवास झाला.

२० जुलै : मीराबेन (जन्म : १८९२) या गांधीजींच्या शिष्येला स्वर्गवास घडला. त्यांचे खरे नाव मॅडेलीन स्लाड असे होते आणि त्यांना १९८२ चे पद्मविभूषण मिळाले होते.

८ सप्टेंबर : शेख अब्दुला (जन्म : १९०५) पैगंबरवासी झाले.

१५ नोव्हेंबर : भूदान चळवळीचे प्रवर्तक विनोबा भावे (जन्म : १८९५) कैलासवासी झाले. रॅमन मॅगसेसे पुरस्काराचे (१९५८) ते पहिले मानकरी ठरले. त्यांना १९८३ मध्ये मरणोत्तर भारतरत्न किताब बहाल करण्यात आला.

नॅशनल रिसर्च डेव्हलपमेंट कॉर्पोरेशनमधील टेक्नॉलॉजी ट्रान्सफर केंद्रात टेक्नॉलॉजी बँक कार्यरत झाली.

मल्याळी चित्रपट 'एलिप्पाथयम' (उंदराचा पिंजरा, १९८१) ला ब्रिटिश फिल्म इन्स्टिट्यूटचा पुरस्कार लाभला.

गोव्यातील एक मशहूर कलाकार आणि शिल्पकार अंतोनियो दा क्रूझ (जन्म : १८९५) अनंतात विलीन झाले.

मार्च-नोव्हेंबर : ग्रेट ब्रिटनमध्ये फेस्टिव्हल ऑफ इंडिया भरवण्यात आला होता. त्यात भारतातील कला आणि ऐतिहासिक वैभवाचे दर्शन घडविण्यात आले होते.

गुजरातमधील कच्छच्या आखातात 'मरिन नॅशनल पार्क' (राष्ट्रीय समुद्रजीव उद्यान) स्थापन झाले.

३७

१९८३ : खलिस्तानची मागणी

आसाम, जम्मू-काश्मीर आणि पंजाब या राज्यांत अनेक समस्या होत्या आणि राजकीयदृष्ट्या ती राज्ये अस्वस्थ होती. आसाममधील लोकांना बंगाली नागरिक विशेषतः बांगलादेशी त्यांच्या राज्यात नको होते व त्यांना हुसकावून लावण्यासाठी तेथे आंदोलने होत होती. शेख अब्दुला १९७५ मध्ये काश्मीरचे मुख्यमंत्री होते आणि १९८२ मध्ये त्यांच्या मृत्युनंतर त्यांचे पुत्र फारुख अब्दुला मुख्यमंत्री बनले होते. त्यांनी राज्यसभेची १९८३ची निवडणूक जिंकूनदेखील इंदिराजींनी त्यांची उचलबांगडी केली आणि त्याचे मेहुणे जी. एम. शाह यांना मुख्यमंत्री केले. तेथेही वातावरण चिघळले; पण पंजाबचा प्रश्न बिकट झाला होता. १९७८ मध्ये संत जर्नेलसिंग भिंद्रानवाले यांनी स्थापन केलेल्या दल खालसाने वेगळ्या खलिस्तानची मागणी पुढे रेटली होती. त्या क्रांतिकारी गटाने शस्त्रे आणि स्फोटके गोळा करून ती अमृतसरमधील सुवर्ण मंदिरामध्ये साठवायला सुरुवात केली होती. हळूहळू पंजाबात हिंदू विरुद्ध भिंद्रानवालेंना पाठिंबा न देणाऱ्या शिखांविरुद्ध असंतोष वाढत गेला; तो इतरत्रही पसरला. समझोत्याची बोलणी करूनही हा प्रश्न सुटला नाही.

✦ आणखी लक्षणीय घटना

१९८२ च्या आशियाई खेळस्पर्धांच्या यशानंतर, राजीव गांधी राजकारणात रस घेऊ लागले. ते भारतीय कॉंग्रेस पक्षाच्या जनरल सेक्रेटरीपदापर्यंत पोहोचले.

✦ कपिल देव आणि क्रिकेटचा जागतिक चषक

१९८३ मध्ये भारताने जागतिक पातळीवर क्रिकेटमधील प्रुडेन्शियल कप जिंकला. त्या संघाचे नेतृत्व कपिल देवनी (जन्म : ६ जानेवारी, १९५९) केले होते. ते एक अष्टपैलू खेळाडू होते. कपिल देव फलंदाजी, गोलंदाजी आणि क्षेत्ररक्षण या तिन्ही बाबतींत तरबेज होते. त्यांनी १९७८-७९ मध्ये कसोटी सामने खेळायला सुरुवात केली होती. १९८० च्या फेब्रुवारीपर्यंत या तरण्याबांड खेळाडूने १००० धावा आणि १०० बळी घेतले होते. केवळ १०७ दिवसांत असा विक्रम करणारे ते पहिलेच तरुण खेळाडू होते. त्यानंतर त्यांनी एकामागून एक विक्रम मोडले. वेस्ट इंडिजची मॅच जिंकून, त्यांनी भारताला विश्वचषक मिळवून दिल्यानंतर कपिलनी ३०० बळींचा पल्ला गाठला आणि १९९१-९२ पर्यंत त्यांनी ४०० बळींपर्यंत मजल मारली. तद्नंतर कसोटी सामन्यात ४३४ बळी आणि ५००० धावा असे रेकॉर्ड करून ठेवले. त्यांनी एक दिवसाच्या २२४ सामन्यांत २५२ विकेट घेतल्या आणि ३७८३ धावा काढल्या.

कपिल देव १९९४ मध्ये क्रिकेटमधून निवृत्त झाले. २००२ मध्ये त्यांना 'विस्डेन'स इंडियन क्रिकेटर ऑफ द सेंच्युरी' हा किताब मिळाला. त्याचबरोबर २०१० मध्ये त्यांना इंडियन क्रिकेट कौन्सिल (ICC) च्या 'क्रिकेट हॉल ऑफ फेम' या मानाच्या गटात समाविष्ट करण्यात आले. या गुणी खेळाडूवर अनेक बक्षिसांचा वर्षाव झाला. अर्जुन पुरस्कार (१९७९-८०), पद्मभूषण (१९९१) आणि सी. के. नायडू जीवनगौरव (२०१३) हे त्यातील काही सन्मान होत.

✦ सुब्रमण्यम चंद्रशेखरना नोबेल पुरस्कार

सुब्रमण्यम चंद्रशेखर (१९ ऑक्टोबर, १९१० - २१ ऑगस्ट, १९९५) हे भारतीय वंशाचे भौतिक खगोलशास्त्रज्ञ होते. ते अमेरिकेचे नागरिकत्व घेऊन तेथे स्थायिक झाले. 'ताऱ्यांची रचना आणि उत्क्रांती' या विषयावरील सैद्धांतिक अभ्यासासाठी त्यांना विल्यम ए. फ्लॉवर या संशोधकासोबत नोबेल पुरस्कार प्राप्त झाला. त्यांचा जन्म लाहोरला झाला होता व मद्रासच्या 'प्रेसिडेन्सी कॉलेजा'त शिक्षण पार पडले होते. नंतर त्यांना केंब्रिज विश्वविद्यालयाची शिष्यवृत्ती मिळाली आणि १९३३ मध्ये त्यांनी पीएच. डी.चा अभ्यास पूर्ण केला. १९३७ मध्ये त्यांनी शिकागो विश्वविद्यालयात शिकवण्यास सुरुवात केली आणि १९५२ मध्ये तेथेच त्यांची 'मॉर्टन डी. हुल प्रोफेसर ऑफ ॲस्ट्रोफिजिक्स' म्हणून नेमणूक झाली. त्यांच्या संशोधनात तारकीय रचना, कृष्णविवर, बुटके तारे, उत्सर्जक हस्तांतरण या घडामोडींचा समावेश होता. आपल्या जीवनाची सांगता होईपर्यंत,

ते शिकागो विश्वविद्यालयात कार्यरत होते.

✦ 'इन्सॅट वन-बी'चे यशस्वी प्रक्षेपण

इंडियन नॅशनल सॅटेलाइट सिस्टिम (INSAT 1B) हा बहुउद्देशीय उपग्रहांचा उपक्रम १९८३ मध्ये सुरू करण्यात आला. (१९८२ मध्ये इन्सॅट वन-ए हा उपग्रह अवकाशात पाठविण्यात आला होता; पण तो सप्टेंबर १९८३ मध्ये गायब झाला.) त्यानंतर, इन्सॅट वन-सी (१९८८) आणि इन्सॅट वन-डी (१९९०) मध्ये अंतराळात पाठविले गेले. इन्सॅट-टू ही उपग्रह मालिका त्यानंतरची होय.

✦ दोन संगीतकार : एकाला पुरस्कार, दुसऱ्याचे निधन

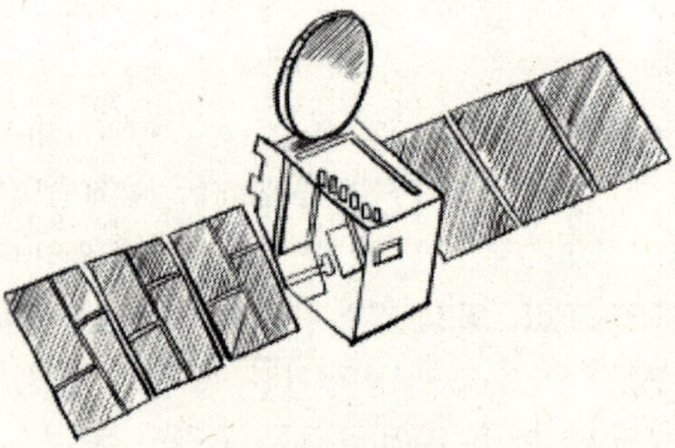

इन्सॅट वन-बी

महाराष्ट्रातील वाई येथील गोविंद गोपाल यांचे सुपुत्र विष्णू गोविंद जोग (१९२२ - ३१ जानेवारी, २००४) हे हिंदुस्थानी शास्त्रीय संगीतातील एक उत्कृष्ट व्हायोलियन वादक होऊन गेले. त्यांनी सुरुवातीला व्ही. शास्त्री, एस. जी. आठर्ले, जी. पुरोहित आणि नंतर एस. एन. रातनजंकर व अल्लाउद्दिन खान यांच्याकडे संगीतशिक्षण घेतले. ते संगीत पथकासोबत परदेशातील जलशात भाग घेत. कलकत्त्याच्या आकाशवाणीवर ते संगीत निर्माते व दिग्दर्शक म्हणून काम पाहत. त्यांनी भातखंडे संगीत विद्यापीठात व्हायोलिन शिकवण्यासाठी प्राध्यापकाचे काम केले. विष्णू गोविंद यांना अन्य पुरस्कारांसोबत १९८० मध्ये संगीत नाटक अकादमीने सन्मानित केले व १९८३ मध्ये पद्मभूषण प्रदान करण्यात आले.

वसंतराव देशपांडे (जन्म : १९२०) हे आणखी एक हिंदुस्तानी शास्त्रीय संगीतातील नामवंत गायक होते. वयाच्या ६३ व्या वर्षी, ३० जुलै, १९८३ रोजी त्यांना देवाज्ञा झाली. ते मुळात गायक असले तरी तबला, सतार यांसारखी विविध संगीतवाद्ये हाताळत. १९६७ मध्ये प्रथमच रंगमंचावर आलेल्या 'कट्यार काळजात घुसली' या मराठी नाटकात त्यांनी सांगीतिक घराण्याचे प्रमुख असलेल्या खानसाहेबांची भूमिका केली होती. रंगभूमीवर प्रथमच सांगीतिक घराण्यांमधील मानापमान मांडणाऱ्या या संगीत नाटकाच्या सादरीकरणात फिरत्या रंगमंचाचा

प्रभावी वापर झाला. वसंतरावांनी काही मराठी चित्रपटांत अभिनय केला आणि संगीत देण्याचे कार्य केले. त्यांना १९८२ सालचा संगीत नाटक अकादमीचा पुरस्कार मिळाला होता. वसंतरावांचे नातू राहुल देशपांडे हे २०१५ पासून नव्याने सादर झालेल्या 'कट्यार...' च्या प्रयोगात खानसाहेबांची भूमिका निभावत आहेत. (२०१८ च्या एप्रिलमध्ये या नाटकाचा ५०वा प्रयोग सादर झाला.)

✦ 'चिक्कावीरा राजेंद्र'ला ज्ञानपीठ

मस्ती वेंकटेश अय्यंगार (६ जून, १८९१ - ६ जून, १९८६) हे कन्नड भाषेतील साहित्यिक होते आणि त्यांना १९८३ चा ज्ञानपीठ पुरस्कार प्राप्त झाला. त्यांनी कादंबऱ्या, नाटके आणि कथा असे विविध साहित्यप्रकार हाताळले. ते इंग्रजीतदेखील लिहीत असत. 'चिक्कावीरा राजेंद्र' ही ऐतिहासिक कादंबरी असून, ती कोडागुच्या राजाच्या जीवनावर लिहिलेली आहे. त्यांच्या लिखाणावर इतिहास आणि महाकाव्यांचा प्रभाव आढळतो. त्यांनी 'भावा' हे आपले आत्मचरित्र तीन भागांत लिहिले आहे.

१९८३ मधील आणखी घटना

१८ फेब्रुवारी : १९४७ पूर्वी, काही मुस्लीम कुटुंबे आसामात येऊन स्थायिक झाली होती. मोरीगाव जिल्ह्यातील नेली या गावात एक हत्याकांड घडले. तेथील हिंदूंनी २००० मुस्लिमांची कत्तल केली.
११ जून : उद्योगपती जी. डी. बिर्ला यांचे निर्वाण
फेब्रुवारी : डाकूंची राणी म्हणून ओळखली जाणारी फुलनदेवी (१९६३-२००१) शरण आली. बालविवाह अयशस्वी झाल्यानंतर फुलनदेवी डाकू बनली होती आणि तिने कित्येक खून केले होते.

३८

१९८४ : इंदिरा गांधींची हत्या

इंदिरा गांधींची हत्या ही या वर्षातील ठळक घटना होय; पण त्याहीपेक्षा वर्षारंभाला, १३ एप्रिल रोजी एक महत्त्वपूर्ण घटना घडली ती म्हणजे सियाचीन-मधील भारत-पाकिस्तान सीमेवरची हिमनदी भारताने आपल्या नियंत्रणात आणली.

✦ 'ऑपरेशन ब्लू स्टार'

जर्नेलसिंग भिंद्रानवाले यांनी आपल्या काही सहकाऱ्यांसह सुवर्ण मंदिराचा (हरमंदिर साहिब) ताबा घेऊन तेथे शस्त्रे आणि स्फोटके लपवली होती. १९८४ च्या जूनमध्ये लष्कराला मंदिरात घुसून, त्यांना बाहेर हुसकावून लावण्याचे आदेश देण्यात आले. तो 'ऑपरेशन ब्लू स्टार'चा भाग होता. या घनघोर लढाईत भिंद्रानवाले, त्यांचा सेनापती साहेबसिंग व कितीतरी साथीदार ठार झाले. लष्कराचेदेखील अपरिमित नुकसान झाले. या धुमश्चक्रीमुळे सुवर्ण मंदिरातील अकाल तख्त आणि इतर पवित्र जागा नष्ट झाल्या. आपल्या पवित्र गुरूद्वाराचे नुकसान झाल्याने कित्येक शीख संतप्त झाले होते.

✦ इंदिरा गांधींवर गोळ्या झाडल्या

३१ ऑक्टोबर १९८४ या दिवशी इंदिरा गांधी आपल्या घरून, एका टी. व्ही. प्रतिनिधीच्या गटाला भेटायला ऑफिसात जायला निघाल्या होत्या, तेव्हा त्यांच्यावर गोळ्या झाडून त्यांना मारण्यात आले. त्या १९६६ ते १९७७ पर्यंत भारताच्या पंतप्रधान होत्या आणि नंतर १९८० ते ८४ या काळातदेखील पंतप्रधानपदाची

सूत्रे त्यांच्याकडे होती.

बेअंतसिंग आणि सतवंतसिंग या त्यांच्या दोन सुरक्षा पहारेकऱ्यांनी ही हत्या केली. त्या वेळी राजीव गांधी पश्चिम बंगालमध्ये होते आणि ते तातडीने दिल्लीला पोहोचले. पुढची निवडणूक होईपर्यंत त्यांनी पंतप्रधानपद स्वीकारावे हे आधीच ठरले होते. त्यानंतर दिल्लीत व इतरत्र जी दंगल उसळली, त्यात ३००० निष्पाप शीख मारले गेले. ३ नोव्हेंबरपर्यंत परिस्थिती नियंत्रणात आली.

✦ राजीव गांधी पंतप्रधान

१९८५ च्या प्रारंभी निवडणुका व्हायच्या होत्या; पण त्या काहीशा आधी म्हणजे डिसेंबरात घेतल्या गेल्या. ५०८ जागांसाठी निवडणुका लढवल्या गेल्या, त्यातील ४०१ जागा काँग्रेसने जिंकल्या. हे आत्तापर्यंतचे रेकॉर्ड ठरले. (पंजाब व आसाममध्ये परिस्थिती तंग असल्याने निवडणुका झाल्या नाहीत.) निवडणुकीनंतर ३१ डिसेंबर, १९८४ रोजी पाच वर्षांच्या कालावधीसाठी पंतप्रधानपदी राजीव गांधींची निवड झाली.

✦ आणखी ठळक घटना

मध्यंतरी, आणखी एक शोकांतिका घडून आली. भोपाळमधील युनियन कार्बाइड कंपनीत विषारी वायूची गळती होऊन १५,००० नागरिक मरण पावले. कित्येकांना पुढील अनेक वर्षांत, या दुर्घटनेचे विपरीत परिणाम भोगावे लागले.

उत्तरप्रदेशातील एक दलित नेते कांशीराम यांनी बहुजन समाज पक्षाची स्थापना केली. नंतर मायावती या पक्षाच्या नेतेपदी आल्या.

✦ भूपेन खाखर यांना पद्‌मश्री पुरस्कार

भूपेन खाखर (१० मार्च, १९३४ - ८ ऑगस्ट, २००३) हे भारताचे आघाडीचे चित्रकार होते. त्यांचा जन्म मुंबईत झाला. त्यांनी प्रारंभी चार्टर्ड अकाउंटंटचा अभ्यासक्रम पूर्ण केला आणि 'जे. जे. स्कूल ऑफ आर्ट्‌स'मध्ये सायंकाळच्या वर्गाला जाऊन कलेचा अभ्यास केला. नंतर बडोद्यातील एम. एस. विश्वविद्यालयातून कलेच्या इतिहासात पदव्युत्तर शिक्षण घेतले. विविध शैलींतील चित्रकलेत स्वतःची कारकीर्द करत असताना, त्यांनी आपली अकाउंटंटची नोकरी सुरू ठेवली होती. लोकप्रिय चित्रांच्या तुकड्यांतून त्यांनी देव-देवतांची चित्रे तयार केली. भारतीय सूक्ष्म शैलीत रंगकाम व सुशोभिकरणामुळे त्यांची चित्रे वेगळी शैली प्रदर्शित करू लागली. त्यानंतर त्यांनी न्हावी, शेतकरी, शिंपी, चांभार यांसारख्या श्रमिक

वर्गाची भडक चित्रे रंगविली. ज्या लेखापालासोबत ते काम करत होते, तेही त्यांच्या कुंचल्यातून सुटले नाहीत. तेव्हाच्या काळात त्यांनी भारतास अपरिचित असलेल्या समलिंगी संभोग या विषयावर चित्रे रेखाटली. १९७९ नंतर त्यांनी परदेशात आपल्या कलाकृतींची प्रदर्शने भरविली आणि त्यास भरघोस प्रतिसाद मिळाला. १९९० मध्ये त्यांनी तैलचित्रापेक्षा जलचित्रांवर भर दिला.

सलमान रश्दी यांनी आपल्या 'द मूर्स लास्ट साय' (मूरचा अखेरचा निःश्वास) (१९९५) या कादंबरीत भूपेनचा उल्लेख केला होता, तेव्हा भूपेनने रश्दींची तसबीर रंगवून त्यास 'द मूर' हे नाव दिले. हे चित्र लंडनच्या नॅशनल पोर्ट्रेट कलादालनात पाहावयास मिळते. या वर्षी पद्मश्रीसोबतच त्यांना अन्य पुरस्कारदेखील लाभले. २००० मध्ये त्यांना नेदरलँडचा 'प्रिन्स क्लॉस' हा पुरस्कार मिळाला.

✦ 'हम लोग' आणि इतर टेलिव्हिजन मालिका

७ जुलै, १९८४ पासून दूरदर्शनवर १५४ भागांची एक घरगुती जीवनावरील 'हम लोग' नावाची मालिका सुरू करण्यात आली होती.[१८] त्याची पटकथा मनोहर श्याम जोशी यांची, दिग्दर्शन पी. कुमार वासुदेवांचं, तर शीर्षक गीत अनिल विश्वास यांचं होतं. प्रत्येक भागाच्या अखेरीस, अभिनेते अशोक कुमार भाष्य करत. ही टिपणी ते नंतरच्या भागात प्रारंभी करू लागले. या मालिकेमागे मेक्सिकन कार्यक्रम 'व्हेन कॉन्मिगो'ची (१९७५) प्रेरणा होती. त्याचे पटकथाकार मिग्वेल साबिदो यांनी भारतीय आवृत्ती तयार करण्यासाठी सहकार्य केले होते. ही मालिका २००० मध्ये, सोनी टी. व्ही.ने पुनर्प्रक्षेपित केली होती. दूरदर्शनने त्याची नवी आवृत्तीदेखील सादर केली होती. 'हम लोग'ची कथा ही कनिष्ठ मध्यमवर्गीय कुटुंबातील असल्याने, ही मालिका दूरदर्शनवर खूपच लोकप्रिय ठरली होती.

'बुनियाद' ही मालिकादेखील मनोहर श्याम जोशी यांनी लिहिली होती आणि १९८६ मध्ये तिचे प्रथम प्रक्षेपण झाले. फाळणी आणि तिचे परिणाम हा या मालिकेचा विषय होता. पेशाने शिक्षक असलेले मास्टर हवेलीराम, त्यांची पत्नी आणि मुले ही या मालिकेतील पात्रे होती. १९८५ मधील 'खानदान' ही प्रारंभीच्या काळातली मालिका एका श्रीमंत कुटुंबासंबंधी होती. या मालिकेची निर्मिती उत्कृष्ट दर्जाची होती; पण ती तितकीशी लोकप्रिय ठरली नाही. बासू चॅटर्जींनी निर्मिती केलेल्या 'रजनी' (१९८५) या मालिकेत समाजातील प्रश्नांवर प्रकाश टाकला

---

18. For more on the early years of television in independent India, see the Puffin History of India : Volume 2, 399-401.

होता. रजनी नावाची बेडर स्त्री आपल्या बेधडक मोहिमेने सामान्य माणसाला दिलासा देते, असे कथानक त्यात होते. सामान्य माणसाच्या जिव्हाळ्याचे विषय त्यामध्ये असल्याने ही मालिका लोकांना खूप आवडली.

✦ क्रीडा-वृत्त

१९८४ मध्ये क्रीडाक्षेत्रात लक्षणीय घटना घडल्या. २५ जानेवारीला 'स्पोर्ट्स ऑथॉरिटी ऑफ इंडिया' या संघटनेची रितसर स्थापना झाली. देशातील विविध खेळक्रीडांना प्रोत्साहन देणे आणि आशियाई खेळ स्पर्धांच्या वेळी बांधलेल्या स्टेडियमची देखरेख करणे हा या संघटनेचा हेतू होता. खेळासंबंधी ज्या अन्य संस्था होत्या, त्यांचे या अधिकृत संघटनेत विलीनीकरण करण्यात आले.

लॉसएन्जेलिसला भरलेल्या उन्हाळी ऑलिम्पिकमध्ये पी.टी. उषाने आपला ठसा उमटविला. ४०० मीटर अडथळ्याच्या धावस्पर्धेत तिचे कांस्यपदक एक-शंभरांश सेकंदाने हुकले. १९८२ च्या आशियाई स्पर्धेत, तिने दोन रौप्यपदके मिळवली होती आणि तिने आपला जिंकण्याचा सिलसिला पुढे सुरू ठेवला होता. १९८५च्या एशियन धावपटू स्पर्धेत, तिने पाच सुवर्णपदके मिळवली होती. १९८९ मध्ये चार, १९८६च्या सेऊलमधील आशियाई खेळात चार सुवर्ण, तर एक रौप्यपदक, १९९०च्या बीजिंगमधील आशियाई खेळात तीन रौप्यपदके आणि १९९४ मधील हिरोशिमामधील खेळात एक पदक अशी पदकांची लयलूट केली होती.

बचेंद्री पाल

१९६४ मध्ये केरळमधील पाय्योली येथे पी. टी. उषाचा जन्म झाला होता. तिला 'पाय्योली एक्स्प्रेस' हे नाव पडले होते. १९८४ मध्ये तिला पद्मश्री किताब आणि अर्जुन अवॉर्ड बहाल केले गेले. तसेच अन्य अनेक पुरस्कारांनी ती सन्मानित झाली. ती रेल्वेत नोकरीला आहे आणि तिने केरळमध्ये एक प्रशिक्षण अकादमी सुरू केली आहे.

भारतीय लष्कराच्या शोध मोहिमेत निवड झाल्यानंतर बचेंद्री पाल (जन्म : १९५४) या एव्हरेस्ट शिखरावर चढाई करणाऱ्या पहिल्या महिला गिर्यारोहक

ठरल्या. त्यांनासुद्धा १९८४ मध्ये पद्मश्री देण्यात आली. अन्य पुरस्कारांसोबत, 'इंडियन माउंटेनिअरिंग फाउंडेशन' या संस्थेतर्फे सुवर्णपदक देऊन त्यांचा गौरव झाला. १९८४ मध्ये त्या 'टाटा स्टील ॲडव्हेंचर फाउंडेशन'च्या प्रमुख बनल्या आणि गिर्यारोहणाच्या साहसात कार्यरत राहिल्या.

१९८४ मधील आणखी घटना

९ फेब्रुवारी : भरतनाट्यम नर्तक टी. बालसरस्वती (जन्म : १३ मे, १९१८) कालवश झाले.

१० मार्च : चित्रपट अभिनेते, लेखक, दिग्दर्शक आणि निर्माते आय. एस. जोहर (जन्म : १९२०) अनंतात विलीन झाले.

२ एप्रिल : रशियाच्या सोयूझ टी-११ या यानातून भारतातील पहिला अंतराळवीर स्क्वाड्रन लिडर राकेश शर्मा अवकाशात झेपावला.

६ जुलै : २५५ प्रवाशांना घेऊन जाणाऱ्या इंडियन एअरलाइन्सच्या एअरबसचे अपहरण करून ते लाहोरला नेण्यात आले. अखेर अपहरणकर्ते शरण आले.

उर्दू लेखक, नाटककार, पटकथा लेखक आणि चित्रपट दिग्दर्शक राजिंदर सिंग बेदी (जन्म : १ सप्टेंबर, १९१५) निवर्तले.

३९

१९८५ : राजीव गांधी- तरुण पंतप्रधान

चाळीस वर्षांचे राजीव गांधी देशाचे सर्वांत तरुण पंतप्रधान होते आणि त्यांची विचारसरणी परंपरेपेक्षा वेगळी होती. आपल्या पाच वर्षांच्या कालावधीत त्यांनी खूपसे कार्य केले. पंजाब, काश्मीर व ईशान्य भारतातील प्रश्न मार्गी लावण्याचा प्रयत्न केला. नवोदय विद्यालयाची स्थापना आणि सर्वांत महत्त्वाचे म्हणजे त्यांनी भारतात संगणक आणले आणि देशाला मोबाईल फोनची ओळख करून दिली.

त्यांनी पंजाबमधील शीख राजकीय बंदींची मुक्तता केली. त्यासाठी १९८५च्या जुलैमध्ये त्यांनी संत लोंगोवाल या मवाळ शीख नेत्यासोबत एक करार केला व राज्याची घडी नीट व्हावी म्हणून निवडणुका घेण्याचे ठरवले. ऑगस्ट महिन्यात संत लोंगोवालची हत्या झाली तरीदेखील निवडणुका झाल्या. पंजाबमधील दोन वर्षांची राष्ट्रपती राजवट संपुष्टात आली आणि अकाली दलाने सरकार स्थापन केले. सुरजितसिंग बर्नाला मुख्यमंत्रिपदी स्थानापन्न झाले. अर्थात, फुटीरवाद्यांच्या कारवाया चालूच होत्या.

राजीव गांधी

आसाममध्येदेखील अशांतता होती, तेथे घुसणाऱ्या अनधिकृत परदेशीयांसंबंधी, राजीव गांधी यांनी आसामी नेत्यांसोबत चर्चा केली. १५ ऑगस्ट,

१९८५ रोजी एक समझोता झाला. त्याच वर्षी तेथे 'आसाम गण परिषद' नावाचा पक्ष स्थापन झाला आणि डिसेंबरमधील निवडणुकीनंतर या नव्या पक्षाने तेथे सरकार स्थापन केले.

✦ भीमसेन जोशींना पद्मभूषण पुरस्कार

भीमसेन जोशी (१४ फेब्रुवारी, १९२२ - २४ जानेवारी, २०११) हिंदुस्थानी शास्त्रीय संगीतातील उत्कृष्ट गायक होते. ते ख्याल गायनात निपुण होते. बालपणापासूनच त्यांना गायन पथकात भाग घेण्याची आवड निर्माण झाली होती. त्यांनी निरनिराळ्या गुरूंकडे ज्ञानसाधना केली; पण शेवटी सवाई गंधर्व म्हणून ओळखल्या गेलेल्या रामभाऊ कुंदगोळकर (१८८६-१९५२) यांची शागिर्दी पत्करली. वयाच्या तेराव्या वर्षी त्यांचा पहिला जाहीर कार्यक्रम झाला. ख्याल व ठुमरीव्यतिरिक्त, ते हिंदी, कन्नड आणि मराठीमध्ये भजनेदेखील गात असत. पंडित जसराजसोबत त्यांनी काही चित्रपटांत गायन केले. 'बिरबल', 'माय ब्रदर' (१९७३) हे त्यातलेच चित्रपट होत. १९५३ पासून वसंतराव देशपांडेंसोबत त्यांनी 'सवाई गंधर्व महोत्सव' सुरू केला होता.

भीमसेनजींचा आवाज समृद्ध होता आणि त्यांच्या ताना गुंतागुंतीच्या असत. ते दरबारी, मिया की तोडी आणि भीमपलास हे राग आवडीने गात असत. एखाद्याला चांगलं गायक व्हायचं असेल तर त्याने भिन्न भिन्न गायकांच्या गायकीचा स्वाद घेतला पाहिजे, असे ते एका मुलाखतीत म्हणाले होते. अमेरिका, युरोप, कॅनडा आणि जगाच्या इतर भागांत आयोजित केलेल्या संगीत-जलशामध्ये त्यांनी भाग घेतला. पद्मश्री (१९७२), संगीत नाटक अकादमी (१९७५), पद्मभूषण (१९८५), पद्मविभूषण (१९९९) आणि भारतरत्न (२००८) अशा मान-सन्मानांचा त्यांच्यावर वर्षाव झाला. त्यांचा मृत्यू पुण्यात झाला. तेथे त्यांना २१ बंदुकांची सलामी देण्यात आली. शुभा मुदगल यांनी त्यांच्यावर लिहिलेला मृत्युलेख 'Even Gods Must Die'[19] खूप हृदयस्पर्शी होता. आपल्या स्वर्गीय आवाजासोबतच ते मानवतेचे पूजारी होते. त्यांना स्वादिष्ट जेवण तसेच गतिमान कार आवडत. त्यांनी दोनदा लग्न केले आणि त्या दोन्ही विवाहांतून त्यांनी सात मुलांना जन्म दिला होता.

---

19. Shubha Mudgal, 'Even Gods Must Die', Open, 29 January 2011, http ://www.openthemagazine.com/article/arts-letters/even-gods-must-die.

✦ स्थानिक सहकार्यासाठी 'सार्क'

'द साउथ एशियन असोसिएशन फॉर रिजनल को-ऑपरेशन' (SAARC) ही संघटना स्थानिक आशियाई देशांत सहकार्य, विकास, सांस्कृतिक आणि वैज्ञानिक देवाण-घेवाण व्हावी म्हणून स्थापन करण्यात आली. बांगला देश, भूतान, भारत, मालदीव, नेपाळ, पाकिस्तान आणि श्रीलंका हे देश या संघटनेचे सदस्य होत. ८ डिसेंबर, १९८५ रोजी ढाका येथे या संघटनेची पहिली परिषद भरली होती. २००७ मध्ये अफगाणिस्तान हा देशदेखील 'सार्क'चा सदस्य बनला.

२००७ नंतरचे 'सार्क' देश

✦ कमला दास यांना साहित्य अकादमी पुरस्कार

मल्याळम आणि इंग्रजीत लिखाण करणाऱ्या लेखिका आणि कवयित्री कमलादास (३१ मार्च, १९३४ - ३१ मे, २००९) यांनी साहित्यातून स्त्रियांचे व्यक्तिमत्त्व व त्यांची लैंगिकता याविषयी उघडपणे लिहिण्याचे धाडस केले. 'माय स्टोरी' हे त्यांचे आत्मचरित्र गाजले. (त्याची मल्याळममध्ये 'एन्टे कथा' नावाने मालिकाही तयार केली गेली व पुस्तकदेखील प्रकाशित झाले.) त्या वृत्तपत्रांसाठी स्तंभलेखनदेखील करत. वयाच्या पंधराव्या वर्षी, त्यांनी माधवदास यांच्याशी लग्न केले. त्यांनी कमला दास यांना लिहिण्यासाठी प्रोत्साहन दिले. त्यांना तीन मुले होती. नंतरच्या

काळात, त्यांनी इस्लाम धर्म स्वीकारला आणि त्यांचे नाव कमला सुरय्या झाले. १९८५ मधील साहित्य अकादमी पुरस्कारासह त्यांनी अनेक मान-सन्मान मिळवले. किंबहुना १९८४ सालच्या साहित्यातील नोबेल पुरस्कारासाठीच्या यादीत त्या आघाडीवर होत्या.

'आणखी कुणाचं गाणं' या कवितेत[२०] त्या लिहितात :

'मी आहे लाखो लोकांची प्रतिनिधी
एकाच वेळी, अनेक आवाज व्यक्त होणारी
विहिरीजवळ झुंबड उडालेल्या
साळकाया-माळकायांच्या गदारोळासारखी.

मी आहे लाखो मृत्युंची प्रतिनिधी
सुकून गेलेल्या बियांच्या झुपक्यासारखी
गळून पडेल मातीत, पुन्हा रुजण्यासाठी
आणखी कुणाच्या तरी आठवणीत'

१९८५ मधील आणखी घटना

जानेवारी : भारत, अर्जेंटिना, ग्रीस, मेक्सिको, स्वीडन आणि टांझानिया या देशांत अण्वस्त्रांची निर्मिती आणि चाचणी न करण्याबाबत दिल्लीत एक करार संमत झाला. ऑक्टोबर महिन्यात या देशांनी अमेरिका आणि रशिया यांना आण्विक चाचण्या बारा महिन्यांसाठी स्थगित कराव्यात म्हणून विनंती केली.
मे १९८५ : राजीव गांधींच्या रशिया भेटीत परस्परांत व्यापारउदीम वाढविण्यासंबंधी तसेच एकमेकांना फायदेशीर ठरतील अशा करारांवर सह्या झाल्या.
१५ जुलै-१८ ऑगस्ट : लंडन येथील १८ एकर क्षेत्राच्या ॲलेक्झांडर पॅलेसमध्ये भारताचा सांस्कृतिक सोहळा आयोजित करण्यात आला.

20. Quoted in 'Carol Rumens's Poem of the week : "Someone Else's Song" by Kamala Das', Guardian, 3 August 2015, accessed 11 June 2017, https://www.theguardian.com/books/2015/aug/03/poem-of-the-week-someone-elses-song-by-kamala-das.

जगभरातील १० लाखांवर पर्यटक तेथे जमले होते.

सप्टेंबर : संसदेतील एका ठरावानुसार, नवी दिल्ली येथे 'इंदिरा गांधी नॅशनल ओपन युनिव्हर्सिटी'ची (IGNOU) स्थापना झाली.

१९ नोव्हेंबर : नवी दिल्लीत, 'इंदिरा गांधी नॅशनल सेंटर फॉर आर्ट्स'ची (IGNCA) स्थापना करण्यात आली.

सातव्या पंचवार्षिक योजनेचे (१९८५-९०) उद्घाटन झाले. अन्नधान्य उत्पादन आणि रोजगार वाढविणे व गरिबी हटविणे, ही उद्दिष्टे या योजनेत होती.

पक्षांतराचा कायदा मंजूर करण्यात आला. त्यातील कलमानुसार, विधिमंडळाच्या सदस्याने पक्षांतर केले, तर त्याला अपात्र ठरविले जाणार होते.

वन आणि पर्यावरण खात्याची स्थापना झाली.

४०

१९८६ : मिझोराममध्ये शांतता

१९८६ मध्ये मिझोराममधले आंदोलन संपुष्टात आणून राज्यात शांती प्रस्थापित करण्यासाठी, राजीव गांधींनी तेथील वनवासी लोकांच्या नेत्यांसोबत एक करार केला. तेथील 'मिझो नॅशनल फ्रंट'चे (MNF) नेते लाल डेंगा यांनी स्वतंत्र राज्याच्या मागणीसाठी १९८० पासून सशस्त्र आंदोलन सुरू केले होते. त्या संघर्षावर उपाय सापडत नव्हता. त्यासाठी, स्थानिक काँग्रेस पक्षाचे सरकार बरखास्त करून, काँग्रेस - एम.एन.एफ.चे संयुक्त शासन आणायचे आणि लाल डेंगांना मुख्यमंत्रिपद द्यायचे ठरले; त्यामुळे राज्यात शांती व सुव्यवस्था नांदेल, असा प्रस्ताव होता. त्याच वेळी पंजाबही धुसमुसत होता. भिंद्रानवालेंच्या पाठिराख्यांनी सुवर्णमंदिरात ठाण मांडले होते. त्यासाठी 'ऑपरेशन ब्लॅक थंडर' राबवून, त्यांना तिथून हुसकावून लावण्यात आले.

✦ काही लक्षणीय घटना :

देशातील अस्थिरतेवर उपाय शोधण्यास राजीव गांधी प्रयत्नशील होते, त्या वेळी भावी परिणाम होणाऱ्या दोन घटना गाजत होत्या; त्या म्हणजे बाबरी मशीद खुली करणे आणि शाहबानो प्रकरणातला विवादास्पद निर्णय होत.

✦ शाहबानो प्रकरण :

शाहबानो या मुस्लीम महिलेने तलाक देणाऱ्या पतीकडून पोटगी मिळावी म्हणून कोर्टात दावा केला होता. ही बाब मान्य करण्यात आली. सुप्रीम कोर्टाने, त्या

निकालावर शिक्कामोर्तब केले. हे इस्लामला अनुसरून नाही, म्हणून काही मुस्लिमांनी या निर्णयाला विरोध केला. राजीव गांधींनी प्रारंभी कोर्टाच्या निर्णयाला अनुमती दर्शवली होती; पण नंतर त्यांनी त्यांच्या मंत्रिमंडळात राज्यमंत्री असलेल्या आरिफ मोहमद खान यांना सरकारतर्फे बचाव पत्र करण्याची विनंती केली. पुढे आणखी काही हरकती आल्या आणि 'द मुस्लीम वुमेन ॲक्ट, १९८६' (प्रोटेक्शन ऑफ राइट्स ऑन डायव्होर्स) हा तलाक प्रकरणाबाबत मुस्लीम स्त्रियांना आधारभूत ठरणारा नवा कायदा अस्तित्वात आला. या प्रकरणात नवरा-बायकोतील सामंजस्यात इस्लामिक वैयक्तिक कायद्याने ढवळाढवळ करायची की नाही हे ठरवता येण्याचा अधिकारदेखील देण्यात आला.

२००१ मध्ये, सुप्रीम कोर्टाने नव्या कायद्याचा अन्वयार्थ लावून आपल्या आधीच्या निकालाला पुष्टी दिली.

✦ बाबरी मशीद :

१९८६ मधील फेब्रुवारीमध्ये राजीव गांधींनी अयोध्येतील बाबरी मशिदीचे दरवाजे खुले केले. ते १९४९ पासून बंद होते. हे एक वादग्रस्त स्थळ आहे. हिंदूंच्या मते, भगवान रामचंद्रांची जन्मभूमी असलेल्या या जागेत प्राचीन मंदिर होते आणि ते तोडून तिथे मशीद बांधण्यात आली आहे. या मशिदीचे दरवाजे उघडले गेले खरे; पण भविष्यातील अनेक गडबडींना तोंड फुटले.

✦ नवोदय विद्यालये

ग्रामीण विभागातील होतकरू विद्यार्थ्यांची मोफत निवासी शिक्षणाची व्यवस्था करण्यासाठी 'जवाहर नवोदय विद्यालये' उभारण्याची राजीव गांधींची कल्पना होती. राष्ट्रीय शिक्षण धोरणात १९८६ मध्ये याचे सविस्तर विवेचन केले गेले आणि त्या वर्षी दोन विद्यालये कार्यरत झाली. या विद्यालयांची संख्या २००० पर्यंत ४२३, तर २०१६ पर्यंत ६६० वर पोहोचली. काही विद्यालयांच्या उभारणीचे काम सुरू होते. या विद्यालयात एक-तृतीयांश विद्यार्थी मुली असाव्यात, यासाठी प्रयत्न केले गेले. भारताच्या एकात्मतेचे बीज विद्यार्थ्यांत रुजावे, म्हणून काही विद्यार्थ्यांना अन्य भाषक प्रदेशात पाठवण्यात आले.

✦ दोन चित्रपट अभिनेते : एकाचा मृत्यू, दुसऱ्याचे पदार्पण

गुलाबी पँट व चट्ट्यापट्ट्याचा शर्ट घालणारा किंवा पिवळ्या, निळ्या आणि लाल रंगाची वेशभूषा करणारा नट कोण बरे?

गोविंदा!

गोविंदा अरुण अहुजा (जन्म : २१ डिसेंबर, १९६३) हा नट गोविंदा या नावानेच लोकप्रिय झाला. १९८६ मधील 'इल्जाम' हा त्याचा पदार्पणाचा चित्रपट ठरला. त्याने दीडशेच्यावर चित्रपटांत अभिनय केला आणि तो भलताच लोकप्रिय नट ठरला. विशेषतः त्याच्या विनोदी भूमिका आणि जबरदस्त नृत्य यामुळे तो प्रसिद्धीच्या शिखरावर पोहोचला. त्याच्या रंगीबेरंगी आणि वैशिष्ट्यपूर्ण पेहरावामुळे तर तो विशेष गाजला. १९९९ नंतर, त्याने टेलिव्हिजन कार्यक्रमात भाग घेतला होता; परंतु २००० नंतर त्याचे चित्रपट फारसे चालले नाहीत. मग तो राजकारणाकडे वळला. काँग्रेस पक्षातर्फे तो २००४ च्या लोकसभा निवडणुकीत जिंकला. (२००८ मध्ये त्याची मुदत संपण्याआधी तो राजीनामा देऊन मोकळा झाला.) काही काळाच्या विश्रांतीनंतर तो पुन्हा चित्रपटसृष्टीकडे वळला खरा; पण आधीचे यश काही त्याच्या वाटेला आले नाही. गोविंदा गायकदेखील आहे आणि १९९८ व २०१३ मध्ये त्याचे अल्बम बाजारात आले होते. आपल्या सिनेकारकिर्दीत, त्याने अनेक फिल्मफेअर पुरस्कार मिळवले. श्रेष्ठ नट, विनोदी पात्र आणि खलनायक अशा विविध भूमिकांसाठी त्याला हे सन्मान लाभले. स्टार स्क्रीन, झी सिनेमा व अन्य पुरस्कारांनी त्याची दखल घेतली.

याच वर्षी स्मिता पाटील (१७ ऑक्टोबर, १९५५ - १३ डिसेंबर, १९८६) ही एक गुणी, प्रतिभावंत नटी होती. गोविंदाच्या अगदी विरुद्ध भूमिकेत म्हणजेच गंभीर चित्रपटात तिने काम केले. श्याम बेनेगलचा 'चरणदास चोर' (१९७५) हा तिचा पदार्पणाचा चित्रपट होय. तिने मुख्य प्रवाहातील तसेच समांतर चित्रसृष्टीतील[२१] मराठी आणि हिंदी चित्रपटांत काम केले.

मंथन (१९७६), भूमिका (१९७७), आक्रोश (१९८०) आणि मिर्च-मसाला (१९८७) हे स्मिताच्या उत्कृष्ट चित्रपटांपैकी काही मोजके चित्रपट होत. तिचे अभिनेता राज बब्बरशी लग्न झाले; पण प्रसूतीच्या वेळी वयाच्या अवघ्या एकतिसाव्या वर्षी ती देवाघरी गेली. तिचा मुलगा - प्रतीक याने २००८ मध्ये चित्रपटसृष्टीत पदार्पण केले. अल्पावधीच्या कारकिर्दीत स्मिताने कित्येक पुरस्कार मिळवले. त्यात दोन राष्ट्रीय पातळीवरचे उत्कृष्ट अभिनेत्रीचे नॅशनल फिल्म अवॉर्ड्स आणि १९८५ चा पद्मश्री किताब आहे. मिर्च-मसालासारखे तिचे चित्रपट तिच्या देहान्तानंतर प्रदर्शित झाले. या अभिनव चित्रपटामध्ये स्मिताने सोनबाईची भूमिका केली आहे. ती मिरचीच्या कारखान्यात कामाला होती व तिथला सुभेदार तिच्यावर झुरत होता; पण ती काही त्याच्या वासनेला बळी पडत नव्हती. त्याच फॅक्टरीतील

---

२१. समांतर चित्रपट हे गंभीर स्वरूपाचे नि सत्यनिष्ठ मानले जातात.

अबू मिया (ओम पुरी) हा भला माणूस सोनबाईच्या पाठीशी असतो आणि तिचे रक्षण करतो. एकदा सुभेदार आपल्या गुंडांसह फॅक्टरीत येतो आणि अबू मियाला गोळी घालून ठार मारतो. स्मिताला वाचविण्यासाठी फॅक्टरीतल्या बायका एक शक्कल लढवतात. त्या हल्लेखोराच्या डोळ्यांत मिरचीची पूड फेकतात. २०१२ मध्ये स्मिता पाटीलच्या जीवनावर एक माहितीपट काढण्यात आला आणि एक लघुचित्रपट निघाला. त्याच्या दुसऱ्या वर्षी तिच्या स्मरणार्थ एक टपाल तिकिटदेखील काढण्यात आले.

✦ बहाईचे कमळ मंदिर

जगभरात जी सात बहाई कमळ मंदिरे आहेत, त्यात नवी दिल्लीतील मंदिराचा समावेश आहे. ते डिसेंबर १९८६मध्ये सार्वजनिक करण्यात आले व भाविकांसाठी खुले करण्यात आले. मार्बलच्या दगडांनी सुशोभित झालेले हे मंदिर बांधण्यासाठी सात वर्षांचा अवधी लागला. या मंदिराचा आकार पाकळ्यांचे दोन थर असलेल्या कमळासारखा आहे.

बहाई कमळ मंदिर

बहाउल्ला या नावाने ओळखल्या जाणाऱ्या इराणमधील मिर्झा हुसेन अली या एकोणिसाव्या शतकाच्या मध्यास होऊन गेलेल्या धर्मगुरूने बहाई धर्माची स्थापना केली. बहाई धर्मानुसार, देव ही शक्ति अस्तित्वात आहे आणि बुद्ध, येशू ख्रिस्त, कृष्ण, महमद पैगंबर हे सर्व परमेश्वराचे प्रेषित आहेत. जगात दैवी प्रेम आणि एकीचा प्रसार व्हावा, हा या पंथाचा हेतू आहे.

✦ निखिल बॅनर्जींचा अकाली मृत्यू

मैहर घराण्यातील बाबा अल्लाउद्दीन खान या गुरूंचे शिष्य असलेले निखिल बॅनर्जी (१४ ऑक्टोबर, १९३१ -२७ जानेवारी, १९८६) हे एक तरबेज सतारवादक होते. त्यांनी जगभरातील संगीत जलशांत सतारवादन केले व कित्येक पुरस्कार मिळवले. त्यात पद्मश्री (१९६८), संगीत नाटक अकादमी पुरस्कार (१९७४) आणि पद्मभूषण (१९८६) यांचा समावेश आहे. १९८० च्या दरम्यान त्यांना

हृदयविकाराने ग्रासले आणि अचानक आलेल्या हृदयविकाराच्या झटक्याने ते गतप्राण झाले.

✦ डागर बंधू

हिंदुस्तानी शास्त्रीय संगीतात धृपदाची परंपरा जोपासणारे गायक झाकिरुद्दीन खान आणि अल्लाबंदे खान यांच्या आठ नातवांचा गट डागर बंधू म्हणून ओळखला जाई. त्यांची नावे आहेत : नासिर मोईनुद्दीन डागर (१९१९-६६), झिया फरिदुद्दीन डागर (१९३२-२०१३), नासिर झहिरुद्दीन डागर (१९३३-९४), रहिम फहिमुद्दीन डागर (१९२७-२०११), नासिर अमिनुद्दीन डागर (१९२३-२०००), झिया मोहिउद्दीन डागर (१९२९-९०), नासिर फियाझुद्दीन डागर (१९३४-८९) आणि हुसेन सयीदुद्दीन डागर (जन्म : १९३९)

यापैकी, नासिर मोईनुद्दीन डागर आणि नासिर अमिनुद्दीन डागर हे एकत्र कार्यक्रम करत आणि त्यांना थोरले डागर बंधू म्हणत. नासिर झहिरुद्दीन डागर आणि नासिर फियाझुद्दीन डागर हेसुद्धा जोडीने जलसा भरवीत आणि त्यांना धाकटे डागर बंधू संबोधिले जाई. झिया मोहिउद्दीन डागर गायक होते, तरीही ते रुद्रवीणा वाजवीत. या डागर बंधूंनी एकोणीस पिढ्यांची डागर वाणी धृपदाची परंपरा जतन केली आहे.

१९६६ मध्ये नासिर मोईनुद्दीन निवर्तले, तेव्हा नासिर अमिनुद्दीन यांनी स्वतंत्रपणे गायन मैफली भरवल्या. धृपद संगीताच्या प्रसारार्थ, त्यांनी १९७५ मध्ये कलकत्त्याला उस्ताद नासिर मोईनुद्दीन डागर-धृपद संगीत आश्रम सुरू केला. भिन्न आलापांनी युक्त व समृद्धता हे धृपद शैलीचे वैशिष्ट्य होय. त्यातून रागांची ओळख होते. डागर बंधूंना अनेक पारितोषिके व पुरस्कार लाभले. अमिनुद्दीन डागरना १९८६ मध्ये पद्मभूषण देण्यात आले. धृपद रागाची परंपरा नेटाने पुढे नेण्याचे कार्य डागर कुटुंबीयांनी केले. नासिर फैयाझुद्दीनचे पुत्र फैय्याझ वासिफुद्दीन डागर (जन्म : १९६८) यांनी २०१० मध्ये पद्मश्री किताब मिळवला.

१९८६ मधील आणखी घटना

१७ फेब्रुवारी : जे. कृष्णमूर्ती (जन्म : १८९५) या तत्त्वज्ञानींनी अखेरचा श्वास घेतला.

१६ मार्च : आपल्या वाढदिवसाच्या पार्टीत पहारेकऱ्याला अमली ड्रगचा डोस देऊन, चार्ल्स शोभराज या कुख्यात कैद्याने तिहार जेलमधून पलायन केले.

६ जुलै : राष्ट्रवादी, स्वातंत्र्यसैनिक, दलित-नेते आणि स्वतंत्र भारताचे मंत्री जगजीवन राम (जन्म : १९०८) यांचे देहावसान झाले.

१० ऑगस्ट : 'ऑपरेशन ब्लू स्टार'ची कारवाई करणाऱ्या जनरल ए. एस. वैद्य यांची गोळ्या घालून हत्या झाली.

२२ सप्टेंबर : ऑस्ट्रेलिया आणि भारत यांच्यातील कसोटी मालिका बरोबरीत सुटली.

२७ ऑक्टोबर : नद्या, कालवे, खाड्या तसेच अन्य जलवाहतुकीची देखरेख करण्यासाठी 'इनलँड वॉटरवेज अॅथॉरिटी ऑफ इंडिया' या योजनेची स्थापना झाली.

१६-१७ नोव्हेंबर : बंगलोरमध्ये दुसरी सार्क परिषद आयोजित केली.

नोव्हेंबर : युद्धप्रसंग आला तर जय्यत तयारी असावी म्हणून राजस्थानमध्ये भारतीय लष्कराने ऑपरेशन ब्रास टॅक्सद्वारे सराव केला. त्याद्वारे शत्रूला प्रतिकार करण्याची क्षमता तपासून पाहिली गेली.

२३ डिसेंबर : विशिष्ट उद्योगात १४ वर्षे वयाखालील मुलांना मजूर म्हणून राबवू नये, यासाठी 'चाइल्ड लेबर (प्रोहिबिशन अँड रेग्युलेशन) अॅक्ट' हा कायदा मंजूर झाला. या कायद्यात कामकाजासंबंधी मार्गदर्शक तत्त्वे देण्यात आली.

२३ डिसेंबर : नैसर्गिक तसेच प्रक्रियायुक्त पदार्थांची गुणवत्ता तपासण्यासाठी ब्युरो ऑफ इंडियन स्टॅण्डर्डस या संस्थेतर्फे कायदा करण्यात आला. त्याद्वारे एक वेगळे खाते स्थापून त्याच्याकडे या कामाची जबाबदारी सोपवण्यात आली.

२४ डिसेंबर : ग्राहकांच्या भल्यासाठी 'द कंझ्युमर प्रोटेक्शन अॅक्ट' हा कायदा निर्माण करण्यात आला; त्यामुळे ग्राहक परिषद व संबंधित संस्थांच्या कार्याला चालना मिळाली.

ओडिसातील साहित्याचे लेखक सच्चिदानंद राऊतराय (१९१६-२००४) यांना ज्ञानपीठ पुरस्कार मिळाला.

४१

१९८७ : श्रीलंका आणि भारतीय शांतीसेना

राजीव गांधी नवनवीन योजना देशात आणत होते, तरीदेखील १९८७ चे वर्ष भारताच्या श्रीलंकेतील भूमिकेबद्दल आठवणीत राहील. ब्रिटिश सत्तेपासून, श्रीलंकेत तमिळ लोक होते. तेथे त्यांना मजूर म्हणून नेण्यात आले होते. हळूहळू त्यांच्यात आणि श्रीलंकेच्या नागरिकांत असंतोष वाढला. १९८७ पर्यंत, श्रीलंकेच्या उत्तर भारतातील जाफना येथे तमिळ लोकसंख्या वाढली होती. 'लिबरेशन टायगर्स ऑफ तमिळ' (LTTE) ही राजकीय संघटना तमिळांच्या स्वायत्ततेसाठी झगडत होती. प्रभाकरन नावाच्या त्यांच्या नेत्याने तिथे सशस्त्र क्रांतीची आघाडी उघडली होती.

१९८५ मध्ये, जेव्हा श्रीलंकेच्या सैनिकांनी जाफनावर हल्ला चढवला, तेव्हा तमिळांच्या मदतीसाठी भारताने त्या भागात हवेतून अन्नाची पाकिटे टाकली होती. श्रीलंकेचे तेव्हाचे अध्यक्ष ज्युनियस जयवर्धने यांनी १९८७ मध्ये तमिळ प्रश्नावर तोडगा काढण्यासाठी राजीव गांधींची मदत मागितली. त्या दोघांत २९ जुलै, १९८७ मध्ये एक करार संमत झाला. तमिळ बंडखोरांनी शस्त्रे टाकून दिली तर त्यांना काही प्रमाणात स्वायत्तता देण्याचे ठरले. त्या बदल्यात, भारत बंडखोरांना मदत करण्याचे थांबवेल; परंतु श्रीलंकेतील तमिळींना हा समझोता पसंत नव्हता. मग भारतीय शांतीसेनेला (IPKF) तिथे पाठवले गेले. भारतीय लष्करातील काही सेनेला श्रीलंकेत धाडण्यात आले. तिथे दोन वर्षे ते तमिळ बंडखोरांशी लढत होते. भारताने आपली फसवणूक केली, अशी तिथल्या तमिळांची भावना झाली. १९८९ पर्यंत, एकूण परिस्थितीत काहीच फरक पडला नाही आणि भारतीय सैन्याला परत बोलावण्यात आले.

✦ आणखी लक्षणीय घटना

अर्थव्यवस्था खुली करणारी दुसरी एक महत्त्वपूर्ण घटना घडली. आयात बंदी असलेल्या काही उपभोग्य वस्तूंवरची बंदी उठली. सॅम पित्रोदा हे अमेरिकेतील दूरसंचार अभियंते होते. त्यांच्या मदतीने राजीव गांधींना भारतात सहा तंत्रज्ञान प्रकल्प विकसित करावयाचे होते. त्यात पिण्याच्या पाण्याचा पुरवठा आणि दूध, तेलबियांच्या उत्पादनात वाढ, साक्षरतेमध्ये वाढ, रोगप्रतिबंधक लसीकरण आणि प्रत्येक गावात दूरध्वनी पोहोचविणे ही उद्दिष्टे अंतर्भूत होती. या सर्व प्रकल्पांचा देशाला भरघोस फायदा होणार होता. भारतात संगणकाची निर्मिती आणि वाढ व्हावी, यासाठीदेखील राजीव गांधी प्रयत्नशील होते.

✦ व्ही. पी. सिंग यांची भ्रष्टाचारविरोधी मोहीम

१९८७ मध्ये व्ही. पी. सिंगांची काँग्रेस (आय) पक्षातून हकालपट्टी झाली होती, कारण त्यांच्या भ्रष्टाचारविरोधी मोहिमेने सत्तेतील बड्या धेंड्यांना लक्ष्य केले होते. ते संसदेत आले आणि त्यांनी जनमोर्चाचा पक्ष संघटित केला. नंतर त्यांनी जनता दल या पक्षाची स्थापना केली.

✦ राज्यांची खबर

राजीव गांधी आणि जम्मू-काश्मीर नॅशनल कॉन्फरन्स पक्षाचे नेते फारुख अब्दुल्ला यांच्यात बोलणी झाल्यानंतर, त्या राज्यात निवडणुका झाल्या. इंदिरा गांधी पंतप्रधान असताना जी. एम. शाह यांना मुख्यमंत्री करण्यात आले होते; परंतु ते कुचकामी व भ्रष्टाचारी निघाले आणि काश्मीरमध्ये राष्ट्रपती राजवट आली होती. काँग्रेस आणि नॅशनल कॉन्फरन्स या पक्षाच्या युतीने निवडणुका जिंकल्या; पण ही युती लोकप्रिय ठरली नाही. निवडणुकीत गैरप्रकार घडले, असा नागरिकांचा समज झाला होता.

पंजाब अजूनही धगधगत होता आणि तिथे राष्ट्रपती राजवट लादण्यात आली होती.

मिरतमध्ये जातीय दंगे झाले आणि १५० जण मृत्युमुखी पडले आणि सुमारे २० कोटी रुपयांची मालमत्ता उद्ध्वस्त झाली.

✦ रूपकुंवर नावाची तरुणी सती गेली

भारतीय समाजात एक जुनी प्रथा होती. बायकोआधी नवरा मरण पावला तर

त्याच्या चितेवर ती स्वतःला जाळून घेत असे. ही प्रथा विशेषतः राजस्थानात अस्तित्वात होती. ही निर्घृण प्रथा बंद पाडण्यासाठी समाजसुधारकांनी बरेच प्रयत्न केले. नंतर देशात या प्रथेवर बंदी आली. तरीदेखील ४ सप्टेंबर, १९८७ रोजी राजस्थानमधील देवराला येथील एका अठरा वर्षे वयाच्या तरुण विधवेला तिच्या पतीच्या चितेवर जिवंतपणी जाळून मारले गेले. ही तिची कृती ऐच्छिक होती की तिच्यावर जबरदस्ती करण्यात आली होती?

या बातमीने सारा देश हादरला; पण तिच्या आत्मसमर्पणाच्या ठिकाणी रूपकुंवरची पूजा होऊ लागली. स्थानिक मंडळी हजारोंच्या संख्येने या सोहळ्याला उपस्थित राहिली. तिच्या शोकांतिकेला कारणीभूत ठरलेल्या कित्येकजणांना अटक झाली व नंतर त्यांना सोडून देण्यात आले. राजस्थान सरकारने १९८७ मध्ये सतीप्रथेवर बंदी आणणारा कायदा केला. हा कायदा १९८८ मध्ये संसदेत मंजूर झाला. या कायद्यानुसार सक्तीच्या वा ऐच्छिक सती जाण्यावर किंवा विधवेच्या दफनावर तसेच त्यांना देवत्व बहाल करण्याच्या कृतीवर बंदी आली.

✦ 'मोगॅम्बो खुश हुआ!'

१९८७ मधील सर्वांत लोकप्रिय चित्रपट 'मि. इंडिया'मध्ये 'मोगॅम्बो खुश हुआ!' (मोगॅम्बो खुश झाला.) असा एक संवाद आहे. हा संवाद तेव्हा लोकांच्या तोंडी असायचा. या चित्रपटाचे दिग्दर्शन शेखर कपूरने केले होते आणि त्यात आघाडीचे अभिनेते अनिल कपूर, श्रीदेवी आणि अमरीश पुरी यांच्या भूमिका होत्या. एका बेटावर वास्तव्य असलेला मोगॅम्बो भारतावर स्वारी करून, देशाला जिंकण्याची ईर्षा बाळगून होता. अरुण नावाचा एक व्हायोलिनवादक पोरक्या मुलांची देखभाल करत होता. त्याच्या मृत बापाच्या साहाय्याने, अरुणला असे एक साधन मिळते की, त्याच्याआधारे तो अदृश्य होऊ शकायचा. त्याचा फायदा उठवून अरुण मोगॅम्बोचा पाडाव करतो. या चित्रपटातील 'हवा हवाई' या नृत्याने श्रीदेवीला लोकप्रियतेच्या शिखरावर नेले.

✦ ख्वाजा अहमद अब्बास पैगंबरवासी झाले

ख्वाजा अहमद अब्बास (७ जून, १९१४ - १ जून, १९८७) हे महत्त्वपूर्ण चित्रपट दिग्दर्शक, कादंबरीकार आणि पटकथा लेखक होते. त्यांच्या चित्रपटांपैकी, 'शहर और सपना' (१९६३) या चित्रपटाने राष्ट्रीय पुरस्कार मिळवला होता. पटकथाकार म्हणून त्यांनी राजकपूरच्या 'आवारा', 'श्री ४२०', 'मेरा नाम जोकर' आणि 'बॉबी' या चित्रपटांत महत्त्वपूर्ण योगदान दिले होते. कादंबऱ्या, ग्रंथ आणि

'मि. इंडिया' चित्रपटाचे पुनर्निर्मित पोस्टर

कथा या साहित्य प्रकारात त्यांनी सत्तरच्या वर पुस्तके लिहिली. ते उर्दू, हिंदी, इंग्रजीत पत्रकारिता करत.

✦ कमलादेवी चट्टोपाध्यायना पद्मविभूषण

स्वातंत्र्यलढ्यात सहभागी झालेल्या आणि राष्ट्रवादी वृत्तीच्या कमलादेवी चट्टोपाध्याय (३ एप्रिल, १९०३ - २९ ऑक्टोबर, १९८८) या त्यांच्या भारतीय हस्तकला आणि नाट्यभूमीला दिलेल्या योगदानामुळे अधिक ओळखल्या जातात. त्यांनी १९२७ मध्ये 'ऑल इंडिया वुमेन्स कॉन्फरन्स' या महिलांच्या संघटनेची स्थापना केली होती आणि महात्मा गांधींच्या मिठाच्या सत्याग्रहामध्ये (दांडी मार्च १९३०) भाग घेतला होता. स्वातंत्र्यानंतर पाकिस्तानातून आलेल्या निर्वासितांचे बस्तान बसविण्यास मदत केली होती.

भारतीय परंपरागत हस्तकलेला पुनःप्रकाशात आणणे, हस्तकलाकारांना सन्मान मिळवून देणे, त्यांचे जीवनमान उंचावणे या कृतिशील कामांत कमलादेवींनी खूप रस घेतला. हस्तकलाकारांना पुरस्कार मिळवून देणे, कॉटेज उद्योग निर्मिती करून त्यांना बाजारपेठ मिळवून देणे, संग्रहालये तयार करणे यांसारख्या कार्यक्रमासाठी त्या प्रयत्नशील राहिल्या आणि कलाकारांना प्रोत्साहित करत राहिल्या. कमलादेवींना १९५५ चा पद्मभूषण, १९६६ सालचा समाजनेतृत्वासाठीचा रॅमन मॅगसेसे पुरस्कार, १९७७ चा युनेस्कोचा पुरस्कार आणि १९८७ च्या पद्मविभूषण पुरस्कारांनी सन्मानित केले गेले. त्यांनी रंगभूमी संस्था स्थापन केली व हस्तकला, नाट्यभूमी, महिला, सामाजिक चळवळी आणि राजकीय घडामोडी या विषयांवर पुस्तके लिहिली. 'इनर रेसिसेज, आउटर स्पेसेस' (आतले अंतर, बाह्य अंतराळ) या त्यांच्या आठवणी १९८६ मध्ये प्रकाशित झाल्या होत्या.

भारतातील हस्तकला

भारतीय हस्तकलेत रेशमी गालिचे, शाली आणि नैसर्गिक तंतूंचे गालिचे, वीणकाम केलेली वस्त्रप्रावरणे, नक्षीकाम केलेले कापड, लाकूड आणि धातूच्या वस्तू, टेराकोटाच्या वस्तू, दागदागिने, मौल्यवान दगड, हाडे व कवचापासून बनविलेल्या वस्तू, हातांनी तयार केलेली मडकी आणि भांडी, टोपल्या, भरतकाम, नक्षीकाम, लाखेने सजविलेल्या वस्तू, बाहुल्या आणि खेळणी, कागदांच्या वस्तू या साऱ्यांचा समावेश होतो.

✦ कुसुमाग्रजांना ज्ञानपीठ पुरस्कार

विष्णू वामन शिरवाडकर (२७ फेब्रुवारी, १९१२ - १० मार्च, १९९९) यांनी 'कुसुमाग्रज' या नावाने मराठीत कविता, नाटके, कादंबऱ्या लिहिल्या. त्यांना १९८७ मध्ये 'नटसम्राट' या नाटकासाठी ज्ञानपीठ पुरस्कार देण्यात आला. शिवाय साहित्य अकादमी पुरस्कार (१९७४) आणि पद्मभूषण (१९९१) या किताबाने ते सन्मानित झाले होते.

✦ ऑपरेशन ब्लॅक-बोर्ड

सरकारतर्फे चालविल्या जाणाऱ्या प्राथमिक शाळांना दर्जेदार शिक्षक व शिक्षणाची साधने पुरवून तेथे दिल्या जाणाऱ्या शिक्षणाचा दर्जा वाढवा म्हणून 'ऑपरेशन ब्लॅक-बोर्ड' (खडू-फळा योजना) ही शैक्षणिक योजना राबविण्यात आली. केंद्रीय सरकार व राज्य शासन यांच्या संयुक्त विद्यमाने ही योजना आखली गेली होती आणि तिला बऱ्यापैकी यशदेखील लाभले.

२००० पर्यंत ५,२२,९०२ प्राथमिक शाळा आणि १,२७,२५७ उच्च प्राथमिक शाळांनी या योजनेचा लाभ उठविला.

✦ नवे राष्ट्रपती

रामस्वामी वेंकटरमण (४ डिसेंबर, १९१० - २७ जानेवारी, २००९) हे २५ जुलै, १९८७ रोजी भारताचे राष्ट्रपती बनले आणि त्यांचा कालावधी २५ जुलै, १९९२ या दिवशी संपला.

१९८७ मधील आणखी घटना

२० जून : 'बर्डमॅन ऑफ इंडिया' म्हणून ओळखले जाणारे पक्षीतज्ज्ञ सलीम अली (जन्म : १८९६) निवर्तले.

सप्टेंबर : 'न्यूक्लिअर पॉवर बोर्ड' या मंडळाची पुनर्रचना करून त्याचे नाव 'न्यूक्लिअर पॉवर कॉर्पोरेशन ऑफ इंडिया लिमिटेड' (NPCIL) ठेवण्यात आले. पुढील काळात या मंडळातर्फे कितीतरी अणुऊर्जा केंद्रे उभारण्यात आली.

३१ ऑक्टोबर : प्रख्यात गणिती आणि संख्याशास्त्रज्ञ राजचंद्र बोस (जन्म : १९०१) यांचे निधन झाले.

जुलै : रशियात 'फेस्टिव्हल ऑफ इंडिया'चा सोहळा सुरू.

नोव्हेंबर : रशियाचा सांस्कृतिक सोहळा भारतात आयोजित करून सांस्कृतिक देवाण-घेवाण झाली.

२४ डिसेंबर : तामिळनाडूचे मुख्यमंत्री एम. जी. रामचंद्रन (जन्म : १७ जानेवारी, १९१७) यांचे देहावसान. त्यांच्या निधनानंतर मद्रासमध्ये हिंसा आणि अराजक माजले. त्या वेळी हंगामी मुख्यमंत्री म्हणून व्ही. आर. नेंदूचेझियऩ यांची नेमणूक झाली.

४२

१९८८ : शांतीसाठी प्रयत्न

दक्षिण आशियाई विभाग आणि भारतात शांती प्रस्थापित व्हावी म्हणून राजीव गांधी सतत प्रयत्नशील होते. पाकिस्तानचे अध्यक्ष झिया-उल-हक यांच्यासोबत त्यांनी अनेक बैठका घेतल्या. ते दोघे मैत्रीपूर्ण करारावर सह्या करणार होते; पण तत्पूर्वी १७ ऑगस्ट, १९८८ रोजी ते विमान अपघातात ठार झाले. १९८८च्या डिसेंबर महिन्यात, बेनेझिर भुट्टो पाकिस्तानच्या पंतप्रधान झाल्या.

भारत-पाकिस्तान या देशांतील संबंध वृद्धिंगत व्हावेत, म्हणून इस्लामाबाद येथे डिसेंबरअखेर भरलेल्या चौथ्या सार्क परिषदेत तीन कलमी करार झाला. व्यापारउदीम वाढविणे, परस्परांना सहकार्य तसेच एकमेकांच्या आण्विक सुविधांवर हल्ला करण्याचे टाळणे या मुद्द्यांवर हा करार ठरला होता. त्याच महिन्यात, राजीव गांधींनी चीनला भेट दिली. गेल्या तीस वर्षांतली ही भारतीय पंतप्रधानांची पहिली भेट ठरली.

अंतर्गत घडामोडींत राजीव गांधींनी ऑगस्ट महिन्यात त्रिपुराचा दहशतवादी गट 'त्रिपुरा नॅशनल व्हॉलेंटिअर्स' आणि त्यांचा नेता ऱ्हांगखावल यांच्याशी समझोता केला, तेव्हा त्यांनी शस्त्रे खाली ठेवली. बांगलादेशातून येणारे निर्वासित ही त्रिपुराचीदेखील डोकेदुखी बनली होती.

त्या आधीच्या महिन्यात, 'गोरखा नॅशनल लिबरेशन फ्रंट'चे नेते सुभाष घिसिंग यांच्यासोबत एक सहमताचा करार झाला. त्या फ्रंटला गोरखालँड हे वेगळे राज्य हवे होते. पश्चिम बंगाल सरकारसोबत झालेल्या या करारामध्ये 'दार्जिलिंग गोरखा परिषद' स्थापन करून, गोरखा विभागाला काहीशी स्वायत्तता बहाल करण्यात आली.

पंजाबातील खलिस्तानी दहशतवादी पुन्हा सुवर्ण मंदिरात घुसले होते. १८ मे रोजी त्यांच्यावर लष्कराने दबाव आणला आणि ते शरण आले.

✦ इतर लक्षणीय घटना

जनता पार्टी, लोकदल आणि जनमोर्चा या पक्षांचे विलीनीकरण होऊन जनता दल नावाचा पक्ष १९८८ मध्ये स्थापन झाला.

✦ बुद्धिबळपटू विश्वनाथन आनंद : चेस ग्रँड मास्टर

विश्वनाथन आनंद

वयाच्या १८व्या वर्षी बुद्धिबळात 'चेस ग्रँड मास्टर' बनण्याचा मान मिळवणारा विश्वनाथन आनंद (जन्म : ११ डिसेंबर, १९६९) यांनी आपल्या कारकिर्दीची सुरुवात झोकात केली होती. त्यानंतरही त्याने कितीतरी जागतिक पातळीवरील स्पर्धा जिंकल्या. तामिळनाडूतील मायिलादुथुराई येथे त्याचा जन्म झाला होता. तेथून तो आपल्या कुटुंबीयांसह मद्रासला आला आणि तरुण वयातच स्पर्धा खेळायला लागला. १९८५ मध्ये आंतरराष्ट्रीय मास्टर हा किताब मिळवणारा तो सर्वांत तरुण आशियाई खेळाडू ठरला. १९८६ मध्ये तो राष्ट्रीय पातळीवरील विजेता ठरला. १९८७ मध्ये फिलिपिन्समधील बागुओ येथे भरलेल्या स्पर्धेत त्याने 'वर्ल्ड ज्युनियर चेस चॅम्पियनशिप' पटकावली. 'फेडरेशन इंटरनॅशनल देस इचेक्स'चे (FIDE) जागतिक विजेतपद त्याने २००० मध्ये मिळवले, तेव्हा त्याने ॲलेक्सी सिरॉव या प्रख्यात खेळाडूवर मात केली होती. त्याने २००७, २००८, २०१० आणि २०१२ असे लागोपाठ जागतिक विजेतेपदाचे मान मिळवले.

अर्जुन पुरस्कार (१९८५), सोविएट लॅन्ड नेहरू पुरस्कार (१९८७), पद्मश्री (१९८८), राजीव गांधी खेलरत्न पुरस्कार (१९९१), पद्मविभूषण (२००७) हे त्याला मिळालेल्या अनेक पुरस्कारांपैकी काही मोजके पुरस्कार होत.

बुद्धिबळावर प्रकाशझोत

- बुद्धिबळाच्या खेळाची सुरुवात भारतात झाली होती, असं काहींचं म्हणणं आहे. स्वातंत्र्यपूर्व काळात, मिर सुलतान खान यांनी आंतरराष्ट्रीय पातळीवर बुद्धिबळाच्या खेळ स्पर्धांत भाग घेतला होता व जागतिक स्तरावर त्यांचा दहावा क्रमांक होता. विशेष म्हणजे ते अशिक्षित होते.
- १९५१ मध्ये 'ऑल इंडिया चेस फेडरेशन'ची स्थापना झाल्यानंतर १९५५ मध्ये पहिली राष्ट्रीय स्तरावरील स्पर्धा घेण्यात आली. या स्पर्धेत 'अ' आणि 'ब' असे दोन वर्ग करण्यात आले होते. प्रावीण्य असलेल्या खेळाडूंना 'अ' वर्गात समाविष्ट करण्यात आले होते. महिलांसाठी पहिली राष्ट्रीय स्पर्धा १९७४ मध्ये आयोजित केली होती.
- मॅन्युअल आरोन हे पहिले भारतीय विजेते इंटरनॅशनल मास्टर (१९६१), तर दुसरे व्ही. रविकुमार (१९७८) होत.
- विश्वनाथन आनंदनंतर, दिव्येन्दू बारूआ, के. शशी किरण, प्रवीण ठिपसे आणि अभिजित कुंटे हे देशातील ग्रँड मास्टर झाले. नंतरच्या काळात त्यात भर पडत गेली.
- वासंती, जयश्री आणि रोहिणी या खाडिलकर भगिनींनी १९७० आणि १९८० च्या काळात महिलांच्या बुद्धिबळात लक्षणीय प्रभाव पाडला. रोहिणी खाडिलकर हिने १९८१ आणि १९८३ मध्ये आशियाई विजेतेपद पटकावले. १९७८ मध्ये जयश्री खाडिलकर ही महिलांच्या स्पर्धांत आंतरराष्ट्रीय मास्टर बनली. भाग्यश्री साठे-ठिपसे आणि अनुपमा अभ्यंकर-गोखले या त्याच काळात बुद्धिबळ गाजवत होत्या. अनुपमाने वयाच्या १८व्या वर्षी १९८७ चे आशियाई विजेतेपद मिळवले.
- २००१ मध्ये सुब्बारमण विजयालक्ष्मी ही भारताची पहिली महिला ग्रँड मास्टर बनली. त्यानंतर कोनेरू हम्पी व इतरजणींनी तो किताब मिळवला.
- अलीकडच्या काळात हरिका द्रोणावल्ली ही एक होतकरू खेळाडू उदयास आली आहे. ती २०११ मध्ये ग्रँड मास्टर बनली आणि तीन जागतिक स्पर्धांत कांस्यपदकांची मानकरी ठरली. (२०१२,

२०१५ आणि २०१७). इतर स्थानिक स्पर्धा तिने सहज जिंकल्या होत्या.

- २०१७ मध्ये विश्वनाथन आनंद भारताचा बुद्धिबळातील सर्वश्रेष्ठ खेळाडू होता. जुलै २०१७ मध्ये त्याची जागतिक क्रमवारी ९ होती; तर महिला खेळाडू कोनेरू हम्पी चौथ्या क्रमांकावर होती. पेन्टाला हरिकृष्णा पुरुषात दुसरा, तर महिलांमध्ये हरिका द्रोणावल्ली आघाडीवर होती.

✦ रामायण आणि महाभारत : टी. व्ही.वरील दोन मालिका

हिंदी टेलिव्हिजनवर प्रदर्शित झालेल्या या दोन महाकाव्यांवरील मालिका भलत्याच लोकप्रिय ठरल्या. त्यांचे प्रक्षेपण सुरू झाल्यावर, रस्त्यावर तुरळक वाहतूक दिसे. रामानंद सागर यांचे रामायण १९८८ मध्ये संपले आणि त्याच वेळी रवि चोप्रांचे महाभारत सुरू झाले.

रामायण मालिकेचे ७८ भाग होते आणि २५ जानेवारी, १९८७ ते ३१ जुलै, १९८८ या काळात त्याचे दूरदर्शनवरून प्रक्षेपण झाले. अरुण गोविल प्रभू रामाच्या भूमिकेत, तर दीपिका चिखलिया सीतेच्या भूमिकेत होती. २००८ मध्ये NDTV ने या मालिकेचा पुन्हा रिमेक केला.

महाभारताच्या मालिकेत ९४ भाग होते आणि त्याचे प्रक्षेपण दूरदर्शनच्या राष्ट्रीय चॅनेलवरून २ ऑक्टोबर, १९८८ ते २४ जून, १९९० या काळात झाले. या मालिकेची निर्मिती बी. आर. चोप्रा यांनी केली होती. त्याची पटकथा राही मासूम रझा यांनी लिहिली होती. हरीश भिमाणी निवेदक होते व शीर्षकगीत महेंद्र कपूर यांनी गायले होते. यात खूपच पात्रे होती. दुर्योधनाच्या भूमिकेत पुनीत इस्सार, अर्जुनाच्या भूमिकेत फिरोजखान, तर नितिश भारद्वाज श्रीकृष्णाच्या भूमिकेत होते. या मालिकेचे प्रक्षेपण ब्रिटिश ब्रॉडकास्ट सेंटर (BBC)नेदेखील केले होते. स्टार प्लसने या मालिकेची नव्या अभिनेत्यासह पुनर्निर्मिती केली आणि १६ सप्टेंबर, २०१३ ते १६ ऑगस्ट, २०१४ या काळात प्रक्षेपण केले होते. या कार्यक्रमाचे भारतातील इतर भाषांत डबिंग करण्यात आले, तसेच इंडोनेशिया, थायलंड आणि मॉरिशस या देशांतही ही मालिका प्रदर्शित केली गेली.

१९८८ मधील इतर घटना

१७ मार्च : भारतीय बनावटीचा दूरसंचार उपग्रह IRS - 1A चे उड्डाण.

९ जुलै : गृह-अर्थ कंपन्यांना नियंत्रित करण्यासाठी नवी दिल्लीत नॅशनल हाउसिंग बँकेची स्थापना.

२१ ऑगस्ट : नेपाळमध्ये आलेल्या भूकंपाचा उत्तर बिहारला फटका बसला. एक हजार लोकांनी जीव गमावला व कित्येक जखमी झाले.

१७ सप्टेंबर - २ ऑक्टोबर : दक्षिण कोरियातील सेंट्रलमध्ये आयोजित उन्हाळी ऑलिम्पिकमध्ये भारताने भाग घेतला; पण एकही पदक न मिळवता रिकाम्या हाताने खेळाडू परतले.

सी. नारायण रेड्डी (१९३१-२०१७) हे तेलुगू साहित्यिक होते. त्यांच्या 'विश्वंभरा' या दीर्घ कवितेला ज्ञानपीठ मिळाले.

४३

१९८९ : व्ही. पी. सिंग - नवे पंतप्रधान

१९८९ मध्येही राजीव गांधींनी विकास धोरणे आणि शेजारी राष्ट्रांसोबतचे संबंध सुधारणे यासाठी प्रयत्न सुरू ठेवले होते. आधीच अस्तित्वात असलेल्या दोन रोजगार योजना एकत्रित करून, त्यांनी 'जवाहर रोजगार योजना' सुरू केली आणि ग्रामीण भागातील लोकांना कमीतकमी १०० दिवसांचा रोजगार मिळण्याची हमी दिली. आपल्या परदेशी धोरणानुसार त्यांनी जुलै १९८९ मध्ये पाकिस्तानला भेट दिली. मालदीवमध्ये अध्यक्ष मौमुन अब्दुल गयुम यांना विरोधकांकडून हल्ल्याची भीती होती. राजीव गांधींनी भारतीय सैन्याच्या तुकडीला हवाई छत्रीच्या साहाय्याने तेथे पाठवून, त्यांना संरक्षण दिले. तरीही राजीवजींच्या लोकप्रियतेला ग्रहण लागले. त्यांना विविध भ्रष्टाचाराच्या प्रकरणांत गोवण्यात आले; पण पुढे काहीच सिद्ध झाले नाही.

त्यांचा पाच वर्षांचा कालावधी पूर्ण होत असतानाच त्यांनी निवडणुका जाहीर केल्या. या निवडणुका २२ ते २६ नोव्हेंबर, १९८९ या काळात पार पडल्या. काँग्रेस (आय)ला केवळ १९३ जागा मिळाल्या. त्यांनी सरकार स्थापन न करण्याचे ठरवले. २ डिसेंबरला व्ही. पी. सिंग पंतप्रधानपदी आरूढ झाले.

विश्वनाथ प्रताप सिंग (२५ जून, १९३१ - २७ नोव्हेंबर, २००८) हे राजीव गांधींच्या सरकारमध्ये अर्थमंत्री व संरक्षणमंत्री होते. त्यांनी एप्रिल १९८७ मध्ये राजीनामा दिला होता व काँग्रेसने त्यांना डच्चू दिला होता. त्यांच्या पक्षाने - जनता दलाने तेलुगू देसम, डी.एम.के., आसाम गण परिषद व काँग्रेस (एस) या पक्षांना सोबत घेऊन 'नॅशनल फ्रंट' नावाची आघाडी स्थापन केली होती. त्यांनी १४४ जागा जिंकल्या होत्या. त्यांनी ८६ जागा हाती असलेल्या भारतीय जनता

पक्षाचा आणि ५४ जागा जिंकलेल्या डाव्या पक्षांचा आधार घेऊन सरकार स्थापन केले.

✦ इतर लक्षणीय घटना

तेव्हाचे गृहमंत्री मुफ्ती महम्मद सईद यांची मुलगी रुबिया सईद हिचे जम्मू-काश्मीर लिबरेशन फ्रंटच्या दहशतवाद्यांनी ८ डिसेंबर रोजी अपहरण केले. त्यांनी तुरुंगात असलेल्या त्यांच्या पाच सदस्यांना मुक्त करण्याची अट घातली होती. रुबियाची सुटका होण्यासाठी त्या दहशतवाद्यांना सोडण्यात आले. त्यानंतर काश्मीरमधील दहशतवादाला ऊत आला.

तामिळनाडूत जानेवारीत झालेल्या निवडणुका डी.एम.के. पक्षाने जिंकल्या आणि एम. करुणानिधी मुख्यमंत्री बनले.

जागतिक स्वरूपाच्या काही लक्षणीय घटनांचा भारतावर परिणाम झाला. त्या वर्षी शीतयुद्ध संपुष्टात आले होते; बर्लिनची भिंत कोसळली होती आणि थिएनआनमन चौकात नरसंहार घडून आला होता.

✦ नेहरू जन्मशताब्दी

१४ नोव्हेंबर १९८९ रोजी नेहरूंची शंभरावी जयंती होती आणि ती जोमात साजरी झाली. या जन्मशताब्दी दिनी विविध कार्यक्रम आयोजित करण्यात आले होते. भारताच्या इतिहासातील ठळक यशस्वी घटना प्रदर्शित करणारे फलक घेऊन ५०,००० विद्यार्थी मिरवणुकीने रस्त्यावर उतरले होते. संगीत नाटक अकादमीने 'नेहरू जन्मशताब्दी नाट्य समारोह' आयोजित केला. त्याद्वारे दोन आठवड्यांत रंगमंचावर पंधरा नाटके सादर केली गेली. महेश एलकुंचवार आणि बिजॉन भट्टाचार्य यांच्या नाटकांचे सादरीकरण झाले. विजया मेहतांनी दिग्दर्शित केलेले एलकुंचवार यांचे 'वाडा चिरेबंदी' हे नाटक कौटुंबिक तसेच सामाजिक कथानकावर बेतलेले आहे. उत्पल दत्त यांचे 'कल्लोळ' (लाटांचा आवाज) हे नाटकही सादर केले गेले. शिवाय 'आधे अधुरे', 'हयवदन' 'घाशीराम कोतवाल', 'उरुभांगम' व 'चक्रव्यूह' या नाटकांचाही त्यात समावेश होता. त्याच वेळी तेरा गटांनी एकत्र येऊन, तीन दिवस 'चौराहा' हा पहिला 'ऑल इंडिया स्ट्रीट थिएटर फेस्टिव्हल' साजरा केला. रस्त्यावर सादरीकरण होणाऱ्या या नाटकात भ्रष्टाचार, हुंडा, जातीयवाद, अंधश्रद्धा यांसारख्या सामाजिक प्रश्नांवर प्रकाश टाकला गेला.

या जन्मशताब्दी सोहळ्यानिमित्त 'जवाहरलाल नेहरू कप टुर्नामेंट'ची सुरुवात झाली. विज्ञान-तंत्रज्ञानाच्या परिषदेची एक मालिका आयोजित करण्यात आली.

टांकसाळीतून नवी नाणी निर्माण करण्यात आली. चार चलनात वापरायची आणि चार वापरात न आणायची (UNC) नाणी काढली गेली. वापरातील चलनासाठी, ३५० रुपये किमतीचे १०० रुपयांचे नाणे तयार केले होते. ५ रुपयांचे खास नाणेदेखील याप्रसंगी चलनात आले.

नेहरूंची जन्मशताब्दी लॅटिन अमेरिकन देशांतदेखील साजरी झाली.

✦ सफदार हाश्मींची हत्या

'जन नाट्य मंच' या नाट्य मंचाचे जनक सफदर हाश्मी (जन्म : १२ एप्रिल, १९५४) यांच्यावर दिल्लीनजीक गाझियाबाद येथे 'हल्ला बोल' (आवाज उठवा) या नाटकाचे सादरीकरण करताना, स्थानिक म्युनिसिपालिटीच्या उमेदवाराच्या पाठीराख्याने केलेल्या हल्ल्यात ते जखमी झाले आणि त्यांना मृत्यू आला.

'जन नाट्य मंचा'ची स्थापना १९७३ मध्ये झाली होती. सामाजिक प्रश्न व विरोधात्मक विचारांनी युक्त अशी नाटके या रंगसंस्थेतर्फे सादर केली जात. सफदर हे भारतीय कम्युनिस्ट पार्टी (मार्क्सिस्ट) पक्षाचे सभासद होते आणि समाजातील गरीब आणि स्त्रिया यांच्या प्रश्नांवर ते आपल्या नाटकांद्वारे आवाज उठवीत होते. त्यांनी माहितीपट तयार केले, पुस्तके लिहिली; कविता रचल्या तसेच व्याख्याते आणि पत्रकार म्हणून काम केले. काही काळापुरते ते पश्चिम बंगालच्या माहिती प्रसारण खात्यात अधिकारी म्हणून कार्यरत होते. त्यांच्या मृत्युनंतर ते सत्ताधाऱ्यांना विरोध करणाऱ्यांचे प्रतीक बनले. त्यांच्या जीवनामुळे चित्रपट, पुस्तके तसेच एम. एफ. हुसेनची चित्रे यांना प्रेरणा दिली. एम. एफ. हुसेनचे 'ट्रिब्यूट टू हाश्मी' हे चित्र १० लाख डॉलर्सला विकले गेले.

✦ दोन प्रख्यात संगीतकार

अली अकबर खान यांना पद्मविभूषण

अली अकबर खान

अली अकबर खान (१४ एप्रिल, १९२२ - १८ जून, २००९) हे अल्लाउद्दिन खान यांचे सुपुत्र होत व उत्कृष्ट सरोदवादक होते. त्यांनी आपले वडील व काका अफ्ताबुद्दीन यांच्याकडे संगीताचे धडे घेतले. ते जोधपूरच्या दरबारात शाही संगीतकार होते आणि सिमतोला येथील उदय

शंकर यांच्या 'इंडिया कल्चरल सेंटर'च्या कार्यक्रमात सहभागी झाले होते. १९५६ मध्ये त्यांनी कलकत्त्याला 'अली अकबर कॉलेज ऑफ म्युझिक' सुरू केले आणि दुसरे एक संगीत विद्यालय १९६७ मध्ये कॅलिफोर्नियातील मरीन काउंटी येथील सॅन राफेल या ठिकाणी उभारले. आकाशवाणीवरील कार्यक्रमांबरोबरच त्यांनी जगभरातील जलशांत भाग घेतला होता. संगीत नाटक अकादमी पुरस्कार (१९६३), पद्मभूषण (१९६७) आणि पद्मविभूषण (१९८९) हे त्यांना मिळालेल्या अनेक पुरस्कारांतील ठळक पुरस्कार होत.

अली अकबर हे उत्कृष्ट गीतकारही होते. त्यांनी चित्रपटासाठी गाणी लिहिली. त्यांनी अस्तित्वात असलेल्या चार रागांचा मेळ घालून चंद्रनंदन हा नवीन राग निर्माण केला. त्यांनी रविशंकर, निखिल बॅनर्जी आणि अल्लारखाँ या नामवंत संगीतकारांसोबत कार्यक्रम सादर केले. इतकेच काय, जॉर्ज हॅरिसन आणि बॉब डायलन यांसारख्या प्रख्यात परदेशी संगीतकारांसोबत मैफली गाजवल्या. त्यांच्या आयुष्यातील अखेरची चाळीस वर्षे अमेरिकेत गेली. तीन बायकांपासून झालेल्या बारा मुलांपैकी बरेच जातीवंत संगीतकार बनले.

लतीफ अहमद खान पैगंबरवासी झाले

दिल्ली घराण्याचे लतीफ अहमद खान (१९४२-८९) हे तबला वाजवण्यात पारंगत होते. त्यांचा जन्म संगीतकाराच्या घराण्यात झाला होता. त्यांनी आपले काका गमेह खान आणि मुलगा इनामअली खान यांच्यासह संगीताचे धडे घेतले. त्यांनी प्रख्यात संगीतकार रविशंकर आणि भीमसेन जोशी तसेच नर्तक बिरजू महाराज यांच्यासोबत संगीत मैफली सादर केल्या. सव्वापाच ठोक्यांचा 'लतीफताल' हा नवा ताल त्यांनी शोधून काढला. त्यांच्या सुरांचे गुणात्मक आणि शुद्ध स्वरूप पाहता त्यांना 'अल्लावाले' (देवाची कृपा लाभलेले) हे बिरुद लाभले होते. त्यांचे पुत्र बाबर खान आणि अकबर खान दोघेही गाजलेले तबलावादक आहेत. प्रामुख्याने दिव्यांग वकील हे त्यांचे शिष्य होत.

✦ बॉलिवुडचा कल

१९८०च्या सुमारास बॉलिवुडमध्ये प्रेमकथांना ऊत आला होता. त्यातील काहींचा शेवट QSQT म्हणून ओळखल्या गेलेल्या 'कयामत से कयामत तक' (१९८८) सारख्या चित्रपटातील शोकांतिकेसारखा झालेला होता. हा चित्रपट शेक्सपिअरच्या 'रोमियो अँड ज्युलियट' या इंग्रजी चित्रपटावर आधारित होता. नासिर हुसेन निर्मित व मन्सूर खान दिग्दर्शित या चित्रपटात अमिर खान आणि जुही चावलाने

अभिनय केला होता. अशी प्रेमकथा असलेला 'मैंने प्यार किया' हा चित्रपटदेखील गाजला होता.

✦ सलमान खान

१९८८ च्या 'बिवी हो तो ऐसी' या चित्रपटातून पदार्पण केलेला सलमान खान (जन्म : २७ डिसेंबर, १९६५) हा बॉलिवुडचा एक प्रसिद्ध नट बनला. त्याचा दुसरा चित्रपट 'मैंने प्यार किया' हा होता. या चित्रपटामुळे त्याला उत्कृष्ट अभिनेता म्हणून फिल्मफेअर पुरस्कार मिळाला. 'हम आपके है कौन...!' (१९९४), 'कुछ कुछ होता है' (१९९८), दबंग (२०१०), एक था टायगर (२०१२), दबंग २ (२०१२), बजरंगी भाईजान (२०१५) आणि 'सुलतान' (२०१६) हे त्याचे काही गाजलेले चित्रपट होत. सलमानला लाभलेल्या पुरस्कारांत २ नॅशनल फिल्मफेअर पुरस्कार तसेच स्टार स्क्रीन, आय.आय.एफ.ए. आणि झी सिनेपुरस्कार यांचा समावेश आहे. त्याची 'बीइंग ह्यूमन' ही धर्मदाय संस्था गरजूंना मोफत शिक्षण आणि आरोग्यसेवा पुरवते. २०११ मध्ये, त्याने सलमान खान 'बीइंग ह्यूमन प्रॉडक्शन्स' ही कंपनी स्थापन केली आहे.

✦ मतदानाचे वय कमी झाले

घटनेत एकसष्टावी दुरुस्ती (१९८९) करून मतदान करण्याचे वय २१ वरून १८ वर्षांपर्यंत आणले गेले. हा कायदा लोकसभा आणि राज्यसभेमध्ये १९८८ मध्ये मंजूर झाला आणि राष्ट्रपतींच्या मार्च, १९८९ मधील मान्यतेनुसार, वीस राज्यांत लागू झाला.

१९८९ मधील आणखी घटना

२२ मे : अग्नी-१ क्षेपणास्त्राची यशस्वी चाचणी झाली आणि भारत क्षेपणास्त्राची शक्ती असलेला देश बनला.

ऑगस्ट : बंगलोर येथे महिलांची पहिली बिलियर्ड व स्नूकर स्पर्धा आयोजित केली गेली.

५ ऑक्टोबर : सलमान रश्दींच्या 'सटॅनिक व्हर्सेस' (सैतानाचा अध्याय) या पुस्तकावर भारतात बंदी आली.

६ ऑक्टोबर : एम. फातिमा बीवी (जन्म : ३० एप्रिल, १९२७) या सुप्रीम कोर्टात पहिल्या महिला न्यायाधीश बनल्या. तद्नंतर त्या 'नॅशनल ह्यूमन राइट्स कमिशन' या मानव अधिकार आयोगाच्या सदस्य बनल्या.

१९९७ -२००१ दरम्यान, त्या तामिळनाडूच्या राज्यपाल होत्या.

१५ नोव्हेंबर : सचिन तेंडुलकरचे आंतरराष्ट्रीय कसोटी सामन्यात पदार्पण.

चौदाव्या दलाई लामांना शांतीचा नोबेल पुरस्कार.

बीजिंगमध्ये आयोजित सहाव्या आशियाई तिरंदाजी खेळांत भारताला सुवर्णपदक लाभले. भारतीय चमूत लिंबाराम, श्यामलाल आणि स्कालझांग दोर्जे हे खेळाडू होते.

नोव्हेंबर : मनुष्यबळ खात्याच्या अखत्यारीत 'नॅशनल ओपन स्कूल'ची स्थापना झाली. या विद्यालयांना, नंतर 'नॅशनल इन्स्टिट्यूट फॉर ओपन स्कूलिंग' असे नाव देण्यात आले.

कुरातुलैन हैदर (१९२७-२००७) या उर्दू लेखिकेच्या 'आखिर -ए-शाह के हमसफर' (धुक्यातील काजवे) या कादंबरीला ज्ञानपीठ मिळाले.

४४

१९९० : दुसरे सरकार - चंद्रशेखर

व्ही. पी. सिंग आणि त्यांच्या नॅशनल फ्रंटचे सरकार १० नोव्हेंबर, १९९० पर्यंत सत्तेवर होते आणि त्यांनाही पंजाब, काश्मीर व आसामच्या समस्यांना तोंड द्यावे लागले.

नऊ राज्यांत आणि पाँडिचेरीच्या केंद्रशासित प्रदेशात १९९० च्या फेब्रुवारीत निवडणुका घ्याव्या लागल्या. त्यावरून राजकीय वारे बदलत असल्याची झलक पाहायला मिळाली. भारतीय राष्ट्रीय काँग्रेसला केवळ महाराष्ट्र आणि अरुणाचल प्रदेशात यश मिळाले. डी.एम.के. पक्षाने पाँडिचेरीत बाजी मारली. ओरिसा, बिहार, गुजरात, राजस्थान, मध्यप्रदेश आणि हिमाचल प्रदेश या राज्यांची बी. जे. पी. आणि जनता दलात वाटणी झाली. नॅशनल फ्रंटमधील पक्षांची केंद्रात सरकार टिकवण्यासाठी धडपड सुरू होती.

हरयानाचे पूर्वाश्रमीचे मुख्यमंत्री देवीलाल यांच्यावर १ ऑगस्ट, १९९० रोजी राजीनामा देण्यास दबाव टाकण्यात आला. त्यांची जागा, त्यांचा मुलगा ओमप्रकाश चौताला यांना मिळेल याची देवीलालनी खात्री करून घेतली. दुसरे म्हणजे त्यांनी राष्ट्रपतींना व्ही. पी. सिंग यांच्या नावाने बनावट पत्र लिहिले. त्या पत्रात अरुण नेहरू व आरिफ मोहम्मद खान यांच्यावर भ्रष्टाचाराचे आरोप करण्यात आले होते. राजीनाम्यानंतर, त्यांनी ९ ऑगस्टला शेतकऱ्यांचा भव्य मेळावा आयोजित करून शक्तिप्रदर्शन करण्याची धमकी दिली. त्या वेळी व्ही. पी. सिंग यांनी दुसरा एक विषय पुढे करून साऱ्या देशाचे लक्ष विचलित केले. 'मंडल कमिशन'मध्ये नमूद केलेल्या राखीव जागांची अंमलबजावणी करण्याचे ठरले. देशात अनुसूचित जाती-जमातीसाठी २२.५ टक्के रोजगाराच्या जागा राखीव

होत्या. त्यात भर म्हणून मंडल आयोगाने अजून २७ टक्के नोकऱ्या अनुसूचित जातीसाठी राखून ठेवण्याचा आदेश दिला; त्यामुळे देशभर खळबळ माजली.

त्याच वेळी, बी.जे.पी.देखील राजकीय फायदा घेण्याच्या प्रयत्नात होती. २५ सप्टेंबर, १९९० रोजी बाबरी मशिदीच्या जागी राममंदिर उभारण्यात यावे, या जनजागृतीसाठी लालकृष्ण अडवानी यांनी सोमनाथ ते अयोध्या अशी भव्य रथयात्रा आयोजित केली; परंतु ही यात्रा बिहारमधील समस्तीपूर येथे अडवण्यात आली. हिंदू-मुस्लीम जमातींत संघर्ष निर्माण झाले. सरकारला पाठिंबा देणाऱ्या बी. जे. पी.च्या ८६ सदस्यांनी राजीनामे दिले. मग ५ नोव्हेंबरला जनता दलात फूट पडली. चंद्रशेखर आणि देवीलाल यांनी जनता दलाचे ५४ सदस्य हाताशी घेऊन जनता दल (समाजवादी) हा पक्ष स्थापन केला. ७ नोव्हेंबरला सरकारवर अविश्वासाचा ठराव आल्यानंतर, व्ही. पी. सिंग यांना राजीनामा द्यावा लागला. १० नोव्हेंबरला, चंद्रशेखर (१९२७-२००७) पंतप्रधान बनून, नवे सरकार अस्तित्वात आले. ते समाजवादी होते आणि आचार्य नरेंद्र देव यांचे चेले होते. चंद्रशेखरना काँग्रेसचा पाठिंबा होता.

✦ प्रेमचंद डेग्रा यांना पद्मश्री

प्रेमचंद डेग्रा (जन्म : १ डिसेंबर, १९५५) हे देशातील लोकप्रिय ठरलेले विजेते बॉडी बिल्डर होते. १९८७ मध्ये स्वीडन येथील शरीरसौष्ठव स्पर्धेत त्यांनी उत्कृष्ट शरीरसौष्ठव स्पर्धक म्हणून 'मि. युनिव्हर्स' हा किताब पटकावला होता. त्यांनी आपल्या कारकिर्दीचा प्रारंभ, 'मि. पंजाब' किताब मिळवून केला होता. विविध स्पर्धांतील जेतेपदांसोबत त्यांनी 'मि. इंडिया' हा किताब नऊ वेळा तर 'मि. आशिया' आठ वेळा जिंकला. १९८८ मध्ये ब्रिस्बेन येथे 'वर्ल्ड ॲमॅच्युअर बॉडीबिल्डिंग चॅम्पियनशिप' स्पर्धा होती; तिथे मध्यम वजनी गटात पहिला क्रमांक पटकावून 'मि. युनिव्हर्स मुकुट' मिळवला. १९८६ मध्ये अर्जुन पुरस्कार आणि १९९० मध्ये पद्मश्री किताबासोबत त्यांना अन्य मान-सन्मानही लाभले.

भारतातील शरीरसौष्ठव स्पर्धांचा आढावा

शरीरसौष्ठव हा वैयक्तिक खेळाचा भाग असला तरी तो कुस्ती आणि वेटलिफ्टिंग खेळाशी निगडित आहे. १९८० पासून शरीरसौष्ठव स्पर्धा उंची आणि वजन या गटांत विभागल्या गेल्या.

स्वातंत्र्योत्तर काळात, भारतात मोनोतोश रॉय, मनोहर ऐच, परिमल रॉय, रेमंड डिसोझा, सुनीलकुमार पात्रा आणि टी. व्ही. पाऊली यांसारखे

यशस्वी बॉडीबिल्डर होऊन गेले.

२०१४ सालापर्यंतचे भारतातील नावाजलेले खेळाडू खालीलप्रमाणे होत :

- मुरली कुमार याने २०१३ व २०१४ मध्ये मि. इंडिया हा किताब जिंकला.
- संग्राम चौगुले याने २०१२ व २०१४ मध्ये ८५ किलो वजनी गटात 'मि. युनिव्हर्स'चा मुकुट मिळवला.
- सुहास खामकर नऊ वेळा 'मि. इंडिया' ठरला.
- वायुदलात सेवारत असलेल्या राजेंद्र मणी याने २०१३ ची 'वर्ल्ड बॉडीबिल्डिंग' ही स्पर्धा जिंकली होती. तसेच, हंगेरीतील बुडाओर्स येथे ९० किलो गटातील 'फिझिक् स्पोटर्स चॅम्पियनशिप' पटकावली होती.
- अंकुर शर्मा याने राष्ट्रीय व आंतरराष्ट्रीय पदके जिंकली.
- आशिष साखरकर याने इतर स्पर्धांसोबत चार वेळा 'मि. इंडिया' हा किताब मिळवला आणि २०११ मध्ये मि. युनिव्हर्स स्पर्धेत कांस्यपदक पटाकावले होते.
- हिरालाल याने २०११ मध्ये ६५ किलो गटातील 'मि. युनिव्हर्स' मुकुट मिळवला होता.
- वारिंदर सिंग घुमान २००९ मध्ये 'मि. इंडिया' बनले व त्यांनी चित्रपटातदेखील काम केले.
- अमित छेत्रीने २०१३ चा फेडरेशन कप जिंकला.
- नीरज कुमारने २०१३ मध्ये 'मि. इंडिया' जेतेपद प्राप्त केले व त्याच वर्षी 'मि. युनिव्हर्स' स्पर्धेत कांस्यपदक मिळवले.

बॉडीबिल्डर्स खातात तरी काय?

संग्राम चौगुले दररोज एक किलो मासे, अर्धा किलो चिकन, दूध आणि उकडलेल्या भाज्या हाजम करतो; पण हिरालाल आणि वारिदंर सिंग घुमानसारखे तरुण शाकाहारी आहेत.

✦ बाबा आमटेंना टेम्पलटन पुरस्कार

कुष्ठरोगी व गरीब लोकांच्या सेवेत आयुष्य वेचणारे बाबा आमटे (२६ डिसेंबर, १९१४ -९ फेब्रुवारी, २००८) हे समाजसुधारक होते. त्यांचे नाव मुरलीधर

देवीदास होते; पण त्यांचे कुटुंबीय त्यांना 'बाबा' संबोधत. बाबांचा जन्म श्रीमंत जहागीरदार घराण्यात झाला होता. तरुणपणी त्यांच्यापाशी शिकारीसाठी बंदूक होती व ते स्पोर्टस कार घेऊन फिरत. वकिलीचा अभ्यास केल्यानंतर त्यांनी वकिलीचा व्यवसाय सुरू केला आणि नंतर त्यांनी स्वातंत्र्यलढ्यात उडी घेतली. त्या वेळी ते महात्मा गांधींच्या संपर्कात आले. त्यांनी आपला सारा सरंजाम बाजूला केला आणि गांधीवादी झाले. खादीचा पेहराव घालू लागले आणि चरख्यावर सूत कातू लागले. चंद्रपूरमधील त्यांच्या स्थावर संपत्तीतील गरिबांची दैना त्यांना पाहवली नाही आणि त्यांनी त्या पामरांना मदत करण्यास सुरुवात केली. ते चाळीस वर्षांचे असताना त्यांनी कुष्ठरोगामुळे मरणाच्या दारात येऊन ठेपलेल्या रुग्णाची दयनीय अवस्था बघितली. त्याला कुणी स्पर्श करायला तयार नव्हते, कारण अंध समजुतींचा समाजावर पगडा होता. बाबांच्या हृदयाला पाझर फुटला.

त्यांनी चंद्रपूर येथील वरोरा या जागी कुष्ठरोग्यांसाठी उपचार केंद्र उघडले. दुसरे कुष्ठरोग उपचार केंद्र महाराष्ट्रातील आनंदवन येथे सुरू केले. त्यांच्या सुविद्य पत्नी साधना गुळेशास्त्री यासुद्धा श्रीमंत घराण्यातील होत्या. त्यांनी बाबांच्या या सेवायज्ञात भाग घेतला. या समाजकार्यात, त्यांची मुले, सुना, नातवंडे सारेच सहभागी झाले. बाबांनी सरदार सरोवर धरणाविरुद्ध सुरू झालेल्या 'नर्मदा बचाव' आंदोलनात प्रारंभी सहभाग घेतला होता. जगभरातून मान-सन्मान आणि पुरस्कारांचा त्यांच्यावर अक्षरशः वर्षाव झाला. पद्मश्री (१९७१), पद्मविभूषण (१९८६), रॅमन मॅगसेसे (१९८५), संयुक्त राष्ट्राचे मानव अधिकारासंबंधीचे पारितोषिक (१९८८), टेम्पलटन पारितोषिक (१९९०) आणि गांधी शांती पुरस्कार (१९९९) हे त्यातले मोजके होत.

✦ दोन संगीतकारांना पद्मविभूषण

सेम्मानगुडी श्रीनिवास अय्यर (२५ जुलै, १९०८ - ३१ ऑक्टोबर, २००३) हे कर्नाटक शास्त्रीय संगीताचे मोठे गायक होते. सेम्मानगुडी नारायणस्वामी अय्यर, थिरुवदैमारुथूर सखाराम राव आणि महाराजापूरम विश्वनाथ अय्यर या गुरूंकडे प्रशिक्षण घेतल्यानंतर १९२६ पासून ते संगीत जलाशात भाग घेऊ लागले. त्यांचे गायन तांत्रिकदृष्ट्या परिपूर्ण असे व त्याला भक्तिभावाचा दर्जा असे. सेम्मानगुडींना संगीत नाटक अकादमी (१९५३), पद्मभूषण (१९६९) आणि पद्मविभूषण (१९९०) यांसारखे अनेक पुरस्कार लाभले.

१९९० मध्ये पद्मविभूषण पटकावणारे दुसरे संगीतकार कुमार गंधर्व (८ एप्रिल, १९२४ -१२ जानेवारी, १९९२) होते. ते हिंदुस्थानी शास्त्रीय संगीतातील

गायक होते. वयाच्या सहाव्या वर्षापासून ते नादमधुर आवाजात गात. त्यांचं खरं नाव शिवपुत्र सिद्धरामय्या कोमकली होते; पण मिथ्थकात वर्णिलेले दैवी गायक व संगीतकार गंधर्व यांच्यावरून त्यांना 'कुमार गंधर्व' हे नाव पडले. जरी त्यांनी बी. आर. देवधर यांच्याकडे प्रशिक्षण घेतले होते, तरी त्यांनी एखाद्या विशिष्ट घराण्याचा पाठपुरावा न करता, स्वतःची शैली विकसित केली. दुर्दैवाने वयाच्या २० वर्षी ते क्षयरुग्ण बनले आणि त्यांच्या आवाजावर विपरीत परिणाम झाला; पण त्यांनी या अडथळ्यावर मात केली आणि ते पुन्हा गाऊ लागले. शास्त्रीय रागांसोबत ते भजन आणि लोकगीतेही गात असत.

✦ माधुरी दीक्षित

माधुरी दीक्षित (जन्म : १५ मे, १९६७) ही बॉलिवुडची आघाडीची अभिनेत्री होय. 'अबोध' (१९८४) हा तिचा पहिला चित्रपट होता आणि त्यानंतर तिने १९८०, १९९० आणि २०००च्या काळात एकामागून एक उत्कृष्ट चित्रपट केले. 'राम-लखन' (१९८९), 'दिल' (१९९०), 'हम आपके है कौन?' (१९९४), 'पुकार' (२०००) आणि 'देवदास' (२००२) हे त्यातील काही चित्रपट होते. तिची नृत्यकला लाजवाब होती व एम. एफ. हुसेन तिच्या नृत्यकौशल्यावर फिदा होते. तिच्या नृत्यावर ते चिंतन करत. त्या महान चित्रकाराने तिची चित्रे रेखाटली आहेत. १९९९ मध्ये तिने अमेरिकास्थित डॉ. श्रीराम नेने यांच्याशी विवाह केला आणि त्यांना दोन अपत्ये आहेत.

माधुरी दीक्षित

आपल्या मुलांच्या संगोपनासाठी माधुरीने आपल्या अभिनय कारकिर्दीला खीळ घातली होती; पण २००७च्या 'आजा नच ले' या चित्रपटाच्या निमित्ताने ती पुन्हा बॉलिवुडमध्ये परतली. 'झलक दिखला जा' या टीव्हीवरील प्रत्यक्ष प्रदर्शन (रिॲलिटी शो) कार्यक्रमात पंच म्हणूनही तिने काम केले. फिल्मफेअर आणि सिनेक्षेत्राशी निगडित अनेक पुरस्कारांबरोबरच तिने पद्मश्री (२००८) होण्याचा मान मिळवला आहे.

१९९० मधील आणखी घटना

१९ जानेवारी : 'ओशो' नावाने ओळखले जाणारे रजनीश (जन्म : ११ डिसेंबर, १९३१) हे स्वतंत्र विचाराचे तत्त्वज्ञानी अनंतात विलीन झाले. त्यांनी भारत व अमेरिकेत आश्रम बांधले. शंभरावर पुस्तके लिहिली. त्यांचा पुण्याचा आश्रम भरभराटीस आला आहे.

७ मार्च : तमिळमध्ये 'महाकाव्यम्' (महाकाव्य), 'भारत शक्ती' आणि इतर पुस्तके लिहिणारे सुधानंद भारती (जन्म : ११ मे, १८९७) हे तत्त्व अभ्यासक कैलासवासी झाले.

४-१० मे : आंध्रप्रदेशात आलेल्या चक्रीवादळाच्या तडाख्यात हजारो लोकांचे आणि लाखभर प्राण्यांचे बळी गेले.

२ जून : 'गायत्री परिवार' या आध्यात्मिक व सामाजिक संघटनेचे संस्थापक श्रीराम शर्मा आचार्य (जन्म : १९११) देवाघरी गेले.

२१ ऑक्टोबर : तत्त्वज्ञ आणि लेखक प्रभात रंजन सरकार (जन्म : १९२१) यांचे देहावसान.

१ डिसेंबर : पंडित नेहरूंच्या भगिनी विजयालक्ष्मी पंडित (जन्म : १८ ऑगस्ट, १९००) यांना देवाज्ञा. त्यांनी स्वातंत्र्यलढ्यात भाग घेतला होता तसेच स्वातंत्र्योत्तर काळातील सरकारमध्ये विविध खाती सांभाळली होती.

कन्नड लेखक विनायक कृष्ण गोकाक यांना 'भारत सिंधू रश्मी' या साहित्यकृतीसाठी या वर्षीचे ज्ञानपीठ मिळाले.

४५

१९९१ : राजीव गांधींची हत्या

या वर्षाच्या प्रारंभी, चंद्रशेखर पंतप्रधानपदी होते, कारण त्यांना काँग्रेस पक्षाचा पाठिंबा होता; परंतु ५ मार्च, १९९१ रोजी काँग्रेसने आपला पाठिंबा काढून घेतला आणि नव्या निवडणुकांची नांदी झाली. १९ मे, १९९१चा मुहूर्त साधला गेला. निवडणुकीचे पडघम वाजू लागले. तोच अशी एक घटना घडली की, निवडणुका पुढे ढकलाव्या लागल्या. राजीव गांधींना मारले गेले.

मतदारांना आवाहन करण्यासाठी, राजीव गांधी देशभर फिरत होते. एकूण वातावरणामध्ये काँग्रेसची लोकप्रियता वाढल्याचे दिसून येत होते. कदाचित, केंद्रीय सरकारमध्ये वारंवार होणाऱ्या बदलाला जनता कंटाळली असावी. शासनात सातत्य नसल्याने, सरकारी धोरण आणि विकासयोजना प्रत्यक्षात आणण्यात अडथळे येत होते.

२१ मे रोजी राजीव गांधी तामिळनाडूतील श्रीपेरुम्बुदूर येथे रात्री १० वाजता निवडणूक मोहिमेवर होते. तिथे मोठा जमाव जमला होता. एक बाई त्यांना हार घालण्यासाठी पुढे आली. तिच्या कंबरेवर बॉम्ब होता, त्याचा स्फोट झाला आणि राजीव गांधी, त्यांची मारेकरी आणि आजूबाजूचे काही लोक यांच्या चिंधड्या उडाल्या. ती खुनी एलटीटीईची सदस्य असलेली धानू नावाची बाई होती. श्रीलंकेत भारतीय शांतीसेनेला पाठविण्यात आले होते आणि 'टायगर'च्या दहशतवाद्यांचा पाडाव झाला होता. हा राग त्या संघटनेच्या उराशी धगधगत होता. त्याचा बदला घेण्यात आला होता.

राजीव गांधी एक उमदे, तरुण नेते होते आणि त्यांच्यावरील हल्ल्याने लोकांना धक्का बसला. त्यांचे वय केवळ ४६ वर्षे होते.

जूनमध्ये निवडणुका झाल्या. काँग्रेसने २३२, तर भाजपने १२० जागा मिळवल्या. जनता दलाला ५६ जागांवर समाधान मानावे लागले. पी.व्ही. नरसिंह रावांकडे पंतप्रधानपदाची सूत्रे सोपवून, काँग्रेसने सरकार स्थापन केले. नरसिंह रावांचा जन्म २८ जून, १९२१ रोजी झाला होता. त्यांनी स्वातंत्र्यलढ्यात भाग घेतला होता आणि स्वातंत्र्यानंतरदेखील ते राजकारणात सक्रिय होते. त्यांनी विविध खाती हाताळली होती. ते आंध्रप्रदेशाचे मुख्यमंत्री तसेच केंद्र सरकारमध्ये मंत्री होते. ते कवी व लेखकदेखील होते.

लवकरच, जनता दल फुटले आणि जनता दल (ए) या नावाने अजित सिंग यांनी वेगळी चूल मांडून काँग्रेसला पाठिंबा दिला; त्यामुळे काँग्रेसचे संसदेतील संख्याबळ २६६ झाले.

✦ एम.एफ.हुसेन यांना पद्मविभूषण

स्वातंत्र्योत्तर भारताचे कदाचित एकमेव श्रेष्ठ चित्रकार म्हणून मकबूल फिदा हुसेन (२९ नोव्हेंबर, १९१३ किंवा १७ सप्टेंबर, १९१५ - ९ जून, २०११)[२२] यांचे नाव घेतले जाते. १९९१ मधील पद्मविभूषण किताबासोबतच त्यांनी अनेक पुरस्कार मिळवले होते. ते भारताचे पिकासो म्हणून ओळखले जात होते.

त्यांचा जन्म महाराष्ट्रातील पंढरपूर येथे झाला होता. ते स्वयंशिक्षित चित्रकार होते. ते १९३५ मध्ये मुंबईला आले आणि चित्रपटांचे फलक रंगवायचे काम करू लागले. त्यांनी एका खेळण्याच्या कारखान्यातदेखील काम केले. त्याच वेळी ते चित्रे रंगवीत आणि १९४७ मध्ये त्यांनी त्या चित्रांचे प्रदर्शन भरवले. लवकरच ते मुंबईच्या 'बॉम्बे प्रोग्रेसिव्ह आर्टिस्टस ग्रूप'चे भाग बनून गेले. प्रारंभीच्या काळात त्यांनी घनाकारावर अवलंबून असलेली स्वतःची शैली विकसित केली. तसेच खिदळणाऱ्या घोड्यांची चित्रे हे त्यांचे वैशिष्ट्य ठरले. त्या वेळी, 'मॅन' (मनुष्य १९५१) हे त्यांचे प्रदर्शन गाजले. त्यांनी लोकांची चित्रे रंगवली. रामायण आणि महाभारतातील दृश्ये रंगवली. हिंदू देव-देवतांची आणि अनेक अशी चित्रे सादर केली. १९७० च्या त्यांच्या नावीन्यपूर्ण संग्रहाचे नाव 'पॅसेज थ्रू ह्यूमन स्पेस' (मानवी अवकाशातला मार्ग) असे होते. नंतरच्या आयुष्यात ते माधुरी दीक्षितच्या अभिनयाने भारावून गेले आणि तिच्या जीवनावर त्यांनी अनेक चित्रे काढली. त्यांच्या 'गजगामिनी'(२०००) या चित्रपटासाठी ती प्रेरक ठरली आणि त्या चित्रपटात तिने प्रमुख भूमिकादेखील केली.

---

२२. दोन्ही जन्मतारखा विविध स्रोतांत आढळतात.

काही हिंदू गटांकडून धमक्या मिळाल्याने, २००६ मध्ये त्यांनी भारत देश सोडला. हुसेननी रंगवलेल्या हिंदू देव-देवतांच्या चित्रांवर त्यांची हरकत होती. २०१० मध्ये ते कतारचे नागरिक झाले. २०११ मध्ये, ते लंडन येथे हृदयविकाराच्या आजाराने कालवश झाले. तिथल्या ब्रुकवुड सिमेट्रीमध्ये त्यांचे दफन करण्यात आले.

त्यांची महागडी चित्रे खालीलप्रमाणे होती.

- 'बॅटल ऑफ गंगा अँड जमुना' (न्यू यॉर्क येथे २००८ मध्ये भरलेल्या ख्रिस्तीस साउथ एशियन मॉडर्न + कॉन्टेपररी आर्ट सेल येथे ५ कोटी रुपयांना ते विकले गेले.)
- ट्रिब्यूट टू हाश्मी
- द सिक्स्थ सील
- सिन्क सेन्स (फ्राइव्ह सेन्सेस)
- द पपेट डान्सर्स
- द हॉर्स दॅट लुक्ड बॅक

साउथबी यांनी २०१३ मध्ये, हुसेनचे जन्मशताब्दी वर्ष साजरे केले.

हुसेनचे 'खिदळणारे घोडे' पुनर्निर्मित चित्र

भरतनाट्यम

भरतनाट्यम हे भारताचे शास्त्रीय नृत्य आहे आणि भारताच्या नाट्यशास्त्रामध्ये त्याचे वर्णन आढळते. दक्षिण भारतात ही नाट्य कला मंदिरातील पूजेसाठी वापरत. पूर्वी या नृत्यांना दासी अट्टम, सादिर अट्टम व इतर नावे होती आणि मंदिरातील देवदासी हे नृत्य सादर करत. एकोणिसाव्या शतकाच्या मध्यास, तंजावरचा मराठा राजा दुसरा सरफोजी याच्या दरबारात पोन्नया, चिन्नया, शिवानंदम आणि वाडिवेलू या बंधूंची नृत्यसेवा सुरू होती, तेव्हा त्यांनी या नृत्याला सध्याचा साज दिला. रुक्मिणीदेवी अरुंदले यांनी नृत्याच्या सादरीकरणात आणखी बदल केले. या नृत्याचे तीन भाग आहेत :

- नृत्य किंवा शुद्ध नाच.
- नृत्य किंवा भावनांचे दर्शन करणाऱ्या अर्थपूर्ण हालचाली.
- नाट्य किंवा कथानक असलेले नृत्य.

साधारणतः भरतनाट्यम नृत्याची सुरुवात अलारिप्पूने (अक्षरशः अर्थ - फुलणारी कळी) होते. मग स्तवनानंतर सुरांचा मेळ असलेले जातीस्वरम् व त्यानंतर शब्दम, ज्यात गाणे किंवा स्वर असतात. शेवटी, नितळ नृत्य आणि अभिनयाच्या मिश्रणाचे वर्णन येते. अगदी अखेरीस तिल्लाना हा केवळ नाचण्याचा भाग असतो. वर्णमच्या जागी पदम आणि जावलीस हे शृंगारिक पैलू आणले जातात. भरतनाट्यम सादर करताना वाद्य व गायन यांनी युक्त असलेले संगीत जोडीला असावे लागते. ताल हा त्याचा अविभाज्य भाग असतो.

रुक्मिणीदेवी अरुंदले यांच्याव्यतिरिक्त स्वातंत्र्योत्तर काळात भरतनाट्यम क्षेत्रात गाजलेल्या कलाकार म्हणजेच मीनाक्षी सुंदरम पिल्ले (२२ सप्टेंबर, १८६९-१९५४) होत. रुक्मिणीदेवी व इतर नर्तिका त्यांच्या शिष्या होत्या. टी. बालासरस्वती (१९१८-८४) या नावाजलेल्या कर्नाटक संगीतातील गायिकासुद्धा होत्या. मृणालिनी साराभाई (११ मे, १९१८-२१ जानेवारी, २०१६) या नर्तिका आणि नृत्यदिग्दर्शक होत्या. त्यांनी दर्पण अॅकॅडमी ऑफ परफॉर्मिंग आर्टस या संस्थेची स्थापना केली होती. मल्लिका साराभाई (जन्म : ९ मे, १९५४) या कुचिपुडी नर्तिका होत्या. त्या चित्रपट-निर्मात्या आणि सामाजिक कार्यकर्त्या होत्या. सोनल

मानसिंग (जन्म : ३० एप्रिल, १९४४) या ओडिसी नर्तिका होत्या. त्यांना २००३ च्या पद्मविभूषणसह अनेक मानसन्मान लाभले होते. यामिनी कृष्णमूर्ती (जन्म : १९४०) यांनी भरतनाट्यम, ओडिसी, कुचिपुडी नृत्यांचे प्रशिक्षण घेतले होते. नवी दिल्लीतील 'यामिनी स्कूल ऑफ डान्सर' ही त्यांची १९९० ची निर्मिती होय. २००१ मध्ये त्यांना पद्मभूषण मिळाले होते. अलार्मेल वल्ली (जन्म : १९५७) आणि पद्मा सुब्रमण्यम (जन्म : ४ फेब्रुवारी, १९४३) यादेखील भरतनाट्यम नृत्यातील नावाजलेल्या कलाकार होत.

✦ दिलीपकुमार

मूळचे नाव मुहम्मद युसूफ खान (जन्म : ११ डिसेंबर, १९२२) नाव असलेले दिलीपकुमार हे भारतातील एक प्रभावशाली अभिनेते होत. त्यांचा पहिला चित्रपट 'ज्वारभाटा' (१९४४) साठी त्यांनी नाव बदलले होते. त्यांना उत्कृष्ट अभिनेत्याचा पहिला फिल्मफेअर पुरस्कार १९५४ मध्ये मिळाला होता. १९५५ मधील 'देवदास' चित्रपटातील त्यांची 'देवदास'ची भूमिका तसेच 'मुगल-ए-आझम'मधील 'सलीम'ची भूमिका भलत्याच गाजल्या. त्यांच्या अन्य काही भूमिकादेखील रसिकांच्या पसंतीस उतरल्या. १९७०च्या काळात त्यांची लोकप्रियता घसरली; पण पुन्हा १९८६ मध्ये त्यांनी 'कर्मा'त साकारलेली भूमिका आणि १९९१ मध्ये 'सौदागर' चित्रपटातील अभिनय लोकप्रिय ठरला. त्यांना मिळालेल्या मान-सन्मानांत १९९३ सालचा जीवनगौरव पुरस्कारदेखील आहे.

✦ एम. बालमुरली कृष्णा यांना पद्मविभूषण

एम. बालमुरली कृष्णा (१९३० -२२ नोव्हेंबर, २०१६) हे कर्नाटक शास्त्रीय संगीतातील नामवंत गायक होते. त्यांनादेखील १९९१ चा पद्मविभूषण पुरस्कार लाभला. सध्याच्या आंध्रप्रदेशात असलेल्या शंकर गुप्तम या ठिकाणी त्यांचा जन्म झाला होता. त्यांची आई वीणावादक होती; पण लहानपणीच ते मातृत्व हरवून बसले. छोट्या बालमुरलीने पारूपल्ली रामकृष्णय्या पान्तुलू यांच्याकडे संगीताचे धडे घेतले आणि वयाच्या आठव्या वर्षी गायनाच्या कार्यक्रमात भाग घ्यायला सुरुवात केली होती. शास्त्रोक्त गायनासोबतच ते अनेक वाद्ये वाजवीत, त्यांनी चित्रपटात काम केले, गायन केले आणि संगीत रचनादेखील केली.

बालमुरलींनी नवे राग आणि तालांची निर्मिती केली. त्यांनी ७२ मूलभूत रागांची रचना केली. त्यांना मुबलक मान-सन्मान लाभले, त्यात पद्मश्री (१९७१),

संगीत नाटक अकादमी (१९७५), चेन्नईच्या संगीत अकादमीचा संगीत कलानिधी किताब (१९७८), पद्मविभूषण (१९९१) आणि फ्रेंच सरकारचा 'नाइट ऑफ द ऑर्डर ऑफ आर्टस अँड लेटर्स' हा सन्मान (२००५) यांचा समावेश आहे. त्यांना राष्ट्रीय पातळीवरील आणखी दोन पुरस्कार मिळाले होते. चित्रपट 'हमसंगीते' (१९७५) च्या पार्श्वगायनासाठी उत्कृष्ट पार्श्वगायक आणि 'मध्वाचार्य' (१९८६) चित्रपटातील संगीत दिग्दर्शनासाठी उत्कृष्ट संगीतकार हे ते पुरस्कार होत. बालमुरलींनी जगभरातील २५,००० मैफलीत सादरीकरण केले होते.

✦ भारताची १९९१ची जनगणना

या जनगणनेत शहरांची आणि लोकसंख्येची वाढ झाल्याचे आढळले. प्रत्येकी एक लाखांवर लोकसंख्या असलेली ३०० शहरे आणि प्रत्येकी १० लाखांवर वस्ती असलेली २३ शहरे अस्तित्वात आली होती. एकूण लोकसंख्या ८३,८५,८३,९८८ पर्यंत पोहोचली होती.

१९९१ मधील आणखी घटना

२२ सप्टेंबर : १९३० ते १९७० दरम्यान, अनेक हिंदी चित्रपटांत भूमिका केलेल्या दुर्गा खोटे निवर्तल्या.

अमेरिकेतील न्यू जर्सी येथे भारतीय सांस्कृतिक सोहळ्याचे आयोजन. हा सोहळा ३१ दिवसांचा होता व एडिसन येथील मिडलसेक्स काउंटी कॉलेजात दहा लाखांवर रसिकांनी भेट दिली.

राजीव गांधींना मरणोत्तर 'भारतरत्न' पुरस्कार देण्यात आला.

शन्नो खुराणा (जन्म : १९२७) या हिंदुस्थानी शास्त्रीय गायकाला पद्मश्री देण्यात आली.

भारतात स्टार टीव्हीची सुरुवात झाली.

बंगाली साहित्यिक सुभाष मुखोपाध्याय यांच्या 'पदातिक' (पायी चालणारा सैनिक, १९४०) या कवितासंग्रहाला या वर्षीचा ज्ञानपीठ पुरस्कार देण्यात आला.

४६

१९९२ : नरसिंह राव : आर्थिक सुधारणा

१९९१ मध्ये नरसिंह राव पंतप्रधान बनले, तेव्हा भारत आर्थिक विवंचनेत होता. कर्जाचा बोजा वाढला होता. परकीय चलन खालावले होते. १९८०च्या दरम्यान काही आर्थिक सुधारणा झाल्या होत्या; पण 'इंटरनॅशनल मॉनेटरी फंडा'नुसार (IMF) त्यात आणखी प्रगती व्हायला हवी होती. नरसिंह रावांनी मनमोहन सिंग यांच्याकडे आर्थिक सूत्रे दिली आणि काही नवी धोरणे आखली; त्यामुळे आर्थिक विकासाला हातभार लागला आणि नव्या उपभोग्य वस्तूंमध्ये वाढ झाली. या सुधारणेमुळे भारतात आधुनिकीकरणाची नवी पहाट उगवली.

नरसिंह राव

✦ आणखी लक्षणीय घटना

भावी काळावर ठसा उमटविणारी आणखी एक घटना १९९२ मध्ये घडली. ६ डिसेंबर, १९९२ रोजी भारतीय जनता पार्टी, विश्व हिंदू परिषद आणि अन्य गटांच्या नेतृत्वाखाली कारसेवकांनी (ऐच्छिक कार्य करणारे) अयोध्येतील वादग्रस्त जागी असलेली बाबरी मशीद उद्ध्वस्त केली; त्यामुळे हिंदू-मुस्लिमांतील संघर्ष वाढला.

राजीव गांधींनी सूत्रबद्ध केलेले पंचायत राज बिल १९९२ मध्ये मंजूर झाले आणि १९९३ मध्ये अमलात आले. त्याचसोबत, महापालिकेच्या निवडणुका नियमित करण्यासाठी नगरपालिका बिलदेखील मंजूर झाले. या घटनेतील अनुक्रमे

७३ आणि ७४ व्या दुरुस्त्या ठरल्या. यामागील कारण असे की, १९५८-५९ पासून सुरू झालेल्या पंचायत राज पद्धतीत एकजिनसीपणा किंवा नियमितपणा नव्हता; त्यासाठी लागणारा पैसादेखील उपलब्ध नव्हता.

मंडल आयोगाचे प्रस्ताव मान्य करण्यात आले. या विषयावर याआधी देशभर खळबळ माजली होती; पण या वेळी फारसे कुणी ते मनावर घेतले नाही.

प्रामुख्याने जनता दलाचे सदस्य समाविष्ट असलेला 'समाजवादी पार्टी' हा नवा पक्ष लखनौ, उत्तरप्रदेश येथे स्थापन झाला आणि त्याचे नेतृत्व मुलायमसिंग यादव यांच्याकडे होते.

भारताचा पॅलेस्टाइनला पाठिंबा असतानाही पहिल्यांदाच देशाने इस्रायलसोबत राजनैतिक संबंध प्रस्थापित केले. भारताच्या परदेशी धोरणाचा तो एक नवा कंगोरा ठरला.

✦ करुणा श्री निवर्तले

करुणा श्री (४ ऑगस्ट, १९१२ - २१ जून, १९९२) ऊर्फ जांध्याला पपय्या शास्त्री हे तेलुगू कवी होते. गुंटूर जिल्ह्यातील कोम्मूरू या गावी त्यांचा जन्म झाला होता. त्यांनी असंख्य कविता रचल्या; त्यामध्ये 'पुष्पा विलापमू' आणि 'कुंठी कुमारी' या लोकप्रिय ठरलेल्या कविता आहेत. त्यांना 'करुणा श्री' असे संबोधिले जाई, कारण त्यांच्या कवितांमध्ये करुणा ओतप्रोत भरलेली असे.

'पुष्पा विलापमू' (फुलांची खंत) या कवितेत त्यांनी फुलांची वेदना मांडली आहे. एके दिवशी ते दैनिक वापरासाठी फुले खुडायला गेले, तेव्हा फुले त्यांच्याशी बोलू लागली. तुम्ही आम्हाला का मारत आहात किंवा इतरांकडून आम्हाला वाईट वागणूक का दिली जाते, अशी करुणा भाकून विचारणा करतात. त्यातील १९४४ मध्ये के. गोविंद शर्मा यांनी अनुवादित केलेली दोन कडवी खालीलप्रमाणे आहेत[२३] :

तुझा जन्म झाला बुद्धाच्या भूमीत
मग, तुझं निसर्गप्रेम इतकं कोरडं का?
हे खुनी माणसा, सौंदर्याचा तू खातमा करतोस
मानवी जन्माला लागलाय तुझा कलंक.
तुझी ती पूजा-अर्चा थोतांड आहे.

---

23. Quoted in Modern Indian Literature : An Anthology; Surveys and Poems, ed.K.M George (Delhi : Sahitya Akademi, 1992).

आमचे निष्पाप गळे घोटू नकोस
तुझ्या हातांनी आमचे गळे घोटून
तू कुठली कृपा मिळवणार आहेस?

✦ धर्मवीर भारती : सूरज का सातवाँ घोडा

श्याम बेनेगल यांनी दिग्दर्शित केलेल्या 'सूरज का सातवाँ घोडा' या हिंदी चित्रपटाने १९९२ चा उत्कृष्ट चित्रपटाचा राष्ट्रीय पुरस्कार मिळवला. या चित्रपटाची पटकथा धर्मवीर भारती यांच्या त्याच नावाच्या कथानकावरून घेतली आहे. धर्मवीर (१९२६-९७) हे कवी आणि लेखक होते. १९६० ते १९८७ या काळात ते 'धर्मयुग' मासिकाचे संपादक होते.

✦ राही मासूम रझा अल्लाघरी गेले

राही मासूम रझा (१ सप्टेंबर, १९२७ -१५ मार्च, १९९२) हे उर्दू कवी, कादंबरीकार आणि पटकथालेखक होते. त्यांनी टेलिव्हिजन मालिका आणि कित्येक हिंदी चित्रपटांसाठी पटकथालेखन केले.

रझा यांचा जन्म उत्तर प्रदेशातील गाझियापूर जिल्ह्यातील गनगौली गावात झाला होता. त्यांचे शिक्षण 'अलिगढ मुस्लीम युनिव्हर्सिटी'त (AMU) झाले आणि त्यांनी उर्दू भाषेत तिथे पीएच. डी. केली. त्यांनी तिथेच काही काळ प्राध्यापकी केली. त्यांच्या अनेक कादंबऱ्यांपैकी, 'आधा गाँव'मध्ये फाळणीची शोकांतिका आहे, तर 'नीम के पेड'मध्ये भाडेकरू मजुराची कथा आहे. या कथांचे टेलिव्हिजन मालिकेत रूपांतर झाले. रवि चोप्रा यांच्या 'महाभारत' या मालिकेसाठी त्यांनी लिहिलेले संवादही खूप लोकप्रिय ठरले.

✦ मल्लिकार्जुन मन्सूरना पद्मविभूषण

मल्लिकार्जुन मन्सूर (१ जानेवारी, १९११ - १२ सप्टेंबर, १९९२) हे हिंदुस्थानी शास्त्रीय संगीतातले गायक होते व ते ख्याल गात असत. त्यांचा जन्म आजच्या कर्नाटकातील धारवाडजवळील मन्सूर या गावी झाला होता. त्यांच्या वडिलांनी त्यांना यक्षगण थिएटर ग्रूपच्या कार्यक्रमात सराव दिला व गाण्यासाठी प्रोत्साहन दिले. त्यांनी पंडित अप्पाया स्वामींकडे कर्नाटक संगीताचे, तर नीळकंठ बुवा अलुरमठ यांच्याकडे हिंदुस्थानी संगीताचे धडे घेतले. बुवांनी त्यांची अल्लादिया खानशी ओळख करून दिली. मग ते अल्लादियांचे पुत्र मन्जी खान यांच्याकडे रियाज सुरू केला. मन्जींच्या मृत्यूनंतर, त्यांचे बंधू भुरजीखान यांच्या हाताखाली

त्यांनी शिक्षण घेतले. मल्लिकार्जुन यांनी कित्येक जलसे आणि मैफली गाजवल्या. ते अदंबरी केदार आणि असा जोगियासारखे दुर्मिळ राग आळवीत असत. त्यांना पद्मविभूषण तसेच अनेक पुरस्कार मिळाले.

१९९२ मधील आणखी घटना

इंडोनेशियातील जाकार्ता येथे अलिप्त (नॉन-अलाइन्ड) चळवळीची दहावी परिषद भरली.

भारतात 'चायना फेस्टिव्हल'चे आयोजन झाले व पाहुण्यांनी अकरा राज्यांत कलाविष्कार पेश केला.

२९ मे : अमेरिकन फौजेच्या साहाय्याने, इंडो-युएस नाविक प्रात्यक्षिके सादर करण्यात आली. १९५५ मध्ये स्थापन झालेल्या, भारताच्या 'चिड्रन्स फिल्म सोसायटी'चे नवे नामकरण झाले. आता ती 'नॅशनल सेंटर ऑफ फिल्मस् फॉर चिड्रेन अँड यंग पीपल' (NCYP) या नावाने ओळखली जाते आणि त्याचा आवाका वाढला.

१७ मे : अल्पसंख्याकांचे हक्क सुरक्षित करण्यासाठी १९७८ मध्ये स्थापन केलेले कमिशन रद्दबातल करून नव्या कायद्यानुसार संसदेत 'द नॅशनल कमिशन फॉर माइनॉरिटिज' हे नवे मंडळ स्थापन झाले.

सत्यजित रे यांना सन्माननीय शैक्षणिक पुरस्कार मिळाला.

हिंदी लेखक नरेश मिश्रा (१९२२-२०००) यांना ज्ञानपीठ पुरस्कार.

४७

१९९३ : नरसिंह रावांची वाटचाल

नरसिंह राव सरकारवर अविश्वासाचा ठराव आला तरीही त्यांची वाटचाल चालूच राहिली. त्यांच्याकडे संसद सदस्यांचे स्पष्ट प्राबल्य नव्हते; पण झारखंड मुक्ती मोर्चाच्या चार सदस्यांनी त्यांच्या बाजूने मत दिल्याने, त्यांचे सरकार तरले. नंतर १९९६ मध्ये त्यांच्यावर त्या सदस्यांना, पाठिंब्यासाठी लाच दिल्याचा आरोप झाला.

✦ आणखी लक्षणीय घटना

भारताच्या कानाकोपऱ्यांत खूप पारंपरिक समूह आहेत. त्यांपैकी ईशान्येकडील बोडो जमातीची आदिवासी मंडळी आहेत. त्यात कुटिया, कचरी, राभा, गारो, मेच, कोच, धिमल, जाईजोंग, दिमसा, गलंग, होजाई, लालुंग, टिप्पेरा आणि मोराह या विविध वनवासी लोकांचा समावेश आहे. या आदिवासी जमाती आसामच्या भूभागावर वास करतात. 'ऑल बोडो स्टुडण्टस युनियन'च्या नेतृत्वाखाली या लोकांनी १९८७ पासून वेगळ्या राज्यासाठी एक आंदोलन सुरू केले. ते शांत करण्यासाठी १९९३ मध्ये 'बोडोलँड स्वायत्त परिषद' स्थापन करून राज्याअंतर्गत काही अंशी स्वातंत्र्य देण्यात आले; पण त्यात ते समाधानी नसल्याने त्यांनी स्वतंत्र राज्यासाठी आंदोलन सुरूच ठेवले.

✦ केलूचरण महापात्रांची सृजन निर्मिती

ओडिसी नर्तकांमध्ये केलूचरण महापात्रा (१९२६-२००४) यांचे नाव प्रामुख्याने

घेतले जाते. त्यांनी बरेच सादरीकरण केले आणि पखवाजदेखील वाजवले. १९९३ मध्ये त्यांनी भुवनेश्वर येथे 'सृजन नृत्य संस्था' स्थापन केली. केलूचरणांना मिळालेल्या कित्येक पुरस्कारांत, संगीत नाटक अकादमी (१९६६), पद्मश्री (१९७४), पद्मभूषण (१९८८), कालिदास सन्मान (१९८८-८९), संगीत नाटक अकादमी रत्न-सदस्य (१९९१) आणि पद्मविभूषण (२०००) अशा मान-सन्मानांचा भरणा आहे. संयुक्ता पाणीग्रही, गंगाधर प्रधान, नंदिता बेहरा, सोनल मानसिंग, कुमकुम मोहन्ती, माधवी मुद्‌गल आणि आदिती बंडोपाध्याय हे त्यांचे काही नावाजलेले शिष्यगण होते.

ओडिसी नर्तकी

या नृत्याची शैली लोकप्रिय करण्यात संयुक्ता पाणीग्रही (१९४४-९७) यांनी खूप मोठा हातभार लावला.

ओडिसी

ओडिसी ही ओडिशाची परंपरागत शास्त्रीय नृत्यकला आहे. प्रारंभी, ही नृत्यकला मंदिरातील पूजेसाठी वापरत आणि स्त्रिया त्याचे सादरीकरण करत. पुढे मुलींचा पोशाख केलेल्या मुलांकरवी ही नृत्ये सादर होत. त्यास 'गोटीपुआस' म्हणत. या नृत्याला दोन कंगोरे असतात. भांगीस म्हणजे शैलीबद्ध मुद्रा आणि करनास द्रवरूपी असतात. हे करनास नृत्याचे मूळ घटक असतात. ते सळसळत्या रूपात सादर होतात.

या नृत्याचा प्रारंभ देवाला साकडे घालून आणि फूल अर्पण करून होतो. त्यानंतर भूमिप्रणाम (धरणीमातेला वंदन) झाला की, बाटू (शुद्ध नृत्याला) सुरुवात होते. त्यानंतर पल्लवी हे भावविवश नि कृपापूर्ण नृत्य होते. त्यामध्ये पुढे जाणाऱ्या नृत्यातून कथा, नाट्य, नृत्यकथा व्यक्त होत जाते. 'भरतनाट्यम्'मध्ये जशी तिल्लानाने अखेर होते, तशीच ओडिसी नृत्याची मोक्षाने समाप्ती होते. ओडिसी नृत्यालाही संगीताची जोड लागते.

सुरेंद्रनाथ जेना, झेलम परांजपे, मायाधर राऊत, किरण सेगल हे काही नावाजलेले ओडिसी कलावंत होते. किरण यांनी आपली आई

जोहरा सेगल हिच्याकडे नृत्याचे शिक्षण घेतले. नंतर 'भरतनाट्यम'मध्ये प्रावीण्य मिळवले आणि पुढे मायाधर राऊत यांच्या हाताखाली त्या ओडिसी नृत्य शिकल्या. किरण सेगल नर्तिका होत्या, नृत्य दिग्दर्शक होत्या आणि त्यांची स्वतःची स्वतंत्र शैली होती.

✦ अ सुटेबल बॉय

भारतातील एक महान लेखक विक्रम सेठ (जन्म : २० जून, १९५२) यांनी १९९३ मध्ये, 'अ सुटेबल बॉय' नावाची एक भव्य कादंबरी प्रकाशित केली. त्यात स्वतंत्र भारतातील कथा असून ती १३०० पानांइतकी मोठी आहे. त्या कादंबरीच्या १० लाखांवर प्रती संपल्या आणि तिला डब्ल्यू. एच. स्मिथ साहित्य पुरस्कार लाभला. या कादंबरीने लेखकाचे नाव जगभर पसरविले.

विक्रम सेठ यांचा जन्म कलकत्त्याला झाला होता व त्यांचे शिक्षण डेहराडूनच्या डून स्कूलमध्ये झाले होते. पुढील शिक्षण ऑक्सफर्ड आणि स्टॅनफोर्ड विश्वविद्यालयात पार पडले. १९९३ पर्यंत, त्यांचे बरेच लिखाण प्रसिद्ध झाले होते. त्यात 'मॅपिंग' (१९८०) हा कवितासंग्रह, तिबेटमार्फत चीन ते भारत या अडथळ्याच्या गिर्यारोहण प्रवासाचे वर्णन असलेले आणि थॉमस कूक ट्रॅव्हल बुक पुरस्कार लाभलेले 'फ्रॉम हेवन्स लेक' (१९८३) हे प्रवासवर्णनाचे पुस्तक, 'द हम्बल अॅडमिनिस्ट्रेटर्स गार्डन' (१९८५) आणि काव्यात्मक कडव्यात लिहिलेली कादंबरी 'द गोल्डन गेट' (१९८६) ही पुस्तके आहेत. १९८७ मध्ये भारतात परतल्यानंतर त्यांनी 'ऑल यू हू स्लीप टुनाइट' हा दुसरा काव्यसंग्रह (१९९०) प्रकाशित केला. १९९२ मध्ये, 'बिस्टली टेल्स फ्रॉम हिअर अँड देअर' लिहिल्या.

'अ सुटेबल बॉय'नंतर विक्रमच्या लिखाणाला ऊत आला. 'अॅन इक्वल म्युझिक' (१९९९), 'टू लाइव्हज' (२००५) ही पुस्तके त्याचीच निष्पत्ती होय. सध्या ते 'अ सुटेबल गर्ल' हे पुस्तक लिहीत आहेत. (ही कादंबरी २०१८ मध्ये प्रकाशित होत आहे.) त्यांना मुबलक मान-सन्मान आणि पुरस्कार व पारितोषिके मिळालेली आहेत. त्यात प्रवासी भारतीय सन्मान (२००५), पद्मश्री (२००७), साहित्य अकादमी (१९८८), कॉमनवेल्थ पोएट्री प्राइज (१९८५) तसेच साहित्यसेवेसाठी, 'कमांडर ऑफ द ऑर्डर ऑफ ब्रिटिश एंपायर' (CBE, २००१) यांचा समावेश आहे.

✦ उत्पल दत्त कालवश

उत्पल दत्त (२९ मार्च, १९२९ - १९ ऑगस्ट, १९९३) हे एक विविध

गुणसंपन्न नट, दिग्दर्शक, निर्माते, लेखक व रंगभूमी कलाकार होते. शिलाँग येथे जी. आर. दत्त आणि सैलो यांच्यापोटी त्यांचा जन्म झाला. त्यांचे शिक्षण शिलाँग आणि कलकत्ता येथे झाले. प्रारंभीच्या काळात, त्यांनी रंगभूमीवर काम केले व १९४७च्या दरम्यान शेक्सपिअर रंगभूमी स्थापन करून, देशभक्तीपर नाटकांत भूमिका केल्या. १९४९ मध्ये त्या उपक्रमाचे नाव बदलून 'द लिटल थिएटर ग्रूप' ठेवण्यात आले. तेथे प्रथम पाश्चिमात्य आणि नंतर भारतीय नाटके सादर केली. तद्नंतर, बंगाली भाषेत भाषांतरित केलेली तसेच मूळ बंगाली नाटकेदेखील प्रदर्शित केली. काही कालावधीसाठी ते 'स्टेटस्मन'मध्ये पत्रकारदेखील होते. 'मायकेल मधुसूदन' (१९५०) हा त्यांचा पहिला चित्रपट होय. त्यानंतर त्यांनी खूप चित्रपटांत भूमिका केल्या. त्यात, 'भुवन शोम' (१९६९), 'द गुरू' (१९६९), 'हिरक राजार देशे' (१९८०), 'आगंतुक' (१९९१), 'जन अरण्य' (१९७६), 'गुड्डी' (१९७१) हे चित्रपट होते.

उत्पल दत्तनी कित्येक नाटकांची निर्मिती केली व चित्रपट दिग्दर्शित केले. ते मार्क्सिस्ट विचारांचे धार्जिणे होते; त्यामुळे त्यांच्या नाटकातील विचार सरकारच्या पचनी पडणारे नव्हते आणि त्यांच्या काही नाटकांवर बंदीदेखील आली होती. त्यांच्या नाटकातील अभिनेत्यावर हल्लेदेखील झाले. त्यांचे 'दुशाप्नर नगरी (दुःस्वप्नांचे शहर) या नाटकावर काँग्रेस सरकारने १९७५ मध्ये बंदी आणली होती. 'इबार राजार पाला' (आता आली राजाची पाळी) हे नाटक आणीबाणीवर लिहिले होते. दोन्ही नाटके बंगालमध्ये लोकप्रिय ठरली. त्यांनी 'चायेर धोया' आणि 'शेक्सपिअर समाज चेतना' ही पुस्तके प्रकाशित केली. रंगभूमीवरचे त्यांचे एक पुस्तक आहे. उत्पल दत्तनी नाटके दिग्दर्शित केली आणि त्यात भूमिकादेखील केल्या. अद्वैत मल्लाबर्मनच्या त्याच नावाच्या कादंबरीवर आधारित, 'टिटास एक्ती नादिर नाम' आणि 'जालियनवाला बाग' ही त्यातील दोन नाटके होत.

उत्पल दत्तना खूप पुरस्कार मिळाले. रंगभूमीवरील कार्याबद्दल जीवनगौरव म्हणून, संगीत नाटक अकादमीची शिष्यवृत्ती (१९९०), 'भुवन शोम'मधील उत्कृष्ट अभिनेत्याचा राष्ट्रीय पातळीवरील फिल्म पुरस्कार (१९७०), फिल्मफेअरचा उत्कृष्ट विनोदी भूमिकेचा, 'गोलमाल', 'नरम गरम' आणि 'रंगीबेरंगी' या तीन वेगवेगळ्या चित्रपटांसाठी (१९८०, १९८२, १९८७) पुरस्कार, हे त्यांपैकी काही होत. गंभीर कथानकातून हास्यनिर्मिती करणे ही त्यांची खासियत होती.

✦ निसर्गध्वनी

निसर्गाच्या समीप जाणाऱ्या संगीताला निसर्ग ध्वनी (soundscapes) म्हणतात.

हरिप्रसाद चौरसिया यांनी अशा निसर्गध्वनीची मालिका नोंदवून ठेवली आहे.

त्यांची 'म्युझिक ऑफ रिव्हर्स' (नद्यांचा नाद, १९९३) या मालिकेची सुरुवात 'वॉटर पोएम'ने (जलगीता) सुरू होते आणि 'डेल्टा : जर्नी टू सी' (सागर प्रवासा)ने समाप्त होते. शिवकुमार शर्मांची 'म्युझिक ऑफ माउंटन्स' (पर्वतराजीची गुणगुण, १९९३) आणि झाकिर हुसेनचे 'म्युझिक ऑफ डेजर्ट्स' (वाळवंटाचे गीत, १९९३) या दोन मालिका निसर्गध्वनींच्या वर्गात मोडतात.

१९९५ मध्ये 'द एलिमेन्टस' ही आणखी एक मालिका निर्माण करण्यात आली होती आणि त्यात चौरसिया यांनी वायू, तर झाकिर हुसेन यांनी अवकाश हे माध्यम वापरले होते.

१९९३ मधील आणखी घटना

१६ जुलै : हिंदुस्थानी शास्त्रीय संगीतातील गायक निसार हुसेन खान (जन्म : १२ डिसेंबर, १९०६) यांचा मृत्यू.

२४ ऑगस्ट : भारतीय क्रिकेटपटू डी.बी. देवधर (जन्म : १४ जानेवारी, १८९२) यांना स्वर्गवास. त्यांच्या सन्मानार्थ देवधर ट्रॉफी ठेवली आहे.

१ नोव्हेंबर : हिंदुस्थानी शास्त्रीय संगीतातील गायिका नैनादेवी (जन्म : १९१८) कालवश.

ओडिया साहित्यातले कवी सीताकांत महापात्रा (जन्म : १९३७) यांना ज्ञानपीठ पुरस्कार. १९७३-९२ या काळात भारतीय साहित्यात मोलाची भर घातल्याबद्दल त्यांचा सन्मान करण्यात आला.[२४]

---

24. The Bhartiya Jnanpith 1993 Citation, quoted in The Text and the Context : An Encounter with Jnanpith Laureates (New Delhi : Bharatiya Jnanpith, 1994)

४८

१९९४ : आर्थिक विकास

नरसिंह रावांच्या जागरूक सरकारने १९९४ पर्यंत कारभार सांभाळला होता. संसदेतील काँग्रेस सदस्यांची संख्या २६६ झाली होती. मध्यंतरी, पूर्वी जनता दलाचे सदस्य असलेले जॉन फर्नांडिस आणि नितीशकुमार यांनी समता पार्टी नावाची वेगळी चूल मांडली.

गुजरातमधील सुरत येथे प्लेगची साथ आली आणि ऑगस्ट ते ऑक्टोबरमध्ये लोकांनी भीतीने स्थलांतर केल्याने इतर राज्यांत ही साथ पसरली आणि स्वास्थ्याचा प्रश्न ऐरणीवर आला. भारतभर एकूण छप्पन्न लोक बळी गेल्याचे वृत्त कानी आले. त्यातही इष्टापत्ती म्हणजे सुरत शहराला निर्जंतुक करून, त्याचे सुशोभिकरण करण्यात आले. आजही देशातील सगळ्यांत स्वच्छ नगरी म्हणून सुरत शहराची ख्याती आहे.

परदेशी धोरणाचा भाग म्हणून चौथी जी-१५ परिषद नवी दिल्लीत आयोजित केली होती. प्रारंभी आशिया, लॅटिन अमेरिका आणि आफ्रिकेतील पंधरा देशांनी एकत्र येऊन हा गट स्थापन केला होता. आपापल्या देशाची समृद्धी होण्यासाठी आपापसांत सहकार्य, व्यापारउदीम, तंत्रज्ञान आणि गुंतवणूक वाढावी हा गटाचा उद्देश होता. आता या गटात १९ सदस्य सामील आहेत आणि सध्या फक्त १७ आहेत; तरी मूळ नाव तेच राखण्यात आले आहे.

✦ मृणालिनी मुखर्जी यांचे चित्रप्रदर्शन

मृणालिनी मुखर्जी (१९४९ -२ फेब्रुवारी २०१५) या मुंबईस्थित चित्रकार होत्या. त्या चित्रकार विनोद बेहारी आणि लीला मुखर्जी यांच्या कन्या होत. त्यांनी

बडोद्यातील एम. एस. विश्वविद्यालयात कलेचा अभ्यास केला आणि आपले सल्लागार के. जी. सुब्रमणियन यांच्या मार्गदर्शनाखाली नैसर्गिक तंतूंचा वापर करून चित्रे साकारायला सुरुवात केली. त्यांना इंग्लंडमधील वेस्ट सरे कॉलेज ऑफ आर्टस अँड डिझाइनतर्फे शिल्पकलेचा अभ्यास करण्यासाठी शिष्यवृत्ती मिळाली आणि तिथूनच त्यांनी वैशिष्ट्यपूर्ण शैलीचा वापर करायला सुरुवात केली. प्रारंभी, त्यांनी बाक आणि केसरीचे धागे आकर्षक रंगात रंगविले आणि शिल्पकला साकारत गेल्या. त्यांनी साकारलेल्या स्त्रियांच्या प्रतिमा नवस्पतीज घटकातून निर्माण केल्या होत्या. त्यांनी परदेशात अनेक प्रदर्शने भरवली. ऑक्सफर्ड-मधील म्युझियम ऑफ मॉडर्न आर्ट या संग्रहालयात १९९४ मध्ये पहिले वैयक्तिक आंतरराष्ट्रीय प्रदर्शन भरले होते. हळूहळू तंतूंपासून त्या चिनी मातीकडे वळल्या अन् त्यानंतर त्या कांस्य माध्यमाकडे वळल्या. मॉरिशसमधील गांधी मेमोरियल इन्स्टिट्यूटमध्ये त्यांचे भव्य असे (१४ × ७० फूट आकाराचे) भित्तीचित्र दिमाखाने झळकत आहे.

पाल्मस्कॅप - ९ शिल्पांचे पुनर्निर्मित चित्र

२०१५ सालच्या जानेवारी महिन्याच्या अखेरीस नवी दिल्लीतील नॅशनल आर्ट गॅलरी ऑफ मॉडर्न आर्ट या कलादालनात 'ट्रान्सफिग्युरेशन्स' हा त्यांच्या सिंहावलोकनाचे एक कलाप्रदर्शन भरविण्यात आले होते, पण दुर्दैवाने मृणालिनी ते पाहू शकल्या नाहीत. फुप्फुसाच्या विकाराने, त्या फेब्रुवारीच्या पहिल्या आठवड्यात मरण पावल्या. या प्रदर्शनात त्यांच्या तंतू, माती, कांस्य यापासून तयार केलेली ९० शिल्पे ठेवण्यात आली होती. पक्षी, देवी आणि वनश्री ही धाग्यांपासून तयार केलेली शिल्पे निसर्गाशी साम्य दाखवतात. पाल्मस्कॅप-९ हे तिचं धातूमधलं अखेरचं शिल्प ठरलं.

✦ विश्वमोहन भट यांना ग्रॅमी पुरस्कार

मनमोहन भट आणि चंद्रकला भट या संगीतकार दांपत्याच्या पोटी विश्वमोहन भट (जन्म : २७ जुलै, १९५०) यांचा जन्म झाला. आपल्या आई-वडिलांकडून

संगीताचे प्राथमिक शिक्षण घेतल्यानंतर त्यांनी रविशंकर यांची शागिर्दी पत्करली. त्यांनी दोन नव्या वाद्यांचा शोध लावला. एक होते मोहनवीणा म्हणजेच हवाईयन गिटारमध्ये जादा चौदा तारा वापरून तयार केलेला भारतीय अवतार आणि दुसरे होते विश्ववीणा; जिथे पारंपरिक वीणेमधील तुणतुण्यात बदल केला गेला होता.

भटना त्यांच्या 'अ मीटिंग बाय द रिव्हर' या अल्बमसाठी १९९४ चा ग्रॅमी पुरस्कार लाभला होता. त्यासाठी त्यांनी राय कूडरसोबत काम केले होते. त्याच वर्षी, राजस्थान सरकारने त्यांना राज्य पुरस्कार देऊन सन्मानित केले. त्यांना संगीत नाटक अकादमी पुरस्कार (१९९८), पद्मश्री (२००२) आणि पद्मभूषण (२०१७) हे सन्मानदेखील लाभले. त्यांनी अनेक संगीत-अल्बम तयार केले आणि जगभर जलसे गाजविले. त्यांचा मुलगा सलील भटदेखील मोहनवीणा हे वाद्य हाताळतो.

प्रादेशिक भाषेतील चित्रपट

१९९४ मध्ये १५३ तेलुगू, १३५ तमिळ, ६९ मल्याळम आणि ६२ कन्नड चित्रपट प्रदर्शित झाले.

✦ मिस वर्ल्ड आणि मिस युनिव्हर्स

या वर्षी भारताच्या सौंदर्याचा भलताच थाट उडाला. ऐश्वर्या रायने मिस वर्ल्ड जगतसुंदरी) तर सुश्मिता सेनने मिस युनिव्हर्स (विश्वसुंदरी)चे मुकुट जिंकले.

ऐश्वर्या राय (जन्म : १ नोव्हेंबर, १९७३) ही पुढे यशस्वी फिल्मस्टार बनली. १९९७ मध्ये, तिचे पहिले दोन चित्रपट, मणीरत्नमचा 'इरूवर' हा तमिळ तर 'और प्यार हो गया', हा हिंदी चित्रपट प्रदर्शित झाले होते. 'हम दिल दे चुके सनम' (१९९९), 'देवदास' (२००२), 'चोखेर बाली' (२००३), 'रेनकोट' (२००४), 'गुरू' (२००७), 'जोधा-अकबर' (२००८) आणि 'इंथिरन' (२०१०) हे तिच्या गाजलेल्या चित्रपटांपैकी काही होत. ब्रिटिश चित्रपट 'ब्राइड अँड प्रिज्युडिस' यावरून रूपांतरित झालेल्या जेन ऑस्टिनच्या 'प्राइड अँड प्रिज्युडिस' (२००४) या चित्रपटाला चांगले व्यावसायिक यश लाभले आणि त्याचे समीक्षणात्मक कौतुकही झाले. २००७ मध्ये अभिनेता अभिषेक बच्चन याच्याशी तिचे लग्न झाले. त्यांना एक मुलगी आहे. ऐश्वर्या ही जगातील सर्वांत सुंदर स्त्री मानली जाते. तिला उत्कृष्ट अभिनयासाठी दोन वेळा फिल्म फेअर पुरस्कार (२०००, २००३), पद्मश्री (२००९), फ्रेंच सरकारचा 'द ऑड्रे देस आर्टस् एट देस

लेटर्स' (२०१२) हे सन्मान लाभले.

सुश्मिता सेन (जन्म : १९ नोव्हेंबर, १९७५) ने १९९४ मध्ये फेमिना मिस इंडिया स्पर्धा आणि मिस युनिव्हर्स किताब जिंकले. तीसुद्धा एक यशस्वी अभिनेत्री बनली. 'दस्तक' (१९९६) हा तिचा पहिला चित्रपट होता; परंतु 'मैं हूँ ना' (२००४) हा चित्रपट खूप लोकप्रिय ठरला. तिला मिळालेल्या अनेक पुरस्कारांत बॉलिवुडमधील देदीप्यमान सहभागाबद्दल राजीव गांधी पुरस्कार (२००६) आणि सामाजिक न्यायासाठी देण्यात येणारा मदर तेरेसा मेमोरिअल इंटरनॅशनल पुरस्कार समाविष्ट आहेत. तिने रेनी आणि अलिशा या दोन मुली दत्तक घेतल्या आहेत.

✦ गाजलेले चित्रपट

सूरज बडजात्या यांनी निर्मिती केलेला 'हम आपके है कौन...!' हा शृंगारिक चित्रपट १९९४ सालचा सगळ्यांत जास्त लोकप्रिय चित्रपट ठरला. त्यात सलमान खान, माधुरी दीक्षित यांनी भूमिका केल्या होत्या आणि हा चित्रपट १४ गाणी असलेला, कौटुंबिक कथेवर आधारित असा होता. हा चित्रपट आजपर्यंतची बॉक्स ऑफिसवरची मोठी धाड ठरला.

'हमसे है मुकाबला' हा 'कधालन' या तमिळ चित्रपटावरून डब केलेला हिंदी चित्रपटसुद्धा गाजला व पारितोषिकपात्र ठरला. त्यात प्रभूदेवा आणि नगमाच्या भूमिका होत्या आणि ए. आर. रेहमानचे संगीत होते.

फुलनदेवीच्या जीवनावर आधारित शेखर कपूरने काढलेला 'बँडिट क्वीन' हा चित्रपटदेखील याच वर्षी प्रदर्शित झाला. हिंदीतला उत्कृष्ट चित्रपट म्हणून त्याला राष्ट्रीय फिल्म पुरस्कार देण्यात आला.

मेड इन इंडिया

अलिशा चिनॉय हिने इंडियन पॉप म्युझिक (इंडिपॉप) मध्ये नवी वाट चोखाळली आणि 'मेड इन इंडिया' हे गाणे निर्माण केले. ते भलतेच गाजले. त्यानंतर अन्य खूप गायकांनी आणि गानपथकांनी तशा प्रकारचे नवे संगीत व मिश्रगाणी तयार केली. दलेर मेहंदी त्यातले एक गाजलेले नाव झाले. तसेच, सिल्क रूट, कलोनियल कझीन यांसारखी गानपथके प्रकाशात आली. टीव्हीवरची संगीत चॅनेल्स 'व्ही चॅनेल' आणि 'एम टीव्ही' यांनी 'इंडिपॉप'ची भरभराट केली.

१९९४ मधील आणखी घटना

१ मार्च : एअर इंडियाला सार्वजनिक मर्यादित कंपनीत बदलले गेले.

२९ ऑगस्ट : बंगाली लेखक, संपादक, पत्रकार असलेले तुषार कांती घोष (जन्म : १८९९) कालवश.

नरसिंह रावांची अमेरिकेला दुसरी भेट. दोन्ही देशांतील संबंध सुधारावेत आणि व्यापार-व्यवसायाचे नाते अधिक दृढ व्हावे, हा हेतू.

कन्नड साहित्यात योगदान देणारे यू. आर. अनंतमूर्ती (१९३२-२०१४) यांना ज्ञानपीठ.

४९

१९९५ : नवी दिल्लीत आठवी सार्क परिषद

नरसिंह राव पंतप्रधानपदी असताना, या वर्षी केंद्रात फारसे बदल दिसून आले नाहीत.

राज्यांवर दृष्टिक्षेप टाकला तर काही बदल लक्षात येतात. तेलुगू देसमचे नेतृत्व प्राप्त केल्यानंतर, चंद्राबाबू नायडू आंध्रप्रदेशचे मुख्यमंत्री बनले. महाराष्ट्रात शिवसेनेला सत्ता मिळाली. उत्तर प्रदेशात बहुजन समाज पक्षाच्या मायावती मुख्यमंत्री झाल्या. याच वर्षी बॉम्बेचे नाव मुंबई करण्यात आले. दक्षिण आशियात शांती प्रस्थापित करावी, या हेतूने नवी दिल्ली येथे आठवी सार्क परिषद भरविण्यात आली. त्यात सांस्कृतिक कार्यक्रमांचा समावेश होता आणि व्यापारउदिमासाठी एक विभाग निवडण्यात आला.

कथकली नर्तक

✦ दुसऱ्या किनाऱ्यावरचे कथकली नृत्य

१९९५ मध्ये, कलामंडलम विजयकुमार आणि त्यांच्या कला चेतना कथकली कंपनीने इतर कलाकारांना सोबत घेऊन 'स्नो व्हाइट'वर आधारित 'हिमसुंदरी' हे नाट्य सादर केले. कला चेतना कथकली कंपनीची स्थापना बार्बरा विजयकुमार यांनी १९८७ मध्ये केली होती. या कलापथकाने इंग्लंडचा दौरा करून 'ऑप्रेशन्स ऑफ द इनोसेन्टस' या नावाने हा कार्यक्रम सादर

केला. त्यानंतर नाट्य कार्यशाळा आयोजित करून त्यांनी अनेक विषयांवरील नाट्य-उपक्रम इंग्लंडभर आयोजित केले. 'स्नो व्हाइट'चे अनुकरण हा कथकली नृत्यक्षेत्रातला एक प्रयोग होता. १९९० च्या दरम्यान हे प्रायोगिक कार्यक्रम आयोजित केले गेले होते.

१९९५ मध्ये, केरळ कलामंडलमने (स्थापना : १९३०) अमेरिकेचा दौरा केला. हा पारंपरिक नृत्यप्रकार अशा प्रकारे जगभर पसरला.

केरळमधील शास्त्रोक्त नृत्यप्रकार

कथकली, कृष्णनाट्यम, मोहिनीअट्टम, चाकियारकोठू, कुडियाट्टम आणि ओट्टान्थुलाल हे केरळमधील विविध शास्त्रोक्त नृत्यप्रकार आहेत. कथकली हा शब्द कथा (गोष्ट) आणि कली (नाटक) यांच्या जुळणीतून आला आहे व तो मुख्य शास्त्रीय प्रकार असून, तो नृत्यनाट्य स्वरूपात पेश केला जातो. त्यातील हालचालींची पारंपरिक पद्धतीने रचना केलेली असते. नर्तक भव्य वस्त्रप्रावरणे आणि सौंदर्य प्रसाधने वापरून या नृत्याच्या शैलीत बहार आणतात. त्यांचा पेहराव व चेहऱ्याची सजावट भडक रंगाची असते आणि प्रत्येक रंगाला वेगळा अर्थ असतो. चेहऱ्यावरची रंगावट तांदळाचे पीठ व वनस्पतीजन्य रंगांनी केलेली असते. गडद हिरवा रंग देवाचा किंवा नायकाचा प्रतिनिधी असतो. त्या हिरव्या रंगात लाल ठिपका असेल, तर तो नर्तक खलनायकाचे प्रतिनिधित्व करतो. जर त्याचा चेहरा काळ्या रंगाने माखलेला असेल, तर तो सैतानाचे रूप असतो. त्याच वेळी, काळ्या दाढीचा नर्तक शिकारी किंवा जंगलातील रहिवासी असतो. पांढरी दाढी ही दैवताचे लक्षण असते, तर पिवळ्या रंगाचा चेहरा तपस्वी किंवा स्त्रीचा द्योतक असतो. चेहऱ्याच्या आणि बोटांच्या हालचालीतून भावना व्यक्त केल्या जातात. नृत्य सुरू असताना, ढोलकीचा वापर होतो आणि गायक कथा किंवा संवादाची फेक करतो. कथकली नृत्याची उत्क्रांती लोकनाट्यातून झाली असावी. हे नृत्य सर्रासपणे राजदरबारी सादर केले जाई.

रामायण, महाभारत, पुराणकथांमधून घेतलेल्या कथांवर आधारित मल्याळम भाषेत रचलेल्या नाटकांच्या कथकली माध्यमातून सादर केलेल्या नृत्यप्रकाराला अट्टकथा म्हणून संबोधतात. चेरुथुरुथी येथे कवी वाल्लाथोल यांनी स्थापन केलेली केरळ कलामंडलम ही कथकली नृत्य शिकण्याची उत्कृष्ट संस्था आहे. कलामंडलम कृष्णन नायर (१९१४-९०) आणि

कलामंडलम गोपी (जन्म : १९३७) हे कथकली नृत्याशी जोडलेले कलावंत होते. कोट्टाकल शिवरामन (१९३६-२०१०) यांनी भूषविलेल्या स्त्री-पात्रांच्या भूमिका खूपच गाजल्या व त्यांचे मोठे नाव झाले. अगदी अलीकडेपर्यंत पुरुष कलाकार स्त्री-नर्तिकेच्या भूमिका पार पाडत आले.

सतराव्या शतकाच्या अखेरीस कृष्णनाट्यमचा उदय झाला. भगवान कृष्णाच्या जीवनावर संस्कृतमध्ये 'कृष्णागिती' नावाचे महाकाव्य लिहिलेले आहे. कालिकतचे झामोरीन मानवेद (१५८५-१६५८) यांनी ते महाकाव्य रचले होते. ही नृत्ये केवळ मंदिराशी निगडित होती. आजही केरळमधील गुरुवायूर मंदिरात त्यांचे सादरीकरण होत असते.

चकियारकोठू आणि कुडियाट्टम ही एक प्रकारची नृत्यनाट्ये आहेत. चकियार जातीचे लोक ही नृत्ये मंदिरातील पूजेसाठी वापरतात. हे एकट्याने सादर करायचे नृत्य असते. दंतकथा आणि मिथ्यक कथांचा, सध्याच्या काळातील स्थानिक घटनांचा मेळ घालून, त्या नृत्यरूपात सादर केल्या जातात. अंबालावासी नांबियर जातीतल्या स्त्रिया या नृत्यनाट्यात स्त्रीपात्रे भूषवीत असतात. मणी माधव चकियार (१५ फेब्रुवारी, १८९९-१४ जानेवारी, १९९०) हे विसाव्या शतकातले चकियारकोठू आणि कुडियाट्टम या नृत्यांचे श्रेष्ठ नर्तक मानले जातात.

मोहिनीअट्टम हे एकपात्री स्त्रीनृत्य आहे व त्याचाही प्रारंभ मंदिरापासून झाला. भगवान विष्णूंनी दत्तक घेतलेल्या मोहिनी या मुलीवरून त्याचे नाव पडले. हे नृत्य भरतनाट्यम आणि ओडिसी नृत्याशी साधर्म्य दाखवते.

ओटान्थुलाल हेदेखील एकट्याने करावयाचे नृत्य आहे. कुंचन नांबियार या अठराव्या शतकातील मल्याळम कवीने हे नृत्य विकसित केले. नृत्याच्या पार्श्वभूमीवर संगीताचा वापर करणे हा त्यांचा एक आविष्कार होता. त्यांनी स्वतः अनेक थुलाल गीते लिहिली. या नृत्यात साध्यासुध्या मल्याळी संवादांची गुंफण असते. समाजातील असमानतेच्या कथा या संवादातून सर्रासपणे व्यक्त केल्या जातात. आता ही सारी पारंपरिक नृत्ये आधुनिक साज देऊन सादर केली जातात.

✦ कन्नड चित्रपट : खरंच, त्याने ससा खाल्ला?

'अमेरिका! अमेरिका!!' हा कन्नड चित्रपट १९९५ मध्ये प्रदर्शित झाला व त्याला कन्नड प्रादेशिक विभागातील नॅशनल फिल्म अवॉर्ड हा पुरस्कार लाभला. या चित्रपटाचे कथालेखन आणि दिग्दर्शन नागाथीहल्ली चंद्रशेखर यांनी केले होते.

रमेश अरविंद (सूर्याच्या भूमिकेत), अक्षय आनंद (शशांकच्या भूमिकेत) आणि हेमा पंचमुखी (भूमीच्या भूमिकेत) ही त्यातील तीन मुख्य पात्रे होत. या चित्रकथेत प्रेमाचा त्रिकोण आहे. सूर्या, शशांक आणि भूमी बालपणीचे मित्र. उच्च शिक्षणासाठी शशांक अमेरिकेला जातो आणि तेथून भारतात परतल्यावर त्याचे भूमीशी लग्न ठरते; पण सूर्याचे भूमीवर प्रेम असते. आता तो व्यवसाय सुरू करतो आणि तो भरभराटीस येतो. कामधंद्यानिमित्त अमेरिकेत गेल्यानंतर सूर्या शशांक आणि भूमीची भेट घेतो आणि त्यांना एक ससा भेट देतो. शशांक-भूमीच्या नात्याला ग्रहण लागते, तेव्हा तो तिचा लाडका ससा भूतदया संघटनेला देऊन टाकतो; पण तो ससा आपण खाऊन टाकला असे भासवतो. साहजिकच, भूमी त्याला सोडून जाते आणि मग काही घटनाक्रम घडतात आणि भूमी एका अपघातात दगावते.

हा चित्रपट भलताच गाजला आणि त्याचे सर्वत्र कौतुक झाले. कर्नाटकातील चित्रपटगृहात हा सिनेमा वर्षभर चालू होता. अमेरिकेत प्रदर्शित होणारा हा पहिला कन्नड चित्रपट होता. त्याचे तेलुगू, हिंदी आणि तमिळमध्ये डबिंग झाले. या चित्रपटाचे बहुतांश चित्रण सॅन फ्रान्सिस्कोला झाले होते. या चित्रपटाला मनो मूर्ती यांनी संगीत दिले होते.

कोत्रेशी कनासू (कोत्रेशीचे स्वप्न, १९९४) हा चंद्रशेखर यांचा दुसरा चित्रपटही लोकप्रिय ठरला. यात एका गरीब दलित मुलाच्या इंग्लंडला जाऊन शिक्षण घेण्याच्या स्वप्नाची कथा आहे. याच सुमारास दुसरे काही मजेशीर कन्नड चित्रपट प्रदर्शित झाले होते. एकाचे नाव 'अमृतवर्षिनी' (१९९७) असे होते. त्यात प्रेमभंगाची कथा दाखवली आहे. 'नम्मुरा मंदारा हुवे' (माझ्या गावचे मंदारा फूल, १९९७) आणि वैचित्र्यपूर्ण 'बेलाडिंगाला बाले' (चांद्रकिरणाची कन्या, १९९५) यांचाही उल्लेख करावा लागेल. 'बेलाडिंगाला बाले' ही एका बुद्धिबळपटूची कथा आहे. तो भारताचा एकमेव ग्रँड मास्टर आणि जागतिक पातळीवरील बुद्धिबळपटू असतो. तो एका बाईच्या प्रेमात पडतो आणि फोनवर मिळालेल्या संकेतावरून त्याला आपल्या प्रेयसीचा मागमूस काढायचा असतो.

त्याआधी गाजलेल्या कन्नड चित्रपटांत कन्नापा नावाच्या शिवभक्ताची कथा असलेला 'बेदारा कन्नापा' (१९५४) हा एच. एल. एन. सिंह यांनी दिग्दर्शित केलेला चित्रपट होता. यात राजकुमार या अभिनेत्याने पदार्पण केले होते. १९७० मध्ये पट्टाभिरामा रेड्डी यांच्या 'संस्कार' या चित्रपटाने राष्ट्रपतीचे उत्कृष्ट निर्मितीचे सुवर्णपदक मिळवले होते. गिरीश कार्नाड, बी. व्ही. कारंथ आणि एम. एस. सत्यू या दिग्गज दिग्दर्शकांचे काही चित्रपट नावाजले होते.

✦ गाजलेले चित्रपट

आदित्य चोप्रांनी लिहिलेला व दिग्दर्शित केलेला आणि यश चोप्रा यांची निर्मिती असलेला 'दिलवाले दुल्हनिया ले जायेंगे' हा या वर्षीचा चित्रपट लोकप्रिय ठरला. या शृंगारिक चित्रपटात शाहरुख खान आणि काजोलच्या भूमिका होत्या. या चित्रपटाने नॅशनल फिल्म अवॉर्ड पुरस्कार तर पटकावलाच; पण फिल्म फेअर्सची दहा बक्षिसेदेखील मिळवली. या चित्रपटाची बॉक्स ऑफिसवरची कमाई आधीच्या वर्षातील 'हम आपके है कौन...!' या चित्रपटापेक्षा जास्त ठरली. मणिरत्नम यांचा 'बॉम्बे' हा तमिळ चित्रपटसुद्धा गाजला. ही शेखर नावाचा एक हिंदू तरुण (भूमिका : अरविंद स्वामी) आणि शैला बानू ही मुस्लीम तरुणी (भूमिका : मनिषा कोईराला) यांची प्रेमकहाणी आहे. त्यामध्ये त्यांना प्रारंभी दोघांच्या घरून होणारा विरोध, नंतरची संमती आणि बाबरी मशीद पडल्यानंतर उसळलेल्या मुंबईतील दंगलीत झालेली त्यांची होरपळ याचे विदारक चित्रण आहे. या चित्रपटाद्वारे सामाजिक सुसंवादाचा विचार मांडला आहे. ए. आर. रेहमानच्या संगीताने या चित्रपटाला वेगळाच साज चढवला आहे. या चित्रपटाने कित्येक राष्ट्रीय व आंतरराष्ट्रीय बक्षिसे खिशात घातली.

✦ मोबाईल फोन आणि माहितीचे महाजाल

भारतात प्रथमच मोबाईल (भ्रमणध्वनी) फोन आले; पण सुरुवातीला त्यांचा वापर खूप महागडा होता.

१९९४ मध्ये इंटरनेटनेदेखील भारतात प्रवेश केला होता व पहिली व्यावसायिक सेवा १९९५ मध्ये उपलब्ध झाली. १९९७ पासून खासगी सेवा आली.

✦ सूर्यग्रहण

या शतकातील अखेरचे सूर्यग्रहण २४ ऑक्टोबर, १९९५ रोजी उत्तर भारतात दिसले. भारत स्वतंत्र झाल्यावर देशात ३० जून, १९५४, १५ फेब्रुवारी, १९६१ आणि १६ फेब्रुवारी, १९८० ही तीन सूर्यग्रहणे दिसली होती.

१९९५ मधील आणखी घटना

११मे : भारतीय लष्कर व दहशतवादी यांच्यातील चकमकीत काश्मीरमध्ये चरार-ए-शरीफ हे संपूर्ण शहर तिथल्या पवित्र स्थानासह जाळले गेले.

७ जुलै : बिस्किटसम्राट राजन पिल्ले (जन्म : १९४७) यांचा त्यांना

अटक झालेल्या तिसऱ्या दिवशी तुरुंगात मृत्यू झाला; त्यामुळे तुरुंग व्यवस्थेत काही सुधारणा केल्या गेल्या.

२१ सप्टेंबर : गणपती दूध पितो ही अफवा देशात वाऱ्याच्या वेगाने पसरली. संशोधकांच्या मते, ही क्रिया केशाकर्षण पद्धतीने होते; पण या दुग्धचमत्काराचे रहस्य अजूनही गूढ आहे.

मल्याळम लेखक एम.टी. वासुदेवन नायर यांच्या 'रेन्डामुझाम' (दुसरी संधी, १९८४) या पुस्तकाला ज्ञानपीठ मिळाले.

५०

१९९६ : अकराव्या सर्वसाधारण निवडणुका

नरसिंह रावांच्या काँग्रेस सरकारने सत्तेत पाच वर्षे पूर्ण केली होती. ११व्या सार्वत्रिक निवडणुका १९९६ च्या एप्रिल-मेमध्ये घेण्यात आल्या होत्या. एकाही पक्षाला स्पष्ट बहुमत मिळाले नव्हते. पहिल्यांदाच बी.जे.पी.ला जास्तीतजास्त जागा मिळाल्या होत्या. स्वतःच्या १६१ जागा आणि त्यांचे मित्रपक्ष शिवसेना, हरयाना विकास पार्टी आणि समता पक्ष मिळून २६ जागा म्हणजे एकूण १८७ जागा होत होत्या. काँग्रेसच्या हाती १४० जागा होत्या. १६ मे रोजी बी.जे.पी.ने सरकार स्थापन केले आणि अटलबिहारी वाजपेयी पंतप्रधान झाले; पण त्यांना पुरेसा आधार न मिळाल्याने २८ मे रोजी त्यांना राजीनामा द्यावा लागला. मग वेगवेगळे पक्ष एकत्र येऊन, काँग्रेसच्या नेतृत्वाखाली सरकार स्थापन झाले. त्यात जनता दल, दोन कम्युनिस्ट पक्ष, तामिळनाडूचे दोन पक्ष- डी.एम.के आणि तमिळ मनिला काँग्रेस आणि आसाम गण परिषद यांचा धांडोळा होता. या गटाने 'युनायटेड फ्रंट' असे नाव धारण केले होते आणि जनता दलाच्या एच.डी. देवेगौडा यांना पंतप्रधान म्हणून निवडले. निवडणुकांनंतरही काँग्रेस पक्षाचे नेतृत्व करणाऱ्या नरसिंह रावांनी त्यांच्यावर भ्रष्टाचाराचे आरोप झाल्याने १९९६च्या सप्टेंबरमध्ये राजीनामा दिला. सीताराम केसरी काँग्रेसच्या नेतेपदी आले.

१९८७ नंतर जम्मू-काश्मीरमध्ये प्रथमच निवडणुका झाल्या. नॅशनल कॉन्फरन्सने बाजी मारली आणि फारुख अब्दुल्ला मुख्यमंत्री बनले. तद्नंतर, नॅशनल कॉन्फरन्सही युनायटेड फ्रंटमध्ये सामील झाली.

✦ एन. रामाणी यांना पद्मश्री

कर्नाटक शास्त्रीय संगीतात बासरीवादनात एन. रामाणी (१५ ऑक्टोबर, १९३४-९ ऑक्टोबर, २०१५) हे एक गाजलेले नाव होते. ते तामिळनाडूतील थिरुवारूर येथे जन्मले होते. हे ठिकाण म्हणजे अठराव्या शतकातील कर्नाटक संगीतातील तीन महान संगीत रचनाकारांची जन्मभूमी होय. त्यागराज, मुथुस्वामी दीक्षितार आणि श्याम शास्त्री हे ते तीन दिग्गज होत. बासरीवादक आणि गायक असलेले आपले आजोबा श्री. ए. नारायणस्वामी अय्यर यांच्याकडून रामाणीने प्राथमिक शिक्षण घेतले. पुढे त्यांनी टी. आर. महालिंगम (६ नोव्हेंबर, १९२६-३१ मे, १९८६) यांच्याकडे प्रशिक्षण चालू ठेवले. केवळ ११ वर्षांचे असतानाच त्यांनी आपल्या गुरूसोबत संगीत जलशात भाग घेतला. महालिंगम यांचे माली हे लोकप्रिय नाव होते. त्यांनी नव्या प्रकारची बासरी विकसित केली होती आणि कर्नाटक संगीतात नवे सूर आणले होते. रामाणींनीसुद्धा तीच शैली अवलंबिली. तद्नंतर, ते आकाशवाणीवर गाऊ लागले. पुढे त्यांनी देश-परदेशातील कार्यक्रमांत भाग घेतला. १९८२ मध्ये त्यांनी 'रामाणी अकॅडमी ऑफ फ्लूट' हे बासरीवादनाचे शिक्षण देणारे विद्यालय उभारले.

रामाणींना अनेक पुरस्कार लाभले; त्यात संगीत नाटक अकादमी पुरस्कार (१९८४), पद्मश्री (१९८७), संगीत कलानिधी (१९९६) आणि मरणोत्तर संगीत कलाशिखामणी (२००७) यांचा समावेश आहे.

✦ ऑलिम्पिकमध्ये टेनिस-विजय

अमेरिकेतील अटलांटा येथे भरलेल्या १९९६ च्या उन्हाळी ऑलिम्पिकमध्ये भारताने तेरा खेळांत भाग घेतला होता. लिएंडर पेस (जन्म : १९७३) याने वैयक्तिरीत्या कांस्यपदक जिंकले. स्वातंत्र्यानंतर भारताच्या वाट्यास आलेले हे दुसरे वैयक्तिक पदक होय.

✦ मॅकडोनाल्डचा भारतात प्रवेश

खुल्या आर्थिक धोरणामुळे आंतरराष्ट्रीय पातळीवरील उपाहारगृह शृंखला भारतात येऊ लागल्या. 'मॅकडोनाल्ड'ने १९९६ मध्ये भारतात पहिले उपाहारगृह उघडले आणि त्यातून भारतीयांच्या चवीला साजेसे पदार्थ वाटप करण्यात येऊ लागले. गाय आणि डुकरांच्या मटणाऐवजी मॅकआलू टिक्का बर्गर आणि मॅकस्पायसी पनीर बर्गर असे शाकाहारी पदार्थ देण्यात येऊ लागले. १९९६ मध्ये देशात त्यांनी 'पिझ्झा हट' सुरू केले.

'डॉमिनोज पिझ्झा' (१९९६), के. एफ. सी. (१९९५), 'डन्किन डोनट्स' (२०१२), 'सबवे' (२००१), 'बर्गर किंग' (२०१४) या खाद्यसाखळ्यांची भारतात रेलचेल झाली. साऱ्यांनी चविष्ट शाकाहारी पदार्थ तयार करून, भारतीयांची खवय्येगिरी तृप्त केली.

✦ एन. टी. रामाराव निवर्तले

१८ जानेवारी रोजी महान अभिनेते आणि राजकारणी एन.टी. रामाराव यांचे निधन झाले. ते एन.टी.आर. या नावाने लोकप्रिय होते. ते १९८३ ते १९८९ आणि १९९४ ते १९९५ या काळात ते आंध्रप्रदेशचे मुख्यमंत्री होते; पण महान तेलुगू अभिनेते होते. त्यांनी काही तमिळ चित्रपटांची निर्मिती करून, त्यात भूमिकादेखील केल्या; परंतु तेलुगू चित्रपटसृष्टीचे ते अनभिषिक्त राजे होते. त्यांचा पहिला चित्रपट 'माना देसम' (१९४९) हा सामाजिक स्वरूपाचा होता व त्यानंतर, त्यांनी ३०० चित्रपटांत अभिनय केला. त्यांनी वठविलेल्या राम आणि कृष्णाच्या भूमिकेमुळे उत्तरोत्तर त्यांची लोकप्रियता वाढीस लागली. त्यांच्या काही भूमिकांतून सामान्य माणसाच्या प्रश्नांना वाचा फोडण्यात आली. कवी श्रीनाथ यांच्या जीवनावर आधारलेला 'श्रीनाथ कवी सर्वभोवमुदू' (१९९३) हा त्यांचा अखेरचा चित्रपट होय. 'दानवीर सूर कर्ण' (१९७७) हा त्यांचा अफलातून गाजलेला चित्रपट होय. या चित्रपटात त्यांनी कर्ण, दुर्योधन आणि श्रीकृष्ण अशा तीन भूमिका केल्या. या चित्रपटाची निर्मिती आणि दिग्दर्शन त्यांचे स्वतःचे होते. हा चित्रपट बॉक्स-ऑफिसवर गाजला आणि पुनःपुन्हा चित्रपटगृहात झळकला. त्यांनी काही चित्रपटांच्या पटकथादेखील रचल्या. तसेच त्यांनी मद्रासमध्ये नॅशनल आर्ट थिएटर ही निर्मिती कंपनी तर हैदराबादमध्ये रामकृष्ण स्टुडिओ या कलागृहांची स्थापना केली.

एन. टी. रामाराव

एन.टी.आर.नी १९४३ मध्ये बासावा ताराकम यांच्याशी लग्न केले. त्यांनी आठ मुलगे आणि चार मुलींना जन्म दिला. १९८५ मध्ये बासावा कर्करोगाने मरण पावल्या. एन.टी.आर.च्या काही मुलांनी आणि नातवांनी चित्रपटात अभिनय केला. त्यात त्यांचा नातू ज्युनिअर एन.टी.आर. याने अभिनयात नाव कमावले. १९९३ मध्ये त्यांनी लक्ष्मी-पार्वतीशी लग्न केले. त्या विवाहाने त्यांच्या कुटुंबात

वितुष्ट निर्माण झाले. लक्ष्मी-पार्वतीने दोन भागांत एन.टी.आर. यांचे चरित्र लिहिले; ते २००४ मध्ये प्रकाशित झाले. एन.टी.आर. यांना 'पद्मश्री'सह (१९६८) बरेच पुरस्कार लाभले.

◆ अक्किनेनी नागेश्वर राव यांनी एन.टी.आर. राष्ट्रीय पुरस्कार जिंकला

अक्किनेनी नागेश्वर राव (२० सप्टेंबर, १९२४ - २२ जानेवारी, २०१४) हे तेलुगू चित्रपटसृष्टीत आणखी एक नावाजलेले निर्माते होत. एन.टी.रामाराव यांच्या स्मरणार्थ दिले जाणारे पहिले एन.टी.आर. नॅशनल अवॉर्ड (१९९६) त्यांना देण्यात आले. त्यांनी १९७५ मध्ये हैदराबाद येथे 'अन्नपूर्णा स्टुडिओ'ची स्थापना केली आणि मद्रासऐवजी हैदराबाद नगरीला तेलुगू चित्रपटसृष्टीचे केंद्र बनविण्यात पुढाकार घेतला. त्यांनी अनेक ऐतिहासिक, आत्मचरित्रात्मक आणि शृंगारिक चित्रपटांत भूमिका केल्या. त्यांचे पुत्र अक्किनेनी नागार्जुनदेखील अभिनेता आहेत. नागेश्वर रावना अनेक पुरस्कारांनी सन्मानित केले गेले. पद्मविभूषण (२०११), दादासाहेब फाळके पुरस्कार (१९९१) तसेच दक्षिणेतील कित्येक फिल्मफेअर पुरस्कार त्यांच्या वाट्यास आले.

◆ सिल्क स्मिताचा अंत

विजयालक्ष्मी वदलापती (२ डिसेंबर, १९६० - २३ सप्टेंबर, १९९६) हिने मुख्यतः दक्षिण भारतातील ४००पेक्षा जास्त चित्रपटांत भूमिका केली. तिचा जन्म आंध्रप्रदेशातील एलुरू येथे झाला. १९८० मध्ये 'वांदीचक्रम्' या चित्रपटात 'सिल्क'ची भूमिका केल्याने ती सिल्क स्मिता म्हणून ओळखली जाऊ लागली. ती सौंदर्यवती होती आणि भलतीच लोकप्रिय होती. अवघ्या छत्तीस वर्षांच्या तरुण वयात ती देवाघरी गेली.

१९९६ मधील आणखी काही घटना

मे : नेमीचंद (१९४८-२३ मे, २०१७) ऊर्फ चंद्रास्वामी या राजकारणात वावरणाऱ्या साधूला अटक करून तुरुंगात पाठवले गेले.

१ जून : भारताचे राष्ट्रपती (१९७७-८२), राष्ट्रवादी, स्वातंत्र्य चळवळीत भाग घेतलेले नीलम संजीव रेड्डी (जन्म : १९१३) कालवश झाले.

नोव्हेंबर : चीनचे राष्ट्राध्यक्ष जिआंग झेमीन भारतभेटीस आले आणि काही करार करून गेले.

६-७ नोव्हेंबर : आंध्रप्रदेशाला चक्रीवादळाने घेरले आणि हजाराहून जास्त लोक बळी गेले.

१२ डिसेंबर : गंगेच्या पाणीवाटपाबाबत भारत आणि बांगलादेशात करार.

३० डिसेंबर : आसाममधून प्रवास करणाऱ्या 'ब्रह्मपुत्रा मेल' या रेल्वेत स्फोट झाला आणि सुमारे तीस लोक मारले गेले.

बंगाली लेखिका महाश्वेता देवी (१९२६ - २८ जुलै, २०१६) यांना त्यांची कादंबरी 'हजार चौराशिर माँ' (१०८४ ची आई, १९७४) साठी ज्ञानपीठ पुरस्कार मिळाला. महाश्वेता या बंगाली साहित्यातील महान लेखिका होत्या. त्यांनी शंभरावर कादंबऱ्या आणि कित्येक लघुकथा लिहिल्या. त्या समाजकार्यकर्त्या होत्या. त्यांना रॅमन मॅगसेसे पुरस्कार (१९९७), पद्मश्री (१९८६) तसेच पद्मविभूषण (२००६) यांसारखे अनेक सन्मान मिळाले.

५१

१९९७ : आय. के. गुजराल - नवे पंतप्रधान

देवेगौडांचे पंतप्रधानपद फारसे टिकले नाही. १९९७ च्या मार्चमध्ये सीताराम केसरींच्या नेतृत्वाखालील काँग्रेसने आपला पाठिंबा काढून घेतला. काँग्रेसला सरकार स्थापन करायचे होते; पण त्यांच्याकडे पुरेसे संख्याबळ नव्हते. त्याऐवजी, 'युनायटेड फ्रंट'ने नवा पंतप्रधान निवडला तर त्या पक्षाला पाठिंबा देण्याची तयारी दर्शविली. मग, जनता दलाचे आय. के. गुजराल (४ डिसेंबर, १९१९-३० नोव्हेंबर, २०१२) हे एप्रिलमध्ये पंतप्रधानपदावर आरूढ झाले. पुन्हा, सप्टेंबरमध्ये काँग्रसने आपला पाठिंबा काढला आणि गुजराल औटघटकेचे पंतप्रधान ठरले. निवडणुका होणार होत्या आणि गुजराल यांना १९९८ पर्यंत काळजीवाहू पंतप्रधान म्हणून भूमिका करावी लागली.

'युनायटेड फ्रंट'मध्ये अनेक पक्षांचा धांडोळा होता; पण काही मूलभूत प्रश्न निकालात काढण्यात ते एकत्र येत होते. आर्थिक सुधारणेतले सातत्य, राज्यांना स्वायत्तता, धर्मनिरपेक्षता, स्त्रिया व कनिष्ठ जातीतील नागरिकांच्या जीवनमानात वाढ असे ते काही उपक्रम होते.

✦ काही लक्षणीय घटना

राज्यपातळीवरदेखील काही विकासकामे सुरू होती. काही नवे पक्ष डोके वर काढत होते.

नागालँडच्या 'नॅशनल सोशालिस्ट परिषदे'सोबत संघर्ष बंदीसाठी बोलणी होऊन, तिथे शांती प्रस्थापित झाली होती. त्रिपुराला तळ ठोकून असलेल्या बांगलादेशी निर्वासितांसंबंधी आणखी करार नक्की करण्यात आला. ते मार्च

१९९७ पासून, आपल्या मायदेशी परतू लागले.

तीन नवे पक्ष उदयास आले. जनता दलातून बाहेर पडून लालूप्रसाद यादव यांनी बिहारमध्ये 'राष्ट्रीय जनता दल' स्थापन केला. लालूप्रसाद यादव हे १९९०-९७ पर्यंत जनता दलाचे अध्यक्ष होते. ओरिसातील बिजू पटनाईक यांनी त्यांना साथ दिली. लोकशक्ती हा पक्ष रामकृष्ण हेगडे यांनी फेब्रुवारी, १९९७ मध्ये उभा केला.

जुलै महिन्यात कोचेरील रमण नारायण म्हणजेच के. आर. नारायण (४ फेब्रुवारी, १९२१ - ९ नोव्हेंबर, २००५) हे नवे राष्ट्रपती म्हणून निवडून आले. ते १९९२ ते १९९७ पर्यंत उपराष्ट्रपती होते.

✦ पुपूल जयकर निवर्तल्या

भारताच्या संस्कृतीवर भरपूर लिखाण करणाऱ्या व देशातील स्थानिक कला आणि हस्तकला उजेडात आणणाऱ्या पुपूल जयकर (११ सप्टेंबर, १९१५ - २९ मार्च, १९९७) निवर्तल्या. 'ऑल इंडिया हँडिक्राफ्ट बोर्ड' या हस्तकलांविषयी मंडळाच्या त्या चेअरपर्सन होत्या. त्यांनी 'हँडलूम आणि हँडिक्राफ्ट एक्स्पोर्ट कॉर्पोरेशन' या निर्यात मंडळाची स्थापना केली होती. विविध देशांत आयोजित करण्यात येणाऱ्या 'इंडिया फेस्टिव्हल' या सोहळ्याच्या त्या एक सूत्रधार होत्या. तसेच त्या भारताचा वारसा आणि संस्कृती या संबंधीच्या विविध मानाच्या जागांवर रुजू होत्या. १९८४ मध्ये, त्यांनी 'इंडियन नॅशनल ट्रस्ट फॉर आर्ट अँड कल्चरल हेरिटेज' (INTACH) हा ट्रस्ट स्थापन केला. त्या तत्त्वज्ञ जे. कृष्णमूर्ती आणि त्यांच्या कृष्णमूर्ती फाउंडेशनशी निगडित होत्या.

त्यांनी भरपूर लिखाण केले. त्यात कथा, ललित निबंध आहेत. 'द अर्थन ड्रम' (१९८०), 'द अर्थ मदर' (१९८९), 'जे. कृष्णमूर्ती : अ बायोग्राफी' (१९८६), 'इंदिरा गांधी : अॅन इंटिमेट बायोग्राफी' (१९९२), आणि 'द बुद्धा : अ बुक फॉर द यंग' (१९८२) ही त्यांची गाजलेली पुस्तके होत. शिवाय जे. कृष्णमूर्ती यांच्याशी झालेल्या त्यांच्या संवादांचे संकलनदेखील प्रकाशित झाले आहे.

✦ द गॉड ऑफ स्मॉल थिंग्ज

अरुंधती रॉय (जन्म : २४ नोव्हेंबर, १९६१) या लेखिका तसेच समाज कार्यकर्त्या आहेत. १९९७ मध्ये त्यांच्या 'द गॉड ऑफ स्मॉल थिंग्ज' या अर्धआत्मचरित्रात्मक कादंबरीला बुकर प्राइज हा मानाचा पुरस्कार मिळाला. त्यात हरवलेलं प्रेम, सामाजिक संघर्ष आणि नात्यातील क्लिष्टता या विषयाशी निगडित कथानक आहे.

त्यांचे दुसरे पुस्तक 'द मिनिस्ट्री ऑफ अटमोस्ट हॅपीनेस' हे २०१७ च्या जूनमध्ये प्रकाशित झाले. त्यांनी पटकथा व एक टेलिव्हिजन मालिका लिहिली आहे. शिवाय अनेक वृत्तपत्र- मासिकांतून कित्येक लेख लिहिले आहेत. त्यांनी सिडनी पीस प्राइज (२००४) आणि साहित्यातील नावलौकिकाबद्दल 'नॉर्मन मेलर प्राइज' (२०११) असे अनेक मानाचे पुरस्कार पटकावले.

अरूंधती रॉय

✦ अनिता रत्नम : पुढच्या जगाचा नकाशा

अनिता रत्नम या शास्त्रीय आणि समकालीन नर्तिका आणि नृत्यदिग्दर्शिका आहेत. १९९७ मध्ये त्यांनी 'अ मॅप टू द नेक्स्ट वर्ल्ड' ही चित्रसंहिता तयार करून त्याचे सादरीकरण केले. अमेरिकेचे भूमिपुत्र कवी जॉय हार्जो यांच्या मूळ अमेरिका आणि भारतातील वसाहतवादासंबंधीचे हे काव्यनाट्य आहे. त्या कवितेतील काही भाग असा आहे :[२५]

आम्ही परस्परांचा विचार करत होतो.
गवतात लांब ढांगा टाकत चालणाऱ्या बगळ्याविषयी मला गाणं लिहायचं होतं.
तू तर पिंपळाच्या झाडाखाली ठेका धरून,
झाडाकडून नृत्याचे धडे घेत होतास; स्तब्ध राहून
आपण कितीतरी दूर होतो - सातासमुद्रापलीकडे
समुद्र हत्ती, समुद्र राक्षस, हरणं आणि तारे यांच्याही पलीकडे
मी तुझा विचार करत होते अन् तू माझा
मी तुझ्या विचारात होते अन् तू माझ्या

अनिता रत्नम यांनी भरतनाट्यम, मोहिनाअट्टम आणि कथकलीमध्ये प्रशिक्षण पूर्ण केले होते. त्यांनी नृत्याचे विविध प्रकार विकसित केले आहेत. त्यांनी भरतनाट्यमची नव-भरतनाट्यम शैली वापरात आणली आहे.

अनिता यांचा जन्म अंबाला येथे २१ मे १९५४ रोजी झाला होता आणि त्या मद्रासमध्ये वाढल्या. प्रारंभी, त्यांनी भरतनाट्यम नर्तक अडियार के. लक्ष्मण

---

25. Quoted in 'A Map to the Next World : A Collision of Colonization (Synopsis)', Arangham, accessed 11 June 2017, http://www.arangham.com/intcol/amap/amap.html.

यांच्याकडे प्रशिक्षण घेतले आणि नंतर कलाक्षेत्रात भरती झाल्या. रंगभूमी आणि टेलिव्हिजनमध्ये पदव्युत्तर (एम.ए.) शिक्षण पूर्ण केल्यावर, अमेरिकेत टेलिव्हिजन निर्माती म्हणून त्यांनी काम केले. १९९२ मध्ये त्यांनी मद्रासमध्ये 'अरंघम न्यास' स्थापन केला आणि तद्नंतर, 'अरंघम नृत्य' रंगभूमी उभी केली. 'अ मॅप टू द नेक्स्ट वर्ल्ड' हे त्यांनी दिग्दर्शित केले. या नाट्याविष्काराने मोठी मजल मारली. न्यू यॉर्कमध्ये २००७ मध्ये सादर झालेल्या 'सेव्हन ग्रेसेस'सारख्या नृत्यनाट्याला त्या कार्यक्रमाने मागे टाकले. 'सेव्हन ग्रेसेस' हे बुद्धिस्ट देवता तारा हिच्या जीवनावरील कथानक आहे आणि या काव्यनाट्याला तिबेटियन मुनीने संगीत दिले होते. अनिताने सत्तावीस देशांत व जगभरातील अन्य ठिकाणी १५०० सादरीकरणे केली आहेत. परंपरागत सणोत्सवाला फाटा देऊन, तिने १९९८ पासून मद्रासला 'अदर इंडिया फेस्टिव्हल' हा सांस्कृतिक उपक्रम सुरू केला.

✦ शुभा मुद्गल आणि 'डान्स ऑफ द विन्ड'

शुभा मुद्गल (जन्म : १९५९) या नामांकित हिंदुस्थानी शास्त्रोक्त संगीताच्या गायिका आहेत. त्या पॉप संगीत, लोकसंगीतच नव्हे तर चित्रपटाची गाणीदेखील गातात. अलाहाबाद विश्वविद्यालयात इंग्रजीचे प्राध्यापक असलेल्या माता-पित्यांच्या पोटी त्यांचा अलाहाबादमध्येच जन्म झाला होता. त्यांना लहानपणापासून संगीत आणि नृत्याची आवड होती. त्यांनी सुरुवातीस, रामश्रेय झा आणि नंतर विनयचंद्र मौद्गल्य आणि वसंत ठाकर यांच्याकडे अभ्यास केला. त्या वेळी कुमार गंधर्व, जितेंद्र अभिषेकी आणि नैनादेवी यांच्या प्रणालींचा त्यांच्या शिक्षणावर प्रभाव होता. त्यांनी मौद्गल्यांचा मुलगा मुकुल मुद्गल यांच्याशी विवाह केला. नंतर त्यांनी घटस्फोट घेतला.

वयाच्या विसाव्या वर्षापासून, शुभाने ख्याल, ठुमरी, दादरा या संगीत प्रकारांत प्रावीण्य मिळवून, कार्यक्रम सादर करण्यास सुरुवात केली होती. शिवाय अन्य स्वरूपाच्या संगीतातील नव्या रचना तयार करून, त्या गायल्या होत्या. त्यांनी गीते रचलेल्या चित्रपटातील 'डान्स ऑफ द विन्ड' (त्याला स्वरमंडळ असे दुसरे नावही आहे.) या चित्रपटाचे १९९७ मधील व्हेनिस फिल्म फेस्टिव्हलमध्ये प्रदर्शन झाले होते. शुभा यांना २००० मध्ये पद्मश्री देण्यात आली होती.

✦ सचिन तेंडुलकरला राजीव गांधी खेल-रत्न पुरस्कार

'क्रिकेटचा देव' समजला जाणारा सचिन तेंडुलकर (जन्म : २४ एप्रिल, १९७३) हा भारतातील उत्कृष्ट व लोकप्रिय क्रिकेटपटू आहे. त्याने वयाच्या सोळाव्या

वर्षी, कसोटी क्रिकेटमध्ये पदार्पण करून आपल्या क्रीडा कारकिर्दीला प्रारंभ केला. त्यानंतर सातत्याने पुढची चोवीस वर्षे तो राष्ट्रीय व आंतरराष्ट्रीय पातळीवर क्रिकेट खेळत राहिला. त्याने कसोटी, एक दिवसाच्या आणि टी-२० प्रकारच्या सामन्यांत ३०,००० धावा केल्या आहेत आणि सर्वांत जास्त शतके ठोकली आहेत. बक्षिसांचा तर त्याच्यावर पाऊस पडला आहे. अर्जुन पुरस्कार (१९९४), पद्मश्री (१९९९), पद्मविभूषण (२००८) आणि भारतरत्न (२०१४) हे काही ठळक सन्मान होत. आंतरराष्ट्रीय क्रिकेटमधून २०१३ मध्ये त्याने निवृत्ती घेतली. २०१२ मध्ये त्याची राज्यसभेत नेमणूक झाली होती. २०१७ पर्यंत त्याने आपला कालावधी पूर्ण केला. त्याच्या जीवनावर, 'सचिन : अ बिलियन ड्रिम्स' हा चरित्रात्मक चित्रपट निघाला होता. २०१७ मध्ये प्रदर्शित झालेल्या या फिल्ममध्ये त्याने स्वतःच भूमिका केली होती. चित्रपटाचे दिग्दर्शन जेम्स एर्स्किन यांनी केले होते.

१९९७ मधील आणखी घटना

६ जून : बांगला देश, भारत, श्रीलंका आणि थायलंड या चार देशांत आर्थिक सहकार्याची संघटना (BIST - EC) स्थापन झाली. म्यानमारने या संघटनेत डिसेंबर १९९७ मध्ये भाग घेतला आणि या संस्थेला (BIMST - EC) हे नाव पडले. पुन्हा २००४ मध्ये संस्थेचे बे ऑफ बंगाल इनिशिएटिव्ह फॉर मल्टिसेक्टोरल टेक्निकल अँड इकॉनॉमिक कॉर्पोरेशन (BIMST - EC) असे नवे नामकरण झाले.

२३ जून : शांती आणि सुरक्षा या विषयांशी संबंधित भारत-पाकिस्तान देशांनी संयुक्त प्रेस-नोट जाहीर केली.

१५ सप्टेंबर : प्रसारभारती (ब्रॉड कास्टिंग कॉर्पोरेशन ऑफ इंडिया) कायदा संमत होऊन, दूरदर्शन आणि आकाशवाणी यांना स्वायत्तता बहाल केली गेली.

६-७ मार्च : भारत 'द इंडियन ओशन रिम असोसिएशन फॉर रिजनल कॉर्पोरेशन' (IOR-ARC) या संघटनेचा सभासद झाला. त्यांची पहिली बैठक मॉरिशस येथे झाली. या सामुद्रिक सहकार्य करणाऱ्या संघटनेला, आता इंडियन ओशन रिम असोसिएशन (IORA) हे नाव पडले आहे. उर्दू लेखक अली सरदार जाफ्री ज्ञानपीठ विजेते ठरले.

५२

१९९८ : केंद्रात बीजेपी सरकार

आय. के. गुजराल यांच्या काळजीवाहू शासनानंतर १९९८ च्या फेब्रुवारीत निवडणुका पार पडल्या. भारतीय जनता पार्टीला जास्त जागा (१८२) मिळाल्या. त्यांनी इतर अनेक पक्षांसोबत सलगी करत 'नॅशनल डेमोक्रेटिक अलायन्स' (NDA) ही आघाडी स्थापन केली. अटलबिहारी वाजपेयी यांच्या नेतृत्वाखाली बी.जे.पी.ने सरकार स्थापन केले. काँग्रेसकडे १४१ जागा होत्या आणि तो प्रमुख विरोधी पक्ष बनला. तोपर्यंत, राजीव गांधींच्या विधवा पत्नी सोनिया राजकारणापासून चार हात दूरच होत्या; पण त्यांनी निवडणूक मोहिमेत भाग घेऊन काँग्रेसला उभारी देण्याचा प्रयत्न केला. एप्रिल १९९८ मध्ये त्या काँग्रेस पक्षाच्या अध्यक्षा बनल्या. तसेच संसद समितीच्या चेअरपर्सन झाल्या.

✦ अमर्त्य सेन यांना नोबेल पुरस्कार

अमर्त्य सेन (जन्म : ३ नोव्हेंबर, १९३३) हे शांतिनिकेतनला जन्मले होते. तिथेच त्यांचे प्राथमिक शिक्षण झाले आणि नंतर ते सध्याच्या कोलकातातील प्रेसिडेन्सी कॉलेजात गेले. त्यांनी १९५९ मध्ये केंब्रिज विश्वविद्यालयातून पीएच.डी. मिळवली. त्यांनी भारतातील विविध विश्वविद्यालयांत तसेच ऑक्सफर्ड आणि केंब्रिज, हार्वर्डसारख्या विश्वविद्यालयांतून अर्थशास्त्र हा विषय शिकवला. आपला डॉक्टरेटचा प्रबंध पूर्ण करत असतानाच, त्यांना आर्थिक कल्याणात रस निर्माण झाला आणि नंतर तोच त्यांच्या पीएच.डी.चा विषय होता आणि ओघाने कारकिर्दीचा भाग ठरला.

आल्फ्रेड नोबेल यांच्या स्मृतिप्रीत्यर्थ देण्यात येणारा 'स्वेरीजेस रिक्सबँक

प्राइज' हा अर्थशास्त्रातला नोबेल पुरस्कार त्यांना मिळाला. त्याचा परिपाक म्हणून १९९९ मधील भारतरत्न किताबाने त्यांच्या पायावर लोळण घातली. त्यांनी समाज-कल्याण, गरिबी, दुष्काळ, असमानता यासारख्या विषयांवर लेख लिहून पुस्तके प्रकाशित केली आहेत. जरी ते परदेशात कार्यरत होते तरीही ते भारताचे नागरिक आहेत.

✦ बायचुंग भुतियाला अर्जुन पुरस्कार

बायचुंग भुतिया (जन्म : १९७६) हा भारताचा नाणावलेला फुटबॉल खेळाडू होय. १९९८चा अर्जुन पुरस्कार मिळवणारा तो एकोणिसावा फुटबॉल खेळाडू ठरला. पी. के. बॅनर्जी या फुटबॉलपटूने पहिला अर्जुन पुरस्कार १९६१ मध्ये मिळवला होता. भुतियाला इतर पुरस्कारांसोबतच २००८ मध्ये पद्मश्री बहाल करण्यात आली होती.

बायचुंग भुतिया

भारतातील फुटबॉल खेळ

पूर्वीच्या काळात भारतात खेळले जाणारे फुटबॉलचे प्रकार विविध होते; पण पाश्चिमात्य किंवा ब्रिटिश प्रकारचा फुटबॉल एकोणिसाव्या शतकाच्या अखेरीस इथे पोहोचला. १८८८ मध्ये सर मॉर्टिमर ड्युरांड या परदेशी सचिवांनी भारतात राष्ट्रीय खेळ (ड्युरांड कप) सुरू केला आणि त्यानंतर १८९१ मध्ये रोव्हर कप सुरू झाला. १८९३ मध्ये 'आय.एफ.ए. शिल्ड' स्पर्धा सुरू झाली. १८८९ मध्ये स्थापन झालेला 'मोहन बागान' हा देशातील सर्वांत जुना फुटबॉल क्लब होय. 'मोहमेडन स्पोर्टिंग क्लब' हा १८९१ मधला होय.

'ऑल इंडिया फुटबॉल फेडरेशन' (AIFF) ही संघटना 'फेडरेशन इंटरनॅशनले दे फुटबॉल असोसिएशन (FIFA) या जागतिक संघटनेशी संलग्न असून, ती भारतात फुटबॉल सामने भरवीत असते.

पुरुषांचा पहिला राष्ट्रीय स्तरावरील सामना १९४१ मध्ये आयोजित केला गेला होता तर महिलांचा सामना स्वातंत्र्यप्राप्तीच्या दीर्घकाळानंतर म्हणजे १९७५ मध्ये भरवला होता. भारताने १९४० च्या सुमारास आंतरराष्ट्रीय सामने खेळायला सुरुवात केली होती आणि १९४८ ते १९६० या दरम्यान ऑलिम्पिक खेळात ते खेळले होते; पण एकही

सामना जिंकला नव्हता. काही आंतरराष्ट्रीय खेळांत भारत चमकला होता, हे नमूद करावे लागेल : १९५१ आणि १९६२ मधील एशियन खेळात भारताला सुवर्णपदक मिळाले होते आणि १९७० मध्ये कांस्यपदक प्राप्त झाले होते. 'साउथ एशियन फेडरेशन गेम्स' (SAF Games) मध्ये १९८५ आणि १९८७ सालातले सुवर्णपदक आणि १९९३ मध्ये रौप्यपदक घेतले होते. भारताने साउथ एशियन फुटबॉल फेडरेशन स्पर्धा सलग १९९३, १९९७, १९९९, २००५, २००९, २०११ आणि २०१५ या वर्षी पदरात पाडून घेतल्या होत्या. तसेच २००७ मध्ये 'नेहरू कप' आणि २००८ मध्ये 'ए.एफ.सी. चॅलेंज कप' मिळवले होते.

आज देशात फुटबॉल स्पर्धांचा सुळसुळाट झाला आहे. 'ड्युरांड कप,' 'सुब्रोतो कप,' 'संतोष ट्रॉफी' आणि 'नेहरू गोल्ड कप' हे त्यातील काही होत. १९९३ च्या ऑगस्टमध्ये 'इंडियन फुटबॉल असोसिएशन' (IFA) चा शतक महोत्सव होता. त्या सोहळ्यात, भारतीय महिलांची पहिली स्पर्धा कलकत्त्यात आयोजित केली होती आणि महिलांची संघटना स्थापन झाली होती.

१९९६ पासून भारतात संघटनात्मक फुटबॉल (लीग फुटबॉल) खेळला जाऊ लागला. 'इंडियन सुपर लीग'ची २०१३ मध्ये स्थापना झाली आणि त्याद्वारे फुटबॉलची लोकप्रियता वाढवण्याचे प्रयत्न झाले. या खेळात भारतीय खेळाडूंचे प्रावीण्य वाढीस लागावे म्हणून फुटबॉल अकादमी स्थापन झालेल्या आहेत. जानेवारी २०१७ मध्ये, भारताला जगात १२९वा क्रम मिळाला होता. ही क्रमवारी जुलैपर्यंत ९६ वर पोहोचली. भारतीय महिला फुटबॉलची जून २०१७ मधील क्रमवारी ६० पर्यंत होती.

✦ राजन व साजन मिश्रा यांना संगीत नाटक अकादमी पुरस्कार

राजन (जन्म : १९५१) आणि साजन (जन्म : १९५६) हे बंधू हिंदुस्थानी शास्त्रोक्त संगीतातील गायक होत. त्यांचा जन्म वाराणसी इथे संगीतकाराच्या घरात झाला होता. त्यांचे प्राथमिक प्रशिक्षण त्यांच्या आजोबांचे भाऊ- बडे रामदासजी, त्यांचे वडील-हनुमान मिश्रा आणि सारंगीवादक असलेले त्यांचे काका-गोपाल मिश्रा यांच्याकडे झाले. त्यांनी तारुण्यातच कार्यक्रमास सुरुवात करून, ख्याल आणि तराना या संगीत प्रकारांत प्रावीण्य मिळवले. त्यांनी भारतात व अन्य

देशांत संगीत जलसे गाजवले. १९७७ मध्ये दोन्ही बंधू दिल्लीत आले व त्यांनी अनेक पुरस्कारांवर आपली मुद्रा उमटवली. संस्कृती पुरस्कार (१९७९), एकत्रितपणे मिळवलेला संगीत नाटक अकादमी पुरस्कार (१९९८), पद्मभूषण (२००७) व राष्ट्रीय तानसेन सन्मान (२०११-१२) हे त्यातील काही ठळक सन्मान होत.

✦ सरहद

अली सरदार जाफरी (१९१३ - १ ऑगस्ट, २०००) हे उर्दू लेखक व संपादक होते. ते प्रामुख्याने कविता लिहीत आणि त्यांच्या लघुकथा आणि नाटकेदेखील प्रसिद्ध आहेत. 'परवाझ' (१९४४), 'नई दुनिया को सलाम' (१९४८), 'खून की लकीर' (१९४९), 'आशिया जाग उठा (१९५१), 'पत्थर की दीवार' (१९५३), 'एक ख्वाब और' (१९६४), 'मेरा सफर' आणि 'सरहद' हे त्यांचे कवितासंग्रह होत. शेवटचे कवितासंग्रह हे युद्धविरोधी आणि शांतिप्रियतेचे गुणगान करणारे आहेत आणि त्याचे नवी दिल्ली येथे डॉ. करणसिंग यांच्या हस्ते १९९८ च्या ऑक्टोबरमध्ये अल्बमरूपाने विमोचन झाले होते. या अल्बमच्या गायिका सीमा अनिल सेहगल होत्या, तर निर्मिती स्क्वाड्रन लिडर अनिल सेहगल यांची होती. हा अल्बम पंतप्रधान अटलबिहारी वाजपेयी यांनी १९९९ मध्ये पाकिस्तानचे पंतप्रधान नवाज शरीफ यांना भेट दिला होता. दिल्ली-लाहोर बससेवा फेब्रुवारीत रुजू झाली होती आणि तिचे उद्‌घाटन करण्यासाठी अटलबिहारी वाजपेयी त्या वेळी लाहोरला गेले होते.

उत्तर प्रदेशातील बलरामपूर येथे जाफरींचा जन्म झाला होता. ते १९४२ मध्ये मुंबईला आले. 'प्रोग्रेसिव्ह रायटर्स मूव्हमेंट अँड असोसिएशन्स' या साहित्यिकांच्या संघटनेचे ते सदस्य होते आणि वसाहतवाद व वर्गदडपशाहीविरुद्ध आवाज उठवीत होते. त्यांनी गालिब, कबीर, मिर आणि मीरा यांच्या कवितांचे संपादन केले. त्यांच्या मैत्री खात्यात उर्दू कवी फैज अहमद फैज, प्रख्यात तुर्की कवी नझीम हिकमत आणि चिलियन कवी पाब्लो नेरुदा होते. जाफरींना बरेच पुरस्कार लाभले. उत्तर प्रदेश उर्दू अकादमी अवॉर्ड (१९७९), पाकिस्तान सरकारचे इक्बाल सुवर्णपदक (१९७८), पद्मश्री (१९६७), इक्बाल सम्मान (१९८६) आणि ज्ञानपीठ पुरस्कार (१९९७) हे त्यातील काही ठळक पुरस्कार आहेत. १९४८ मध्ये त्यांनी सुलताना यांच्याशी लग्न केले. त्यांना दोन मुलगे होते.

त्यांच्या 'सुबह-ए-फर्दा' या कवितेतून उद्‌धृत केलेल्या दोन ओळी.[२६]

---

26. Quoted in Ali Sardar Jafri : The Youthful Boatman of Joy, ed. Anil Sehgal (New Delhi : Bharatiya Jnanpith, 2001)

'इसी सरहद पे कल डुबा था सूरज होके दो टुकडे
इसी सरहद पर कल जख्मी हुई थी सुबह-ए-आजादी'
(याच सीमेवर काल दोन तुकडे होऊन सूर्य बुडाला होता आणि याच सीमेवर स्वातंत्र्य जखमी होऊन उगवलं होतं.)

जाफरींनी दोन टेलिव्हिजन कार्यक्रमांची निर्मिती केली होती. 'कहकशाँ' ही अठरा भागांची मालिका एका उर्दू कवीच्या जीवनावर बेतलेली होती आणि 'मेहफिल-ए-याराना' ही मुलाखतीची माळ होती.

आणखी उर्दू कवींच्या यादीत साहिर लुधियानवी, कैफी आझमी (१९१९-२००२), मजरूह सुलतानपुरी (१९१९-२०००), हमीद अख्तर (१९२४-२०११), फैझ अहमद फैझ (१९११-८४), सादत हसन मंटो, इस्मत चुगताई (१९१५-९१) आणि अहमद नदिम क्वास्मी (१९१६-२००६) यांचा उल्लेख करता येईल.

✦ गिरीश कार्नाड यांना ज्ञानपीठ पुरस्कार

गिरीश कार्नाड (जन्म : १९ मे, १९३८) हे सुप्रसिद्ध अभिनेते, दिग्दर्शक आणि नाटककार आहेत. ते १९९८ च्या ज्ञानपीठ पुरस्काराचे मानकरी ठरले. कन्नड साहित्य आणि रंगभूमीवरील त्यांचे योगदान यामुळे त्यांना हा पुरस्कार मिळाला. त्यांचे 'ययाति' हे नाटक महाभारतातील पात्रावर बेतलेले होते आणि भलतेच लोकप्रिय ठरले. त्यांनी हिंदी, कन्नड चित्रपटांतून भूमिका केल्या आणि टेलिव्हिजनवरदेखील काम केले. बी. व्ही. कारंथसह त्यांचे पदार्पणातील दिग्दर्शन 'वंश वृक्ष' (१९७२) या कन्नड चित्रपटाचे होते. कार्नाडांवर पुरस्कारांचा वर्षाव झाला. सांस्कृतिक विविधता आणि मुक्त विचार यांची ते बूज राखतात.

१९९८ मधील आणखी घटना

१५ जानेवारी : भारतरत्न (१९९७) मिळालेले, राष्ट्रवादी आणि राजकारणी गुलजारीलाल नंदा (जन्म : ४ जुलै, १८९८) देवाघरी गेले.

१४-१५ फेब्रुवारी : कोईमतूर येथे झालेल्या कार-बॉम्बस्फोटात कित्येक लोक ठार झाले.

१९ मार्च : लेखक, केरळचे मुख्यमंत्री (१९५७-५९, १९६७-६९) असलेले कम्युनिस्ट (मार्क्सिस्ट) पक्षाचे जनरल सेक्रेटरीपद (१९७८-९२) भूषविलेले इ. एम. एस. नंबुद्रिपाद (जन्म : १९०९) यांच्या

जीवनाची सांगता झाली.

११ ते १३ मे : राजस्थानातील पोखरण येथे भूमिगत अणुचाचणी यशस्वी झाली. त्यात थर्मोन्यूक्लिअर साधन, विखंडन साधन आणि तीन उप-किलोटन आण्विक साधने यांचा समावेश होता.

९ जून : गुजरातला उष्ण कटिबंधातील वादळाने जबरदस्त तडाखा दिला; त्यात हजारो लोक मृत्युमुखी पडले.

२७ जून : पत्रकार आणि 'प्रसारभारती'चे चेअरमन निखिल चक्रवर्ती (जन्म : ३ नोव्हेंबर, १९१३) यांची प्राणज्योत मालवली.

१६ सप्टेंबर : अभिनेता, दिग्दर्शक आणि निर्माता मजहर खान (जन्म : १९५५) यांचे दुःखद निधन झाले.

२६ नोव्हेंबर : अमृतसरला निघालेली फ्रंटियर मेल ही गाडी पंजाबमधील खन्ना येथे रुळावरून घसरलेल्या सियाल्डा एक्स्प्रेसच्या डब्यावर आदळली आणि दोनशे प्रवासी निवर्तले.

२८ डिसेंबर : भारत आणि श्रीलंका देशांमध्ये मुक्त व्यवसाय करार संमत झाला.

५३

१९९९ : पुनश्च बीजेपी सरकार

वर्षाचा प्रारंभ झाला, तेव्हा 'राष्ट्रीय लोकशाही आघाडी' सत्तेवर होती. फेब्रुवारी महिन्यात अटलबिहारी वाजपेयी यांनी पाकिस्तानला ऐतिहासिक भेट दिली आणि लाहोर जाहीरनाम्यावर सही केली. भारताने १९९८ च्या मेमध्ये अणुचाचणी केली, त्यानंतर पाकिस्ताननेदेखील काही चाचण्या केल्या आणि त्यामुळे दोन्ही देशांत तणाव वाढला. अर्थात लाहोर जाहीरनाम्यामुळे दोन्ही देशांतील तणाव सप्टेंबर १९९८ पर्यंत निवळला आणि संघर्ष मिटवून शांती नांदावी म्हणून त्यांनी पावले उचलली. अटलबिहारी वाजपेयी यांनी मान्यवर क्रिकेटपटू, अभिनेते यांच्यासह लाहोरला प्रयाण केले आणि दोन्ही देशांतील बसवाहतुकीचे उद्‌घाटन केले; त्यामुळे दोन्ही देशांतील सद्‌भावना वाढीस लागली. २१ फेब्रुवारीला सह्या झालेल्या या जाहीरनाम्यामुळे दोन्ही देशांवर शांती राखण्याची बांधिलकी राहिली. हा प्रस्ताव दोन्ही देशांतील जनतेला आवडला; पण पाकिस्तानच्या लष्करी अधिकाऱ्यांना रुचला नाही.

मेमध्ये अचानक परिस्थिती बदलली, कारण पाकिस्तानी सैन्याने सीमारेषेवरील युद्धबंदी रेषा ओलांडली. सरहद्दीजवळील कारगिल, द्रास व अन्य ठिकाणी युद्धाची ठिणगी पडली. भारताने ही लढाई जिंकली खरी; पण देशाचे ४७५ अधिकारी व सैनिक कामी आले; एक हजारपेक्षा जास्त सैन्य जखमी झाले आणि ५००० कोटींच्या आसपास आर्थिक नुकसान झाले.

कारगिल युद्धावर चित्रपट

या युद्धाचे प्रतिबिंबदेखील चित्रपटसृष्टीत उमटले. जे. पी. दत्ता यांनी 'LOC कारगिल' (२००३) हा चित्रपट प्रदर्शित केला. त्यात संजय दत्त, अयुब खान आणि अजय देवगण यांच्यासह खूप मोठ्या पात्रांची जंत्री होती. कित्येक तणावपूर्ण लढायांनंतर भारत विजयी ठरला, असा या चित्रपटाचा शेवट आहे.

✦ अन्य काही महत्त्वाच्या घटना

एप्रिल महिन्यात, एन.डी.ए. सरकार अडचणीत आले. आपल्या अठरा सदस्यांसह ए.आय.ए.डी.एम.के.च्या जे. जयललितांनी सरकारचा पाठिंबा काढून घेतला. १७ एप्रिल, १९९९ रोजी अविश्वासाचा ठराव आला आणि सरकार कोसळले. त्यानंतर काँग्रसने प्रयत्न केले; पण सरकार बनवण्यात त्यांना यश आले नाही. सप्टेंबर महिन्यात निवडणुका जाहीर झाल्या आणि वाजपेयी व त्यांच्या मंत्र्यांनी काळजीवाहू सरकारची भूमिका पार पाडली.

कारगिल युद्ध झाले तरी ठरल्याप्रमाणे सप्टेंबर महिन्यात निवडणुका पार पडल्या. १८१ जागा मिळवून बी.जे.पी. आघाडीवर होता. पुन्हा वाजपेयींना पंतप्रधान करून, एन.डी.ए.चे सरकार स्थापन झाले. काँग्रेसच्या जागा घटल्या आणि त्यांना ११४ जागांवर समाधान मानावे लागले. लोकसभेत सोनिया गांधी विरोधी पक्षाच्या नेत्या झाल्या.

✦ 'गॉडमदर'मध्ये शबाना आझमी

१९९९ चा हिंदी चित्रपट 'गॉडमदर'ला राष्ट्रीय पुरस्कार लाभला. हा चित्रपट वास्तवातील गॉडमदर संतोकबेन जडेजा (मृत्यू : ३१ मार्च, २०११) हिच्या जीवनावर आधारित होता. या बाईने गुजरातमधील पोरबंदर येथील गुन्हेगारी जगतावर कित्येक वर्षे नियंत्रण ठेवले होते. संतोकबेनची रहस्यमय शोकांतिका हा या चित्रपटाचा विषय आहे आणि या चित्रपटाने अनेक पुरस्कार मिळवले.

शबाना आझमीने या चित्रपटात प्रमुख भूमिका वठवली आहे. तिला उत्कृष्ट अभिनेत्रीचा नॅशनल फिल्म पुरस्कार मिळाला. शबाना आपल्या भूमिकेत समरस होऊन काम करते, याचा तो मासला होता.

'गॉडमदर' चित्रपटाचे पुनर्निर्मित पोस्टर

शबाना आझमी

१८ सप्टेंबर, १९५० हा शबानाचा जन्मदिन होय. ती कवी कैफी आझमी आणि नाट्यअभिनेत्री शौकत आझमी यांची कन्या होय. श्याम बेनेगल यांनी दिग्दर्शित केलेल्या 'अंकुर' (१९७४) या चित्रपटातून पदार्पण करत, ती सिनेसृष्टीत आली. त्यानंतर, हिंदी व बंगाली मिळून शंभर चित्रपटांत तिने भूमिका केली. तिच्या भूमिका मुख्य प्रवाहातील तसेच समांतर चित्रसृष्टीच्या चित्रपटातील होत्या. 'निशांत' (१९७५), 'शतरंज के खिलाडी' (१९७७), 'खंडहर' (१९८४), 'अर्थ' (१९८२), 'मकडी' (२००२), 'उमराव जान' (२००६) आणि 'मिडनाइट चिड्रेन' (२०१२) हे तिचे उल्लेखनीय चित्रपट होत. शबानाने परदेशी चित्रपटात तसेच टेलिव्हिजन कार्यक्रमांत व नाटकांत अभिनय केला आहे.

ती समाज कार्यकर्ती आहे आणि १९९७ मध्ये तिची राज्यसभेत नेमणूक झाली होती. तिने उत्कृष्ट अभिनेत्रीचा नॅशनल फिल्म अवॉर्ड हा पुरस्कार पाच वेळा पदरात पाडून घेतला. फिल्म फेअर पुरस्कारदेखील पाच वेळा पटकावला होता. पद्मश्री (१९८८) आणि पद्मभूषण (२०१२) हे तिचे आणखी सन्मान होत.

✦ १९९० च्या दरम्यानचे बॉलिवुडचे उत्तम अभिनेते

सिनेसृष्टीत ज्येष्ठ अभिनेत्यांची मांदियाळी यश मिळवत असताना, काही तरुण तारेदेखील १९९०च्या दरम्यान चमकू लागले होते. सलमान खान, शाहरुख खान, अजय देवगण, अक्षयकुमार आणि अमिरखान ही ती यशस्वी तरुणाई होती. सनी देओल, गोविंदा, अनिल कपूर, संजय दत्त, बॉबी देओल, जॅकी श्रॉफ, सुनील शेट्टी हेदेखील लोकप्रिय ठरले होते. स्त्रियांमध्ये माधुरी दीक्षित, श्रीदेवी, जुही चावला, रवीना टंडन, मनिषा कोईराला, पूजा भट, करिश्मा कपूर, प्रिती झिंटा, राणी मुखर्जी, काजोल, तब्बू आणि इतर अनेकजणी आपला ठसा उमटवत होत्या.

✦ सतीश गुजराल यांना पद्मविभूषण पुरस्कार

भित्तीचित्रांत प्रावीण्य मिळवणारे वास्तुस्थापत्य तज्ज्ञ, चित्रकार, शिल्पकार, आणि नक्षीतज्ज्ञ असलेले सतीश गुजराल (जन्म : २५ डिसेंबर, १९२५) हे एक नावाजलेले कलावंत होत. ते आठव्या वर्षी एका व्याधीने बहिरे झाले. १९३९ मध्ये त्यांनी लाहोर येथील 'मेयो स्कूल ऑफ इंडस्ट्रियल आर्ट' (आताचे, नॅशनल

कॉलेज ऑफ आर्ट्स) या कलासंस्थेत प्रवेश घेतला. तिथे त्यांना उपयोजित कलेतील पदविका घ्यायची होती. १९४४ मध्ये ते मुंबईच्या सर जे. जे. स्कूल ऑफ आर्ट्समध्ये येऊन डेरेदाखल झाले. तिथे ते चित्रकला शिकले. आपल्या आजारपणामुळे त्यांनी १९४७ मध्ये मुंबई सोडली. १९५२ मध्ये त्यांना मेक्सिकोची शिष्यवृत्ती लाभली. तिथे त्यांचे शिक्षण चित्रकार दिएगो रिव्हेरा आणि डेव्हिड सिक्वेरॉस यांच्या हाताखाली पार पडले. त्यांनी मेक्सिको, भारत आणि जगाच्या अन्य भागांत प्रदर्शने भरविली आणि फाळणीच्या व्यथावेदना दूरवर पसरविल्या. देशात आणि परदेशातसुद्धा त्यांनी भित्तीचित्रे रंगविली. १९७७ पासून, त्यांनी वास्तूरचना करायला सुरुवात केली. त्यांच्या भित्तीचित्रात मोझॅक, सिरॅमिक टाइल्स आणि स्टीलचा वापर असतो.

आपल्या दीर्घ कारकिर्दीत सतीश गुजराल यांनी विविध प्रकारच्या कलाप्रकारांत मुशाफिरी केली. त्यांनी तैलचित्रे, भित्तीचित्रे, कागदाच्या तुकड्यांपासून चित्रे आणि अॅक्रेलिक चित्रे रंगवली. शिल्पकला साकारताना त्यांनी स्टील, तांबे, काच, निरुपयोगी वस्तू आणि नंतर जळालेल्या लाकडाचा वापर केला.

सतीश गुजराल यांचा विवाह किरणशी झाला होता आणि त्यांना तीन मुले होती. पूर्वाश्रमीचे पंतप्रधान आय. के. गुजराल यांचे हे धाकटे बंधू होत. त्यांनी साठोत्तरी ऐकू येण्यासाठी कानात इंप्लांट केले; परंतु प्रचंड गोंगाटाचा त्रास होऊ लागल्याने, ते काढून टाकले. त्यांच्या जीवनावर अनेक माहितीपट निघाले आणि त्यांना कित्येक पुरस्कार मिळाले. त्यामध्ये १९९९च्या पद्मविभूषणचाही समावेश आहे.

✦ दुसऱ्या विमानाचे अपहरण

२४ डिसेंबरला, इंडियन एअरलाइन्सच्या काठमांडूहून दिल्लीला जाणाऱ्या विमानाचे अपहरण करून ते अफगाणिस्तानातील कंदाहार येथे नेण्यात आले. एका प्रवाशाला जीवे मारले गेले. भारतातील तीन दहशतवाद्यांची सुटका व अफगाणिस्तानातून सहीसलामत सुटका या त्या चाच्यांच्या अटी होत्या.

✦ अमजद अली खान : मुक्तीसाठी संगीत

अमजद अली खान (जन्म : ९ ऑक्टोबर, १९४५) हे ख्यातकीर्त सरोदवादक आहेत. त्यांनी ग्वालियरच्या दरबारामध्ये संगीतकार असलेले आपले अब्बाजान हाफिज अली खान यांच्याकडे प्रशिक्षण घेतले. त्यांचे कुटुंबीय बांगश वंशाच्या संगीतकाराच्या घराण्यातील होते. त्यांचे कुटुंब ग्वालियरमधून दिल्लीला स्थलांतरित

झाले, तेव्हा त्यांनी तिथल्या मॉडर्न स्कूलमध्ये प्रवेश घेतला. त्याच वेळी सरोद वादनाचे धडे सुरूच ठेवले. ते खूप बुद्धिमान होते आणि वयाच्या दहाव्या वर्षी त्यांनी मैफलीत सादर करायला सुरुवात केली आणि १९६० पासून नव्या रागाची निर्मिती करायला सुरुवात केली. १९६८ मध्ये त्यांनी चंद्रध्वनी राग रचला आणि तदनंतर नानाविध रागांची निर्मिती केली किंवा ते शोधून काढले. ते म्हणत : "प्रत्येक रागाला त्याचा आत्मा आहे आणि प्रत्येक संगीतस्वर ही देवाची वाणी आहे."[२७]

पद्मश्री (१९७५), तानसेन सन्मान (१९८९), संगीत नाटक अकादमी पुरस्कार (१९८९), पद्मभूषण (१९९१) आणि पद्मविभूषण (२००१) या आणि अन्य अनेक पुरस्कारांनी ते सन्मानित झाले होते. त्यांच्या जीवनावर अनेक माहितीपट निघाले. १९९६ मध्ये निघालेला 'स्ट्रिंग्ज ऑफ फ्रिडम' हा माहितीपट अखेरचा होय. अमजद अली खान यांनी नर्तिका शुभलक्ष्मी बोरूआ हिच्याशी लग्न केले आणि आपण रचलेल्या रागांना तिचे नाव दिले. त्यांचे दोन पुत्र, अमान आणि अयान हेसुद्धा सरोदपटू आहेत. अमजद अली त्यांचे पुत्र आणि पाश्चिमात्य शास्त्रीय संगीतातले व्हायोलिनवादक एल्मिरा दार्वारोवा यांनी मिळून 'सोल स्ट्रिंग्ज' (२०१५) आणि 'अमलगम' (२०१६) हे दोन अल्बम तयार केले. अमजद अलीनी पाश्चिमात्य संगीतकारांसोबत अनेक प्रयोग केले. अमजद अली यांनी जगभर कित्येक प्रतिष्ठेच्या कार्यक्रमांत सरोदवादन केले. ते शास्त्रीय संगीतकार असले तरी संगीतात ते भेदभाव करत नसत. 'संगीत संगीतच असते,' असे ते म्हणत.[२८]

---

27. Reagan Gavin Rasquinha, 'Ustad Amjad Ali Khan : Like Cosmic Divinity, Music Knows Few Barriers or Boundaries,' Times of India, 16 January 2017, http://timesofindia.indiatimes.com/entertainment/hindi/music/news/Ustad-Amjad-Ali-Khan-Like-cosmic-divinity, music-knows-few-barriers-or-boundaries/articleshow/50837752.cms.

28. Amjad Ali Khan, Master on Masters (Gurgoan : Penguin Random House, India, 2017)

१९९९ मधील आणखी घटना

१६ मार्च : दिल्ली-लाहोर बससेवा नियमित सुरू झाली. भारतात तिला ‘सद्‌भावना एक्स्प्रेस’ तर पाकिस्तानात ‘सदा-ए-सरहद’ असे संबोधू लागले.

१ एप्रिल : नवी स्वर्णजयंती ग्राम स्वयंरोजगार योजना अस्तित्वात आली आणि तिने पूर्वीचे उपक्रम रद्दबातल केले. या योजनेने लघुउद्योगांना सहकार्य व प्रशिक्षण देण्याचे ठरविले व स्वयंरोजगारालाही प्रोत्साहन देण्याचे आयोजिले.

१९ जून : कोलकाता-ढाका बससेवा सुरू झाली.

१ ऑगस्ट : ‘द ऑटोबायोग्राफी ऑफ ॲन अननोन इंडियन’ (१९५१) आणि इतर पुस्तकांचे लेखक निराद सी. चौधरी (जन्म : १८९७) यांच्या जीवनाची सांगता झाली.

२९ ऑक्टोबर : भारताच्या पूर्व किनाऱ्याला विशेषतः ओरिसाला वादळाचा तडाखा बसून, हजारो लोक मेले आणि कोट्यवधी रुपयांची मालमत्ता नष्ट झाली.

आदिवासी कल्याण मंत्रालयाची स्थापना झाली. पूर्वी वनवासी लोकांच्या विकासाची कामे विविध खात्यांकडे सोपविण्यात आली होती. या नव्या खात्याद्वारे देशभरातील आदिवासी लोकांचे कल्याण व विकासाकडे एकत्रितपणे लक्ष पुरवण्यात येणार होते.

हिंदी लेखक निर्मल वर्मा आणि पंजाबी लेखक गुरदयाल सिंग यांना ज्ञानपीठ विभागून देण्यात आले.

५४

२००० : तीन नवी राज्ये

नोव्हेंबर महिन्यात झारखंड, छत्तीसगढ आणि उत्तरांचल ही तीन राज्ये उदयास आली. उत्तरांचलचे नाव बदलून उत्तराखंड झाले. पूर्वी झारखंड बिहारचा भाग होता, छत्तीसगढ मध्यप्रदेशात होते आणि उत्तरांचल उत्तर प्रदेशाचा भाग होता.

✦ कार्नेगी हॉलमध्ये रविशंकर यांचा जलसा

न्यू यॉर्कमधील कार्नेगी हॉल हे विख्यात कलादालन आहे आणि २०००च्या ऑक्टोबरमध्ये हिंदुस्थानी शास्त्रीय संगीतातील सतारवादक रविशंकर (७ एप्रिल, १९२० - ११ डिसेंबर, २०१२) यांचे लाइव्ह वादन झाले. या कार्यक्रमाची नोंद 'फुल सर्कल : कार्नेगी हॉल २०००' या अल्बममध्ये केली गेली. त्या अल्बमला उत्कृष्ट संग्रह म्हणून २००२ चा ग्रामी पुरस्कारही मिळाला. त्या वेळी रविशंकर ८० वर्षांचे होते.

रविशंकर

त्यांचा जन्म वाराणसीमध्ये झाला आणि नर्तक उदयशंकर यांचे ते धाकटे बंधू होत. वयाच्या दहाव्या वर्षी, ते आपली आई आणि भावंडांसोबत पॅरिसला गेले. नंतर ते उदय शंकरांच्या नाट्यपथकासोबत दौरे करू लागले. त्यांना विविध संगीत प्रकारांचे ज्ञान मिळाले. शंकर यांच्या कलापथकाच्या १९३८ मधील दौऱ्यात अल्लाउद्दिन खान एकपात्री

कार्यक्रमासाठी सामील झाले होते. रविशंकरांनी मैहर शिकविण्यासाठी त्यांचे शिष्यत्व पत्करले. त्यांचे प्रशिक्षण १९४४ मध्ये पूर्ण झाले. रविशंकरांनी संगीतरचना करून, त्याचे सादरीकरण करण्यास सुरुवात केली. देश-परदेशांत त्यांचे कार्यक्रम होऊ लागले. त्यांनी कर्नाटक शास्त्रीय संगीतातील राग आळवले आणि भारतीय शास्त्रीय संगीताची महती त्यांच्या परदेशी श्रोत्यांपर्यंत पसरविली. त्यांनी चित्रपट संगीतात भाग घेतला. सत्यजित रेंचा 'अप्पू ट्रिलॉजी आणि 'गांधी' (१९८२) ही त्याची दोन उदाहरणे होत.

रविशंकर ख्यातकीर्त होते व सुप्रसिद्ध, जागतिक कीर्तीचे व्हायोलिनवादक येहुदी मेनूहिन यांच्या सोबत त्यांनी सहवादन केले होते किंबहुना जॉर्ज हॅरिसन आणि बिटल्स हे १९६८ मध्ये त्यांच्याकडून धडे घेण्यासाठी भारतात आले, तेव्हा रविशंकरांची मान आणखी उंचावली. रविशंकरांच्या जलशातील रचनांना आंद्रे प्रेविन आणि झुबिन मेहतांची साथ होती. त्यांना सन्मानित करणाऱ्या असंख्य पुरस्कारांत संगीत नाटक अकादमी पुरस्कार (१९६२), पद्मभूषण (१९६७), पद्मविभूषण (१९८१), भारतरत्न (१९९९) आणि मरणोत्तर मिळालेला सांस्कृतिक ऐक्यासाठी दिला जाणारा टागोर पुरस्कार २०१२ यांचा समावेश आहे. त्यांची राज्यसभेसाठी शिफारस झाली होती आणि १९८६ ते १९९२ या कालावधीत ते राज्यसभेवर होते.

रविशंकर यांनी दोन आत्मचरित्रे लिहिली. 'माय म्युझिक, माय लाइफ' (१९६८) या पुस्तकात त्यांचे एक वाक्य आहे : 'माझ्या गुरूच्या मदतीने गेली कित्येक वर्षे मी आटोकाट प्रयत्न करून, स्वतःमध्ये विशिष्ट प्रकारचे सौंदर्य आणि आध्यात्मिक ताकद याची उभारणी करत आहे. जगातली कठोरता निराशाजनक होईल, तेव्हा या वैशिष्ट्यांचा मला साक्षात्कार करता येऊ शकेल.'[२९] वाराणशीची जन्मभूमी त्यांना खूप प्रिय होती; पण त्यांचे अखेरचे दिवस कॅलिफोर्नियातील एन्सीनिटास या ठिकाणी व्यतित झाले.

त्यांचे विचार मुक्त होते. त्यांनी दोन विवाह केले. अन्नपूर्णादेवींशी १९४१ मध्ये लग्न केले होते. १९८२ मध्ये त्यांनी घटस्फोट घेतला आणि १९८९ मध्ये ते सुकन्या राजनशी विवाहबद्ध झाले होते. त्यांची दोन स्त्रियांशी प्रेमप्रकरणे होती; नर्तिका कमला शास्त्री आणि सू जोन्स या त्यांच्या प्रेयसी होत्या. त्यांना अन्नपूर्णादेवींपासून शुभेंद्र (१९४२-९२), सू जोन्सपासून झालेली ग्रामी पुरस्कार

---

२९. Ravi Shankar, My Music, My Life (San Rafael : Mandala Publishing, 2007).

विजेती नोरा जोन्स (जन्म : १९७९) आणि सुकन्या राजनपासून जन्मलेली शास्त्रोक्त सतारवादक अनुष्का (जन्म : १९८१) ही मुले होती.

अन्नपूर्णादेवी आणि त्यांच्या भगिनी

अल्लाउद्दिन खानना तीन मुली होत्या. त्यांची नावे जहानारा, शरीजा आणि रोशनारा अशी होती. शरीजा तरुण वयात अल्लाला प्यारी झाली, तर जहानाराने आपल्या अब्बाजानकडून संगीताचे धडे घेतले; पण तिचं लग्न रूढीप्रिय घरात झाल्याने, तिला संगीताचा त्याग करावा लागला. तिच्या खाष्ट सासूने तिला तिचा तानपुरा जाळून टाकण्याची धमकी दिली आणि भजन गायल्यामुळे तिला अंधाऱ्या खोलीत कोंडून ठेवले. दहा महिन्यांच्या सहजीवनानंतर जहानारा माहेरी परतली आणि आपल्या अम्माच्या कुशीत तिने या जगाचा निरोप घेतला. या घटनेचा धसका घेऊन अल्लाउद्दिननी आपल्या धाकट्या लेकीला संगीताच्या फंदात पाडायचे नाही, असे ठरवले; परंतु रोशनाराने स्वतःहून संगीताचे काही धडे जाणून घेतले होते. तिचे प्रावीण्य पाहून, अल्लाउद्दिनचे मतपरिवर्तन झाले. ती गायला शिकली, सतार वाजवायला शिकली; सूरबहारसारख्या कठीण वाद्यात प्रवीण झाली. रोशनाराला मैहरच्या सम्राटाने अन्नपूर्णा हे नाव दिले होते आणि रविशंकरशी निकाह झाल्यानंतर ती अन्नपूर्णादेवी नावानेच ओळखली जाऊ लागली. अन्नपूर्णा प्रसिद्धीच्या झोतापासून सदैव दूर राहिली. ती रविशंकरपेक्षा जास्त हुशार आणि चांगली वादक होती, असे म्हणतात. 'ॲन अनहर्ड मेलडी' (२००५) या पुस्तकात तिच्या जीवनकथेची सगळी माहिती प्रसिद्ध करण्यात आली आहे.

अन्नपूर्णादेवींनाही अनेक मानसन्मान मिळाले. पद्मभूषण (१९७७), संगीत नाटक अकादमी पुरस्कार (१९९१), देशीकोट्टमा (१९९९) आणि संगीत नाटक अकादमी शिष्यवृत्ती (२००४) या सन्मानाने त्यांना गौरविण्यात आले होते.

✦ अल्लारखाँ कुरेशी यांची प्राणज्योत मालवली

रविशंकर यांना १९६२ पासून साथ देणारे अल्लारखाँ कुरेशी (१९१९-२०००) हे हिंदुस्थानी शास्त्रीय संगीतातील नामवंत तबलावादक होते. त्यांनी प्रारंभी पंजाब घराण्याचे कादर बक्ष यांच्याकडे आणि नंतर पतियाळा घराण्यातील आशिक अली खान यांच्याकडे संगीताचे धडे घेतले. १९४० मध्ये त्यांनी काही संगीतकारांना

तबल्याची साथ दिली. काही काळ आकाशवाणीवर वादन केले आणि चित्रपटासाठी संगीतरचना केली. त्यांनी हिंदुस्थानी आणि कर्नाटक शास्त्रीय संगीताचा पाठपुरावा केला. रविशंकरांच्या गानपथकासोबत दौरे केल्याने, त्यांना आंतरराष्ट्रीय ख्याती प्राप्त झाली. त्यांनी जाझ ड्रमर बडी रिच यांच्यासोबत तबला वाजवला आणि त्यांचा 'रिच ए ला राखा' हा अल्बम १९६८ मध्ये प्रदर्शित झाला. त्यांना तीन मुलगे आणि दोन मुली होत्या. त्यांचा सुपुत्र झाकिर हुसेन तर नामवंत तबलावादक आहे. दुसऱ्या मुलांपैकी फझल कुरेशी हासुद्धा तबलावादक आहे, तर तौफिक कुरेशी हा विविध वाद्ये हाताळतो.

अल्लारखाँ यांना खूप मान-सन्मान लाभले. त्यांना १९७७ मध्ये पद्मश्री, तर १९८२ मध्ये संगीत नाटक अकादमी पुरस्काराने गौरविण्यात आले. ३ फेब्रुवारीला हृदयविकाराचा झटका येऊन त्यांनी या जगाचा निरोप घेतला. आपली मुलगी रझिया हिचे प्राणोत्क्रमण झाले, ही दुःखद बातमी त्यांना आदल्या दिवशी कळली होती. अशी ही सारी शोकांतिका घडली.

चतुर लाल (१९२५-ऑक्टोबर, १९६५) हे आणखी एक तबलावादक रविशंकरचे सहाध्यायी होते.

✦ द ग्रेट खली

दलिप सिंग राणा (जन्म : २७ ऑगस्ट, १९७२) हा व्यावसायिक कुस्तीगीर म्हणून भारतात प्रसिद्ध आहे. जागतिक पातळीवर त्याला 'ग्रेट खली' म्हणून संबोधले जाते. ऑक्टोबर २००० मध्ये त्याला अमेरिकेत व्यावसायिक कुस्तीपटू म्हणून ओळखले जाऊ लागले. तिथे त्याने वर्ल्ड रेस्टलिंग एन्टरटेन्मेंट (WWE) मध्ये २००७ची वर्ल्ड हेवीवेट स्पर्धा जिंकली. त्याची उंची २.१६ मीटर (७ फूट १ इंच) असून जगातील सर्वांत उंच कुस्तीपटूंत त्याची गणना होते. त्याने हॉलिवुड आणि बॉलिवुड चित्रपटांत तसेच टेलिव्हिजनवर भूमिका केल्या आहेत.

✦ कौन बनेगा करोडपती?

भारतीय टेलिव्हिजनवर ३ जुलै, २००० रोजी अमिताभ बच्चनना यजमानपदी घेऊन 'कौन बनेगा करोडपती?' हा कार्यक्रम प्रदर्शित झाला. या लोकप्रिय कार्यक्रमाची २०१६ पर्यंत आठ सत्रे झाली आणि २०१७ मध्ये नववे सत्र आखले गेले होते. इथल्या बक्षिसांची संख्या १ कोटींवरून ७ कोटी रुपयांपर्यंत पोहोचली आहे.

२००० मधील आणखी घटना

मार्च : अमेरिकेचे राष्ट्राध्यक्ष बिल क्लिंटन यांची भारतभेट. बावीस वर्षांत अमेरिकन राष्ट्राध्यक्ष प्रथमच भारतात आले.

१ एप्रिल : भारत आणि चीनमध्ये स्थापन झालेल्या मुत्सद्देगिरीच्या नात्याला पन्नास वर्षे लोटली.

१२ जून : पु. ल. देशपांडे (जन्म : १९१९) या सुविख्यात मराठी साहित्यिकाचे महानिर्वाण झाले.

सप्टेंबर : पंतप्रधान अटलबिहारी वाजपेयी यांची अमेरिका भेट.

मामोनी रायसोम म्हणून लोकप्रिय असलेल्या इंदिरा गोस्वामी (१९४२-२०११) यांना आसामी साहित्यातील योगदानाबद्दल ज्ञानपीठ पुरस्कार.

ग्रामीण विकासासाठी प्रधानमंत्री ग्रामोदय योजना अमलात आली.

३० नोव्हेंबर : प्रियांका चोप्राने मिस वर्ल्ड मुकुट जिंकला. त्याच वर्षी लारा दत्ता मिस युनिव्हर्स बनली, तर दिया मिर्झा मिस आशिया पॅसिफिक विजेती ठरली.

५५

२००१ : तीन शोकांतिका

या वर्षी काही दुर्दैवी घटनांची मालिका सुरू होती.

२६ जानेवारी रोजी गुजरातला भूकंपाचा धक्का बसला आणि अपरिमित नुकसान झाले. या भूकंपाचे केंद्र कच्छमधील चोबारी गावाजवळ होते आणि त्याचा तडाखा ७.७ रिश्टर इतका होता. दोन मिनिटे जमीन हादरत होती. त्यात १४,००० ते २०,००० लोकांचा बळी गेला. कित्येक जखमी झाले आणि संपत्तीचे अतोनात नुकसान झाले. भूज शहराचे अवशेष उरले. परिसरातील गावांना अवकळा आली. अहमदाबादमधील उंच इमारती कोसळल्या. मनोरे भुईसपाट झाले. राष्ट्रीय व आंतरराष्ट्रीय पातळीवरील संस्थांच्या मदतीने भूज शहर नव्या योजनेनुसार पुन्हा उभारले गेले.

नेपाळच्या सीमेवर एक विपत्ती घडली. १ जूनला नेपाळचे राजे वीरेंद्र आणि त्यांच्या कुटुंबीयांचे सदस्य यांना गोळ्या घालून ठार मारले गेले. हे कृत्य त्यांचा युवराज दिपेंद्र यांनी केले असावे, कारण त्याने स्वतःला गोळी घालून आपल्या जीवनाची समाप्ती केली होती. दिपेंद्र वैफल्यग्रस्त झाला होता, कारण त्याचे प्रेम असलेल्या मुलीसोबत लग्न करण्यास त्याच्या आई-वडिलांचा विरोध होता. या हत्याकांडानंतर दिपेंद्रचा भाऊ ज्ञानेंद्र राजा बनला. भारताला आपल्या या १७५१ किलोमीटरच्या सरहद्दीवर शांतता हवी होती, म्हणून त्यांनी नेपाळच्या नव्या शासनाला पाठिंबा दिला.

दुसरी विभागलेली सीमा ओलांडून, पाकिस्तानचे राष्ट्राध्यक्ष मुशर्रफ हे जुलैमध्ये भारतभेटीस आले. चर्चा झाली. समझोत्याची बोलणी झाली. या घटनेने भारत-पाकिस्तान संबंध सुधारण्याची चिन्हे दिसू लागली; पण तिसरी शोकांतिका घडून

आली. १३ डिसेंबर, २००१ रोजी दहशतवाद्यांनी संसदेवर हल्ला केला; त्यामुळे भारत-पाकिस्तान संबंध पुन्हा डागाळले. या दोन देशांतर्गत सुरू असलेल्या ट्रेन व बससेवा पुढील वर्षाच्या प्रारंभापासून बंद करण्यात आल्या.

जूनमध्ये अजून दोन दुर्दैवी घटना घडल्या. २२ जूनला केरळमध्ये रेल्वे अपघात घडला आणि ६४ जण मृत्युमुखी पडले. या अपघातात चेन्नईला निघालेली गाडी रुळावरून घसरली आणि कडालुंडी नदीच्या पुलावरून कोसळली आणि डबे पाण्याच्या पात्रात पडले. दुसऱ्या दिवशी म्हणजे २३ जूनला, पश्चिम बंगालमधील माल्दा जिल्ह्यामध्ये तुडुंब भरलेली बोट गंगा नदीत उलटली आणि पन्नास लोकांवर काळाने झडप घातली.

✦ आणखी लक्षणीय घटना

एप्रिलमध्ये इंडो-बांगलादेश सीमेवर संघर्ष उडाला आणि भारताच्या 'बॉर्डर सिक्युरिटी फोर्स'चे डेप्युटी कमांडर व पंधरा सैनिक मारले गेले. यात बांगलादेशाचा हात नाही, हे समजल्याने भारताने सामोपचारिक संवाद साधून हा विषय मिटविला. आसाममधून सीमारेषा ओलांडून घुसलेल्या बोडो दहशतवाद्यांना आपल्या सरहद्दीवर तळ करण्यास विरोध करण्याचे वचन या वेळी बांगलादेशाने दिले.

जुलैमध्ये ढाका-आगरतळा बससेवेची घोषणा झाली. बांगलादेश आणि भारतातील त्रिपुराची सीमा यामध्ये ही सेवा सुरू करण्यात आली. दोन्ही देशांनी पॅसेंजर गाड्यांची सेवा सुरू करण्याचे मान्य केले. ही सोय प्रत्यक्षात येण्यास खूप वर्षे लोटली. तोपर्यंत दोन देशांत १९७६ मध्ये बंद झालेला पेत्रापोल-बेनापोलमधील आंतरराष्ट्रीय दुवा मालवाहतुकीसाठी जानेवारी २००१ मध्ये खुला करण्यात आला.

नागालँडच्या 'नॅशनल सोशालिस्ट कौन्सिल' (IM) सोबत १९९७ मध्ये केलेला युद्धबंदी करार लांबविण्यात आला.

तेलंगणा राष्ट्रसमिती हा नवा पक्ष स्थापन झाला व त्याने तेलंगणा या नव्या राज्यासाठी हालचाली सुरू केल्या. केंद्रात एन.डी.ए.ची सत्ता शाबूत होती.

✦ गानकोकिळा लता मंगेशकर यांना 'भारतरत्न' किताब

लता मंगेशकर (जन्म : २८ सप्टेंबर, १९२९) या हिंदुस्थानी शास्त्रीय संगीताच्या आणि हलक्याफुलक्या संगीताच्या गानसम्राज्ञी आहेत. त्या मुख्यतः चित्रपटांसाठी पार्श्वसंगीत देत असतात. त्या शृंगारिक गाणी आणि भजने तसेच शास्त्रोक्त गाणी गातात. त्यांचा जन्म इंदौर येथे झाला. त्यांचे प्रारंभीचे संगीत शिक्षण त्यांचे वडील दीनानाथ मंगेशकर यांच्याकडेच झाले. ते हिंदुस्थानी शास्त्रीय संगीताचे

गायक होते व मराठी नाट्यसंगीताचे सादरकर्ते होते. ते संगीत-नाटकांना संगीत देत आणि गायन करत. त्यांच्या गायनाचा प्रभाव इतका होता की, त्यांचे सारे कुटुंब गायनात रंगले. लतादिदींच्या धाकट्या भगिनी आशा भोसले प्रसिद्ध गायिका आहेतच; पण इतर दोन बहिणी मीना मंगेशकर व उषा मंगेशकर यादेखील गायन करतात. त्यांचे बंधू हृदयनाथ मंगेशकर हेदेखील नावाजलेले गायक आहेत. लतादिदींनी अमन अलीखान आणि अमानत अलीखान यांच्याकडून संगीताचे धडे घेतले. त्यांनी आतापर्यंत हजारोंवर चित्रपटांसाठी गायन केले आहे. त्यामध्ये हिंदी सिनेमांचा भरणा जास्त असला तरी प्रादेशिक चित्रपटदेखील आहेत. चित्रपट 'वह कौन थी?' (१९६४) मधील 'लग जा गले', पुकार (२०००) मधील 'एक तूही भरोसा', 'वीर-झारा' (२००४) मधले 'तेरे लिए', 'मुघल-ए-आजम'मधील 'प्यार किया तो डरना क्या' ही काही गाजलेली गीते होत. त्यांच्यावर पुरस्कारांचा वर्षाव झालेला आहे आणि २००१चा 'भारतरत्न' हा किताब त्यातीलच एक होय.

आशा भोसले

आशा भोसले (जन्म : ८ सप्टेंबर, १९३३) यासुद्धा पार्श्वगायिका आहेत आणि त्यांनी हजारहून अधिक बॉलिवुड चित्रपटांसाठी गायन केले आहे. त्या रिमिक्स, इंडिपॉप, कव्वाली, लोकगीते अशा विविध प्रकारच्या संगीतामध्ये गायल्या आहेत. त्यांच्या गाजलेल्या गाण्यांत 'हावडा ब्रीज' (१९५८) मधील 'आईये मेहरबान, 'कारवाँ' (१९७१) मधील 'पिया तू अब तो आजा, 'हरे राम, हरे कृष्णा' (१९७१) मधील 'दम मारो दम' आणि 'दिलवाले दुल्हनियाँ ले जाएँगे'तील 'जरासा झूम लू मैं' यांचा उल्लेख करता येईल. २००० सालचा दादासाहेब फाळके पुरस्कार आणि २००८ चे पद्मविभूषण त्यांच्या खात्यावर जमा आहे. २०१३ मध्ये त्यांनी 'माई' या चित्रपटात प्रथमच भूमिका केली.

✦ शृंगारिक नायक : देव आनंद

देव आनंद (२६ सप्टेंबर, १९२३ - ३ डिसेंबर, २०११) हे लोकप्रिय अभिनेता (चॉकलेट हिरो), दिग्दर्शक आणि निर्माते होते. आपले बंधू चेतन आनंद यांच्यासोबत त्यांनी १९४९ मध्ये 'नवकेतन फिल्म्स' हे निर्मितीगृह सुरू केले. देव आनंदनी शंभरहून अधिक चित्रपटांत काम केले व शृंगारिक नायक म्हणून ते प्रसिद्ध पावले. त्यांनी 'गाइड', (१९६५) 'ज्वेल थीफ' (१९६७), 'जॉनी मेरा नाम, (१९७०), 'बनारसी बाबू' (१९७३), 'तेरे मेरे सपने' (१९७१) आणि अशा

देव आनंद

अनेक चित्रपटांत अभिनय केला. ते १९९० आणि २००० सालांपर्यंत चित्रपटात भूमिका करत होते. २०११चा 'चार्जशीट' हा त्यांचा अखेरचा चित्रपट होय. त्यांनी दिग्दर्शित केलेला 'हरे राम, हरे कृष्ण' हा चित्रपट अफलातून गाजला.

देव आनंदना खूप मान-सन्मान लाभले. पद्मभूषण (२००१), 'गाइड' (१९६५) या चित्रपटासाठी नॅशनल फिल्म अवॉर्ड, चार फिल्मफेअर पुरस्कार, दादासाहेब फाळके पुरस्कार (२००२) अशी ती मोठी जंत्री आहे. 'रोमान्सिंग विथ लाइफ' हे त्यांचे आत्मचरित्र २००७ मध्ये प्रकाशित झाले.

✦ संतूर वाद्य आणि शिवकुमार शर्मा

संतूर हे सपाट असे तंतुवाद्य आहे आणि ते छोट्या छोट्या हातोडी किंवा लाकडी हातोडे यांचा वापर करून वाजवले जाते. या वादनात शिवकुमार शर्मा (जन्म : १९३८), त्यांचे पुत्र राहुल शर्मा, भजन सोपोरी, तरुण भट्टाचार्य, आर. विश्वेस्वरन आणि उल्हास बापट हे वादक तरबेज होते. हे वाद्य मूळचे काश्मीरमधले होय आणि १९५०च्या सुमारास त्याचा शास्त्रीय संगीतात वापर होऊ लागला.

त्या वेळी शिवकुमारांचे वडील उमादत्त शर्मा या गायकाने या वाद्याचा अभ्यास केला आणि आपल्या धाकट्या मुलाला धडे दिले. याआधी उल्लेख आलेल्या शतातंत्री (शंभर तारांच्या) वीणेपासून काश्मिरी संतूर विकसित झाले, असे समजले जाते. शिवकुमारांनी या वाद्यात बदल करून, नव्वद तारांचे आणि ३१ जोडींचे नवे वाद्य तयार केले. काश्मिरी संतूर लाकडी पायावर उभे केले जाते; पण ते वाजवताना गती मिळावी म्हणून शिवकुमारांनी ते मांडीवर ठेवण्याची पद्धत सुरू केली. इतर संतूरवादक आता हीच पद्धत आणि बैठक वापरतात.

शिवकुमार शर्मा हे भारतातील सर्वश्रेष्ठ संतूरवादक ठरले आणि त्यांनी देश-परदेशातील संगीत कार्यक्रमांत भाग घेतला. त्यांना १९८६ मध्ये वाद्य संगीताचा संगीत नाटक अकादमी पुरस्कार मिळाला, तसेच १९९१ मध्ये पद्मश्री आणि २००१ मध्ये पद्मविभूषण देण्यात आले.

✦ एल. सुब्रमणियमना पद्मभूषण

भारतीय व्हायोलिन वादनाचे देव म्हणून ओळखले जाणारे एल. सुब्रमणियम (जन्म : २३ जुलै, १९४७) हे व्हायोलिन वादक होतेच; पण ते कर्नाटक आणि

पाश्चिमात्य संगीताचे रचनाकारदेखील होते. ते शिक्षणाने डॉक्टर होते. त्यांचे वाद्यवृंदातील सादरीकरण लोकप्रिय होते. त्यांचा जन्म संगीतकाराच्या कुटुंबात झाला होता आणि त्यांचे सुरुवातीचे शिक्षण त्यांचे पितामह व्ही. लक्ष्मीनारायण यांच्या हाताखाली झाले. नंतर अमेरिकेतील 'कॅलिफोर्निया इन्स्टिट्यूट ऑफ आर्ट्स' या कला संस्थेत त्यांनी पाश्चिमात्य संगीताचे धडे घेतले.

त्यांनी भारतीय व पाश्चिमात्य संगीतात नवनिर्मिती केली. दोन्ही संगीतांचे मिश्रण करून नवा वाण तयार केला आणि जगभरातील वादकांसोबत प्रदर्शन केले. झुबिन मेहतांच्या संचालनाखाली न्यू यॉर्क फिल्हामोर्निकसारख्या वाद्यवृंदाने त्यांच्या नावीन्यपूर्ण रचनांचे सादरीकरण केले आहे. त्यातून निर्माण झालेल्या 'ग्लोबल फ्युजन' (१९९९) या अल्बममुळे त्यांची कीर्ती दिगंत पसरली. त्यांच्या खात्यावर असे काही अल्बम जमा आहेत.

त्यांच्या अनेक योगदानांपैकी एक महत्त्वाचे म्हणजे त्यांनी पीटर ब्रुकच्या 'महाभारत' (१९८९) चित्रपटाला पुरवलेली संगीताची संकल्पना, हॉलिवुड व भारतीय चित्रपटांना दिलेली वाद्यलिपी होय. त्यांना पद्मश्री (१९८९), संगीत नाटक अकादमी (१९९०) आणि पद्मभूषण (२००१) यांसारखे पुरस्कार मिळाले.

✦ रेडिओ आणि एफ.एम. चॅनेल

स्वातंत्र्याप्राप्तीनंतर आकाशवाणीवर सहा रेडिओ स्टेशन्स आणि १८ प्रक्षेपण केंद्रे होती. २००१ सालापर्यंत, एकूण २०८ रेडिओ स्टेशन्स, १४९ मध्यमलहरी, ५० लघुलहरी आणि ५५ एफ.एम. प्रक्षेपण केंद्रे इतका त्याचा आवाका वाढला आहे.

एफ.एम. (फ्रिक्वेन्सी मॉड्युलेशन) प्रसारण १९७७ पासून सुरू झाले; पण त्याचा विस्तार १९९० या वर्षात झाला. त्याच वेळी खासगी रेडिओ स्टेशनेदेखील कार्यरत झाली होती.

२००१ मधील आणखी घटना

१ जानेवारी : कलकत्त्याचे नामकरण कोलकाता झाले.

मार्च : पुलेला गोपीचंद याने 'ऑल इंग्लंड ओपन बॅडमिंटन स्पर्धा' जिंकली.

२१ जुलै : तीनशेपेक्षा जास्त तमिळ चित्रपटांत भूमिका साकारणारे व दादासाहेब फाळके पुरस्कार (१९९६) लाभलेले दक्षिणी अभिनेते शिवाजी गणेशन (जन्म : १९२७) यांनी या जगाचा निरोप घेतला.

२५ जुलै : डाकूराणी फुलनदेवीला गोळी मारून ठार करण्यात आले.

१० ऑगस्ट : गूढवादी चित्रकार व्ही. एस गायतोंडे (जन्म : १९२४) यांच्यावर काळाने झडप घातली.

२९ ऑगस्ट : अथेन्समध्ये भरलेल्या 'वर्ल्ड ज्युनियर चेस चॅम्पियन' या बुद्धिबळ स्पर्धेत कोनेरू हम्पी विजेती ठरली.

३० सप्टेंबर : विमान अपघातात काँग्रेसचे नेते माधवराव शिंदे व इतर सातजणांनी जीव गमावला.

२६ ऑक्टोबर : जपानने भारतावर लादलेले आर्थिक निर्बंध उठवले.

१० डिसेंबर : ज्येष्ठ अभिनेते दादामुनी ऊर्फ अशोक कुमार (जन्म : १९११) यांनी नश्वर देहाचा त्याग केला.

डिसेंबर : कित्येक वर्षांनंतर काबूलमधील भारतीय दूतावास उघडला गेला. तालिबानींनी त्या भागात प्रवेश केला. त्या काळात २६ सप्टेंबर १९९६ पासून दूतावास बंद ठेवण्यात आला होता.

डिसेंबर : अटलबिहारी वाजपेयी जपानला जाऊन आले आणि तिथे त्यांनी विविध करार केले.

गुजराती कवी राजेंद्र केशवलाल शाह यांना ज्ञानपीठ पुरस्कार मिळाला.

५६

२००२ : नवे राष्ट्रपती - ए.पी.जे. अब्दुल कलाम

अटलबिहारी वाजपेयी पंतप्रधानपदी होते आणि नव्या राष्ट्रपतींची निवड करायची होती. जुलैमध्ये ए.पी.जे. अब्दुल कलाम यांची बिनविरोध निवड झाली. ते शास्त्रज्ञ होते, राजकारणी नव्हते; पण बी.जे.पी. आणि काँग्रेस दोन्ही पक्षांना ते मान्य होते. ऑगस्टमध्ये भैरवसिंग शेखावत उपराष्ट्रपती म्हणून निवडले गेले.

गुजरात, हिमाचल प्रदेश, झारखंड आणि गोवा या राज्यांत बी.जे.पी.ची सत्ता होती आणि उत्तर प्रदेश तसेच ओरिसात त्यांची युतीची सरकारे होती. जरी केंद्र सरकारात काँग्रेसच्या जागा कमी झाल्या होत्या; तरी राज्यांत ते सुस्थितीत होते. १९९८ मध्ये त्यांच्याकडे पाच राज्ये होती; ती संख्या २००२ मध्ये चौदा राज्यांपर्यंत पोहोचली होती.

मध्यंतरी मुक्त अर्थव्यवस्था कार्यरत झाली होती. त्याचा एक भाग म्हणून सरकारची गुंतवणुकीतून माघार होय. खासगी कंपन्या सरसकट औद्योगिक क्षेत्रात उतरत होत्या. उद्योगक्षेत्र फायदेशीर व तोट्यात असणारे धंदे या दोन प्रकारांत विभागले होते. तोट्यातील कंपन्यांत खासगी क्षेत्राचा शिरकाव झाला होता. मे २००२ पर्यंत, ४८ सार्वजनिक कंपन्या व त्यांच्या काही दुय्यम शाखांत खासगी कंपन्या क्रियाशील होऊन सरकारला कमाई करून देऊ लागल्या होत्या.

✦ आणखी लक्षणीय घटना

गुजरातमध्ये दुर्दैवी घटना घडली. २७ फेब्रुवारीला पन्नासहून अधिक कारसेवक अयोध्येतून परत येत होते, तेव्हा गोध्रा स्टेशनवर त्यांना जिवंत जाळण्यात आले. त्यातून दंगली उसळल्या. मुस्लिमांवर हल्ले झाले. निष्पाप लोक बळी गेले.

जम्मू-काश्मीरमध्ये सप्टेंबर-ऑक्टोबर महिन्यात निवडणुका झाल्या. पीपल्स डेमोक्रॅटिक पार्टी (PDP) आणि काँग्रेसचे युती सरकार राज्यावर आले. पी.डी.पी.चे मुफ्ती मोहम्मद सैद मुख्यमंत्री बनले.

✦ किशोरी आमोणकरांना पद्मविभूषण

किशोरी आमोणकर (१० एप्रिल, १९३२ - ३ एप्रिल, २०१७) या हिंदुस्थानी शास्त्रीय संगीताच्या गायिका होत्या आणि त्यांनी वेगवेगळ्या घराण्यांतील सौम्य स्वरूपाची शास्त्रीय गाणी गायली. अल्लादिया खानच्या शागीर्द असलेल्या त्यांच्या आई - मोगूबाई कुर्डीकर यांच्याकडे त्या गायन शिकल्या. त्यांनी बाळकृष्णबुवा पर्वतकर आणि मोहनराव पालेकर यांच्याकडेसुद्धा संगीताचे धडे घेतले. १९४७ पासून त्यांनी आपल्या सार्वजनिक गायनाला प्रारंभ केला. त्यांना १९८७ मध्ये पद्मभूषण, तर २००२ मध्ये पद्मविभूषण देऊन गौरविण्यात आले. शिवाय हरिप्रसाद चौरासिया पुरस्कार (२०१४) व अन्य मान-सन्मान त्यांना लाभले. मीराबाईंच्या भजनावर आधारित 'म्हारो प्रणाम' (१९९८) हा त्यांचा भक्तिपर अल्बम खूप लोकप्रिय ठरला. त्यांना एकान्त आवडे. एक दुर्मिळ मुलाखतीत त्यांनी गान-स्पर्धांबद्दल मत मांडताना सांगितले होते : 'मुलांचा असा समज करून दिला जातो की, स्वर कलाबाजी म्हणजेच संगीत होय.'[३०]

✦ मारिओ मिरांडा : मिस निंबूपाणी

मारिओ मिरांडा (२ मे, १९२६- ११ डिसेंबर, २०११) हे नामवंत चित्रकार व व्यंगचित्रकार होऊन गेले. त्यांना पद्मश्री (१९८८), पद्मभूषण (२००२) आणि मरणोत्तर पद्मविभूषण (२०१२) या किताबांनी सन्मानित केले गेले.

नैसर्गिकरित्या प्रतिभासंपन्न असलेले व स्वयंशिक्षित मारिओ, १९८८ मध्ये प्रसिद्धीच्या शिखरावर होते, तेव्हा पोर्तुगीज अमलाखालील दमण येथे त्यांचा जन्म झाला होता. काही काळ जाहिरात कंपनीत रुजू झाल्यानंतर ते टाइम्स ऑफ इंडियाच्या 'इलस्ट्रेटेड विकली ऑफ इंडिया' या इंग्रजी साप्ताहिकात व्यंगचित्रे

---

30. Yogesh Pawar, 'The Kishori Amonkar Interview : "I prefer majestic isolation to squandering a way of life and saadhana," DNA India, 4 April 2017, http://www.dnaindia.com/lifestyle/interview-the-kishori-amonkar-interview-i-prefer-majestic-isolation-to-squandering-a-way-of-life-and-saadhana-1949403.

रेखाटू लागले. त्यानंतर अन्य मासिके आणि नियतकालिकांत त्यांची व्यंगचित्रे झळकू लागली. प्रसिद्धीच्या झोतात आल्यानंतर त्यांनी जगभरात प्रदर्शने भरवली आणि केवळ भारताकडूनच नव्हे, तर पोर्तुगालमधूनसुद्धा पुरस्कार मिळवले. मारिओंनी भित्तीचित्रे रंगवली. पुस्तके लिहिली. दुसऱ्या काही लेखकांच्या पुस्तकांची मुखपृष्ठे तयार केली. ते गोव्यातील लौटोलिम येथील आपल्या पूर्वजांच्या घरात राहत असत.

मिस रजनी निंबूपानी हे त्यांचे व्यंगचित्रातले गोलमटोल, मोहक नायिका असलेले पात्र खूप गाजले. तसेच बलराज बलराम, बुलबुल ब्रांडी आणि मिस फोन्सेका ही त्यांची आणखी लोकप्रिय पात्रे होत.

बालभारतीच्या पुस्तकात मारिओंची रेखाचित्रे होती; त्यामुळे मुलांना पाठ्यपुस्तके खूप आवडत.

✦ कुलोथुंगन यांना पद्मभूषण

कुलोथुंगन (१९२९-१० डिसेंबर, २०१६) यांचे खरे नाव व्ही. सी. कुलान्दाय स्वामी असे होते. ते तमिळभाषक लेखक होते, तसेच ते शास्त्रज्ञ आणि शिक्षणतज्ज्ञदेखील होते. तामिळनाडूमधील वांगलम्पालयम गावात त्यांचा जन्म झाला होता. त्यांनी अमेरिकेतील इलिनॉइस विश्वविद्यालयात जल-विज्ञानात संशोधन करून पीएच. डी. मिळवली आणि भारतातील विविध सरकारी खात्यांत सेवा रुजू केली. ते मदुराई कामराज विश्वविद्यालय, अण्णा विश्वविद्यालय आणि इंदिरा गांधी नॅशनल ओपन युनिव्हर्सिटी (IGNOU) येथे उपकुलपती होते. ते गद्य-पद्य लिखाण करत.

कुलोथुंगन यांनी विसाव्या वर्षी आपली पहिली कविता रचली. त्यांच्या 'वाझहूम वल्लुवाम' या निबंधसंग्रहाला साहित्य अकादमीचा १९८८ चा पुरस्कार मिळाला. त्यांच्या 'वायिल तिराक्कट्टम' (दरवाजा उघडू द्या, १९५८, हेफजिबाह जेसूदासन यांनी अनुवादित केलेल्या) या कवितेत संशोधनाची तपश्चर्या करणाऱ्या, जिद्दीने आणि मेहनतीने निसर्गाची रहस्ये उलगडून दाखविणाऱ्या संशोधक मंडळींचे कौतुक केले आहे. त्यांच्या 'मनुदा याथिराई' (मानवाचा प्रवास) या कवितासंग्रहात त्यांनी समाज, विज्ञान आणि आध्यात्मिकता यावर प्रकाश टाकला आहे. साहित्य समाजाला दूरदृष्टी देते आणि त्यातून कृती घडून यायला हव्यात. त्यांच्या विज्ञान, शिक्षण, अभियांत्रिकी क्षेत्रांतील योगदानाबद्दल त्यांना पद्मश्री (१९९२) प्रदान करण्यात आली. २००२ मध्ये ते पद्मभूषित झाले.

त्यांनीच इंग्रजीत अनुवादित केलेल्या 'लेटस् फोर्ज अ न्यू वर्ल्ड' (नव्या

जगाची निर्मिती करू या.) या कवितेतील चरण असे आहेत :[३१]

'जी मंडळी आकाशाकडे नजर लावून स्वर्ग शोधतात,
त्यांच्याकडे ती काहीच मागत नाही.
मात्र, पृथ्वीवर स्वर्ग निर्माण करणाऱ्या
शिल्पकारांचे मी स्वागत करत आहे.'

✦ मणिकृष्णस्वामींनी अखेरचा श्वास घेतला.

मणिकृष्णस्वामी (३ फेब्रुवारी, १९३० -१२ जुलै, २००२) या कर्नाटक शास्त्रीय संगीताच्या गायिका आणि सिद्धांतिक होत्या. त्यांचा जन्म वेल्लोरला झाला होता. त्यांचे संगीतातील प्राथमिक शिक्षण एलाया आणि मुरुगन यांच्याकडे झाले आणि त्यानंतर त्या कलाक्षेत्रात शिकल्या. त्यांनी देश-परदेशांतील संगीत जलशात भाग घेतला. त्याची भक्तिगायनासाठी ख्याती होती, विशेषतः संस्कृत श्लोकांचे रूपांतर केलेली 'सौंदर्य लहरी' ही गीते त्या गात. संगीत नाटक अकादमी पुरस्कार (१९८७), तमिळ सरकारचा कलैमामणी किताब (१९९१), तिरुपतीच्या त्यागराज न्यासाने बहाल केलेला सप्तगिरी संगीत विद्वान मणी हा बहुमान (८ ऑगस्ट, १९९३), पद्मश्री (२००२) हे काही त्यांचे सन्मान होत.

✦ शाहरुख खान : बॉलिवुडचा बादशाह

शाहरुख खान (जन्म : २ नोव्हेंबर, १९६५) हे भारतीय चित्रपटातलं एक मोठं नाव होऊन बसलंय. त्याला किंग खान आणि शृंगाराचा राजा असे संबोधले जाते. त्याने आतापर्यंत ७५ हिंदी चित्रपटांत काम केले आहे. श्रेष्ठ अभिनेता म्हणून आठ फिल्मफेअर अवॉर्डस् आणि इतर आठ फिल्मफेअर पुरस्कार खिशात घातले आहेत. त्याला २००५मध्ये पद्मश्री देण्यात आली. 'न्यूजवीक' मासिकाने २००८ मध्ये जगातील २० शक्तिमान लोकांत त्याची निवड केली. २०११ मध्ये 'लॉसएंजेलिस टाइम्स' या वृत्तपत्राने जगातील सर्वांत मोठा चित्रपट तारा असा त्याचा गौरव केला.

शाहरुख खानने आपली कारकीर्द टेलिव्हिजनपासून सुरू केली होती. 'दिवाना' (१९९२) या चित्रपटातून त्याने हिंदी सिनेसृष्टीत पदार्पण केले. एकामागून चित्रपट करीत, १९९५ पर्यंत सात चित्रपटांत त्याने आपला ठसा उमटविला.

---

31. Kulothungan, Earth is Paradise : Poems in Tamil, translated by the Author (n.p. : Allied Publishers Limited, 1993).

शाहरुख खान

त्यात 'दिलवाले दुल्हनिया ले जाएँगे' आणि 'करण-अर्जुन' यांचा प्रामुख्याने उल्लेख करावा लागेल. 'कुछ कुछ होता है।' (१९९८), 'मोहब्बते' (२०००), 'कभी खुशी, कभी गम' (२००१), 'देवदास' (२००२), 'कल हो ना हो' (२००३), 'वीर-झारा,' 'चक दे! इंडिया' (२००७), 'ओम शांती ओम' (२००७), 'माय नेम इज खान' (२०१०), 'हॅपी न्यू इयर' (२०१४) आणि 'रईस' (२०१७) हे त्याचे गाजलेले ठळक चित्रपट होते.

त्याने गौरी चिब्बर (आता खान) हिच्याशी लग्न केलं आणि त्यांना तीन अपत्ये आहेत.

शाहरुख खानने गौरीसह २००२ मध्ये 'रेडचिली एंटरटेन्मेंट' नावाची फिल्म-निर्मिती व वितरण कंपनी स्थापन केली. 'ड्रीम्स अनलिमिटेड' या कंपनीची जागा या नव्या उपक्रमाने घेतली.

✦ फ्रान्सिस न्यूटन सोजा निवर्तले

फ्रान्सिस न्यूटन सोजा (१२ एप्रिल, १९२४ - २८ मार्च, २००२) हे 'बॉम्बे प्रोग्रेसिव्ह आर्टिस्ट संघटने'चे एक संस्थापक होते. त्यांचा जन्म गोव्यातील सालिगाव येथे झाला होता; परंतु आपल्या कुटुंबीयांसह १९२९ मध्ये ते मुंबईला आले. बालपणी संसर्ग झालेल्या देवीच्या रोगातून ते वाचले; पण त्यांच्या मनावर खोल परिणाम झाला. त्यांचे मूळ नाव न्यूटन होते; पण त्यांच्या आईने त्यात फ्रान्सिस नावाची भर घातली. ती त्यांची रोगसंसर्गातून बचाव झाल्याच्या कृतज्ञतेची पावती होती. त्यांनी 'जे. जे. स्कूल ऑफ आर्टस्'मध्ये कलेचे शिक्षण घेण्यासाठी प्रवेश घेतला; पण त्यांच्या राष्ट्रीय चळवळीतील सहभागामुळे १९४५ मध्ये त्यांची हकालपट्टी झाली. १९४७ मध्ये ते कम्युनिस्ट पक्षाचे सभासद झाले व १९४९ मध्ये लंडनला गेले. तिथे पत्रकार म्हणून काम करत असताना, तिथे त्यांनी आपल्या कलाकृतींचे एक प्रदर्शन भरवले आणि चित्रकलेचे कार्य सुरू ठेवले. १९५५ मधील एका चित्रप्रदर्शनामुळे ते प्रसिद्धीच्या झोतात आले. मग, त्यांनी भारतात प्रदर्शने भरवली. ते जगभरच्या विविध शहरांत पोहोचले. शेवटी, १९६७ मध्ये ते न्यू यॉर्कमध्ये स्थायिक झाले.

सोजांच्या चित्रांमध्ये नग्नचित्रे, निसर्ग व ख्रिश्चनिटीवर आधारित चित्रे असत. त्यांच्या कलाकृती खूप किमती ठरल्या आहेत. त्यांनी १९५५ मध्ये रंगविलेले 'बर्थ' हे चित्र २०१५ मध्ये ख्रिस्तीच्या लिलावामध्ये ४० लाख डॉलर्सना रिसेलमध्ये विकले गेले. मृत्युआधा ते मुंबईला परतले होते; पण आपल्या मातृभूमीत आपली किंमत होत नाही, असे त्यांना जाणवले. 'वर्डस अँड लाइन्स' (१९५९) या पुस्तकात त्यांनी बालपणीच्या देवीच्या रोगाचा उल्लेख केला आहे. ते म्हणतात की, मी त्या साथीत मरून गेलो असतो तर बरं झालं असतं; खूपशा व्यथा वेदना आणि त्रासांतून मुक्त झालो असतो... 'चित्रकाराचा वेदनांनी तळमळणारा आत्मा जीवनभर मला ऊरी वाहून न्यावा लागला नसता. जी भूमी आपल्या कलाकारांना तुच्छ लेखते आणि आपल्या वारशाकडे दुर्लक्ष करते, तिथे आणखी वेगळे असे काय घडणार?'[३२]

२००२ मधील आणखी घटना

१ जानेवारी : दिल्ली-लाहोरमधील ट्रेन आणि बससेवा स्थगित करण्यात आल्या.

३ जानेवारी : संशोधक, पद्मविभूषण (१९८१), बंगलोरच्या 'इंडियन इन्स्टिट्यूट ऑफ सायन्स'चे डायरेक्टर, तसेच भारतीय अवकाश संशोधन संघटनेचे (ISRO) चेअरमन असलेले सतीश धवन (जन्म : १९२०) काळाच्या पडद्याआड गेले.

६ जानेवारी : शांती, सुरक्षा आणि विकास साधण्यासाठी ब्रिटन आणि भारत एकत्र येऊन त्यांच्यात नवी दिल्लीमध्ये जाहीरनामा मंजूर करण्यात आला.

मार्च : १९९६चा भारत-नेपाळमधील व्यावसायिक करार २००७ पर्यंत विस्तारित झाला.

१४ मे : काश्मीरमधील कालूचक हत्याकांडात एका दहशतवाद्याने पर्यटक बसवर आणि भारतीय सैन्यावर गोळीबार केला.

६ जुलै : उद्योजक धीरूभाई अंबानी (जन्म : १९३२) कालवश झाले.

२७ जुलै : भारताचे उपराष्ट्रपती (१९९७-२००२) कृष्ण कांत (जन्म : १९२७) यांचे प्राणोत्क्रमण झाले.

९ सप्टेंबर : कोलकाताहून नवी दिल्लीकडे जाणारी राजधानी एक्स्प्रेस

32. F. N. Souza, Words and Lines (London :Villiers, 1959).

रुळावरून घसरली आणि १२० लोकांचा जीव गेला.

२४ सप्टेंबर : गुजरातमधील अक्षरधाम मंदिरावर झालेल्या सशस्त्र हल्ल्यात अनेक यात्रेकरू मारले गेले.

३० सप्टेंबर : १९५२ मध्ये स्थापन करण्यात आलेली 'इंडियन नॅशनल सायंटिफिक डॉक्युमेंटेशन सेंटर' (INSDOC) आणि १९५१ मध्ये उभी केलेली 'नॅशनल इन्स्टिट्यूट ऑफ सायन्स कम्युनिकेशन' (NISCOM) या दोन्ही संस्थांचे विलीनीकरण करून, 'नॅशनल इन्स्टिट्यूट ऑफ सायन्स कम्युनिकेशन अँड इन्फर्मेशन रिसोर्सेस' (NISCAIR) ही नवी संस्था कार्यान्वित झाली.

११ ऑक्टोबर : ज्येष्ठ चित्रपट अभिनेत्री दिना पाठक (जन्म : १९२२) या पंचतत्त्वात विलीन झाल्या.

ऑक्टोबर : पाकिस्तान सीमेवर जमवाजमव केलेल्या लष्करी छावण्या दहा महिन्यांनंतर उठवण्यात आल्या. या प्रकरणात भारताला ८००० कोटी रुपये खर्च तर आलाच; पण काही सैनिक व नागरिक बळी गेले. तमिळ लेखक जयकांथन यांना ज्ञानपीठ पुरस्काराने गौरवण्यात आले.

५७

२००३ : पाकिस्तानशी सुधारले संबंध

पाकिस्तानशी संबंध सुधारावेत म्हणून मे महिन्यात, पंतप्रधान अटलबिहारी वाजपेयी यांनी आणखी प्रयत्न केला. त्याला राष्ट्राध्यक्ष मुशर्रफ यांनी चांगला प्रतिसाददेखील दिला. २००२ मध्ये बंद पडलेली दिल्ली-लाहोर बससेवा पुनश्च सुरू करण्यात आली.

परंतु २५ ऑगस्ट रोजी मुंबईत झालेल्या बॉम्बस्फोटात पन्नास नागरिक मृत्युमुखी पडले.

✦ चित्रपटसृष्टीत मोहनलालची पंचविशी

मोहनलाल (जन्म : २१ मे, १९६०) हा मल्याळम चित्रपटसृष्टीतला सर्वांत महागडा अभिनेता होय. त्याने आपल्या व्यवसायाचा रौप्यमहोत्सव पूर्ण केला, तेव्हा भव्य सोहळा आयोजित करण्यात आला होता. त्याने एकूण २५५ मल्याळम चित्रपटांत भूमिका केली आणि कारकीर्द पुढे सुरू ठेवली होती. त्याने हिंदी, तेलुगू, कन्नड आणि तमिळ चित्रपटांतदेखील कामे केली आहेत.

मल्याळी चित्रपट उद्योग

मामूट्टी (मुहम्मद कुट्टी), निविन पौली, जयराम, फहाद फाझिल, दिलीप पृथ्वीराज सुकुमारन, कुंचको बोबन, जयसूर्या, दलकोर सलमान, हे आणखी काही नावाजलेले मल्याळी अभिनेते होत. निविन पौलीचे 'बंगलोर डेज' (२०१४), 'ओम शांती ओशाना' (२०१४), 'प्रेमम' (२०१५)

हे गाजलेले चित्रपट होत. जयराम हे १९९० च्या काळात प्रकाशझोतात आले. फहाद फाझिल हा दिग्दर्शक फाझिलचा मुलगा व खूप महागडा तरुण अभिनेता ठरला. २०१२ मधील '२२ फिमेल कोट्टायम' या चित्रपटात त्याने खलनायकाची जबरदस्त भूमिका साकारली. दिलीप हे चरित्र अभिनेत्याची भूमिका निभावत असत.

बॉलिवुड चित्रपटसृष्टीत अभिनय केलेले पृथ्वीराज सुकुमारन यांनी 'ऑगस्ट सिनेमा' ही चित्रपट निर्मिती व प्रसारण कंपनी स्थापन केली.

कुंचको बोबन यांनी 'हाऊ ओल्ड आर यू?' (२०१४) आणि 'कझिन्स' (२०१४) या चित्रपटात भूमिका केली. तर जयसूर्याने 'पुण्यलन अगरबत्ती' (२०१३), 'क्लासमेट्स' (२००६), 'चॉकलेट' (२००७), 'आयोबिंते पुस्थकम' (२०१४) आणि 'अपोथेकॅरी (२०१४) या चित्रपटांत भूमिका केली.

दलकोर सलमान हा माम्मूट्टीचा मुलगा होय. चित्रतारा म्हणून उगवून तो सुपरस्टार बनू शकला.

मल्याळम् चित्रसृष्टीत काही नावाजलेले दिग्दर्शकही आहेत. त्यात अदूर गोपालकृष्णन (जन्म : ३ जुलै, १९४१) हे उठून दिसतात. त्यांना अनेक पुरस्कार लाभले आहेत; त्यात विविध प्रकारची नॅशनल फिल्म अवॉर्डस्, दादासाहेब फाळके अवॉर्ड (२००४), पद्मश्री (१९८४) आणि पद्मविभूषण (२००६) या सन्मानांचा समावेश आहे. त्यांच्या चित्रपटात, 'स्वयंवरम्' (१९७२), 'कोडियट्टम' (१९७७), 'एलिप्पाथयम्' (१९८१), 'मुखामुखम' (१९८४) या चित्रपटाने इंटरनॅशनल फेडरेशन ऑफ फिल्म क्रिटिक प्राइज हा पुरस्कार पटकावला. 'अनंतराम' (१९८७), 'मथिलुकाल' (१९९०), 'निझालकुथू' (२००२) आणि 'नालू पेनुंगल' (२००७) यांचा उल्लेख करावा लागेल. शिवाय त्यांनी लघुपट आणि माहितीपट दिग्दर्शित केले आहेत. ते नाटके, गद्यनिबंध आणि पुस्तके लिहितात.

दुसरे नावाजलेले दिग्दर्शक फाझिल हे होत. 'मनीचित्रथाझहू' हा त्यांचा १९९३ मधील मानसिक भयपट चांगलाच गाजला आणि त्याला अनेक पुरस्कार मिळाले. त्याचबरोबर पी. पद्मराजन, लाल जोस, भारतन, अल्फान्से पुंथरेन, के. जी. जॉर्ज, रणजित, श्रीनिवासन, एम. टी. वासुदेवन नायर, सिबी मलायिल, सत्यन अन्थिकाड, ब्लेसी, सिद्धार्थ शिवा, कमल, जी. अरविंदन, जोशी, अन्वर रशीद, शफी, जॉनी ॲन्थोनी,

शाजी कैलास, रफी-मॅकार्टीन आणि टी.व्ही. चंद्रन या मंडळींचे नाव घेता येईल.

काही लोकप्रिय ठरलेले मल्याळी चित्रपट असे आहेत : '१९८३' (२०१४, दिग्दर्शक : अब्रिद शाइन), 'थुवानथुम्बिकाल' (१९८७, दिग्दर्शक : पी. पद्मराजन; यांनी स्वतःच्याच कादंबरीवरून घेतलेली पटकथा वापरली.), 'किलूक्कम' (१९९१, दिग्दर्शक : प्रियदर्शन, हा चित्रपट प्रभावी व संप्रदायासंबंधी आहे.) 'उस्ताद हॉटेल' (२०१२), 'संदेशम' (१९९१, राजकीय व्यंगचित्रात्मक चित्रपट), 'ओरु वडाक्कन वीरगाथा' (१९८९, दिग्दर्शक : हरिहरन्, यामध्ये चेकावर योद्ध्यांची कथा आहे.) 'केरला वर्मा पाझहास्सी राजा' (२००९, ऐतिहासिक कथा असलेला चित्रपट), 'चाप्पा कुरिशू' (२०११) आणि 'दृश्यम' (२०१३).

मल्याळी चित्रपटसृष्टीत २०१० मध्ये एक नवी लाट आली.

✦ हृतिक रोशन : कोई मिल गया

हृतिक रोशन (जन्म : १० जानेवारी, १९७४) हा बॉलिवुडचा वरच्या क्रमांकावरचा तारा आहे. त्याने आत्तापर्यंत विविध भूमिका केल्या आहेत. त्यात शृंगारिक अभिनयदेखील आहे. 'कहो ना... प्यार है' (२०००), कौटुंबिक धर्तीवरचा 'कभी खुशी कभी गम', 'कोई मिल गया' (२००३ हा त्याचा मनोरंजक विज्ञानकथेवर आधारित चित्रपट तर भलताच यशस्वी ठरला.) 'क्रिश' (२००६) आणि 'क्रिश ३' (२०१३), 'जिंदगी ना मिलेगी दोबारा' (२०११), 'जोधा-अकबर', 'अग्निपथ' (२०१२), 'बँग बँग (२०१४) आणि 'काबिल' (२०१७) हे त्याचे नावाजलेले चित्रपट होत.

हृतिकने सुसानशी २००० मध्ये लग्न केले आणि २०१४ मध्ये त्यांनी घटस्फोट घेतला. त्यांना रिहान आणि रिधान हे दोन मुलगे आहेत.

✦ विकास भट्टाचार्यजींना ललित कला अकादमीची शिष्यवृत्ती

विकास भट्टाचार्यजी (२१ जून, १९४० - १८ डिसेंबर, २००६) हे कोलकात्याचे चित्रकार होत. त्यांना २००३ मध्ये, ललित कला अकादमी शिष्यवृत्ती मिळाली. त्याआधीसुद्धा ते अनेक पुरस्कारांनी सन्मानित झाले होते. त्यांनी जलचित्रे, तैलचित्रे व इतर माध्यमे वापरून वास्तव चित्रे रंगविली. त्यांच्या चित्रांत सामान्य माणसे आणि त्यांच्या जीवनविषयक घटना आढळून येतात. त्यांनी तसबिरी, प्राणी आणि शहरी जीवन या विषयांवरदेखील चित्रे काढली.

✦ कलावती देवी

कलावती या सुविख्यात मणिपुरी नर्तिका होत. त्यांनी बिपीन सिंग या दैवी नृत्य-गुरूकडे शिक्षण घेतले. कलावती देवींनी देशात तसेच जगात अनेक ठिकाणी आपल्या नृत्याचे कार्यक्रम सादर केले. त्या रवींद्र भारती विश्वविद्यालय, मणिपुरी येथे नृत्य विभागाच्या प्रमुख होत्या. २००३ मध्ये त्यांना संगीत नाटक अकादमीचा पुरस्कार लाभला.

मणिपुरी नर्तक

खंबा, थोइबी आणि मणिपुरी नृत्य

खंबा आणि थोइबी कोण होते? मणिपूरच्या परंपरेतील ती एक प्रसिद्ध जोडी आहे.

मोईरंग नगरीत राहणारी थोइबी ही एक सुंदर राजकन्या होती. ती

राजा चिंगखुबाच्या भावाची कन्या होती. खंबा हा एक पोरका मुलगा होता आणि त्याची थोरली बहीण खामू त्याचे पालनपोषण करत होती. थोइबा आणि खंबाची एकदा कर्मधर्मसंयोगाने भेट झाली आणि ते एकमेकांच्या प्रेमात पडले. राजदरबारातील सरदाराचा मुलगा काँगयम्बा हासुद्धा थोइबीच्या प्रेमात पडला होता. अर्थात, तिला तो आवडत नसे. तद्नंतर अनेक साहसे, दुर्घटना आणि काँगयम्बाचे पराजय घडून आल्यानंतर थोइबी आणि खंबा लग्न करतात. एवढी आनंददायी अखेर होऊनदेखील खंबा काहीसा असमाधानी असतो. एके दिवशी रात्री तो थोइबीच्या पावित्र्याची परीक्षा घेण्यासाठी तिच्या महालात शिरतो. त्याने वेषांतर केलेले असते. कुणीतरी परपुरुष आपल्या शयनगृहात शिरला आहे, असे समजून थोइबी त्याला भाल्याने ठार करते. नंतर आपण आपल्या नवऱ्याला मारले हे तिच्या लक्षात येते आणि ती स्वतःला संपवते. थोइबी आणि खंबा हे प्रारंभी स्थानिक देव-देवतांचे अवतार समजले जात. पुढे त्यांना शिव-पार्वतीचे अवतार मानले जाऊ लागले.

ही दंतकथा वेगवेगळ्या अंगांनी फुलवून परंपरागत पद्धतीने सांगितली जाते. ही कथा सरत्या काळानुसार उत्क्रांत होत गेली. ही लोककथा 'पाना' गायकांद्वारे ऐकवली जाई आणि पुढे तिचे मणिपुरी नृत्यात रूपांतर केले गेले. 'लाइ हाराओबा' हे त्यांचे विशेष नृत्य होय. 'पाना' हे एक वाद्य आहे आणि ते मणिपुरी नृत्यासोबत वाजवले जाते.

मणिपुरी नृत्य ही मणिपूर राज्यातील पारंपरिक नृत्याची शैली आहे. बायका छोट्या, घसरणाऱ्या चालीने नाचतात. त्यांच्या खास पेहरावाला 'कुमिल' असे म्हणतात. तो नक्षीकाम केलेला, जाडजूड, जमिनीपर्यंत पोहोचणारा घागऱ्यासारखा असतो. पुरुष मंडळी धोतीचा पेहराव करतात व त्यांच्या हालचाली गतिमान आणि जोशपूर्ण असतात. हे नृत्य सुरू असताना, पिंपाच्या आकाराचा 'पुंग' हा ढोल वाजविला जातो. या नृत्याला 'पुंग चोलम' असे म्हटले जाते.

मणिपुरी नृत्यामध्ये वेगवेगळ्या शैलींत नाट्य सादर केले जाते. 'लाइ हाराओबा' हे नृत्य त्याच नावाच्या सणासुदीच्या काळात सादर केले जाते. देवतांना प्रसन्न करण्यासाठीची ती जुनी परंपरा आहे. त्या सणाच्या दिवशी 'माइबास' आणि 'माइबीस' (मंदिराचे पुजारी आणि पुजारीण) जगाच्या निर्मितीचे नाट्य सादर करतात. दंतकथेतील खंबा व थोइबीच्या प्रेमाचे स्मरण केले जाते. रासलीला ही नाना तऱ्हेच्या नृत्यांनी व्यापलेली क्रीडा होय. त्यातून राधा आणि कृष्णाच्या शृंगाराचे प्रदर्शन

होते. नवीन शैलीच्या मणिपुरी नृत्यात समयोचित दृश्याचा नाट्यमय वापर होतो.

राजकुमार सिंघाजित सिंग आणि त्यांच्या पत्नी चारुसिजा माथुर हे आघाडीचे मणिपुरी नर्तक होत. त्यांचा अनेक पुरस्कारांनी गौरव करण्यात आला आहे. सिंघाजितनी २०११ मध्ये संगीत नाटक रत्न सदस्यत्व मिळवले होते. १९८४ मध्ये संगीत नाटक अकादमी पुरस्कार आणि १९८६ मध्ये पद्मश्रीदेखील देण्यात आली होती. दोघांनी मिळून, दिल्लीत 'मणिपूर नृत्याश्रम' नावाचे मणिपुरी नृत्य विद्यालय सुरू केले.

२००३ मधील आणखी घटना

१८ जानेवारी : महान हिंदी कवी, अमिताभ बच्चनचे पिता- हरिवंशराय बच्चन (जन्म : २७ नोव्हेंबर, १९०७) यांचे निधन. ते जातिवंत कवी होते आणि त्यांचा 'मधुशाला' हा कवितासंग्रह लोकप्रिय ठरला.

२२ एप्रिल : साहित्य अकादमीचा पुरस्कार प्राप्त केलेले पंजाबी लेखक बलवंत गार्गी (जन्म : ४ डिसेंबर, १९१६) यांना काळाने ओढून नेले.

१४ जुलै : अभिनेत्री लीला चिटणीस (जन्म : १९०९) काळाच्या पडद्याआड गेल्या.

२४ ऑक्टोबर - १ नोव्हेंबर : हैदराबादमध्ये पहिल्या आफ्रो-एशियन क्रीडा स्पर्धा भरल्या.

९ नोव्हेंबर : मैथिली लेखक विनोद बिहारी वर्मा (जन्म : १९३७) परलोकवासी झाले.

आदिवासींच्या जीवनावर संशोधन करणारे लेखक व टीकाकार जी. एन. देवी यांना नेदरलँड येथील 'प्रिंस क्लॉज' पुरस्कार देण्यात आला.

'अष्टदर्शन' या कवितासंग्रहाकरिता वृंदा करंदीकर यांना ज्ञानपीठ पुरस्कार देण्यात आला.

५८

२००४ : नवे सरकार - युपीए

वाजपेयींच्या नेतृत्वाखाली 'नॅशनल डेमोक्रॅटिक अलायन्स'ने पाच वर्षांचा कालावधी सप्टेंबरमध्ये पूर्ण केला होता; पण त्यांनी काहीशा आधीच निवडणुका घ्यायचे ठरवले. २० एप्रिल आणि १० मेदरम्यान या निवडणुका घ्यावयाचे ठरले. या वेळी बी.जे.पी.च्या जागा १३८ पर्यंत घसरल्या आणि एन.डी.ए.च्या एकूण जागा केवळ १८१ भरत होत्या. काँग्रेसनेदेखील इतर पक्षांसोबत युती केली होती आणि त्यांच्या युतीला युनायटेड प्रोग्रेसिव्ह अलायन्स (UPA) नाव पडले होते. काँग्रेसकडे १४५ जागा होत्या आणि इतर पक्ष मिळून २१८ जागा होत होत्या. यु.पी.ए.ला सरकार स्थापन करता येत होते, कारण त्यांना डाव्या पक्षांचा आणि बहुजन समाज पार्टी आणि समाजवादी पक्षांचा पाठिंबा होता.

काँग्रेसच्या नेत्या सोनिया गांधी पंतप्रधान होऊ शकल्या असत्या; पण त्या मूळच्या इटलीच्या असल्याने काही मंडळींना ते खटकत होते. त्याऐवजी त्यांनी शिक्षणतज्ज्ञ आणि अर्थतज्ज्ञ असलेल्या मनमोहन सिंग यांना पंतप्रधानपदी बसवले. त्याआधी नरसिंह रावांच्या सरकारमध्ये ते अर्थमंत्री होते आणि त्यांनी अनेक आर्थिक सुधारणा मार्गी लावल्या होत्या.

भारतात १९९९ मध्ये, मतदान करण्यासाठी इलेक्ट्रॉनिक व्होटिंग मशीन (EVMs) वापरायला सुरुवात झाली होती. या वेळी देशभर या यंत्राचा वापर करून निवडणुका पार पडल्या.

✦ कर्नाम मल्लेश्वरी निवृत्त

सिडनी येथे भरलेल्या २००० सालच्या ऑलिम्पिकमध्ये महिला वेटलिफ्टर कर्नाम

कर्नाम मल्लेश्वरी

मल्लेश्वरी हिने कांस्यपदक मिळवले.

आंध्रप्रदेशातील श्रीकाकुलम येथे जन्मलेल्या कर्नामने १९८९ पासून खेळाचे प्रशिक्षण घ्यायला प्रारंभ केला होता आणि ऑलिम्पिक स्पर्धेआधी काही पदके व किताब मिळवले होते. त्यात आशियाई स्पर्धेतील दोन सुवर्ण आणि दोन रौप्यपदके होती. १९९२च्या आशियाई वेटलिफ्टिंग स्पर्धेत तिने तीन रौप्यपदके पटकावली होती आणि १९९३ च्या जागतिक स्पर्धेत तिला कांस्यपदक, तर इस्तंबूल येथील १९९४ च्या स्पर्धेत, दोन सुवर्ण व एक रौप्यपदक मिळाले होते. त्या वेळी तिचे वय केवळ एकोणीस वर्षांचे होते. तिने १९९४ आणि १९९५ मध्ये ५४ किलोच्या वर्गात जागतिक पातळीवर बाजी मारली होती. २००४च्या ऑलिम्पिकनंतर कर्नामने निवृत्ती पत्करली. तिचे राजेश त्यागींशी लग्न झाले. ते १९९७ मधील वेटलिफ्टर होते.

भारतातील वेटलिफ्टिंग खेळ

देशातील महिला वेटलिफ्टिंग खेळाडूंत उल्लेखनीय कामगिरी करणाऱ्यांत खुमुकचम संजिता चानू उठून दिसते. तिने २०१४ मध्ये ग्लास्गो येथे भरलेल्या राष्ट्रकुल क्रीडा स्पर्धेत ४८ किलो गटात सुवर्णपदक मिळवले होते. त्या वेळी मीराबाई चानूला रौप्यपदक मिळाले होते. एन. कुंजराणी देवीने १९८९, १९९१, १९९२ आणि १९९४ या वर्षांत जागतिक स्पर्धेत बारा रौप्यपदके मिळवली. तसेच १९९० आणि १९९४ मध्ये आशियाई स्पर्धेत कांस्यपदके जमा केली. छाया अदकला १९९०च्या आशियाई स्पर्धेत तसेच १९८९ व १९९२ च्या जागतिक स्पर्धेत कांस्यपदके मिळाली होती. भारती सिंगनेदेखील १९९२च्या स्पर्धेत कांस्यपदक मिळवले होते.

या महिला खेळाडूंनी एशियन स्पर्धेत चांगलीच बाजी मारली आहे. एन. कुंजराणीने १९८९, १९९१, १९९२ आणि १९९३ सालच्या स्पर्धेत रौप्यपदके पटकावली होती. छाया अदक (१९९१, १९९३),

भारती सिंग (१९९३) आणि कर्नाम मल्लेश्वरी (१९९२) यांनी रौप्यपदके, तर एल. अनिता चानू (१९९२) आणि नीलम सेट्टी लक्ष्मी (१९९३) यांनी कांस्यपदके मिळवली होती.

पुरुष वेटलिफ्टरची राष्ट्रकुलच्या खेळांत आणि आशियाई क्रीडा स्पर्धांतील कामगिरीदेखील कौतुकास्पद आहे. त्यात प्रामुख्याने उल्लेख करायचा तो इ. करुणाकरन याचा! त्याने एडमॉन्टन येथे १९७८ मध्ये भरलेल्या राष्ट्रकुल स्पर्धेत, तसेच १९८० आणि १९८१ मध्ये अनुक्रमे कार्डिफ आणि ऑकलंड येथील स्पर्धांत सुवर्णपदक प्राप्त केले होते. २०१४ च्या राष्ट्रकुल खेळांत सुखेन डे आणि सतीश शिवलिंगम स्वर्णपदकाचे मानकरी ठरले.

✦ २००४ चे उन्हाळी ऑलिम्पिक

अथेन्सला भरलेल्या २००४ मधील खेळात राज्यवर्धन सिंग राठोड यांनी पुरुषांच्या डबल ट्रॅप गटात रौप्यपदक मिळवले.

✦ रेहमान राही यांना ज्ञानपीठ

रेहमान राही (जन्म : ६ मे, १९२५) हे काश्मिरी साहित्यातले पहिले ज्ञानपीठ पुरस्कार विजेते ठरले. जम्मू आणि काश्मीरच्या विश्वविद्यालयात ते पर्शियन भाषा शिकवीत असत. ते कविता आणि गद्यलिखाण करत, तसेच ते अनुवादकही होते.

प्रारंभी ते उर्दूत कविता रचत, नंतर काश्मिरी भाषेत लिहू लागले. 'सुभूक सोडा', 'कलम-ए-राही' आणि 'सियाह रोडे जारेन मन्झ' (काळ्या पावसाच्या सरीत) हे त्यांचे काही कवितासंग्रह आहेत. राहींवर पुरोगामी काश्मिरी कवी दीनानाथ नदिम (१९१६-८८) यांचा प्रभाव होता. राहींना साहित्य अकादमी पुरस्कार (१९६१) आणि पद्मश्री पुरस्कार (२०००) सुद्धा मिळाले होते.

✦ भारतीय टपाल सेवा

या वर्षी भारतीय टपाल सेवेने १५० वर्षे पूर्ण केली. या प्रसंगाची आठवण म्हणून नाणी तयार करण्यात आली. काळानुरूप भारतीय टपाल सेवेचे स्वरूप बदलत गेले. स्वातंत्र्याच्या वेळी असणारी २६,१३० टपाल खात्यांची संख्या २००२ मध्ये १,५४,९१९ वर पोहोचली. ई-मेल, मोबाइल आणि कुरिअर सेवांच्या जंजाळातही भारतीय टपाल सेवेने नव्या योजना राबवून आपले अस्तित्व टिकवले. यात बिल भरणा, रेल्वे आरक्षण (ठरावीक टपाल खात्यात) सुवर्ण

मुद्रांची विक्री अशा सेवा टपाल खात्यामार्फत सुरू करण्यात आल्या.

✦ चेतन भगत : इंग्लिशमध्ये भारतीय लिखाणाचा नवा पायंडा

चेतन भगत (जन्म : २२ एप्रिल, १९७४) हे भारताच्या इतिहासातील जास्तीतजास्त खपाचे इंग्लिश भाषेतील कादंबरीकार[३३] होत. त्यांच्यावर मात करणारे आणखी काही कादंबरीकार आहेत; पण त्याने भारतीय साहित्यात एक सार्थ नवी प्रथा सुरू केली आणि तरुणाईला जिंकून घेतले. २००४ मध्ये 'फाइव्ह पॉइंट समवन' या कादंबरीने त्याची सुरुवात झाली होती आणि तरुण वाचक त्यावर तुटून पडले. त्यात आय.आय.टी. तरुणाच्या जीवनावरचे कल्पित कथानक आहे. त्यानंतर २०१७ पर्यंत त्यांनी सात कादंबऱ्या लिहिल्या. त्यांची अलीकडची कादंबरी 'वन इंडियन गर्ल' (२०१६) ही होय. त्यांच्या सगळ्या कादंबऱ्या प्रचंड खपाच्या ठरल्या. त्यातील काहींवर चित्रपट तयार झाले. चेतनने पटकथा, गद्यलिखाण आणि वर्तमानपत्रांसाठी स्तंभलेखन केले आहे. खरं तर, चेतन भगतची कारकीर्द गुंतवणूक बँकर म्हणून सुरू झाली होती; पण २००९ मध्ये त्या व्यवसायाला पूर्णविराम देऊन ते पूर्णवेळ लिखाण करू लागले.

२००४ मधील आणखी घटना

मे : पोलीस सेवेतील १९७२ च्या पहिल्या महिला आय.पी.एस. अधिकारी किरण बेदी (जन्म : १९४९) यांना संयुक्त राष्ट्रसंघाने त्यांच्या अतुलनीय सेवेबद्दल पदक बहाल केले. त्यांना १९९४ मध्ये रॅमन मॅगसेसे पुरस्कार मिळाला होता.

सप्टेंबर : 'भारतीय कम्युनिस्ट पार्टी' (मार्क्सिस्ट-लेनिनिस्ट) ऊर्फ 'पीपल्स वॉर ग्रूप' या पक्षाचे 'माओइस्ट कम्युनिस्ट सेंटर ऑफ इंडिया' या पक्षात विलीनीकरण होऊन 'कम्युनिस्ट पार्टी ऑफ इंडिया' (माओइस्ट) हा पक्ष निर्माण झाला.

२६ डिसेंबर : सुमात्राच्या खोल समुद्रात घडून आलेल्या भूकंपाने 'त्सुनामी' वादळ उठले आणि कित्येक देशांचा विध्वंस झाला. भारतात १३००० लोक जीवास मुकले; तर ४ लाख लोक बेघर झाले.

---

33. : Donald Greenlees, 'An Investment Banker Finds Fame Off the Books', New York Times, 26 March 2008, http://www.nytimes.com/2008/03/26/books/26bhagat.html.

५९

२००५ : माहितीचा हक्क कायदा मंजूर

१५ जूनला सरकारने माहितीचा हक्क हा कायदा मंजूर केला आणि हे एक लक्षणीय यश होते. या कायद्यामुळे नागरिकांना सरकारी अधिकाऱ्यांकडून माहिती मिळवण्याचा हक्क प्राप्त झाला. या कायद्याने समाज बदलण्यास हातभार लागला आणि भ्रष्टाचार रोखला गेला.

✦ आणखी लक्षणीय घटना

पाकिस्तानच्या नियंत्रणाखाली असलेल्या काश्मीरमधील मुझ्झफरनगर आणि जम्मू-काश्मीरमधील श्रीनगर यांच्या दरम्यान साठ वर्षांच्या कालावधीनंतर एप्रिलमध्ये प्रथम बससेवा सुरू झाली.

चीनसोबत भारताचे संबंध सुधारत आहेत. या दोन्ही देशांत एप्रिल महिन्यात शांतता आणि विकास वाढण्यासाठी एक व्यावहारिक व सहकार्याची बोलणी झाली. त्यानुसार '२१व्या शतकासाठी सौदार्हपूर्ण दृष्टी' नावाच्या एका करारपत्रावर दोन्ही देशांच्या प्रतिनिधींच्या सह्या झाल्या.

✦ श्याम बेनेगल यांना दादासाहेब फाळके पुरस्कार

चित्रपट दिग्दर्शक आणि पटकथाकार श्याम बेनेगल (जन्म : १४ डिसेंबर, १९३४) यांनी कित्येक नोंद घेण्यासारखे चित्रपट दिले आहेत. १९७० च्या प्रारंभास 'अंकुर', त्यानंतरचे 'मंथन', 'निशांत', 'भूमिका','जुनून' (१९७८), 'कलयुग' (१९८१), 'त्रिकाल' (१९८५), 'मंडी' (१९८३), हे त्यातील काही

लक्षणीय चित्रपट होत. या चित्रपटांना 'मध्यम चित्रपट' किंवा 'नव-चित्रपट' असे मानले जाते, कारण ते समाजातील घडामोडींचे वास्तव प्रतिबिंब दर्शवितात. १९९० या वर्षांत त्यांनी वेगळ्या प्रकारचे चित्रपट दिग्दर्शित केले. त्यात 'सूरज का सातवाँ घोडा' आणि मुस्लीम स्त्रियांचे त्रिकुट असलेले 'मेम्मो' (१९९४), 'सरदारी बेगम' (१९९६) आणि 'झुबेदा' (२००१) या तीन चित्रपटांचा अंतर्भाव होतो. यातील अखेरच्या चित्रपटाला ए. आर. रेहमान यांचे संगीत होते आणि त्यात करिश्मा कपूरने मुख्य भूमिका निभावली होती. बेनेगलच्या इतर चित्रपटांत 'द मेकिंग ऑफ महात्मा' (१९९६) आणि 'नेताजी सुभाषचंद्र बोस : द फरगॉटन हिरो' (२००४) यांचाही उल्लेख करावा लागेल. त्यांनी चित्रसृष्टीवर आधारित पुस्तके लिहिली आहेत.

दादासाहेब फाळके पुरस्कारासोबत (२००५) श्यान बेनेगल यांना मिळालेल्या अनेक मान-सन्मानांत पद्मश्री (१९७६), पद्मभूषण (१९९१) आणि उत्कृष्ट हिंदी चित्रपटांचे सात राष्ट्रीय पुरस्कार समाविष्ट आहेत.

✦ एच. डी. शौरींना काळाने ओढून नेले

आयुष्यभर सामान्य माणसाच्या हक्कांसाठी झगडणारे सनदी अधिकारी एच. डी. शौरी (जन्म : ३ मे, १९१२) यांनी २८ जून, २००५ रोजी अखेरचा श्वास घेतला. 'सामान्य माणसाचा आवाज उंचावला पाहिजे,' असे ते म्हणत.[३४] १९८० मध्ये निवृत्त झाल्यानंतर, त्यांनी 'कॉमन कॉज', ('सामान्यांचा हेतू') ही चळवळ सुरू केली होती.

त्यांनी १९७९ नंतर प्रथम निवृत्त झालेल्या पेन्शनरांच्या मुद्द्याला हात घातला आणि त्यावर सुप्रीम कोर्टाने अनुकूल निर्णय दिल्यामुळे सुमारे ४० लाख निवृत्तांना फायदा झाला. त्यांनी अनेक मुद्दे धरून ठेवले आणि २५ वर्षांत ७० अर्ज कोर्ट दरबारी सादर केले. त्यांच्या मृत्युनंतर, 'कॉमन कॉज' चळवळीने, त्यांचे कार्य पुढे चालू ठेवले. २०१४ मध्ये सुप्रीम कोर्टाने नागरिकांच्या भल्यासाठी कोळसा खाणीसाठी मंजूर झालेला प्रभाग रद्द केला. ही केस 'कॉमन कॉज'ने पब्लिक इंटरेस्ट लिटिगेशन (PIL) द्वारा लढवली होती.

✦ आर. के. लक्ष्मण यांना पद्मविभूषण

अनेक राजकारणी आले आणि गेले; पण जीवनातील प्रत्येक घटनेवर भाष्य

34. 'Our Founder', Common Cause, accessed 11 June 2017, http://commoncause.in/our-founder.php.

करणारे आर. के. लक्ष्मण यांचे 'कॉमन मॅन' हे पात्र कुणीच विसरू शकत नाही.

आर. कें.चा जन्म २४ ऑक्टोबर, १९२१चा. त्यांनी आपल्या दररोजच्या You Said It. (काय म्हणालात?) या 'टाइम्स ऑफ इंडिया' वर्तमानातील व्यंगचित्रासाठी हे अफलातून पात्र तयार केले होते. त्याचे पहिले पदार्पण १९५१ मध्ये झाले होते. राजकारणी मंडळी सामान्य माणसाला विसरून जातात; त्यामुळे त्यांच्या असंख्य व्यंगचित्रांत ते पंतप्रधान, राजकीय पुढारी, तसेच विविध घटना रेखाटून सामान्य माणसाप्रती सहानुभूती व्यक्त करतात. त्यांचा 'सामान्य माणूस' एकेक व्यक्तिमत्त्वाचा मासला असतो.

आर. के. लक्ष्मणच्या 'कॉमन मॅन'चे चित्र

लक्ष्मणची व्यंगचित्रे वेगवेगळ्या पुस्तकांत संग्रहित रूपाने प्रकाशित झाली आहेत. 'द टनेल ऑफ टाइम' (१९९८) हे त्यांचे आत्मचरित्र प्रसिद्ध आहे. अखेरच्या दिवसांमध्ये ते अनेक मेंदूविकारांच्या झटक्यांनी विकलांग झाले होते आणि २६ जानेवारी, २०१५ रोजी त्यांनी जगाचा निरोप घेतला. लक्ष्मणवर मान-सन्मानांचा अक्षरशः पाऊस पडला. ते २००५ मध्ये पद्मविभूषित झाले. सुप्रसिद्ध लेखक आर. के. नारायण त्यांचे थोरले बंधू होत. नारायण यांच्या 'मालगुडी डेज' या टेलिव्हिजन मालिकेसाठी (निर्मिती : १९८६) लक्ष्मणनी रेखाटने केली होती.

हरिश चंद्र शुक्ला, सुधीर धर, अबू अब्राहम यांच्यासारख्या असंख्य व्यंगचित्रकारांनी आर. के. लक्ष्मणपासून प्रेरणा घेतली होती.

स्वातंत्र्योत्तर काळातील नावाजलेले क्रिकेटपटू

क्रिकेट हा भारतातील आवडता खेळ आहे. आपण याआधी काही क्रिकेटपटूंवर नजर टाकली आहे. तरीही, स्वातंत्र्योत्तर काळातील उत्कृष्ट गोलंदाज, फलंदाज आणि अष्टपैलू खेळाडूंची यादी बघू या :

अजित वाडेकर, अनिल कुंबळे, बी. एस. चंद्रशेखर, बिशनसिंग बेदी, दिलीप सरदेसाई, दिलीप वेंगसरकर, एकनाथ सोलकर, इरापल्ली प्रसन्ना, फारूख एम्. इंजिनिअर, गुंडाप्पा विश्वनाथ, हरभजन सिंग,

जवागल श्रीनाथ, कपिल देव, मन्सूर अली खान, मोहम्मद अझरुद्दीन, मोहिंदर अमरनाथ, एम. एस. धोनी, मुश्ताक अली, नरी कॉन्ट्रॅक्टर, पॉली उम्रीगर, राहुल द्रविड, रवी शास्त्री, रोहित शर्मा, एस. वेंकटराघवन, सुनील गावस्कर, सचिन तेंडुलकर, सौरव गांगुली, सुभाष गुप्ते, विजय हजारे, विजय मर्चंट, विनू मंकड, विराट कोहली, वीरेंद्र सेहवाग, व्हि. व्हि. एस. लक्ष्मण आणि युवराज सिंग.

महिला क्रिकेटपटूंमध्ये वरची श्रेणी गाठलेल्या खेळाडू : शांता रंगास्वामी, अंजूम चोप्रा, डायना एडलजी, मिथाली राज, झुलन गोस्वामी, हर्मनप्रीत कौर, नीतू डेव्हिड, नुशीन अल खदीर, शुभांगी कुलकर्णी, पूर्णिमा राव आणि अंजू जैन.

२००५ मध्ये ऑस्ट्रेलियामध्ये आय.सी.सी. पुरस्कार सोहळा आयोजित केला गेला होता. त्यात दोन भारतीयांना सन्मानित केले होते :

'वर्ल्ड टेस्ट इलेव्हन' मालिकेतील सहभागाबद्दल वीरेंद्र सेहवाग आणि वर्ल्ड वन-डे इलेव्हन'मध्ये भाग घेतल्याबद्दल राहुल द्रविड.

२००५ मधील आणखी घटना

२५ जानेवारी : महाराष्ट्रातील वाई येथील मांढरदेवी मंदिरात झालेल्या चेंगराचेंगरीत २०० जण मृत्युमुखी पडले.

फेब्रुवारी : पन्नासाव्या फिल्मफेअर सोहळ्यात 'शोले' या चित्रपटाला पन्नास वर्षांतला उत्कृष्ट चित्रपट हे बिरुद देण्यात आले.

२६-२७ जुलै : पुरामुळे मुंबई थबकली.

२९ ऑक्टोबर : आंध्रप्रदेशातील वालिगोंडा येथे डेल्टा फास्ट पॅसेंजर ट्रेन रुळावरून घसरली आणि शंभराहून अधिक प्रवासी जीवाला मुकले.

२९ ऑक्टोबर : दिवाळी सणाच्या आधी दिल्लीतील तीन गजबजलेल्या बाजारात बॉम्बस्फोट झाले आणि साठजण मृत्युमुखी पडले.

डिसेंबर : एम. एस. धोनी (जन्म : १९८१) याचे क्रिकेटमध्ये पदार्पण. हिंदी कवी कन्वर नारायण यांना ज्ञानपीठ पुरस्कार.

६०

२००६ : वीस कलमी कार्यक्रमाची पुनर्रचना

मनमोहन सिंग पंतप्रधानपदावर होते आणि विकासाला गती देण्यासाठी वीस कलमी कार्यक्रमाचे पुनरावलोकन करून, त्याची पुनर्रचना करण्यात आली. ग्रामीण भागातील रोजगाराला प्रोत्साहन देण्यासाठी 'राष्ट्रीय ग्रामीण रोजगार हमी कायदा' हा कायदा आणला गेला आणि त्याला काही प्रमाणात यशदेखील मिळाले. मेमध्ये नॅशनल ई-गव्हर्नन्स योजना मंजूर करण्यात आली.

१८ फेब्रुवारीला थर एक्स्प्रेस ट्रेनचे उद्घाटन झाले. या ट्रेनने पाकिस्तानातील कराची आणि राजस्थानातील जोधपूरजवळील भगत की कोठी ही दोन ठिकाणे जोडली गेली.

✦ किरण देसाईंना बुकर प्राइज मिळाले

'द इन्हेरिटन्स ऑफ लॉस' (नुकसानीचा वारसा) या कादंबरीसाठी किरण देसाईंना (जन्म : ३ सप्टेंबर, १९७१) २००६ सालचा मॅन बुकर प्राइज हा पुरस्कार लाभला. त्यांचा जन्म चंडिगढ येथे झाला. त्या सुप्रसिद्ध कादंबरीकार अनिता देसाई यांच्या कन्या होत.

'द इन्हेरिटन्स ऑफ लॉस'मध्ये अमेरिकेत बेकायदेशीररित्या स्थलांतरित झालेल्या बिजूची आणि भारतातील कालिंपाँग येथील साई यांची कहाणी आहे. साई आजोळी आजोबांकडे राहते. बिजूचे वडील तिथे स्वयंपाकी म्हणून कामाला असतात. या कादंबरीत वसाहतवाद, वर्तमान आणि भूतकाळातला वारसा आणि भारतातील जातिव्यवस्था तसेच गोरखा भूमीची चळवळ हे विषय हाताळले आहेत. या कादंबरीत किरणला व्होडाफोन क्रॉसवर्ड बुक अवॉर्ड (२००६), तसेच कल्पित

लिखाणासाठीचे नॅशनल बुक क्रिटिक सर्कल अवॉर्ड (२००७) असे पुरस्कार मिळवून दिले.

✦ साबरी खानला पद्मभूषण पुरस्कार

साबरी खान (२१ मे, १९२७ -१ डिसेंबर, २०१५) हे हिंदुस्थानी शास्त्रीय संगीतातील बासरीवादक होते. त्यांना २००६ सालचा पद्मभूषण पुरस्कार देण्यात आला. ते सेनिया घराण्याचे संगीतकार होते आणि त्यांनी जगातील अनेक देशांत बासरीवादन केले. अनेक मान-सन्मान मिळवले. त्यांनी युरोप - अमेरिकेतील रसिकांना सारंगीच्या सुरांची ओळख करून दिली. त्यांचे पुत्र- कमल साबरी आणि नातू सुहेल युसूफ खान हेसुद्धा सारंगी वाजवतात. सुहेल हा अद्वैत या कलापथकासह सारंगी वाजवतो आणि गातो.

सारंगी

सारंगी हे तंतुवाद्य असून त्याला तीन मुख्य तारा असतात आणि ३५ ते ४० दुय्यम तारा असतात. त्याला एक धनुष्य जोडलेले असते आणि त्यातून वैशिष्ट्यपूर्ण ध्वनी येतो. साधारणतः सारंगी हे वाद्य देवदार वृक्षाच्या लाल लाकडापासून तयार करतात आणि ती ६० सेंटिमीटर लांब असते. पूर्वी भटके गायक या वाद्याचा वापर करीत; पण मुघल काळात तिचा शास्त्रीय संगीतात समावेश करण्यात आला. त्यातून मानवी आवाज उमटतो; पण तिला झंकारणे खूप कठीण असते; त्यामुळे आधुनिक काळात सारंगीऐवजी हार्मोनियम वापरले जाते. तरीही गायनासाठी व एकपात्री सादरीकरणासाठी आजही सारंगीचा वापर होतो.

सारंगी वाजवण्यात पारंगत असलेले काही वादक :

अब्दुल लतीफ खान (१९३४-२००२) : ग्वालियरजवळच्या गोहड गावात यांचा जन्म झाला होता. ते आपल्या वडिलांकडून सारंगी वाजवायला शिकले. भोपाळ आकाशवाणीवर ते कलाकार म्हणून रुजू होते. ते हिंदुस्थानी व कर्नाटक शास्त्रीय संगीतातील राग वाजवीत.

बुन्दू खान (१८८६-१९५५) : हे दिल्ली घराण्यातील एक उत्कृष्ट सारंगीवादक होते. ते इंदोर राज्याच्या राजदरबारात संगीतकार म्हणून रुजू होते. त्यांनी प्रथमच आतड्याऐवजी धातूच्या तारा वापरायला सुरुवात केली. कित्येकदा त्यांनी बांबूने तयार केलेली छोटी सारंगी वापरली.

एकदा एका सोहळ्यात त्यांना आमंत्रित करण्यात आले होते; पण ते कुठेच दिसले नाहीत. नंतर ते फुलांसोबत सारंगी वाजवीत असताना आढळले होते. दुसऱ्या एका प्रसंगात त्यांनी मौन बाळगण्याची शपथ घेतली होती. बाजारात जाताना ते आपली सारंगी सोबत घेऊन जात. त्यांनी सारंगीवर उमटविलेल्या सुरांवरून त्यांना कुठली भाजी हवी, हे दुकानदारांना कळायचे. अब्दुल मजीदखान आणि सागिरुद्दीन खान हे त्यांचे नामांकित शागीर्द होते.

- शकूर खान (१९०५-७५) हे किराणा घराण्याचे होते.
- गोपाल मिश्रा (१९२१-७७) यांनी आपले वडीलबंधू हनुमानप्रसाद मिश्रा, वडील सूर सहाय मिश्रा आणि गायक बडे रामदास यांच्याकडे संगीताचे धडे घेतले. ते दिल्लीत वास्तव्याला होते आणि एकपात्री व सामूहिकरित्या कार्यक्रम सादर करत.
- राम नारायण (जन्म : १९२७) : हे राजस्थानातील उदयपूरचे. त्यांनी कित्येक मैफलींमध्ये सारंगीवादन केले.
- सुलतान खान (१९४१-२७ नोव्हेंबर, २०११) : हे मूळचे जोधपूरचे आणि गायनदेखील करत. त्यांना पद्मभूषण (२०१०) व अन्य पुरस्कार लाभले. जोधपूरचे गुलामखान तसेच त्यांचे काका अझिमखान यांच्याकडे ते सारंगीवादन शिकले.
- लड्डन खान (जन्म : १९३४) : हेदेखील सारंगीवादनात प्रावीण्य असलेले कलाकार होते; पण व्याधी व आजारामुळे त्यांच्या कलेवर विपरीत परिणाम झाला.
- मुनीर खान (१९२६-२०११) : यांनी आपले वडील नाझिरखान यांच्यासोबत सारंगीवादनाचा अभ्यास केला.
- रामनारायणांची कन्या अरुणा नारायण आणि भगवानदास मिश्रांची शिष्या अर्चना यादव या महिला कलाकारही सारंगी वाजवण्यात तरबेज होत्या.

सारंगी मेळावे

अनेक वेळा सारंगी मेळावे भरविले जातात. १९८९ मध्ये भरलेल्या भोपाळ सारंगी मेळाव्यात सुमारे शंभर सारंगीवादकांनी भाग घेतला होता.

✦ अष्ट महिशी : भामा नृत्यम

शांता राव (१९३०-२८ डिसेंबर, २००७) या एक नामवंत नर्तिका होत्या. त्यांनी 'भामा सूत्रम' या पंथाच्या रीतीरिवाजाला अनुसरून 'भामा नृत्यम' ही नवी शैली निर्माण केली.

भामा नृत्य सादर करताना शांता राव

त्यांचा जन्म मंगलोरला झाला होता. त्यांच्या घराण्याला नृत्याची पार्श्वभूमी नव्हती, तरी त्या नृत्यकलाकार आग्रही होत्या. अखेर, त्यांना वडिलांची परवानगी मिळाली. केरळ कलामंडलममध्ये कथकली शिकलेल्या त्या पहिल्याच विद्यार्थिनी होत. कलामंडलमचे संस्थापक नारायण मेनन वल्लाथोल यांच्या सूचनेनंतरच गुरू पी. रामुणी मेनन वल्लाथोल यांनी तिला शिकवण्याची तयारी दर्शविली. तिथे त्या महागुरू कृष्णा पन्नीकर यांच्या हाताखाली मोहिनीअट्टम शिकल्या. पंडानल्लूर गावाला भेटी दिली, तेव्हा त्यांनी मीनाक्षी सुंदरम पिल्ले यांच्याकडून भरतनाट्यम समजून घेतले. मग त्यांनी कुचिपुडी नृत्य शिकण्याचे ठरवले. भागवत मेळा नाटकाच्या रूपाशी साजेसे स्वरूप या नृत्याला मिळाले, असे त्यांना वाटे. पुढ मंदिरात रूढीनुसार गुप्तपणे सादर केल्या जाणाऱ्या भीमा सूत्रम नृत्यात निपुण असलेल्या वेंकट चलपथी शास्त्री यांच्याकडे त्या शिक्षणासाठी गेल्या. त्यांनी शांताला परवानगी दिली खरी; पण त्या तिथे काय शिकल्या हे कुणापुढे उघड करायचे नाही, ही अट घातली. ते एक रहस्यच होते! त्यामुळे तीन वर्षे त्यांनी मनन-चिंतनात घालवली.

तद्नंतर त्यांनी आपल्या गुरूंच्या आशीर्वादाने व त्यांनी मान्य केलेल्या शैलीत, भामा नृत्यमचे सादरीकरण केले. त्या नृत्याला शांता राव 'देवाची भेट' असे मानतात.[३५] २००६ मध्ये त्यांनी 'अष्ट महिशी' नावाचे अखेरचे भामा नृत्य

---

35. Sunil Janah and Ashoke Chatterjee, Dances of the Golden Hall, quoted in Ashoke Chatterjee, 'A Perfect Stillness: The Art of Shanta Rao' (symposium, 'Why Dancer?', December 2015), accessed 11 June 2017, http://www.india-seminar.com/2015/676/676_ashoke_chatterjee.htm.

सादर केले. त्यात कृष्णाच्या आठ बायकांची कथा सादर केली होती. शांताबाईंना रसिक आदर देत होते; पण इतर कलाकारांप्रमाणेच त्या श्रेष्ठत्वाच्या मानापासून वंचित राहिल्या आणि रसिकांच्या विस्मृतीत गेलेल्या आख्यायिका बनल्या. त्यांना प्रसिद्धीचे वावडे होते तसेच त्यांना टीकाकारांकडून प्रशंसा लाभली; पण शुद्ध, पवित्र नृत्याचे बाजारीकरण होत असलेले आणि त्याचा दर्जा घसरल्याचे त्यांना पसंत नव्हते.

त्यांना संगीत नाटक अकादमी पुरस्कार (१९७०) आणि पद्मश्री (१९७१) देऊन गौरविण्यात आले.

शास्त्रीय नृत्यांतील नव्या शैली

शास्त्रीय नृत्य सादर केले जात असताना त्याच्या शैलीत समयोचित बदल होत गेले. काही नृत्यांनी आपली मूळ परंपरा राखून ठेवली, तर काही नृत्यांत बदल होत गेले. त्या नावीन्यपूर्ण आविष्कारानुसार पेहराव बदलले गेले. पोलके, घागरे, अंगरखे, धोती यात बदल झाले. मार्शल आर्ट व योगामधून नव्या हालचाली घेण्यात आल्या. कित्येक नृत्यांनी परंपरेच्या सीमारेषाही ओलांडल्या.

चंद्रलेखा पटेल (६ डिसेंबर, १९२८-३० डिसेंबर, २००६) हिने अन्य कलाविष्कारांतून तालाचे अनुक्रम व ढब स्वीकारून त्याचा मेळ बसवला. तसेच खास प्रकाशयोजना आणि प्रायोगिक संगीताचा वापर केला. 'शरीरा' ही तिची निर्मिती २००१ च्या मार्च महिन्यात सादर करण्यात आली आणि ती खूपच आगळी ठरली. तिच्या नृत्यांना अत्याधुनिक मानले जाते. तिला २००४ मध्ये संगीत नाटक अकादमीचे रत्न सदस्यत्व बहाल करण्यात आले. सदानंद मेनन लिखित 'चंद्रलेखा, नृत्यदिग्दर्शन कार्य : अंगिका टू शरीरा १९८५-२००३' या ग्रंथात तिच्या कामाची नोंद घेतली गेली आहे.

गीता चंद्रन (जन्म : १४ जानेवारी, १९६२) ही भरतनाट्यम नर्तिका आहे. तिच्या नृत्याविष्कारांतून तिचा वैयक्तिक दृष्टिकोन प्रतिबिंबित होतो. तिने नृत्यकला विकसित करण्यासाठी 'नाट्यवृक्ष' नावाची संघटना उभी केली आहे. तिने नृत्य दिग्दर्शनाला नवे वळण दिले आहे. तसेच टेलिव्हिजन, व्हिडिओ, चित्रपट, नाटक अशा विविध ठिकाणच्या कार्यक्रमांत सहभाग घेतला आहे. अनेक कला कार्यक्रमांत तिचा सहभाग असतो. 'हर व्हॉइस' हा एक नृत्य आणि कळसूत्री बाहुल्यांचा खेळ आहे. त्यात

अनुरूपा रॉय हिच्या कटकथा या कठपुतळी नाट्य कंपनीसाठी ती काम करते. 'हर व्हॉइस' (तिचा आवाज) या नृत्यनाट्याला महाभारताची पार्श्वभूमी आहे आणि ते 'वुमन अँड वॉर' (स्त्री आणि संघर्ष) या संकल्पनेवर आधारित आहे.

✦ फेसबुक

फेसबुक हे समाजमाध्यमाचे एक साधन २००४ मध्ये अस्तित्वात आले आणि २००६ पर्यंत, ते तेरा वर्षांवरील व्यक्तींना खुले करण्यात आले. २०१५ मध्ये भारतात साडेबारा कोटी लोक फेसबुक वापरत होते आणि २०१६ मध्ये ती संख्या साडेएकोणीस कोटींवर पोहोचली. जगातील ही सगळ्यात मोठी संख्या होती. अमेरिकेसारख्या प्रगत देशांत १९.१ कोटीजण फेसबुक हे माध्यम वापरत होते.

२००६ मधील आणखी घटना

२-५ मार्च : अमेरिकेचे अध्यक्ष जॉर्ज डब्ल्यू. बुश यांची भारत भेट

२८ मार्च : हरयानाचे माजी मुख्यमंत्री बन्सीलाल (जन्म : १९२७) निवर्तले.

१० एप्रिल : मिरतमध्ये भरलेल्या ब्रँड इंडिया फेअर या उद्योग जत्रेत आग लागून ६५ जण मृत्युमुखी पडले.

१२ एप्रिल : कन्नड अभिनेता राजकुमार (जन्म : १९२९) यांच्या आयुष्याची दोरी तुटली.

२७ ऑगस्ट : ज्येष्ठ चित्रपट दिग्दर्शक हृषिकेश मुखर्जी (जन्म : १९२२) यांना काळाने ओढून नेले.

२९ ऑगस्ट : राजस्थानमधील कन्वापुरा येथे मोठी उल्का कोसळली.

९ ऑक्टोबर : बहुजन समाजवादी पक्षाचे संस्थापक कांशीराम (जन्म : १९३४) बुद्धवासी झाले.

झीनत अमान या अभिनेत्रीने फिल्म फेअरचा जीवनगौरव पुरस्कार पटकावला.

कोंकणी लेखक रवींद्र केळकर आणि संस्कृत पंडित व कवी सत्यव्रत शास्त्री यांना ज्ञानपीठ पुरस्कार देण्यात आला.

६१

२००७ : प्रतिभा पाटील - पहिल्या महिला राष्ट्रपती

या वर्षी राष्ट्रपती व उपराष्ट्रपती यांची निवड झाली. जुलै महिन्यात प्रतिभाताई देवीसिंग पाटील (जन्म : १९३४) या देशाच्या पहिल्या महिला राष्ट्रपती म्हणून निवडून आल्या. त्यांची राजकीय कारकीर्द दीर्घ होती. महाराष्ट्र राज्य सरकारात त्या आमदार (MLA) होत्या. नंतर राज्यस्थानच्या राज्यपाल होत्या. महमद हमीद अन्सारी (जन्म : १९३७) हे उपराष्ट्रपती म्हणून निवडून आले.

✦ आणखी लक्षणीय घटना

भारत आणि पाकिस्तान या देशांत आण्विक युद्धाच्या अपघातांची खबरदारी घेण्यासंबंधी फेब्रुवारी महिन्यात करार सहीबद्ध झाला.

याच महिन्यात, लाहोर-दिल्लीला जोडणाऱ्या समझौता एक्स्प्रेसवरील दहशतवादी हल्ल्यात ६८ प्रवासी (जास्त करून पाकिस्तानी प्रवासी) मरण पावले.

✦ धर्मेंद्र : महानगरातले जीवन

धर्मेंद्र (जन्म : ८ डिसेंबर, १९३५) हे हिंदी व पंजाबी सिनेसृष्टीतील अभिनेते होते. त्यांचे अनेक चित्रपट गाजले. नंतरच्या त्यांच्या चित्रपटांपैकी 'लाइफ इन अ... मेट्रो' (२००७) या लोकप्रिय चित्रपटात मुंबई महानगरीत वास्तव्यास असलेल्या नऊजणांचे समकालीन जीवनचित्र दाखवले आहे. अनुराग बसूंचे दिग्दर्शन, प्रीतमची लोकप्रिय साउंड ट्रॅक्स ध्वनिव्यवस्था, सईद काद्री - अमिताभ वर्मा आणि संदीप श्रीवास्तव यांची गाणी यामुळे या चित्रपटाचा साज रसिकांना पसंत

पडला होता. या चित्रपटाला फिल्मफेअरचे तीन व अन्य पुरस्कार मिळाले.

धर्मेंद्रचे नावाजलेले चित्रपट : 'फूल और पत्थर' (१९६६), मेरा गाव, मेरा देश (१९७१) आणि तुफान लोकप्रिय झालेला 'शोले'. त्याने राजकारणात प्रवेश केला आणि २००४ ते २००९ या कालावधीत तो लोकसभेचा सदस्य बनला. त्याच्या नंतरच्या चित्रपटांत 'अपने' (२००७) व 'यमला पगला दिवाना' (२०११), 'यमला पगला दिवाना -२'(२०१३) यांचा समावेश आहे. त्याला फिल्मफेअरचा जीवनगौरव (१९९७) आणि पद्मभूषण (२०१२) हे पुरस्कार मिळाले.

धर्मेंद्रने १९५४ मध्ये प्रकाश कौर हिच्याशी लग्न केलं होतं आणि त्यांनी चार मुलांना जन्म दिला होता. सनी आणि बॉबी त्यांचेच मुलगे होत. त्यांचं दुसरं लग्न हेमा मालिनीशी झालं आणि त्यांना ईशा व आहना या दोन मुली आहेत. १९८३ मध्ये धर्मेंद्रने 'विजयता फिल्म्स' ही चित्रपट निर्मिती कंपनी काढली आणि आपल्या दोन्ही मुलांना चित्रपटात आणले.

सनी देओल (जन्म : १९ ऑक्टोबर, १९५६) याने १९८० ते १९९०च्या वर्षात असंख्य चित्रपटांत भूमिका केल्या. 'गदर : एक प्रेमकथा' (२००१) हा त्याचा चित्रपट विशेष गाजला. यात फाळणीच्या काळातले नाट्य रंगवले आहे. बॉबी देओल (जन्म : २७ जानेवारी, १९६९) यानेसुद्धा कित्येक चित्रपट केले. 'बरसात' (१९९५), 'गुप्त' (१९९७) आणि 'यमला पगला दिवाना' हे त्याचे काही लोकप्रिय चित्रपट होत.

✦ अमिताव घोष यांना पद्मश्री

अमिताव घोष (जन्म : ११ जुलै, १९५६) हे नावाजलेले इंग्रजी लेखक होते. त्यांनी अनेक ऐतिहासिक पुस्तके लिहिली आहेत.

'द सर्कल ऑफ रिझन' (१९८६) ही त्यांची पहिली कादंबरी होय. तसेच वसाहतवादी इतिहासावर बेतलेली आयबिस पक्षाचे त्रिकूट असलेली 'सी ऑफ पॉपीज' (२००८), 'रिव्हर ऑफ स्मोक' (२०११) आणि 'फ्लड ऑफ फायर' (२०१५) या त्यांच्या काही कादंबरी होत. त्यांनी गद्यलिखाणदेखील केले. अलीकडेच त्यांचा 'द ग्रेट डिरेंजमेंट : क्लायमेट चेंज अॅन्ड द अनथिंकेबल' (२०१६) हा माहितीपूर्ण ग्रंथ प्रकाशित झाला. त्यांना लाभलेल्या प्रतिष्ठित पुरस्कारांत 'द सर्कल ऑफ रिझन'साठी फ्रान्सचा 'प्रिक्स मेडिसीज एट्रेन्जर' पुरस्कार (१९९०), 'सी ऑफ पॉपीज'साठी विभागून मिळालेले वोडाफोन क्रॉसवर्ड बुक अवॉर्ड (२००९) आणि इस्त्रायलचे 'डॅन डेव्हिड प्राइज' (२०१०) यांचा समावेश आहे. त्यांना साहित्य अकादमी पुरस्कारही (१९८९) देण्यात आला होता.

चंडिगढ राज्यसभा गृहाचे चित्र

वास्तुशिल्पकला

स्वतंत्र भारतातील वास्तुशिल्पकला ही वैयक्तिक स्वरूपाची होती. कुठल्याही वैशिष्ट्यपूर्ण शैलीशिवाय बहुतांश इमारती उभ्या झाल्या होत्या. अर्थात, देशात काही कल्पक वास्तुशिल्पकार होते आणि त्यांनी भव्य कलापूर्ण वास्तू उभ्या केल्या. २००७ मध्ये स्वर्गवासी झालेले लॉरी बेकर त्यांपैकी एक होते.

इमारतीची नक्षी साकारताना वास्तुशिल्पकारांना त्या त्या विभागातील वास्तू नियम समजावून घ्यावे लागतात. बांधकाम हे मुख्य रचनेचे असते; आधुनिक, अत्याधुनिक व दुसरे म्हणजे वारसायुक्त आणि परंपरागत कंगोरे वापरलेले बांधकाम होय. आधुनिक वास्तुशिल्पांत कमीतकमी सजावट असते आणि त्यात लोखंड व काच यांचा जास्त वापर असतो. एक स्विस फ्रेंच वास्तुशिल्पकार ली कॉर्बुसिअर यांनी चंडिगढ शहर या नव्या शैलीत उभारले आहे. काही शिल्पकार प्राचीन वास्तुशास्त्रातील तत्त्वे वापरतात. भारतात पुढीलप्रमाणे श्रेष्ठ वास्तुशिल्पकार होते :

- अच्युत कानविंदे (१९१६-२००२) : हे आधुनिक वास्तुशिल्पकार होते. बौहाउस येथे जर्मन आर्ट स्कूल उभारणाऱ्या वॉल्टर ग्रोपियस कंपनीत ते कामाला होते. त्यांनी सिमेंट कॉंक्रीट आणि लोखंडी

सळ्या वापरून कार्यशील आणि नक्षीच्या वास्तू उभारल्या. कानपूरच्या आय.आय.टी.ची इमारत याच प्रकारची आहे.

- चार्ल्स कोरिया (१९३० - २०१५) : यांना १९७२ मध्ये पद्मश्री व २००६ मध्ये पद्मविभूषण देण्यात आले. त्यांच्या नावावर इतरही अनेक पुरस्कार आहेत. अहमदाबादमधील गांधी स्मारक संग्रहालय, ज़यपूरमधील जवाहर कला केंद्र आणि नवी दिल्लीतील ब्रिटिश कौन्सिल व जीवनभारती इमारत ही त्यांची नावाजलेली वास्तुशिल्पे होत. १९७० ते ७५ च्या कालावधीत, मुंबईजवळील नवी मुंबई नगरीची रचना ही त्यांचीच शिल्पकला होय.
- बी. व्ही. दोशी (जन्म : १९२७) : ली कॉर्बुसिअर आणि अमेरिकन वास्तुशिल्पकार लुइस काहन यांच्या मुशीत तयार झालेल्या या भारतीय वास्तुशिल्पकाराने कित्येक वास्तुशिल्पकला संस्थांची उभारणी केली. त्यांना १९७६ मध्ये पद्मश्री आणि २०११ मध्ये 'फ्रेंच ऑड्रे देस आर्टस् एट देस लेटर्स' हा सन्मान देण्यात आला.
- लॉरी बेकर (जन्म : १९१७) : कमी किमतीचे पदार्थ वापरून, पर्यावरणपोषक वास्तू तयार करण्यावर त्यांचा भर होता. स्थानिक वस्तूंचा वापर करून आणि तिथे उपलब्ध असलेले तंत्रज्ञान वापरून ते इमारती उभारत असत.
- जोसेफ ॲलन स्टेन (१९१२ - २००१) : हे अमेरिकन वास्तुशिल्पकार १९५२ मध्ये भारतात आले. ते कलकत्त्यातील वास्तुशिल्प, शहरयोजना आणि विभागीय योजना या विभागाचे 'बेंगाल इंजिनिअरिंग कॉलेज'मध्ये प्रमुख होते. (त्या कॉलेजचे आताचे नाव 'इंडियन इन्स्टिट्यूट ऑफ इंजिनिअरिंग सायन्स ॲन्ड टेक्नॉलॉजी, शिवपूर' असे आहे.) १९६०च्या काळात त्यांनी काश्मीर आणि हिमाचल प्रदेशातील गावे विकसित करण्यात योगदान दिले. त्यांच्या शिल्पकलेतून कित्येक उल्लेखनीय वास्तू उभारल्या गेल्या; त्यात 'त्रिवेणी कला संगम', 'इंडिया इंटरनॅशनल सेंटर' आणि नवी दिल्लीतील 'इंडिया हॅबिटेट सेंटर' ही नावे घेता येतील. त्यांच्या मृत्युनंतर नवी दिल्लीतील रस्त्याला जोसेफ स्टेन लेन असे नाव देण्यात आले. जोसेफना १९९२मध्ये पद्मश्री बहाल करण्यात आली.
- राज रेवाल (जन्म : १९३४) : परंपरा व आधुनिकता यांचा त्यांच्या शिल्पकलेत संगम आढळतो. त्यांनी 'एशियन गेम्स व्हिलेज' आणि दिल्लीतील 'हॉल ऑफ नेशन्सची' उभारणी केली.

✦ नसिरुद्दीन शाह

नसिरुद्दीन शाह (जन्म : २० जुलै, १९४९ किंवा १६ ऑगस्ट, १९५०)[३६] हे समांतर सिनेसृष्टीचे प्रभावी अभिनेते होत. ते नाट्यकर्मी आणि दिग्दर्शकदेखील आहेत. २००७ मध्ये त्यांनी इस्मत चुगताई यांच्या तीन स्त्रीविषयक कथांवर आधारित एक उर्दू नाटक 'इस्मत, आपके नाम' रंगमंचावर आणून त्यात भूमिका केली. त्यांनी नव्या लाटेच्या सिनेमात अभिनय केला. 'निशांत', 'आक्रोश', 'अर्धसत्य' (१९८३), 'मासूम' (१९८३), 'ए वेन्सडे' (२००८) ही त्याची उदाहरणे होत. शिवाय मुख्य प्रवाहातील बॉलिवुड चित्रपट व आंतरराष्ट्रीय चित्रपटांतदेखील काम केले आहे. ते टीकाकारांच्या कौतुकाचे धनी बनले आहेत. नसिरुद्दीनची दोन लग्ने झाली. वयाच्या एकोणिसाव्या वर्षी ते मनारा सिक्रीशी विवाहबद्ध झाले होते. त्यांची मुलगी हिबा शाहदेखील नाट्यअभिनेत्री आहे. १९८२ मध्ये त्यांनी नाट्य व चित्रपट अभिनेत्री रत्ना पाठक हिच्याशी लग्न केले. त्यांना खूप पुरस्कार मिळाले; त्यामध्ये राष्ट्रीय व आंतरराष्ट्रीय सन्मान आहेत. ते पद्मश्री (१९८७) आणि पद्मभूषित (२००३) देखील आहेत. त्यांचे आत्मचरित्र 'ॲन्ड देन वन डे : ए मेमॉयर' (२०१४) प्रसिद्ध आहे.

✦ कमलेश्वर आणि 'नई कहानी' ग्रूप

या वर्षी हिंदी लेखक आणि चित्रपट व टेलिव्हिजनचे पटकथाकार कमलेश्वर (६ जानेवारी, १९३२ - २७ जानेवारी, २००७) यांच्या आयुष्याची दोरी तुटली. ते 'नई कहानी' (नवी गोष्ट) या गटाचा एक भाग होते. हा गट स्वातंत्र्यपूर्व काळातील लेखकाच्या परंपरेशी फारकत घेणारा होता. या गटात मोहन राकेश, निर्मल वर्मा, अमरकांत, राजेंद्र यादव आणि भीष्म साहनी ही लेखकमंडळी होती. कमलेश्वर यांनी कित्येक कादंबऱ्या आणि निबंध लिहिले. 'कितने पाकिस्तान' (२०००) या कादंबरीसाठी २००३ सालचा साहित्य अकादमी पुरस्कार मिळाला होता. त्यांना २००५ मध्ये पद्मभूषण देऊन गौरवण्यात आले होते.

मोहन राकेश (८ जानेवारी, १९२५ - ३ डिसेंबर, १९७२) यांनीही कादंबऱ्या, नाटके व कथा लिहिल्या. त्यांना १९६८चा संगीत नाटक अकादमीचा पुरस्कार मिळाला होता. त्यांच्या 'उसकी रोटी' या कथेवर १९७० मध्ये चित्रपट निघाला होता आणि मणी कौल यांनी त्याचे दिग्दर्शन केले होते.

निर्मल वर्मा (१९२९ - २००५) हेदेखील कादंबरी नि लघुकथालेखक

---

३६. या दोन्ही तारखा विविध ठिकाणी वेगवेगळ्या नोंदल्या गेल्या आहेत.

होते. प्रागमधील दहा वर्षांच्या वास्तव्यानंतर त्यांनी प्रवासवर्णन लिहिले. त्यांनाही अनेक पुरस्कारांनी गौरविले गेले. त्यांना ज्ञानपीठ (१९९९) आणि पद्मभूषण (२००२) मिळाले होते. त्यांच्या लघुकथांचा पहिला संग्रह 'परिंदे' (पक्षी) १९५९ मध्ये प्रकाशित झाला होता, तर पहिली कादंबरी 'वे दिन' (ते दिवस) १९६४ मध्ये प्रसिद्ध झाली. ती प्रागमधील जीवनावर आधारित होती. त्यांच्या साहित्याचे इंग्रजी आणि अन्य युरोपियन भाषांत अनुवाद झाले आहेत. त्यांनी अन्य भाषांतील काही उत्कृष्ट साहित्याचे हिंदीत रूपांतर केले.

भीष्म साहनी (८ ऑगस्ट, १९१५-११ जुलै, २००३) हे त्यांच्या 'तमस' (काळोख, १९७४) या कादंबरीसाठी ख्यातकीर्त आहेत. ही कादंबरी फाळणी या विषयावर असून १९८८ मध्ये गोविंद निहलानी यांनी तिचे टेलिव्हिजन चित्रपटात रूपांतर केले. त्यांच्या 'पाली' आणि 'अमृतसर आ गया है।' या कथादेखील फाळणीच्या व्यथा मांडतात. त्यांना लाभलेल्या सन्मानांत पद्मभूषण (१९९८) आणि साहित्य अकादमी पुरस्कार (२००१) समाविष्ट आहेत.

या आणि अनेक 'नई कहानी' लेखकांनी मानवी जीवनातील भावनांचा तरलतेने आढावा घेतला.

२००७ मधील आणखी घटना

२८ जानेवारी : संगीत दिग्दर्शक आणि गीतकार ओ. पी. नय्यर (जन्म : १९२६) यांनी परलोकी प्रयाण केले.

४ मार्च : संसद सदस्य सुनील कुमार महातो यांची झारखंडमधील घटशिला येथे फुटबॉल मॅच पाहत असताना माओईस्ट दहशतवाद्यांनी हत्या केली.

१३ जून : महात्मा गांधींचे नातू रामचंद्र गांधी (जन्म : १९३७) यांच्या आयुष्याची दोरी तुटली. ते लेखक व तत्त्वज्ञानी होते.

८ जुलै : माजी पंतप्रधान चंद्रशेखर अनंतात विलीन झाले.

२५ डिसेंबर : चित्रपट निर्माते व दिग्दर्शक जी. पी. सिप्पी (जन्म : १९१४) यांच्या जीवनाची सांगता झाली.

दक्षिण आफ्रिकेतील वर्णद्वेषाविरुद्ध कार्य करणाऱ्या व महात्मा गांधींची नात इला गांधी (जन्म : १९४०) यांचा पद्मभूषण पदकाने गौरव.

'एअर इंडिया' आणि 'इंडियन एअरलाइन्स' एकत्रित होऊन 'एअर इंडिया लिमिटेड' कंपनीत रूपांतर झाले आणि या हवाई कंपनीला पहिले बोइंग ७७७ विमान मिळाले.

मूळ नाव मर्सी मॅथ्यू असलेल्या दया बाई (जन्म : १९४०) या समाज कार्यकर्तीला 'वनिता वुमन ऑफ द इयर' या पुरस्काराने सन्मानित केले गेले.

मल्याळी कवी ओ.एन.व्ही. कुरूप यांना ज्ञानपीठ पुरस्कार मिळाला.

चित्रकार जेराम पटेल (१९३०-२०१६) यांना ललित कला अकादमीची शिष्यवृत्ती लाभली.

६२

२००८ : मुंबईवर दहशतवादी हल्ला

२००८ मध्ये काही अविस्मरणीय घटना घडल्या.

पावसाळ्यात पूर येणे ही काही नवी गोष्ट नाही; पण ऑगस्ट महिन्यात बिहारला आलेला पूर भयानक होता. कोसी नदीचा प्रवाह बदलला आणि २३ लाख लोकांना या पुराचा फटका बसला.

ऑक्टोबर महिन्यात इंडो-अमेरिका नागरी आण्विक करार झाला व त्यानुसार अमेरिका भारताला आण्विक इंधन तंत्रज्ञान पुरवेल व अणुचा शांततेसाठी वापर होईल, असे ठरले. हा करार म्हणजे एक कलाटणी देणारी घटना होती.

२६ नोव्हेंबर रोजी एक मोठा आघात घडला. दहशतवाद्यांनी मुंबईवर हल्ला केला. १५० जण बळी गेले आणि ३०० पेक्षा जास्त घायाळ झाले. छत्रपती शिवाजी महाराज रेल्वे टर्मिनस (CSMT), ऑबेरॉय ट्रिडेन्ट हॉटेल, ताजमहाल पॅलेस हॉटेल, लिओपोल्ड कॅफे, नरिमन हाउस आणि कामा हॉस्पिटल या ठिकाणांवर हल्ले झाले. दहशतवादविरोधी पथकाचे पोलीस ऑफिसर हेमंत करकरे, वरिष्ठ पोलीस अधिकारी विजय साळस्कर आणि अतिरिक्त पोलीस कमिशनर अशोक कामटे यांनी जीवाची बाजी लावून दहशतवाद्यांशी मुकाबला करण्याचा प्रयत्न केला. या शौर्याच्या कामी ते धारातीर्थी पडले. नॅशनल सिक्युरिटी गार्ड मेजर संदीप उन्नीकृष्णन यांचेदेखील प्राणोत्क्रमण झाले. या घटनेनंतर, दहशतवाद उखडून काढण्यासाठी 'नॅशनल इन्व्हेस्टिगेशन एजन्सी' (राष्ट्रीय तपास यंत्रणा) स्थापन करण्यात आली.

✦ २००८ चे उन्हाळी ऑलिम्पिक खेळ

बीजिंगमध्ये आयोजित केलेल्या ऑलिम्पिक स्पर्धेत, अभिनव बिंद्राने १० मीटर रायफल नेमबाजीत सुवर्णपदक मिळवले. विजेंदर सिंगला मध्यम वजन मुष्टियुद्ध गटात कांस्यपदक मिळाले, तर सुशील कुमारने ६६ किलोच्या फ्रीस्टाइल गटात कांस्यपदक कमावले.

भारतातील कुस्तीचा खेळ

सुशील कुमारने २००८च्या बीजिंग येथील ऑलिम्पिकमध्ये मिळवलेले पदक देशासाठी दुसरे ऑलिम्पिक पदक होते; पण शेवटचे नक्कीच नव्हते. कुस्ती हा या देशाचा परंपरागत खेळ आहे. १९५२ सालचे खाशबा जाधवांनी जिंकलेले कांस्यपदक आणि २००८ मधील सुशीलकुमारचे कांस्यपदक यानंतर, कुमारने २०१२ च्या लंडन ऑलिम्पिकमध्ये ६६ किलो फ्रीस्टाइल गटातील रौप्यपदक खेचून आणले. त्याच वेळी योगेश्वर दत्त यांनीसुद्धा ६० किलो फ्रीस्टाइल गटात कांस्यपदक मिळवले होते. २०१६ मध्ये रिओ येथील ऑलिम्पिक स्पर्धेत, प्रथमच महिला पहिलवान साक्षी मलिक हिने कांस्यपदकावर शिक्का उमटवला.

भारतीय पुरुष पहिलवानांनी राष्ट्रकुल, आशियाई व अन्य जागतिक स्पर्धांत खूप पदके गोळा केली आहेत. त्याच वेळी महिला कुस्तीपटूदेखील पुढे येत, विजयी ठरल्या आहेत. सुवर्णपदक जिंकलेल्या महिला खेळाडूंत अनिता शेओरन, गीता फोगट आणि अलका तोमर यांचा समावेश आहे. त्यांनी ही कमाई २०१०च्या राष्ट्रकुल स्पर्धेत केली होती. तसेच विनेश फोगट आणि बबिता कुमारी यांनी २०१४ च्या राष्ट्रकुल स्पर्धेत ही कामगिरी पुन्हा केली होती. परंपरागत पुरुषी वर्चस्व असलेल्या कुस्तीच्या खेळात महिलांचा शिरकाव आणि त्यात होणारी वाढ 'दंगल' (२०१६) चित्रपटात छानपैकी उघड करून दाखविली आहे. गीता आणि बबिता या फोगट भगिनींच्या जीवनावरील हा वास्तव चित्रपट आहे. सलमान खानची भूमिका असलेला 'सुलतान' हा चित्रपटदेखील आरफा या महिला कुस्तीगीराच्या जीवनावर चित्रपट असून त्यात सुलतान तिला कुस्तीसाठी तयार करतो; पण ती गर्भवती झाल्याने ऑलिम्पिक स्पर्धेत भाग घेऊ शकली नव्हती.

कुस्तीच्या खेळाला प्रोत्साहन देण्यासाठी 'प्रोस्पोर्टिफाय अँड द रेस्टलिंग फेडरेशन ऑफ इंडिया'तर्फे प्रो-रेस्टलिंग लीगची २०१५ मध्ये

स्थापना करण्यात आली. त्यात शहरानुसार ६ संघ स्थापन करण्यात आले. प्रत्येक संघात पाच भारतीय आणि चार परदेशी असे नऊ खेळाडू घेण्यात येतात. नऊपैकी पाच पुरुष व चार महिला असतात. या उपक्रमात खूप मोठ्या पैशांची गुंतवणूक केली आहे.

कुस्तीगिरांचा खुराक

भारतीय पहिलवान आखाड्यात आपल्या गुरूच्या मार्गदर्शनाखाली प्रशिक्षण घेत असतात. हे कुस्तीगीर भगवान हनुमानाचे भक्त असतात आणि बहुतेकांचा पिंड शाकाहारी असतो. दूध, तूप आणि बदाम हे त्यांच्या जेवणातील आवश्यक पदार्थ असतात. काही पहिलवान दररोज अर्धा ते एक लिटर तूप, २ लिटर दूध आणि बदामांचा फडशा पाडतात. अंकुरलेला चणा हादेखील त्यांच्या खाण्याचा महत्त्वाचा भाग असतो. ते फळे, भाजीपाला आणि कडधान्ये फस्त करतात. त्यांच्या जेवणात तिखट, गरम आणि आंबट पदार्थांना कमी वाव असतो. त्यांना दारू, तंबाखू आणि पान खाण्यास मनाई असते. खेळापासून आपले लक्ष विचलित होऊ नये म्हणून ते अविवाहित राहणे पसंत करतात. काही कुस्तीपटू अंडी व मांसाहार करतात; पण भारतात त्यास मनाई असते. उत्तर भारतातील आखाड्यात नागपंचमी साजरी केली जाते.

✦ स्लमडॉग मिलेनियर

विकास स्वरूप या भारतीय मुत्सद्दी अधिकाऱ्याने लिहिलेल्या 'क्यू ॲन्ड ए' (२००५) या कादंबरीवर 'स्लमडॉग मिलेनियर' (२००८) हा डॅनी बॉयल यांनी दिग्दर्शित केलेला ब्रिटिश चित्रपट निघाला. त्यात जमाल मलिक या अठरा वर्षांच्या मुलाची कथा आहे. मुंबईतील झोपडपट्टीत राहणारा हा मुलगा भारतीय आवृत्तामधील 'हू वॉन्टस् टू बी मिलेनियर?' ही टेलिव्हिजन मालिकेतील स्पर्धा, सर्व प्रश्नांची अचूक देऊन जिंकतो; त्याच्यावर भामटेगिरीचे आरोप होऊन, त्याला अटक केली जाते; पण फ्लॅशबॅकचा आधार घेऊन आपण ही उत्तरे कशी अचूक दिली हे तो दाखवून देतो. या चित्रपटाला आठ अकॅडमी अवॉर्डस आणि सात बाफ्टा पुरस्कार मिळाले. देव पटेल, फ्रीडा पिंटो, मधुर मित्तल, अनिल कपूर आणि इरफान खान यांनी या चित्रपटात भूमिका केली आहे.

या चित्रपटातील ए. आर. रेहमानचे संगीत अफलातून लोकप्रिय झाले. विशेषतः 'जय हो' हे गाणे रसिकांच्या ओठी बसले. रेहमानला या गाण्यासाठी

दोन अकॅडमी अवॉर्डस तसेच गोल्डन ग्लोब अवॉर्ड हे पुरस्कार मिळाले. त्यातील गाण्यांच्या ध्वनी मिश्रणासाठी रसूल पुकुट्टी, रिचर्ड प्रिके आणि आयन टॅप यांना अकॅडमी अवॉर्डने गौरविण्यात आले.

'स्लमडॉग मिलेनियर'मधील पुनर्निर्मित दृश्य

✦ अनिल कपूर

अनिल कपूरने (जन्म : २४ डिसेंबर, १९५६) कित्येक बॉलिवुड चित्रपटांत भूमिका साकारल्या आहेत. त्यांनी 'स्लमडॉग मिलेनियर'मध्ये प्रश्नोत्तराच्या कार्यक्रमाचे यजमान म्हणून पात्र रंगवले आहे. त्यांचे 'मि. इंडिया', 'तेजाब' (१९८८), 'घर हो तो ऐसा' (१९९०), 'बेटा' (१९९२), 'बिवी नं. १' (१९९९), 'पुकार' (२०००), 'कलकत्ता मेल' (२००३) आणि 'नो एन्ट्री' (२००५) हे चित्रपट विशेष गाजले. त्यांनी २०१३ मध्ये प्रथम प्रदर्शित झालेल्या 'ॲक्शन सिरीज २४' मध्ये काम केले होते. २०११ मध्ये त्याने 'मिशन : इम्पॉसिबल', 'घोस्ट प्रोटोकॉल' या हॉलिवुड सिनेमांत भूमिका केली होती. अनिल कपूर यशस्वी भारतीय अभिनेत्यांपैकी एक असून ते अनेक पुरस्कारांचे मानकरी ठरले आहेत.

✦ अरविंद अडिगा : द व्हाइट टायगर

अरविंदा अडिगा (जन्म : २३ ऑक्टोबर, १९७४) याच्या 'द व्हाइट टायगर' (पांढरा वाघ) या पहिल्याच कादंबरीने २००८चे मॅन बुकर प्राइज जिंकले. भारतीय समाजात बोकाळलेल्या असमानतेवर या पुस्तकात खरपूस टीका आहे. त्याने आपल्या कुटुंबासोबत ऑस्ट्रेलियातील सिडनी शहरात स्थलांतर करण्याआधी काही काळ भारतात व्यतीत केला होता. त्याने आपली कारकीर्द आर्थिक पत्रकार

म्हणून केली आणि नंतर 'टाइम' या मासिकात काम केले. अखेर, मुक्त पत्रकारिता केली. त्याने लघुकथा तसेच तीन पुस्तके लिहिली आहेत. सध्या त्याचे वास्तव्य मुंबईत आहे.

✦ असद अली खान यांना पद्मभूषण

प्रख्यात वीणावादक असद अली खान (१९३७ - १४ जून, २०११) यांना २००८ मध्ये पद्मभूषण पुरस्कार लाभला.

त्यांचा जन्म अलवार येथील रुद्र वीणावादक असलेल्या कुटुंबात झाला होता. त्यांचे पितामह सादिक खान हे राजा अलवार आणि रामपूरचे नबाव यांच्या दरबारातील संगीतकार होते. असद अली खंदार वाणी द्रुपद परंपरेतले वादक होते. त्यांनी दत्तक घेतलेला, त्यांचा पुतण्या अली झाकी हैदर त्यांचा वारसा पुढे नेत आहे. असद यांना १९७७ मध्ये संगीत नाटक अकादमीच्या पुरस्काराने गौरविण्यात आले.

तसेच सुंदरम भालचंदर (१९२७-९०), ई. गायत्री (जन्म : १९५९), जयंती कुमारेश, दोरायस्वामी अय्यंगार (१९२०-९७), राजेश वैद्य, चिट्टी बाबू (१९३६-९६), ईमानी शंकर शास्त्री (१९२२-८७), अस्वथी थिरूनल राम वर्मा (जन्म : १९६८), पॉली वर्गीस (जन्म : १९७०), निर्मला राजशेखर आणि डी. बाल कृष्णा (जन्म : १९५५) हे वीणावादकदेखील लोकप्रिय होते.

✦ बालिका वधू

टेलिव्हिजनवर मालिकांचा सुळसुळाट झाला, त्यातील काही तर प्रेक्षकांच्या गळ्यातल्या ताईत बनल्या. 'बालिका वधू' हे त्याचेच उदाहरण होय. कलर टी.व्ही.च्या चॅनेलवरून प्रसारित झालेल्या या मालिकेचे २००० वर भाग होते. तिचा प्रारंभ २१ जुलै, २००८ला झाला होता आणि ३१ जुलै २०१६ ला समाप्ती झाली होती. 'बालिका वधू'मध्ये वेगवेगळ्या सामाजिक प्रश्नांची हाताळणी करण्यात आली होती. राजस्थानातील आनंदी नावाच्या बालवधूच्या माध्यमातून समाजातील कित्येक समस्यांना वाचा फोडण्यात आली होती. जसजशी ती मोठी होत गेली, तसतशी तिने अनेक अडथळे पार करून स्त्रियांच्या हक्कांसाठी मोहीम उघडली. केवळ भारतातच नव्हे तर व्हिएतनाम, इंडोनेशिया, क्रोशिया आणि कझाकस्थान या देशांतदेखील ही मालिका प्रचंड लोकप्रिय झाली.

वायकॉम आणि नेटवर्क १८ ग्रूपच्या संयुक्त उपक्रमाने कलर टी.व्ही. चॅनेल २००८ मध्ये सुरू करण्यात आले.

२००८ मधील आणखी घटना

१२ फेब्रुवारी : भारतात रशियाचे उत्सव वर्ष साजरे झाले.

१४ मार्च : हैदराबाद येथे आंतरराष्ट्रीय विमानतळ सुरू झाला. नंतर त्याला 'राजीव गांधी इंटरनॅशनल एअरपोर्ट' असे नाव देण्यात आले.

१९ मे : नाटककार विजय तेंडुलकर (जन्म : १९२८) कालवश झाले.

२३ मे : ओरिसाच्या समुद्रकिनाऱ्यावरून पृथ्वी -२ हे क्षेपणास्त्र अवकाशात झेपावले.

३ ऑगस्ट : हिमाचल प्रदेशातील नैनादेवी मंदिरात झालेल्या चेंगराचेंगरीत १५० लोक मरण पावले.

१२ ऑक्टोबर : भारतीय वंशाची महिला सिस्टर अल्फान्सो मुट्टाथूपाडाथू या जोगिणीला पोपने धन्यवाद दिले आणि तिच्या संतपदाला मान्यता दिली.

ऑक्टोबर : देशाच्या नियंत्रणरेषेवर वस्तुविनिमय व्यापाराला प्रारंभ.

२९ डिसेंबर : चित्रकार मनजीत बावा (जन्म : १९४१) यांना देवाज्ञा झाली.

भूतान लोकशाही देश बनला.

उर्दू भाषेतील कवी व शिक्षणतज्ज्ञ अखलाक मोहमद खान, 'शहरयार' यांना ज्ञानपीठ पुरस्कार मिळाला.

नेदरलँडचे 'द प्रिन्स क्लोस अवॉर्ड' लेखक, कवयित्री इंदिरा गोस्वामी आणि छायाचित्रकार दयानिता सिंग यांना मिळाले.

६३

२००९ : पुनश्च युपीए सरकार

यु.पी.ए सरकारने आपला पाच वर्षांचा कालावधी पूर्ण केल्यानंतर, २००९ मध्ये निवडणुका झाल्या. १६ एप्रिल ते १३ मे हा काळ निवडणुकीसाठी निश्चित करण्यात आला होता. काँग्रेसला २०६ जागा, तर यु.पी.ए.च्या एकूण जागा २६२ होत्या. एन.डी.ए. युतीला मिळालेल्या १५९ जागांपैकी बी.जे.पी.चा वाटा ११६ जागांचा होता. पुन्हा एकदा यु.पी.ए.ने सरकार स्थापन केले आणि मनमोहन सिंग पुनश्च पंतप्रधानपदी आरूढ झाले.

२००१ च्या जनगणनेनुसार २००९ मध्ये मतदारसंघाची रचना बदलण्यात आली. ५४३ मतदारसंघांपैकी ४९९ मतदारसंघांच्या सीमारेषा पक्क्या करण्यात आल्या. देशभरात १३,६८,४३० इलेक्ट्रॉनिक वोटिंग मशीन (EVMs) वापरली गेली. ८२ टक्के मतदारांना ओळखपत्रे (EPIC) वाटण्यात आली होती.

वीस कलमी कार्यक्रमातील योजनांत बदल केला जात होता. 'नॅशनल रुरल एम्प्लॉयमेंट गॅरंटी योजने'त 'संपूर्ण ग्रामीण रोजगार योजने'चे विलीनीकरण करून 'महात्मा गांधी नॅशनल रुरल एम्प्लॉयमेंट गॅरंटी अ‍ॅक्ट योजना' सुरू झाली.

✦ अक्षय कुमारला पद्मश्री

अक्षय कुमार (जन्म : १९६७) चे मूळ नाव राजीव भाटिया आहे. त्याने १२५ चित्रपटांत भूमिका केल्या आहेत आणि तो बॉलिवुडचा एक यशस्वी कलाकार आहे. पूर्वी त्याने बॅन्कॉकच्या हॉटेलात वेटरची नोकरी केली होती आणि नंतर मार्शल आर्टमध्ये शिक्षक म्हणून काम केले होते. मॉडेलिंगची कामे करताकरता, तो सिनेसृष्टीत आला. त्याच्या अभिनय कारकिर्दीला १९९० मध्ये सुरुवात

झाली. स्टंटपटात काम करणे ही त्याची खासियत होती, तरीही त्याने नाना प्रकारच्या भूमिका निभावल्या आहेत. त्याने 'खिलाडी' (१९९२) चित्रपटातून सर्वांचे आपल्याकडे लक्ष वेधून घेतले आणि हळूहळू तो लोकप्रियतेच्या शिखरावर गेला. १९९४ मध्ये 'यह दिल्लगी'सारखे त्याचे अनेक चित्रपट गाजले. त्यात 'हेराफेरी' (२०००), 'खाकी' (२००४), 'ऐतराज' (२००४), 'नमस्ते लंडन' (२००७), 'वेलकम' (२००७), 'सिंग इज किंग' (२००८) आणि 'हाउसफुल' (२०१०) हे काही होत. त्याचे अनेकदा फिल्मफेअर पुरस्कारासाठी नामांकन झाले होते आणि त्याने दोनदा फिल्मफेअर पुरस्कार मिळवला आहे.

✦ ओरिजित सेन आणि पावो कलेक्टिव्ह

पाच चित्रकारांनी एकत्र येऊन २००९ मध्ये 'पावो कलेक्टिव'[३७] नावाची संघटना उभी केली. हास्यचित्रांना (कॉमिक्स) प्रोत्साहन देऊन त्यांना भारतीय संस्कृतीचे अंग बनविणे, हा त्यामागचा हेतू होता. ओरिजित सेन (जन्म : १९६३) हे मुख्यत: ग्राफिक कलाकार व नक्षीतज्ज्ञ होते. त्यांनी १९९४ मध्ये 'रिव्हर ऑफ स्टोरीज' ही सचित्र कादंबरी प्रकाशित केली होती. त्यांनी अनेक कलाकृती आणि हास्यचित्रे निर्माण केली आहेत. 'ए प्लेस इन पंजाब' ही त्यांची संकल्पित आणि इतर कलाकारांसह पूर्णत्वास गेलेली सातमजली भिंतीतून काढलेली भित्तीचित्रे पंजाबमधील जीवनाचे अनोखे दर्शन घडवितात. त्याने 'डॉग्स' या कलाकृतीत 'एका कलावंताची प्रतिमा जुन्या कुत्र्याच्या रूपात' रंगवली आहे. २०१४ च्या 'ॲन ॲन्थॉलॉजी'मध्ये त्याने माणसे कुत्र्याच्या रूपात दाखवली आहेत. दिल्लीच्या मेट्रोतील मजेशीर प्रवास, तोंडावर ग्रे रंगाने रंगविलेले केस अशा अनोख्या दृश्याने ते पुस्तक भरलेले आहे. 'अ त्रावणकोर टेल' (२०१७) या हास्यचित्रांच्या पुस्तकात ओरिजितने समाजातील व्यंगावर नेमके बोट ठेवले आहे. यात एकोणिसाव्या शतकातील 'नांगेली' ही दलित स्त्री खालच्या जातीची असल्याने तिच्यावर जबरदस्तीने लादलेला स्तन कर भरण्यास नकार देते.

---

३७. Jeremy Stoll, 'Bread and Comics : A History of the Pao Collective' International Journal of Comic Art, Volume 15, No. 2 (n.p. 2013).

भारतातील हास्यचित्रे

भारताला हास्यचित्रांची चांगली परंपरा आहे. इतिहास आणि पुराणकथांवर आधारित अमर चित्र कथामालिकेवर वाचकांच्या उड्या पडत. दुसऱ्याही काही चित्रमालिका प्रकाशित झाल्या आहेत. त्यात काळानुरूप सुधारणादेखील झाल्या आहेत. 'बॅटमन'च्या भारतीय आवृत्ती प्रसिद्ध केल्या गेल्या आहेत. स्थानिक चित्रमालिकेत बंगालच्या 'बांटुल द ग्रेट' चा उल्लेख करावा लागेल. २००० पासून वेबसाइटवर मजेशीर चित्रमालिका उपलब्ध होत आहेत. त्यातून सामाजिक संदेश दिला जातो किंवा समाजातील घडामोडींवर शेरे मारले जातात.

फेब्रुवारी, २०११ मध्ये दिल्लीत प्रथमतः 'द दिल्ली कॉमिक कॉन' हा हास्यचित्रांचा मेळावा भरला होता.

✦ अमिताभ बच्चन यांची 'पा'मधली भूमिका

अभिनयाचे शहेनशहा असलेल्या अमिताभ बच्चन यांचा 'पा' हा चित्रपट फारसा लोकप्रिय नसेल; पण त्यातील त्यांची भूमिका खूप वैशिष्ट्यपूर्ण आहे. कुठल्याही अभिनेत्याला आव्हान करणारे असे ते पात्र आहे. त्या चित्रपटात अमिताभ 'ऑरो' नावाच्या बारा वर्षांच्या मुलाची भूमिका करतात. तो प्रोगेरा नावाच्या वांशिक त्रुटींमुळे व्याधिग्रस्त असतो; त्यामुळे तो पाचपट वयस्कर वाटतो. ६७ वर्षे वयाच्या अमिताभने ती भूमिका कौशल्याने नि कष्टाने निभावली आहे. त्यांना पौगंडावस्थेतील ऑरोचे पात्र रंगवण्यासाठी ४ ते ५ तासांचा मेकअप करावा लागे. तो मेकअप उतरविण्यात दोन तास जात. तो मेकअप करताना, चेहऱ्यावर चिनी मातीचे आठ थर द्यावे लागत. त्या काळात त्यांना काही खाता-पिता किंवा बोलता येत नसे. आपला आवाज लहान मुलासारखा यावा म्हणून त्यांना दाताची विशिष्ट कवळी बसवावी लागे. त्यांना मेकअप केला की, त्यांची ओळखच पटत नसे.

अमिताभ बच्चन

अमिताभ बच्चन (जन्म : ११ ऑक्टोबर, १९४२) हे भारतातील श्रेष्ठ कलाकार आहेत. ते अलाहाबादला जन्मले. ते कवी हरिवंशराय बच्चन व तेजी बच्चन यांचे पुत्र होत. १९६९ मध्ये 'सात हिंदुस्तानी' या चित्रपटातून त्यांनी चित्रसृष्टीत पदार्पण केले. त्यानंतर 'आनंद' (१९७१) व इतर चित्रपट

आले. १९७३ मध्ये प्रदर्शित झालेल्या 'जंजीर' चित्रपटामुळे 'अँग्री यंग मॅन' अशी त्याची प्रतिमा निर्माण झाली होती. त्या चित्रपटाने अमिताभ नावाचा एक चित्रतारा उगवला होता. १९७५ हे वर्षसुद्धा त्यांच्यासाठी उठावदार ठरले. 'दीवार' या चित्रपटाने बॉलिवुडच्या तत्कालीन श्रेष्ठ २५ चित्रपटांत स्थान मिळवले. त्यानंतर आलेल्या 'शोले'ने तर कळसच गाठला. मग एकामागून एक 'कभी कभी' (१९७६), 'अमर अकबर अॅन्थोनी' (१९७७), 'सुहाग' (१९७९) आणि 'सिलसिला' (१९८१). त्यांच्या लोकप्रियतेचा आलेख वर चढतच गेला. त्यांची लोकप्रियता इतकी कळसाला पोहोचली होती की, १९८२ मध्ये 'कुली' या चित्रपटाचे चित्रीकरण चालू असताना त्यांना अपघात झाला, तेव्हा साऱ्या देशाने त्यांना बरे वाटावे म्हणून प्रार्थना केली.

१९८४ मध्ये ते राजकारणात उतरले आणि अलाहाबादमधून लोकसभेवर निवडून आले; परंतु तीन वर्षांतच ते राजीनामा देऊन बाहेर पडले. त्यांनी 'अमिताभ बच्चन कार्पोरेशन लिमिटेड' (ABCL) नावाची मनोरंजन कंपनी स्थापन केली. पण, या व्यवसायात त्यांना खोट आली. अमिताभनी चित्रपटसृष्टीत पुनरागमन केले. २००० पासून, ते पुन्हा सुपरस्टार बनून अनेक चित्रपटांतून गाजले. 'कभी खुशी, कभी गम' (२००३) आणि 'ब्लॅक' (२००५) अशा चित्रपटांतून आपल्या अभिनयाचा ठसा उमटवीत गेले. बॉलिवुडमधील 'पिकू' (२०१५) आणि 'पिंक' (२०१६) हे त्यांचे अलीकडचे लोकप्रिय झालेले चित्रपट होते. त्यांनी हॉलिवुडच्या 'द ग्रेट गॅटस्बी' (२०१३) या चित्रपटातदेखील भूमिका केली आहे. 'कौन बनेगा करोडपती?' या टेलिव्हिजनवरील कार्यक्रमातील त्यांची यजमानाची खुशखुशीत भूमिकादेखील लोकप्रिय ठरली. ते सामाजिक भान असलेले अभिनेते आहेत. शेतकऱ्यांची कर्जे फिटण्यास, प्राणी-कल्याण संघटनांना हातभार, मुलींचा विकास या कामी ते मदत करतात. त्यांना मिळालेल्या मान-सन्मानांत नॅशनल फिल्म अवॉर्डस्, फिल्मफेअर अवॉर्डस् तसेच पद्मविभूषण (२०१५) समाविष्ट आहेत.

अमिताभचा जया भादुरीशी (बच्चन) विवाह झाला. त्यांना अभिषेक आणि श्वेता ही दोन मुले आहेत. अभिषेक बच्चनही अभिनेता आहे व त्याचे ऐश्वर्या रायशी लग्न झाले. अभिषेकने विविध तऱ्हेच्या चित्रपटांत काम केले. 'पा' या चित्रपटात 'ऑरो'चा बाप म्हणून त्याने केलेली भूमिका उल्लेखनीय आहे.

✦ वेक-अप सिद : रणबीर कपूर

रणबीर कपूर (जन्म : २८ सप्टेंबर, १९८२) हा अभिनेता ऋषीकपूर आणि नितूसिंग यांचा पुत्र आणि राजकपूरचा नातू होय. त्यानेसुद्धा चित्रपटसृष्टीत आपला

ठसा उमटवला आहे. 'वेक-अप सिद' (२००९), 'अजब प्रेम की गजब कहानी' (२००९), 'रॉकेट सिंग : सेल्समन ऑफ द यिअर' (२००९), 'रॉकस्टार' (२०११), 'बर्फी!' (२०१२), 'ये जवानी है दिवानी' (२०१३) आणि 'ए दिल है मुश्कील' (२०१६) हे त्याचे लोकप्रिय चित्रपट आहेत.

२००९ मधील आणखी घटना

२ जानेवारी : पंचावन्न खेळाडूंचा समावेश करून आय.सी.सी. क्रिकेट हॉल ऑफ फेमचे उद्घाटन झाले.
२५ मे : 'ऐला' चक्रीवादळाने भारताच्या पूर्व किनाऱ्यावर हैदोस घातला आणि मोठी मनुष्य आणि वित्तहानी झाली.
मे : श्रीलंका लष्कराने अखेर एल.टी.टी.चा पूर्ण पाडाव केला.
३ जून : मीरा कुमार लोकसभेच्या पहिल्या महिला प्रवक्त्या बनल्या.
११ ऑगस्ट : अंदमान-निकोबारला भूकंपाचे हादरे बसले.
शमशाद बेगम (१९१९-२०१३) या हिंदी पार्श्वगायिकेला ओ. पी. नय्यर पुरस्कार व पद्मभूषण प्रदान.
टिहरी धरणाच्या विरोधात आणि 'चिपको' आंदोलनात सहभाग असलेल्या सुंदरलाल बहुगुणा (जन्म : १९२७) यांना पद्मविभूषण देण्यात आले.
हिंदी साहित्यिक अमरकांत आणि श्रीलाल शुक्ला यांना ज्ञानपीठ पुरस्कार.
'कॉमनवेल्थ'चा साठावा वर्धापन दिन साजरा करण्यात आला.

६४

२०१० : पश्चिम बंगाल व छत्तीसगढमध्ये माओवाद्यांचा हल्ला

देशात विकासाचे वारे वाहत असतानाही काही समस्या डोके वर काढत होत्या. माओवाद्यांचा प्रश्न हा त्यातीलच एक होता. पंतप्रधान मनमोहन सिंग यांनी म्हटले होते की, ते देशाच्या अंतर्गत सुरक्षेला धोका असलेले सर्वांत मोठे आव्हान आहे.[३८] या माओवाद्यांना नामोहरम करण्यासाठी २००९ मध्ये 'इंटिग्रेटेड ॲक्शन प्लॅन' ही योजना राबवली होती, तरी अधूनमधून ही शस्त्रधारी चळवळ डोके वर काढत होती.

१५ फेब्रुवारीला पश्चिम बंगालमधील लष्करी तळावर माओवाद्यांनी हल्ला करून २४ सैनिकांना मारले. त्या वर्षाच्या उतरत्या काळात पश्चिम बंगालमध्ये ट्रेन अपघात होऊन १०० लोक बळी गेले आणि त्यातही माओवाद्यांचा हात होता. नंतर ६ एप्रिल रोजी छत्तीसगढच्या दान्तेवाडा जिल्ह्यात दबा धरून बसलेल्या माओ दहशतवाद्यांनी ७० सैनिकांना ठार केले होते. मे महिन्यात छत्तीसगढमध्ये आणखी तीन हल्ले झाले होते व त्यात सेंट्रल रिझर्व्ह पोलीस फोर्सचे (CRPF) जवान हुतात्मा झाले होते. काही पोलीस, निमलष्करी शिपाई व सामान्य माणसेदेखील या हत्याकांडांत मारली गेली होती. छत्तीसगढच्या नारायणपूर जिल्ह्यात जूनमध्ये झालेल्या माओंच्या छुप्या हल्ल्यात २६ पोलिसांचे बलिदान झाले होते. काही माओ बंडखोरांना पकडण्यात आले होते आणि त्यांचा एक नेता उमाकांत महातो

---

38. 'India's Deadly Maoists', The Economist, 26 July 2006, http://www.economist.com/node/7215431.

ऑगस्टमधील चकमकीत ठार झाला होता; परंतु त्यांचा उच्छाद पूर्णपणे नष्ट करण्यात पोलिसांना यश येत नव्हते.

समाजातील गरिबातल्या गरीब लोकांसाठी कार्य करून, सर्वत्र समानता आणायची हा माओवाद्यांचा हेतू होता; परंतु त्यांच्या हिंसक कृत्यातून ते काही साध्य करू शकलेले नव्हते. त्यांच्या विभागास विकासकामे करण्याचा प्रस्ताव 'इंटिग्रेटेड ॲक्शन प्लॅन' या योजनेद्वारे मांडण्यात आला. शिवाय तिथे कार्यरत असलेल्या पोलिसांसाठी निधी वाढवण्यात आला. या योजनेला काहीसे यश आले होते आणि २०१० मध्ये कर्नाटक राज्याला माओवाद्यांच्या धोक्याच्या यादीतून वगळण्यात आले होते.

✦ चित्रकार रामकुमार यांना पद्मभूषण

रामकुमार (जन्म : १९२४) हे रमणीय भूप्रदेशाची गूढ चित्रे काढणारे चित्रकार म्हणून ख्यातकीर्त होते. त्यांचे 'व्हॅगबाँड' (१९५६) हे चित्र ख्रिस्तीच्या लिलावात १० लाख डॉलर्सला विकले गेले. ते लेखक निर्मल वर्मांचे बंधू होते. त्यांना पद्मभूषण (२०१०) आणि ललित कला अकादमी शिष्यवृत्ती (२०११) यासह अनेक पुरस्कार मिळाले.

भारतीय चित्रकार

स्वतंत्र भारतात असंख्य चित्रकार नावारूपास आले. त्यातील काहींची यादी पुढीलप्रमाणे :

कृष्णेन खन्ना (जन्म : १९२५) हे देशातील एक श्रेष्ठ चित्रकार होते. त्यांचा जन्म ल्यालपूर येथे झाला आणि शिक्षण पूर्ण केल्यानंतर ते १९६४ मध्ये ग्रिन्डलेज बँकेत रुजू झाले. चित्रकारितेत त्यांचे प्रशिक्षण फारसे झाले नव्हते, ते केवळ लखनौमधील 'मायो स्कूल ऑफ इंडस्ट्रियल आर्ट' या कॉलेजात संध्याकाळच्या क्लासला जात असत. त्यांना बालपणापासून चित्रकलेची आवड होती. ते मुंबईला आले, तेव्हा त्यांनी 'न्यूज ऑफ गांधीजीज डेथ' (१९४८) हे रंगविलेले आधीचे चित्र 'प्रोग्रेसिव्ह आर्टिस्ट ग्रूप'च्या प्रदर्शनासाठी (१९४९) निवडले गेले. गांधीवधानंतर लोक वर्तमानपत्रात बातमी वाचतात, असे मार्मिक दृश्य त्यांनी चितारले होते. १९६१ पासून त्यांनी पूर्णवेळ चित्रकला केली. ते आगळ्या चित्रांतून मिथ्थक तसेच वास्तव जीवनातील पात्रे स्वतःच्या शैलीत पेश करत. उदाहरणार्थ, 'द लास्ट बाइट' (२००४) या चित्रात मजुराच्या

वेषातले अकरा चित्रकार एका ढाब्यावर बसलेले दाखविले आहेत. त्यांनी देशात आणि परदेशांत अनेक प्रदर्शने भरवली. ते अनेक मान-सन्मानाचे धनी ठरले. त्यांना २०११ चा पद्मभूषण पुरस्कार लाभला. 'ए फार आफ्टरनून : अ पेंटेड सागा बाय कृष्णेन खन्ना' नावाचा त्यांच्या जीवनावरील माहितीपट २०१५ मध्ये तयार करण्यात आला.

परितोष सेन (१८ ऑक्टोबर, १९१८ - २२ ऑक्टोबर, २००८) हे 'कलकत्ता ग्रूप ऑफ आर्टिस्ट' या संघटनेचे संस्थापक होते. त्यांची चित्रकला विविध थरांतून प्रकट होत गेली. शैलीपूर्ण आकृत्यांमध्ये पिकासो पद्धतीचा दृष्टिकोन उठून दिसत होता. १९८६ मध्ये त्यांना ललित कथा अकादमीची शिष्यवृत्ती लाभली होती.

जोगेन चौधरी (जन्म : १६ फेब्रुवारी, १९३९) यांनी कलकत्ता आणि पॅरिसमध्ये अभ्यास केला आणि ते शांती निकेतनमधील कलाभवनात प्राध्यापक बनले. ते तृणमूल काँग्रेसतर्फे राज्यसभेवर नियुक्त झाले. जोगेनच्या चित्रात राजकीय निष्ठा दिसून येते. त्याची उदाहरणे अमाप आहेत. 'टायगर इन द मूनलाइट' (१९७८/१९७९) या चित्रामध्ये आणीबाणीवर भाष्य आहे, तर अबू घ्रईब (२००४) या सहा फुटी चित्रात बगदादमधील अबू घ्रईब येथे कैद्यांचा जो अमानुष छळ झाला, त्याचे विदारक दृश्य आहे. दररोजच्या घडमोडींतून स्फूर्ती घेऊन जोगेन चौधरी आपला कुंचला चालवतात. ते कलेविषयी लिखाणदेखील करतात. ते छायाचित्रकार आहेत, वस्त्रप्रावरणाचे नक्षीकार आहेत आणि कवीदेखील आहेत.

सैयद हैदर रझा (२२ फेब्रुवारी, १९२२ - २३ जुलै, २०१६) हे 'प्रोग्रेसिव्ह आर्टिस्ट ग्रूप'चे एक संस्थापक होते. त्यांनी नागपूरमध्ये कलेचा अभ्यास केला आणि नंतर ते मुंबईला 'जे. जे. स्कूल ऑफ आर्ट्स'मध्ये गेले. तिथे १९५० मध्ये शिष्यवृत्ती मिळवून ते पुढील अभ्यासासाठी पॅरिसला गेले. रझांनी अभिव्यक्तीवादी चित्राकडून प्रतिकात्मक शैलीकडे वाटचाल केली आणि ते अमूर्त चित्रकारितेकडे वळले. त्यांच्या कित्येक चित्रांचा केंद्रबिंदू 'बिंदू' (डॉट) आहे. २००२ मध्ये, त्यांची फ्रेंच पत्नी निवर्तली, तेव्हा त्यांनी भारतात येण्याचे ठरवले; परंतु तिथून यायला २०११ हे वर्ष उजाडले. त्यांच्या कलाकृती खूप महागड्या असतात. त्यांना प्राप्त झालेल्या असंख्य पुरस्कारांत ललित कला अकादमी शिष्यवृत्ती (१९८४), पद्मभूषण (२००७) आणि पद्मविभूषण (२०१३) समाविष्ट आहेत.

गणेश पायने (११ जून, १९३७ - १२ मार्च, २०१३) बंगाली चित्रकलेचे कलाकार असले तरी त्यांनी लोककथा आणि मिथ्थकांतून स्वतःची चित्रशैली निर्माण केली. त्यांनी जलरंग, नीलमणी वापरून चित्रे काढली. त्यांच्या कलाकृती अमूर्त तसेच पारंपरिक स्वरूपाच्या असत. १९७० च्या काळात एम. एफ. हुसेन यांनी, भारताचा उत्कृष्ट चित्रकार म्हणून त्यांची पाठ थोपटली होती. त्यांची चित्रे किमती असत; पण ते चित्रकलेच्या व्यावसायिकरणाच्या विरोधात होते. त्यांनी आपली बरीच चित्रे स्वतःपाशीच ठेवून दिली होती.

सर्बारी रॉय चौधरी (२१ जानेवारी, १९३३ -२१ फेब्रुवारी, २०१२) हे भारताचे श्रेष्ठ शिल्पकार होते. त्यांनी प्रतिमा रंगवल्या आणि कांस्यपुतळे तयार केले.

✦ अमिश त्रिपाठी : मेलुहाचे अमरत्व

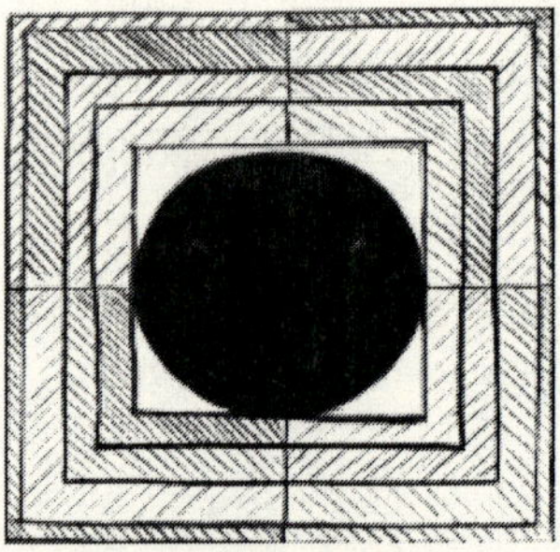

सय्यद हैदर रझा यांचे पुनर्निर्मित 'बिंदू' (२००१) चित्र

अमिश त्रिपाठी (जन्म : १८ ऑक्टोबर, १९७४) हे भारताचे इंग्लिशमध्ये पुराणांवर लिहिणारे मोठ्या खपाचे लेखक आहेत. त्यांच्या पहिल्या त्रिमालिका कादंबऱ्यांपैकी 'द इम्मॉरटल्स ऑफ मेलुहा' (२०१०) ही भगवान शंकराच्या जीवनावर आधारित आहे. त्याच्या रामचंद्र मालिकेची सुरुवात 'सियोन ऑफ इक्ष्वाकू' (२०१५) या कादंबरीने होते. त्रिपाठींच्या पुस्तकाची भारतीय व परदेशी भाषांतरे व रूपांतरे झाली आहेत. 'द इम्मॉरटल्स ऑफ मेलुहा'वर तर चित्रपट निघाला आहे. त्रिपाठी यांनी आपली कारकीर्द अर्थसेवा उद्योगातून सुरू केली आणि त्याचे विक्री कौशल्य त्यांनी चपखलपणे पुस्तकांच्या विक्रीसाठी वापरले.

त्यानंतर अनेक लेखकांनी पुराणांवर बेतलेल्या कादंबऱ्या लिहिल्या. स्त्रीपात्राभोवती कथानक गुंफणाऱ्यांमध्ये कविता काणे, ख्रिस्तोफर डोयल आणि आनंद नीलकंटन हे होते. पुराणातील कथा पुनःपुन्हा निरनिराळ्या स्वरूपात कथन करण्याची खूप जुनी परंपरा आहे. महाकाव्यातील आणि मिथ्थकांतील घटना इंग्रजीत गोष्टीरूपाने सांगणारे सध्याचे दोन लेखक म्हणजे अशोक बँकर आणि देवदत्त पटनाईक हे आहेत.

✦ आमिर खान पद्मभूषण विजेते

बहुतांश सामाजिक विषयाशी निगडित असलेले अनेक चित्रपट आमिर खान (जन्म : १४ मार्च, १९६५) याने निर्माण व दिग्दर्शित केले आहेत. त्यांपैकी आत्ममग्नतेशी संबंधित 'तारे जमीन पर' (२००७), चेतन भगतच्या 'फाइव्ह पॉइंट समवन' या कादंबरीवर आधारित 'थ्री इडियटस्' (२००९), महिला पहिलवान गीता आणि बबिता फोगट यांच्या जीवनावरील 'दंगल' हे उल्लेखनीय चित्रपट आहेत. त्याच्या ऐतिहासिक चित्रपटांत 'लगान' (२००१) आणि 'रंग दे बसंती' (२००६) हे चित्रपट आहेत.

त्याने 'सत्यमेव जयते' (२०१२ पासून) ही टेलिव्हिजन मालिका प्रक्षेपित केली व त्यात अनेक सामाजिक विषयांना वाचा फोडली. त्याला कितीतरी पुरस्कार मिळाले; त्यात नऊ नॅशनल फिल्म अवॉर्डस्, आठ फिल्मफेअर अवॉर्डस् आणि दोन पद्म पुरस्कार तसेच २०१०च्या पद्मभूषण पुरस्काराचा अंतर्भाव आहे.

✦ २०१० च्या राष्ट्रकुल क्रीडा स्पर्धा

नवी दिल्ली येथे ऑक्टोबर, २०१० मध्ये राष्ट्रकुल क्रीडा स्पर्धा भरल्या होत्या. ३८ सुवर्णपदकांसमवेत भारतीय खेळाडूंनी एकूण १०१ पदके मिळवून, ऑस्ट्रेलियानंतर दुसरा क्रमांक पटकावला होता. सुवर्णपदकांची जंत्री अशी होती : नेमबाजी (१४), कुस्ती (१०), तिरंदाजी (३), मुष्टियुद्ध (३), धावस्पर्धा (२), वेटलिफ्टिंग (२), बॅडमिंटन (२), टेबल टेनिस (१) आणि टेनिस (१). कृष्णा पुनिया (महिलांची थाळीफेक) आणि गीता फोगट (महिलांची कुस्ती) या दोघी सुवर्णविजेत्या उठून दिसल्या. आशिषकुमारने भारतासाठी पहिल्यांदाच व्यायाम गटातील रौप्य व कांस्यपदके जिंकली.

२०१० मधील आणखी घटना

१३ फेब्रुवारी : पुण्यातील जर्मन बेकरीत बॉम्बस्फोट होऊन १७ लोक जीवास मुकले.

२७ फेब्रुवारी : समाजसुधारक नानाजी देशमुख (जन्म : १९१६) यांची प्राणज्योत मालवली.

३० मार्च : सोमाली चाच्यांनी भारताचे जहाज ताब्यात घेऊन भारतीय खलाशांना ओलीस ठेवले.

१४ जून : मनोहर माळगावकर (जन्म : १९१३) या इंग्रजी लेखकाला

देवाघरचं बोलावणं आलं.

६ ऑगस्ट : लडाखला पुराचा तडाखा. लेहसोबतच सत्तर शहरे आणि गावे पुरात सापडली आणि २५०च्या वर लोक बळी गेले.

५ सप्टेंबर : अणुशास्त्रज्ञ होमी सेठना (जन्म : १९२३) यांचे निर्वाण.

४ डिसेंबर : फेमिना 'मिस इंडिया' म्हणून निवड झालेल्या निकोल फरियाला 'मिस अर्थ' २०१० हा किताब मिळाला.

२३ डिसेंबर : केरळचे पूर्वाश्रमीचे मुख्यमंत्री के. करुणाकरन (जन्म : १९१८) दिवंगत झाले.

एस. आर. श्रीनिवास वर्धन (जन्म : १९४०) या गणित तज्ज्ञाला, अमेरिकेच्या अध्यक्षांच्या हस्ते 'नॅशनल मेडल ऑफ सायन्स' हे पदक देण्यात आले. त्यांना २००८ मध्ये पद्मभूषण देण्यात आले होते.

कन्नड साहित्यातील योगदानाबद्दल चंद्रशेखर काम्बारा यांना ज्ञानपीठ पुरस्कार.

चीनसोबतच्या मुत्सद्दी देवाण-घेवाणीला यंदा साठ वर्षे पूर्ण झाली.

६५

२०११ : भ्रष्टाचाराविरुद्ध अण्णा हजारे

अण्णा हजारे (जन्म : १९३७) या समाजधुरिणाने सुरू केलेले भ्रष्टाचाराविरुद्धचे आंदोलन या वर्षाचे वैशिष्ट्य ठरले. त्यांनी 'लोकपाल' (लोकांचे रक्षण करणारे) नेमणुकीची मागणी केली. संसदेचे सदस्य आणि सरकारी नोकरवर्ग यांच्या भ्रष्टाचारावर डोळ्यांत तेल घालून नजर ठेवणारे कणखर लोकपाल असावेत, हा त्यांचा आग्रह होता. खरे तर लोकपाल ही संकल्पना १९६० ची होती. लोकपालासंबंधीचे बिल संसदेत कित्येक वेळा मांडले गेले; पण मंजूर झाले नव्हते. अण्णांच्या आंदोलनामुळे अखेर केंद्र सरकारला 'लोकपाल', तर राज्य सरकारात 'लोकायुक्त' संबंधीचे कायदे मान्य झाले.

✦ आणखी लक्षणीय घटना

आसाम, केरळ, तामिळनाडू, पश्चिम बंगाल आणि पाँडिचेरी या राज्यांत निवडणुका झाल्या आणि मिश्र स्वरूपाचे निकाल बाहेर आले. काही ठिकाणची परिस्थिती 'जैसे थे' राहिली, तर काही ठिकाणी बदल घडून आले. आसाममध्ये 'इंडियन नॅशनल काँग्रेस'ने बाजी मारली आणि तरुण गोगोई तिसऱ्यांदा मुख्यमंत्रिपदी आरूढ झाले. केरळमध्ये काँग्रेसच्या नेतृत्वाखालील 'युनायटेड डेमॉक्रॅटिक फ्रंट'ने निसटता विजय मिळवला, तर तामिळनाडूत ए.आय.ए.डी.एम.के. पक्ष जिंकला आणि जयललिता तिसऱ्यांदा मुख्यमंत्री झाल्या. पश्चिम बंगालमध्ये 'तृणमूल काँग्रेस'ने पहिल्यांदाच ३४ वर्षांचे कम्युनिस्ट पक्षाचे राज्य खालसा केले आणि ममता बॅनर्जी मुख्यमंत्री बनल्या.

✦ कलेतील नवे वारे : इन्स्टाग्रामचे युग

२०११ मध्ये 'इन्स्टाग्राम' नावाच्या ॲपने 'हॅशटॅग फिचर' नावाची एक वैशिष्ट्यपूर्ण योजना वापरात आणली. तिथे वापरकर्ता आपला फोटो व संबंधित माहिती टाकू शकत होता. जागतिक स्पर्धेशी बरोबरी करण्यासाठी, भारतीय चित्रकारांनी या प्रायोगिक शैलीचा वापर करून डिजिटल व मिश्र माध्यमे वापरायला सुरुवात केली. त्यातील काही खालीलप्रमाणे आहेत :

- क्रॉसओव्हर कला : ही एक अशी कलानिर्मिती आहे की, जिथे चित्रकला, नृत्य, संगीत, छायाचित्रण व नवी माध्यमे एक होतात. उदाहरणार्थ, या प्रकारात सी. कृष्णास्वामींनी अमूर्त नक्षीची निर्मिती करून कॅन्व्हासवर योगासने दाखवली.
- मल्टिमिडिया कला : विविध माध्यमांचे मिश्रण करून कलेची निर्मिती.
- डिजिटल कला : डिजिटल कलाकार कोरल पेन्टर आणि पोस्टवर्कशॉप (आताचे फोटोडोनट) सॉफ्टवेअर वापरतात. या कलाकारांत प्रामुख्याने छायाचित्रकार, चित्रपट निर्माते, रेखाचित्रकार यांचा भरणा असतो आणि ते स्थिर आणि गतिशील प्रतिमांना एकत्र आणतात.
- व्हिडिओ कला : १९९० मध्ये मध्यावर ही कला भारतात अवतरली. आयशा अब्राहम, रणबीर कलेका, सोनिया खुराणा आणि शिल्पी गुप्ता हे प्रारंभीचे व्हिडिओ कलाकार होत.
- कन्सेप्ट कला : या कलेतून निरनिराळ्या माध्यमांचा वापर करून एखादी कल्पना साकार केली जाते. ही कला भारतात २००० च्या सुमारास वापरात येऊ लागली.
- ॲनिमेशन कला : ही कला हास्यचित्रांत वापरली जाते. आता या कलेचे डिजिटीकरण झालेले आहे आणि त्यावर जापनीज कलेचा प्रभाव आहे.
- क्रीडा उद्योगासाठीदेखील कलेचा वापर होत आहे.

कित्येक इन्टाग्राम कलाकार स्मार्ट फोनचा वापर करून दृश्य निर्मिती करतात आणि त्यासोबत रंगीबेरंगी पोत आणि संदेश पाठवतात. अश्विन गुरबक्षानी हे याच गटातले इन्स्टाग्राम कलाकार आहेत.

कितीतरी तरुण कलाकार या क्षेत्रात आपल्या वैशिष्ट्यपूर्ण शैलीचा आविष्कार करत आहेत. उदाहरणार्थ, दिव्यज्योती रे (जन्म : १९७४) आपल्या कलाकृतींना 'स्युडोरियालिझम' (भ्रामक वास्तव) असे संबोधितात. अमूर्त तंत्रज्ञानीय पैलू, वेगळी रंगसंगती आणि भूमितीय आकार वापरून ते अशी चित्रे निर्माण करतात

की, जी वास्तव वाटावीत. त्यांनी २००८ मध्ये 'स्युडोरियालिस्ट रेन्डरिंग्ज' नावाचे चित्र प्रदर्शन भरवले होते. गिगी स्कारिया (जन्म : १९७३) ची पद्धत त्याच्या उलटी आहे. ते संपूर्ण कथा व्हिडिओ आणि मल्टिमिडिया माध्यमातून उलगडून दाखवतात. त्यांच्या 'लॉस्ट सिटी' (हरवलेले शहर, २००५), 'अम्युझमेंट पार्क' (मनोरंजन उद्यान, २००९) आणि 'प्रिझम ऑफ पर्सेप्शन' (सामंजस्याचा लोलक, २०१०) या वैशिष्ट्यपूर्ण कलाकृती आहेत. या नवमाध्यमातील नव्या कलाकारांत ओली घोष, जयश्री अबिचंदानी, आहरोन रोथस्चाइल्ड, आकाश आनंद आणि अर्चन नायर यांची नावे येतात.

✦ सत्यसाईबाबांचे महानिर्वाण

सत्यसाईबाबा (जन्म : २३ नोव्हेंबर, १९२६) हे २४ एप्रिलला अनंतात विलीन झाले. ते आध्यात्मिक गुरू होते आणि असंख्य भक्तगणांचे मार्गदर्शक होते. आंध्र प्रदेशातील पुट्टापार्थी येथे त्यांनी प्रसांथी निलायम नावाचा भव्य आश्रम उभारला होता. त्यांना श्रद्धेने शिर्डीच्या साईबाबांचा अवतार समजले जाई. त्यांची १२५ देशांत आध्यात्मिक केंद्रे आहेत तसेच मोफत हॉस्पिटल, शाळा आणि अन्य सुविधा केंद्रे आहेत.

✦ सुफी शुभवर्तमान प्रकल्प

गीतकार व गायक असलेल्या सोनम कालरा हिने २०११ मध्ये सूफी शुभवर्तमान प्रकल्प सुरू केला. प्रार्थना, कविता आणि संगीत या माध्यमांतून शांती व अखंडता साधता येते असा संदेश या प्रकल्पातून दिला जातो. भारतीय व पाश्चिमात्य संगीतात सोनमचं प्रशिक्षण झालेलं आहे आणि तिने आपल्या पथकासोबत जगभर कार्यक्रम केले आहेत. 'देवाला धर्म नसतो', ती म्हणते.[३९] आणि तिचे विविध धर्मीय गट सर्व धर्मांची गीते सर्व भाषांतून सादर करतात. त्यात अमिर खुस्रो आणि कबिराचे दोहे असतात. गेलिक शुभवचने असतात. या साऱ्यांनी त्या कलापथकाचा साज वाढतो.

---

३९. 'Religion isn't God and God has no Religion | Sonam Kalra TEDxGateway, 'YouTube video, 4:52, from a talk given at a TEDx event using the TEDx conference format (n.d.), posted by 'TEDx Talks' 22 September 2015, https://www/youtube.com/watch?v = PIRo8r VcuJE.

✦ रवींद्रनाथ टागोरांची १५०वी जयंती

२०११ हे वर्ष रवींद्रनाथ टागोर यांचे (१८६१-१९४१) १५०व्या जयंतीचे वर्ष होय. भारत, बांगलादेश आणि चीननेदेखील मोठ्या प्रमाणात या दिवसाचे साजरीकरण केले.

रवींद्रनाथ टागोर

रवींद्रनाथ हे महान कवी, लेखक व चित्रकार होऊन गेले. त्यांनी प्रत्येक भारतीयाच्या हृदयात आदराचे स्थान मिळवले. त्यांच्या गूढ कवितांचे अजूनही गायन होते. त्यांचे गाणे राष्ट्रगीत म्हणून आजही गायले जाते. नोबेल पारितोषिक (१९१३) मिळवणारे ते पहिले भारतीय आहेत. बांगलादेशाचे राष्ट्रगीतदेखील त्यांचीच रचना आहे. चीनमध्येसुद्धा त्यांचे आदराने स्मरण केले जाते. १९२४ मध्ये एका व्याख्यानासाठी ते चीनला गेले होते; त्याच्याआधीपासून त्यांच्या लिखाणाची चिनी मंडळी चाहती होती. त्यांच्या त्रेसष्टाव्या वाढदिवसाच्या सोहळ्यात त्यांना झू झेन्दन असं चिनी नाव दिलं गेलं होतं. ते चिनी संस्कृतीची चाहते होते आणि मृत्युआधी त्यांनी चीनसंबंधी एक काव्य लिहिलं होतं.[४०]

एकदा मी चीनच्या भूमीला भेट दिली.
ज्यांना मी भेटलो नाही,
त्यांनी माझ्या कपाळावर मैत्रीची खूण केली.
त्यांनी मला त्यांच्यातलेच एक केले.

२०११ हे वर्ष 'इअर ऑफ इंडिया - चायना एक्सचेंजेस' म्हणून ओळखले गेले. अनेक प्रकारच्या देवाण-घेवाणीसोबतच रवींद्रनाथांच्या वारशासंबंधीचे कार्यक्रम बीजिंगमधील भारतीय दूतावासामध्ये तसेच कोलकातातील चिनी दूतावासात साजरे झाले होते.

---

40. Quoted in Tagore and China, ed. Tan Chung. Amiya Dev, Wang Bangwei, Wei Liming (New Delhi : Sage Publications, 2011)

२०११ मधील आणखी घटना

१४ जानेवारी : केरळमधील सबरीमाला येथील चेंगराचेंगरीत शंभराहून जास्त लोक जीवास मुकले.

२४ फेब्रुवारी : अमर चित्रकथाचे निर्माते अनंत पै (जन्म : १९२९) मृत्यू पावले.

२१ मार्च : टेनिस खेळाडू साइना नेहवाल (जन्म : १९९०) हिने 'स्विस ओपन ग्रँड प्रिक्स गोल्ड' ही स्पर्धा जिंकली.

२ एप्रिल : भारताने २०११चा जागतिक क्रिकेट चषक जिंकला. भारत व श्रीलंका यांच्यात मुंबईतील वानखेडे स्टेडियमवर अंतिम लढत झाली. भारतीय संघाचे नेतृत्व एम.एस. धोनी याने केले.

१२ एप्रिल : चित्रपटकथाकार सचिन भौमिक (जन्म : १९३०) यांना देवाघरचे बोलावणे आले.

२४ एप्रिल : दोन वेळा एव्हरेस्ट चढून जाणारे आणि १९६४ मध्ये नंदादेवी शिखर जिंकलेले पहिले भारतीय गिर्यारोहक नवांग गोम्बू (जन्म : १९३६) यांचे दुःखद निधन.

६ जुलै : नामांकित चित्रपट दिग्दर्शक मणी कौल (जन्म : १९४४) यांच्या जीवनाची सांगता झाली.

१४ ऑगस्ट : शम्मी कपूर (जन्म : १९३१) या पुरस्कारप्राप्त अभिनेत्याच्या आयुष्याची दोरी तुटली.

प्रतिभा राय या शिक्षणतज्ज्ञ व लेखिकेला ओडिया भाषेतील 'याज्ञसेनी' या साहित्यकृतीबद्दल ज्ञानपीठ मिळाले.

६६

२०१२ : भारतीय लोकसभेची षष्ठ्यब्दीपूर्ती

यंदा भारतीय संसदेला साठ वर्षे पूर्ण झाली. भारतातील राजकारणात आमूलाग्र बदल घडून आले होते; पण इथली लोकशाही मात्र बहरत होती. तीच तर देशाची मोठी कमाई होती. प्रणव मुखर्जी (जन्म : १९३५) यांची राष्ट्रपती म्हणून २०१२ मध्ये निवड झाली. ते भारतीय काँग्रेस पक्षाचे जुने व जाणते सदस्य होते आणि केंद्र सरकारमध्ये त्यांनी विदेशमंत्री, अर्थमंत्री, संरक्षणमंत्री अशी विविध मंत्रिपदे भूषविली होती.

राजकीय पटलावर या वर्षी घडलेली घटना म्हणजे 'आम आदमी पार्टी'ची (AAP) २६ नोव्हेंबर रोजी झालेली स्थापना होय. अरविंद केजरीवाल या पूर्वाश्रमीच्या इन्कमटॅक्स ऑफिसरने समाज कार्यकर्ते अण्णा हजारे यांच्या साहाय्याने हा पक्ष उभारला होता.

✦ यश चोप्रा काळाच्या पडद्याआड

२१ ऑक्टोबर रोजी प्रख्यात सिनेदिग्दर्शक व चित्रपट निर्माते यश चोप्रा (जन्म : १९३२) हे कालवश झाले. त्यांची चित्रपट दिग्दर्शनाची कारकीर्द भलतीच गाजली. 'धूल का फूल. (१९५९), 'धर्मपुत्र' (१९६१) आणि 'वक्त' (१९६५) हे त्यांचे प्रारंभीचे चित्रपट होते. १९७० मध्ये त्यांनी स्वतःची यशराज फिल्मस् ही निर्मिती कंपनी काढली व १९७०च्या सुमारास 'दीवार', 'कभी कभी' आणि 'त्रिशूल' यांसारखे एक से एक चित्रपट निर्माण केले. त्यांनी १९९० ते २००० या सालात 'लम्हे' (१९९१), 'डर' (१९९३), 'दिल तो पागल है', (१९९७), 'वीर-झारा' व शेवटचा 'जब तक है जान' (२०१२) हे हिट चित्रपट दिले.

त्यांनी आपली निवृत्ती जाहीर केली अन् लगोलग डोळे मिटले. त्यांना बरेच फिल्म पुरस्कार लाभले. ते २००५च्या पद्मभूषण पुरस्काराचे मानकरी ठरले.

वर्तमान आणि भूतकाळातील बॉलिवुडच्या आणखी काही नावाजलेल्या दिग्दर्शकांमध्ये बिमल रॉय (१९०९-६६), मेहबूब खान (१९०७-६४), व्ही. शांताराम (१९०१-९०), मनमोहन देसाई (१९३७-९४), मणी कौल, जी.पी. सिप्पी, हृषिकेश मुखर्जी, संजय लिला भन्साळी (जन्म : १९६३), अनुराग बसू (जन्म : १९७४), राजकुमार हिरानी (जन्म : १९६२), विशाल भारद्वाज (जन्म : १९६५), आशुतोष गोवारीकर (जन्म : १९६४), अनुराग कश्यप (जन्म : १९७२) आणि गोविंद निहलानी (जन्म : १९४०) यांचा ठळकपणे उल्लेख होईल; पण ही यादी अपूर्ण आहे. भारतात खूप बुद्धिमान दिग्दर्शक आहेत. भारतात दरवर्षी हजारो चित्रपट तसेच माहितीपट, लघुपट आणि यू-ट्युबसारख्या सामाजिक माध्यमातून भराभर आधुनिक फिल्म्स निघत आहेत आणि त्या साऱ्यांची इथे दखल घेणे केवळ अशक्य आहे.

✦ ईस्ट इंडिया कॉमेडी

नवभारतात मनोरंजनाची नवनवी माध्यमे उपलब्ध होऊ लागली होती. सोरभपंत आणि त्याच्या सहकाऱ्यांनी २०१२ मध्ये 'ईस्ट इंडिया कॉमेडी' नावाचा गट स्थापन केला. ही मंडळी लाइव्ह तसेच यू-ट्युबवर विविध कार्यक्रम सादर करतात. त्यात राजकारण, धर्म, चित्रपट व इतर अन्य विषयांवर उपहासात्मक हास्यनाट्ये पेश करतात. हे हास्यकलाकार एकपात्री किंवा समूहाने सादरीकरण करतात. ते कॉमेडी कार्यशाळा काढतात. टेलिव्हिजन शो दाखवतात किंवा लघुपट काढतात. त्यांना लग्नादी समारंभ, कार्पोरेट समारंभ, ब्रँड विकास सोहळे, या कार्यक्रमात मागणी असते. ते मासिकात वैशिष्ट्यपूर्ण माहिती पुरवतात. प्रादेशिक भाषांत सुद्धा हे हास्य कार्यक्रम लोकप्रिय आहेत. गुजरातमधली 'कॉमेडी फॅक्टरी' हा ग्रूप हिंदी आणि गुजराती भाषेत सादरीकरण करतो.

✦ छायाचित्रकार : होमाई व्यारावाला

होमाई व्यारावाला (१९१३-२०१२) या भारतातील उच्च श्रेणीच्या आणि पहिल्या महिला छायाचित्रकार व फोटोजर्नालिस्ट (छायाचित्र पत्रकार) होत्या. त्यांनी स्वातंत्र्यलढ्यातील ऐतिहासिक क्षण, तसेच महात्मा गांधी व जवाहरलाल नेहरू यांच्या अंत्ययात्रेचे दुर्मिळ क्षण टिपून ठेवले आहेत.

तद्नंतर भारतात अनेक वैशिष्ट्यपूर्ण छायाचित्रकार घडले. त्यातील एक

दयानिता सिंग होत. त्या छायाचित्र आणि इतर प्रतिमांची सांगड घालून एक मालिका तयार करतात. छोट्या लाकडी पेटीत सामावलेल्या अनेक फोटोंचे प्रदर्शन भरविणे ही त्यांची खासियत आहे. 'गो अवे क्लोजर' हे डिसेंबर २०१३ मध्ये लंडनला भरलेले फोटोप्रदर्शन पूर्वव्यापी सिंहावलोकन करणारे ठरले. रघुराय या दुसऱ्या एका छायाचित्रकाराने भारताच्या विविध पैलूंचे आणि कंगोऱ्यांचे असंख्य फोटो काढलेले आहेत. पाब्लो बार्थोलोमेव हे त्यांच्या भोपाळ वायू शोकांतिकेवरील छायाचित्रणाबद्दल ओळखले जातात. रघुवीर सिंग (१९४२-९९), वेणू सेन (१९३२-२०११), रॉबिन बॅनर्जी (१९०८-२००३), बी. एस. रंगा (१९१७-२०१०), प्रभुद्धा दासगुप्ता (१९५६-२०१२), भारत शिक्का (जन्म : १९७३), अविनाश पसरिचा (जन्म : १९३६), अनिता खेमका आणि अनेक छायाचित्रकार प्रसिद्धीच्या झोतात होते आणि आहेत. आजकालचे छायाचित्रकार विविध उपलब्ध माध्यमातून आपल्या कलानिर्मितीला वेगळे वळण देतात.

होमाई व्यारावाला

✦ २०१२ चे उन्हाळी ऑलिम्पिक

लंडनला भरलेल्या खेळ स्पर्धांत भारताने समाधानकारक प्रगती केली होती. पुरुषांच्या २५ मीटर रॅपिड फायर पिस्तूल नेमबाजीत विजयकुमारने रौप्यपदक, सुशील कुमारने कुस्तीमध्ये पुरुषांच्या ६६ किलो फ्रीस्टाइल गटात रौप्यपदक, साइना नेहवालने महिलांच्या एकेरी बॅडमिंटन स्पर्धेमध्ये कांस्यपदक, महिलांच्या फ्लायवेट गटात मेरी कोमने कांस्यपदक, पुरुषांच्या १० मीटर एअर रायफल गटात गगन नारंग याने कांस्यपदक, कुस्तीमध्ये योगेश्वर दत्तने ६० किलो फ्रीस्टाइल गटात कांस्यपदक अशी ती कमाई होती.

मुष्टियुद्धावर चित्रपट

मेरी कोमच्या मुष्टियुद्धातील यशामुळे हा खेळ प्रकाशाच्या झोतात आला. 'मेरी कोम' हा चित्रपट तिचा जीवनपट आहे. तो २०१४ मध्ये प्रदर्शित झाला आणि प्रियांका चोप्राने त्यात प्रमुख भूमिका केली होती. बॉलिवुडमध्ये 'मैं इन्तकाम लूँगा' (१९८२), 'बॉक्सर' (१९८४), 'गुलाम' (१९९८) आणि 'अपने' (२००७) हे मुष्टियुद्धावरचे आणखी काही चित्रपट आहेत.

✦ काकाबाबूचे साहस आणि इतर गुप्तहेर

सुनील गंगोपाध्याय (जन्म : ७ सप्टेंबर, १९३४) हे बंगाली कवी आणि कादंबरीकार होते. त्यांना २३ ऑक्टोबर, २०१२ रोजी देवाज्ञा झाली. त्यांनी दोनशेच्यावर पुस्तके लिहिली. त्यापैकी एक 'प्रथमा आलो' (पहिला प्रकाश, २००१) होते. त्यांनी 'काकाबाबू' नावाचे काल्पनिक पात्र रचून मुलांसाठी पुस्तके लिहिली. त्यांच्या या लिखाणाला १९७०या वर्षापासून सुरुवात झाली होती व 'आनंदमेळा' या मासिकामध्ये त्यांच्या गोष्टी प्रकाशित होत होत्या. त्यांनी साहसकथांची ३६ पुस्तके लिहिली व जीवनाच्या अखेरपर्यंत झपाट्याने लिहीत होते. काकाबाबू हे पात्र कॉमिक्स, चित्रपट व टेलिव्हिजनमध्येसुद्धा चमकले आहे.

काकाबाबू हे भारतीय पुराणवस्तू संशोधन विभागाचे डायरेक्टर असतात आणि ते 'सेंट्रल ब्युरो ऑफ इन्व्हेस्टिगेशन' (CBI) या विभागाला त्यांच्या तपासकामात सहकार्य करतात. त्याद्वारे काही गुन्हेगारी प्रकरणांचा उलगडा होतो. काकाबाबूंचा एक पाय तुटलेला असतो आणि ते कुबड्या घेऊन चालत असतात. काकाबाबूंचा शोन्तू हा कॉलेजात शिकणारा पुतण्या, त्यांच्या साहाय्यकाची भूमिका करतो. या गोष्टींमध्ये शोन्तूचा मित्र असलेला जोजो आणि इतर अनेक पात्रे आहेत. काकाबाबूंच्या दोन पुस्तकांचे इंग्रजी अनुवाद झालेले आहेत. 'द ड्रेडफुल ब्युटी' (२०१०, भोयोन्कर शुन्दर) ही काश्मीरमधील कथा आहे तर 'द किंग ऑफ वरडेंट आयलँड' (२०१०, शोभूज द्विपर राजा) कथेला अंदमानातील पार्श्वभूमी आहे.

तरुणांसाठी बंगाली भाषेत ज्या गुप्तहेर कथा उपलब्ध आहेत, त्यात व्योमकेश बक्षी आणि फेलुदा हे गुप्तहेर गाजलेले आहेत. व्योमकेश हे पात्र शरदिन्दू बंडोपाध्याय यांचा मानसपुत्र आहे तर फेलुदा हे सत्यजित रे यांचे काल्पनिक अपत्य होय.

शिरसेन्दू मुखोपाध्याय (जन्म : २ नोव्हेंबर, १९३५) यांनी आपल्या काही पुस्तकांत गुप्तहेर फटिक तर अन्य पुस्तकांत गुप्तहेर शबर दासगुप्ता रंगवला आहे. मुखोपाध्याय प्रौढांसाठी आणि मुलांसाठीदेखील लिहीत. त्यांच्या कथांवर आणि पुस्तकांवर 'बिपीनबाबूर बिपोद'सारख्या हास्यमालिका निघाल्या आहेत. 'पातालघर' (२००३) आणि 'गोयनार बक्शो' (२०१३) सारखे चित्रपट काढण्यात आले आहेत. त्यांचे मुलांसाठीचे पहिले पुस्तक 'मनोजदेर अद्भुत बारी' (१९७८) हे होय. यात मनोज नावाचा पौगंडावस्थेतला मुलगा आणि त्याचे विचित्र कुटुंब यासंबंधी गोष्ट आहे. बालसाहित्यातील योगदानाबद्दल त्यांना १९८५ सालचा विद्यासागर पुरस्कार मिळाला होता.

✦ भारतीय संगीत पथक

१९९० च्या काळात कित्येक भारतीय गानपथके उदयास आली आणि २००० च्या वर्षात त्यात आणखी भर पडली होती. या पथकांतून एक बाब स्पष्ट होत गेली की, भारतीय संगीत हे बॉलिवुडपुरते किंवा शास्त्रीय संगीतापुरते मर्यादित नव्हते. त्यात सतत बदल घडून, त्याची व्याख्या बदलत होती. काही पथके लोकगीते व रॉकसंगीताचे मिश्रण करतात. काही जड धातूची वाद्ये वाजवणारी तर काही केवळ रॉकसंगीत वाजवणारी पथके आहेत. त्यांची गाणी बहुधा इंग्रजी असली तरी काही पथके हिंदी, बंगाली आणि मल्याळी गाणी वाजवतात.

काही भारतीय समकालीन संगीतपथके पुढीलप्रमाणे आहेत :

- रघू दीक्षित प्रोजेक्ट : भारतीय लोकगीते आणि रॉक अॅन्ड रोल संगीत.
- थर्मल अॅन्ड अ क्वार्टर : बंगलोरस्थित रॉक पथक. ब्रूस ली मणी, राजीव राजगोपाल आणि लेस्ली चार्ल्स हे तीन सदस्य.
- टेट्सीयो सिस्टर्स : नागालँडचे लोकसंगीत पथक.
- इंडस क्रीड : मुंबईस्थित पथक. त्यांचे खूप सादरीकरण झालेले आहे व त्यांचे चार अल्बम आहेत.
- स्वरथमा : बंगलोरस्थित लोकसंगीत व रॉक पथक
- सोलमेट : शिलाँगचा ब्लू बॅन्ड.
- पॅपोन अॅन्ड ईस्ट इंडिया कंपनी : ते मिश्र संगीत व लोकसंगीत पेश करतात.
- परिक्रमा : देशातील सर्वांत जुने बॅन्डपथक
- इंडियन ओशन : भारतातील रॉकमिश्रित संगीताचे आद्यपथक
- भयानक मौत : मुंबईस्थित धातूपथक
- कैलास : संस्थापक, गायक कैलास खेर. भारतीय शास्त्रीय संगीत, रॉक, सुफी व पाश्चिमात्य संगीताचे सादरीकरण.
- कोशिश : २००६ मध्ये स्थापना. या रॉक बॅन्डमध्ये हिंदी रचना समाविष्ट आहेत.
- कॅसिनीज डिव्हिजन : कलकत्तास्थित अर्थपूर्ण आणि गेयता असलेल्या कवितांचे सादरीकरण.
- स्टील वॉटर्स : गंगटोकचे रॉकपथक. २००१ मध्ये स्थापना.
- थाईक्कुदम ब्रिज : स्थापना २०१३. रॉक पथकासह मल्याळम गाणी वाजवतात.
- फिडलर्स ग्रींन : दक्षिण आशियातील लोकसंगीतात अग्रेसर.

✦ रावूरी भारद्वाज यांना ज्ञानपीठ पुरस्कार

रावूरी भारद्वाज (मृत्यू : १८ ऑक्टोबर, २०१३) हे तेलुगू लेखक होते. त्यांच्या 'पाकडू राल्लू' या पुस्तकाला २०१२चा ज्ञानपीठ पुरस्कार मिळाला. या पुस्तकात चित्रपट दुनियेतील दुसरी बाजू उलगडून दाखवली आहे. त्यांनी १७ कादंबऱ्या, कित्येक लघुकथा, मुलांसाठी पुस्तके आणि नाटके लिहिली आहेत. ते ज्ञानपीठ मिळवणारे तिसरे तेलुगू लेखक होते. त्यांना बरेच मान-सन्मान लाभले. 'कादंबरी' व 'जीवन समारम' ही त्यांची आणखी साहित्यसंपदा होय.

२०१२ मधील आणखी घटना

२४ जानेवारी : मल्याळम विद्वान व लेखक सुकुमार अझिकोडे (जन्म : १९२६) यांचा देहांत.

९ मार्च : अभिनेते व दिग्दर्शक जॉय मुखर्जी (जन्म : १९३९) कालवश.

१२ जुलै : अभिनेते आणि पहिलवान दारासिंग (जन्म : १९२८) यांचे देहावसान.

२६ ऑगस्ट : अभिनेते ए.के हंगल (जन्म : १९१४) यांच्यावर काळाची झडप.

१७ नोव्हेंबर : शिवसेनेचे संस्थापक बाळासाहेब ठाकरे (जन्म : १९२६) यांचे निधन.

२९ डिसेंबर : दिल्लीत सामूहिक बलात्काराची शिकार ठरलेल्या निर्भयाने (टोपणनाव) अखेरचा श्वास घेतला. या घटनेचे पडसाद देशभर उमटले; सर्वत्र निषेध करण्यात आला आणि दक्षतेची पावले उचलली गेली. त्याचा परिणाम म्हणून भारतीय गुन्हेगारी कायद्यात बदल करण्यात आले आणि नियम कठोर करण्यात आले.

६७

२०१३ : मंगळावर स्वारी

भारतीय अवकाश संशोधन संस्थेने एक महत्त्वाचा टप्पा ओलांडला व श्रीहरिकोटा या अवकाश स्थानकावरून ५ नोव्हेंबर रोजी मंगळयान या उपग्रहाचे प्रक्षेपण केले. हे प्रक्षेपण समुद्रसपाटीच्या उंचीवरून ध्रुवीय उपग्रह प्रक्षेपण वाहन वापरून करण्यात आले. हा उपग्रह २९८ दिवसांच्या अवकाश प्रवासानंतर २४ सप्टेंबर, २०१४ रोजी मंगळाच्या कक्षेत पोहोचला. भारतीय अवकाश संशोधन संस्थेने (ISRO) ही मंगळावर स्वारी करणारी जगातली चौथी संस्था ठरली. अगदी पहिल्याच प्रयत्नात व कमी किमतीत यशस्वी झालेला हा प्रकल्प होता.

मंगळयान

✦ आणखी लक्षणीय घटना

आधीचे पंतप्रधान राजीव गांधी यांचे पुत्र राहुल गांधी भारतीय काँग्रेस पक्षात एकेक महत्त्वाच्या भूमिका बजावत आहेत. ते २००४ मध्ये, अमेठी मतदारसंघातून निवडून लोकसभेचे सदस्य बनले, 'नॅशनल स्टुडण्टस् युनियन ऑफ इंडिया'चे (NSUI) २००७ पासून चेअरमन बनले तसेच 'इंडियन यूथ काँग्रेस'चे २००७ पासून चेअरमन झाले; तसेच २००७-१३ या कालावधीत 'भारतीय काँग्रेस

पक्षा'चे सेक्रेटरी होते. २०१३ मध्ये ते काँग्रेस पक्षाचे उपाध्यक्ष म्हणून निवडून आले आणि त्यानंतर ते पक्षाची रणनीती आखू लागले.

जून २०१३ मध्ये उत्तराखंडच्या डोंगर-दऱ्यांत मुसळधार पाऊस पडून पुराचे लोट आले. माणसे, खेचरे आणि इतर प्राणी जीवास मुकले आणि हजारपेक्षा जास्त रस्ते आणि पूल वाहून गेले. केदारनाथसारखी मंदिरे पुरात बुडाली. लष्कराने हेलिकॉप्टर्स वापरून चारधाम यात्रेस गेलेल्या तीर्थयात्रींची सुटका केली.

✦ नुंगशी आणि ताशी : जुळ्या गिर्यारोहक

नुंगशी आणि ताशी मल्लिक (जन्म : २१ जून, १९९१) या जुळ्या बहिणींना 'एव्हरेस्ट भगिनी' संबोधले जाते. एव्हरेस्टचे उंच शिखर गाठणाऱ्या त्या जगातील पहिल्या जुळ्या मुली ठरल्या. जगभरातील सात शिखरे पार करणारी ती पहिलीच भावंडे ठरली.[४१] 'एक्सप्लोरर्स ग्रँड स्लॅम' आणि 'द थ्री पोल्स चॅलेंज' या गिर्यारोहणाच्या स्पर्धा जिंकणाऱ्या त्या सर्वांत तरुण गिर्यारोहक ठरल्या. या रेकॉर्डमध्ये त्यांनी सात खंडांतील तसेच उत्तर व दक्षिण ध्रुवांवरील उंच गिरिशिखरे पादाक्रांत केल्याचा उल्लेख झाला आहे. २०१६ मध्ये या बहिणींनी न्यूझिलंडमध्ये सर्वांत उंच व चढण्यास कठीण असे 'माउंट कूक' हे शिखर जिंकले आहे.

या जुळ्या बहिणी हरयानातील अन्वली गावात जन्मल्या. त्या कर्नल वीरेंद्रसिंग मल्लिक या निवृत्त लष्करी अधिकाऱ्याच्या मुली होत. त्यांचे प्रशिक्षण उत्तराखंडमधील उत्तरकाशी येथील नेहरू इन्स्टिट्यूट ऑफ माउंटेनिअरिंग या संस्थेत झाले. १९ मे, २०१३ रोजी एव्हरेस्ट जिंकल्यानंतर, त्या दोघींनी मागे वळून बघितलेच नाही. त्या वेळी समिना बेग ही पाकिस्तानी मुलगीदेखील एव्हरेस्टवर पोहोचली होती. दोन्ही देशांतील शांतीचे प्रतीक म्हणून प्रत्येकीने आपापल्या देशाचे झेंडे तिथे रोवले होते. आपल्या गिर्यारोहण साहसातून सवड मिळाली की, नुंगशी आणि ताशी डेहराडूनला मुक्कामी असतात आणि त्या दोघीही मुलींच्या सबलीकरणाच्या राजदूत आहेत.

---

४१. Nungshi and Tashi have climbed Mt Kilimanjaro (Africa), Mt Everest (Asia), Mt Elbrus (Europe), Mt Aconcagua (South America), Mt Carstensz Pyramid (Oceania), Mt McKinley (North America) and Mt Vinson Massif (Antarctica).

✦ झुबिन मेहतांचा काश्मीरमध्ये कार्यक्रम

भारतात पाश्चिमात्य संगीत, जाझ, पॉप या सर्व प्रकारच्या संगीताचे समर्थक आणि चाहते आहेत. पाश्चिमात्य शास्त्रीय संगीताचे सुप्रसिद्ध भारतीय वाद्यवृंद कलाकार म्हणजे झुबिन मेहता होत. त्यांचे वडील मेहली मेहता (१९०८-२००२) हे प्रशिक्षित हिशेब तपासनीस असले तरी संगीतकार, व्हायोलिनवादक व संगीतचालक होते. त्यांनी १९३५ मध्ये बॉम्बे सिम्फनी ऑर्केस्ट्रा हे गानपथक सुरू केले होते. तसेच १९४० मध्ये 'बॉम्बे स्ट्रिंग क्वार्टेट' उभे केले होते. मेहलींनी जगभर कित्येक वाद्यवृंदांचे सोहळे आयोजित केले होते.

झुबिन मेहता (जन्म : २९ एप्रिल, १९३६) यांचे संगोपन संगीतमय वातावरणात झाले होते. त्यांनी वैद्यकीय शिक्षण घ्यायला सुरुवात केली होती; पण तो अभ्यास मध्येच सोडून दिला आणि तेव्हाच्या 'इंपिरिअल अकॅडमी ऑफ म्युझिक ॲन्ड परफॉर्मिंग आर्ट' या व्हिएन्नातील संगीत संस्थेत त्यांनी प्रवेश घेतला. अगदी तरुण वयातच त्यांनी वाद्यवृंद संचालन करण्यास प्रारंभ केला होता. त्यांच्या कारकिर्दीतील मानाच्या जागा म्हणजे 'मॉन्ट्रियल सिम्फनी ऑर्केस्ट्रा'चे संगीत दिग्दर्शक (१९६१-६७), लॉस एंजेलिस फिल्हार्मोनिक ऑर्केस्ट्राचे संगीत दिग्दर्शक (१९६२-७८), इस्रायल फिल्हार्मोनिक ऑर्केस्ट्राचे सल्लागार (नेमणूक : १९६९) आणि त्याच वाद्यवृंदाचे १९७७ पासून दिग्दर्शक होते. १९८१ पासून ते इस्त्रायल फिल्हार्मोनिक ऑर्केस्ट्राचे आजीव संगीत दिग्दर्शक झाले आणि त्यांचा तो कालावधी २०१९ मध्ये पूर्ण होईल. ते न्यू यॉर्क फिल्हार्मोनिकचे १९७८ मध्ये संगीत दिग्दर्शक झाले होते आणि त्यांनी तेरा वर्षे ती जागा भूषवली होती. १९८५ पासून ते फ्लोरेन्समधील ऑर्केस्ट्रा डेल मॅगिया म्युझिकल फिओरेन्टिनो वाद्यवृंदाचे मुख्य संचालक होते आणि ते तिथे २०१७ पर्यंत कार्यरत होते. त्यांनी १९६३ पासून संगीत नाटकांचे संचालन केले आहे आणि वाद्यसंगीताच्या कित्येक जलशामध्ये सहभाग घेतला आहे.

झुबिन मेहतांवर मान-सन्मानांचा अक्षरशः वर्षाव झाला आहे. त्यांना फ्लोरेन्स आणि तेलअविवचं सन्माननीय नागरिकत्व प्राप्त झालं आहे. जगातील प्रतिष्ठित वाद्यवृंदाचे ते संचालन करत. २०१३ मध्ये त्यांनी श्रीनगरमध्ये 'बावारीयन स्टेट ऑर्केस्ट्रा' या वाद्यवृंदासोबत कार्यक्रम केला. त्याच महिन्यात त्यांना भारत सरकारकडून सांस्कृतिक एकोप्यासाठी टागोर पुरस्कार मिळाला. पद्मभूषण (१९६६) आणि पद्मविभूषण (२००१) या पुरस्कारांनीदेखील त्यांच्या पायाशी लोळण घेतली होती.

झुबिनचे सिनेतारका नॅन्सी कोवाक हिच्याशी १९६९ मध्ये लग्न झाले. हा

त्याचा दुसरा विवाह होय. पहिले लग्न कॅनेडियन गायिका कार्मेन लास्की हिच्यासोबत १९५८ मध्ये झाले होते. त्यांना दोन मुले होती आणि त्यांच्या घटस्फोटानंतर कार्मेन त्यांचा भाऊ झरीन मेहता याच्याशी विवाहबद्ध झाली. हे दोघे भाऊ मुंबईत 'मेहली मेहता म्युझिक फाउंडेशन' चालवतात. तिथे तरुण होतकरू कलाकारांना पाश्चिमात्य शास्त्रीय संगीताचे धडे दिले जातात. त्यांचे आणखी दोन ठळक प्रकल्प आहेत आणि ते म्हणजे तेलअविवमधील 'बुचमन मेहता स्कूल ऑफ म्युझिक' आणि 'प्रोजेक्ट मिफनेह' (स्थापना २००९) या संगीत शाळा होत. तिथे तरुण होतकरू इस्रायली अरब मुलांना प्रशिक्षण दिले जाते. झुबिन जरी न्यू यॉर्कला वास्तव्य करत असले तरी ते भारतीय नागरिक आहेत.

✦ 'इंग्लिश विंग्लिश'मध्ये श्रीदेवीची भूमिका

श्रीदेवी (१३ ऑगस्ट, १९६३ - २६ फेब्रुवारी, २०१८) हिने तेलुगू, तमिळ, मल्याळम्, कन्नड आणि हिंदी चित्रपटांत काम केले. तिने फिल्मउद्योगात एक बालकलाकार म्हणून पदार्पण केले होते, त्या वेळी ती फक्त चार वर्षांची होती आणि 'थुनैवन' (१९६९) या तमिळ चित्रपटात तिने प्रथम अभिनय केला होता. 'ज्युली' (१९७५) हा तिचा काही वर्षांनंतरचा बॉलिवुडचा पहिला चित्रपट होता. मुख्य अभिनेत्री अशी तिची तमिळ आणि तेलुगू चित्रपटांत ओळख झाल्यानंतर, तिने बॉलिवुडमध्येदेखील मुसंडी मारली. 'हिम्मतवाला', (१९८३), मि. इंडिया आणि इतर चित्रपट स्वीकारले. १९९७च्या 'जुदाई' चित्रपटानंतर तिने काही काळ विश्रांती घेतली आणि २०१२ मध्ये 'इंग्लिश विंग्लिश'सारख्या बहुचर्चित चित्रपटाद्वारे पुनरागमन केले. तिने टेलिव्हिजन व फॅशन शोच्या कार्यक्रमांतही भाग घेतला किंबहुना ती चित्रकारदेखील होती. तिने खूप मानसन्मान मिळवले. त्यात पद्मश्री, 'इंग्लिश विंग्लिश'मधील उत्कृष्ट अभिनेत्रीचा स्टारडस्ट पुरस्कार, NDTVचा एंटरटेन्मेंट पुरस्कार हे सारे तिला २०१३ मध्ये मिळाले.

✦ अखेरचा टेलिग्राम

टेलिग्राम हे संपर्क साधन इतिहासजमा होण्याआधी, १४ जुलैला शेवटचा टेलिग्राम संदेश धाडला गेला. तोपर्यंत वेबआधारित टेलिग्राम मेलिंग पद्धती विकसित झाली होती; पण तिचा कुणी फारसा वापर करत नव्हते.

मोबाईल फोन येण्याआधी टेलिग्राममधून चांगल्या-वाईट बातम्या प्रक्षेपित व्हायच्या. परीक्षेचे वेळापत्रक, मुलाखतीच्या तारखा, मृत्यूची बातमी हे सारे एक्स्प्रेस टेलिग्रामने कळवले जायचे. शुभेच्छांचे तार-संदेश वेगळे असत आणि

ते रंगीत, वेगवेगळ्या गटातील व प्रत्येक शुभेच्छेसाठी विशिष्ट क्रमांक असे होते. या तारा पाठविण्यासाठी फोनोग्रामचा वापर होई. १८५१ मध्ये मोर्सची कोडलिपी वापरून भारतात पहिली तार कलकत्त्याहून डायमंड हार्बरकडे पाठवली होती. १८८४ च्या मार्चपर्यंत आग्र्यातून कलकत्त्याला तारा जाऊ लागल्या होत्या. १९४७ मध्ये देशात ३,३२४ तार कार्यालये होती आणि २.७ कोटी तारा पाठवल्या गेल्या होत्या. ती संख्या १९८६ पर्यंत ६.०८६ कोटीपर्यंत पोहोचली अन् १९९१ मध्ये देशात, ४०,००० तारायंत्रे असलेली केंद्रे होती; परंतु १९९० पासूनच या व्यवहाराला ग्रहण लागत गेले.

२०१३ मधील आणखी घटना

१४ जानेवारी : हॉकी इंडिया लीगचा पहिला हंगाम सुरू.

७-१० फेब्रुवारी : पहिली गोल्फ प्रिमिअर आयोजित करण्यात आली आणि ती उत्तराखंड लायन्सनी जिंकली.

२१ एप्रिल : गणिती म्हणून ख्यातनाम झालेल्या शकुंतला देवी (जन्म : १९२९) यांनी नश्वर देहाचा त्याग केला.

३० मे : प्रख्यात बंगाली दिग्दर्शक रितूपर्णो घोष (जन्म : १९६३) यांचे निधन.

१२ जुलै : ज्येष्ठ अभिनेते प्राण (जन्म : १९२०) यांचे प्राणोत्क्रमण.

१४ ऑगस्ट : पहिली 'इंडियन बॅडमिंटन लीग' सुरू. (नंतर तिला 'प्रिमिअर बॅडमिंटन लीग' असे नाव पडले.)

२० ऑगस्ट : महाराष्ट्र अंधश्रद्धा निर्मूलन संस्थेचे डॉ. नरेंद्र दाभोलकर यांचा भररस्त्यात गोळ्या घालून खून.

२४ ऑक्टोबर : श्रेष्ठ पार्श्वगायक मन्ना डे (जन्म : १९१९) यांच्यावर काळाने झडप घातली.

२७ डिसेंबर : फारुख शेख (जन्म : १९४८) या ख्यातकीर्त अभिनेत्याला अल्लाघरचे बोलावणे आले.

हिंदी कवी केदारनाथ सिंग यांच्या 'अकाल में सरस' या काव्यसंग्रहाला ज्ञानपीठ पुरस्कार मिळाला. ते १९ मार्च, २०१८ रोजी कालवश झाले.

६८

२०१४ : नरेंद्र मोदी पंतप्रधानपदी

७ एप्रिल ते १२ मे या काळात आणखी एक निवडणूक झाली आणि त्याचे निकाल १६ मे रोजी बाहेर पडले. निवडणूक प्रचारामध्ये बी.जे.पी.तर्फे नरेंद्र मोदी यांना पंतप्रधानपदाचे उमेदवार म्हणून घोषित करण्यात आले होते. ती मोहीम यशस्वी झाली. बी.जे.पी. ने २८२ जागा जिंकल्या होत्या आणि एन. डी. ए.च्या एकूण जागा ३३६ झाल्या होत्या. या निवडणुकीत काँग्रेसने सपाट्याने मार खाल्ला. त्यांना फक्त ४४ जागा राखता आल्या आणि यु.पी.ए. मिळून ६० जागांवर समाधान मानावे लागले. २६ मे रोजी नव्या बी.जे.पी. सरकारने शपथग्रहण केले आणि घोषणेप्रमाणे नरेंद्र मोदी पंतप्रधानपदी विराजमान झाले.

नरेंद्र मोदी

✦ नवे राज्य

जूनमध्ये आंध्रप्रदेशापासून तेलंगणा राज्य वेगळे झाले, ही या वर्षीची महत्त्वाची घटना होय. आता भारतातील राज्यांची संख्या २९ झाली होती.

✦ रिना शाह आणि भारतातील पोलो खेळ

भारतात महिला पोलो खेळत नाहीत; पण रिना शाह अपवाद आहेत. तिला २०१० मध्ये या खेळात रस निर्माण झाला. नंतर तिने ब्रिटन, अमेरिका, अर्जेंटिना व राजस्थानमध्ये पोलोचे प्रशिक्षण घेतले. तद्नंतर तिने २०१४ मध्ये स्वतःचा 'रिनाल्डी पोलो' म्हणून संघ उभा केला. ती घोडेस्वारीचा पेहराव आणि साधने यांचीदेखील निर्मिती करते.

पोलो या खेळाचा उदय भारतातच झाला होता, असे मानले जाते. दिल्लीतील सुलतान, मुघल राजे आणि भारतीय राजपुत्र हा खेळ खेळत. १८३४ मध्ये सिल्चर येथे पहिला पोलो क्लब स्थापन झाला होता. त्यानंतर १८६२-६३ मध्ये 'कलकत्ता पोलो क्लब' उभारला गेला. 'इंडियन पोलो असोसिएशन' ही संघटना १८९२ मध्ये स्थापन झाली. पहिल्या महायुद्धानंतर या खेळास आंतरराष्ट्रीय नियम लागू केले गेले. फ्रान्समध्ये १९५७ मध्ये भरलेल्या स्पर्धेत भारताने वर्ल्ड कप जिंकला होता.

१९९२ मध्ये इंडियन पोलो असोसिएशनने आपली शताब्दी साजरी केली. आता, पोलो हा खेळ लष्करामध्ये आणि खासगी संघांद्वारे खेळला जातो. आज देशात ३३ पोलो क्लब आहेत आणि दरवर्षी स्थानिक पातळीवर पोलोचे खेळ होत असतात.

✦ कमल हसन यांना पद्‌मभूषण

कमल हसन (जन्म : ७ नोव्हेंबर, १९५४) हे अभिनेते, दिग्दर्शक, निर्माते आणि गायक आहेत. त्यांना मिळालेल्या मान-सन्मानांची जंत्री मोठी आहे. चार नॅशनल अवॉर्डस्, १९ फिल्मफेअर अवॉर्डस् आणि दक्षिणेतील फिल्मफेअर अवॉर्डस्, पद्‌मश्री (१९९०), पद्‌मभूषण (२०१४) आणि 'द फ्रेंच चेव्हेलीयर दे ल'आर्ड्रे देस आर्टस एट देस लेटर्स' (२०१६) हे त्यातील काही होत.

त्यांनी बालकलाकार म्हणून कारकिर्दीला प्रारंभ केला होता व अवघ्या सहाव्या वर्षी, 'कलाथूर कन्नामा' (१९६०) या तमिळ चित्रपटातील भूमिकेसाठी 'प्रेसिडेंटस गोल्ड मेडल' पदक पटकावले होते. या चित्रपटाची कथा अशी आहे- जमीनदाराचा धनिक पुत्र राजलिंगम हा शेतकऱ्याची मुलगी कन्नामा हिच्याशी विवाह करतो. त्यानंतर खूप घटना घडतात आणि त्यांचा मुलगा (कमल हसनची भूमिका असलेला) सेल्वम हा अनाथाश्रमात वाढतो. कमल हसननी तमिळ, मल्याळी व तेलुगू चित्रपटांत काम केले आहे. हिंदी रिमेक चित्रपटांत त्यांच्या भूमिका आहेत, एवढेच नव्हे तर, एका बंगाली चित्रपटातही त्यांनी अभिनय केला आहे.

✦ कबड्डी : पिंक पॅन्थर्स, पटना पायरेट्स व अनेक संघांची झुंबड

कबड्डी भारतातल्या अनेक स्थानिक खेळांपैकी एक होय. हळूहळू कबड्डीने जगभर प्रवेश केला आणि तो एक लोकप्रिय खेळ बनला. १९५० मध्ये 'ऑल इंडिया कबड्डी फेडरेशन'ची स्थापना झाली आणि या खेळात शिस्तबद्ध नियम आले. पुरुषांची पहिली राष्ट्रीय स्पर्धा १९५१ मध्ये आयोजित करण्यात आली होती, तसेच महिलांची पहिली राष्ट्रीय स्पर्धा १९५५ मध्ये भरवली गेली होती. मुले आणि मुली यांच्यासाठी अनुक्रमे १९७४ आणि १९७६ मध्ये ज्युनियर खेळ स्पर्धा भरविल्या गेल्या. 'द ऑल इंडिया कबड्डी फेडरेशन'ची १९७२ मध्ये फेररचना करून, या संघटनेचे नाव 'अमॅच्युअर कबड्डी फेडरेशन ऑफ इंडिया' असे ठेवण्यात आले.

१९९० मध्ये बीजिंगमध्ये भरलेल्या एशियन खेळ स्पर्धेत कबड्डीचा समावेश करण्यात आला होता. या स्पर्धेत भारताने सुवर्णपदक मिळवले आणि ती परंपरा १९९४, १९९८, २००२, २००६, २०१० आणि २०१४ पर्यंत टिकवून ठेवली. २००४ मध्ये कबड्डी विश्वचषक सुरू करण्यात आला. भारताने २०१६ पर्यंत खेळवण्यात आलेल्या तिन्ही स्पर्धा जिंकल्या. दुसऱ्या क्रमांकावर इराण, पाकिस्तान आणि कॅनडा हे देश होते. पंजाब सरकारने आयोजित केलेल्या दुसऱ्या समांतर विश्वचषक स्पर्धांत भारताने २०१० ते २०१६ या वर्षीच्या पुरुषांच्या गटातील सर्व सहा स्पर्धा जिंकल्या. महिलांनीदेखील २०१२ ते २०१६ पर्यंतच्या चारही स्पर्धा पदरात पाडल्या. भारताने 'साउथ एशियन फेडरेशन' (SAF) च्या सर्वच स्पर्धांत विजेतपद मिळवले होते.

२०१४ मध्ये प्रो-कबड्डी लीग अस्तित्वात आली. त्यात आठ संघांनी भाग घेतला. पहिल्या लीग खेळ स्पर्धेत अभिषेक बच्चनच्या जयपूर पिंक पॅन्थर्सनी बाजी मारली. पटना पायरेटने राकेश कुमार या खेळाडूला सर्वांत महागड्या किमतीत १२.८ लाख रुपयांना विकत घेतले होते.

२०१४ मध्ये वर्ल्ड कबड्डी लीग हा क्रीडा मंडळ संघ सुरू झाला.

✦ खासगी भारत

अश्विन संघी व जेम्स पॅटरसन यांची पटकथा असलेला 'प्रायव्हेट इंडिया' हा भयपट २०१४ मध्ये प्रदर्शित झाला. अश्विन संघी (जन्म : २५ जानेवारी, १९६९) यांनी अर्धऐतिहासिक, मिथ्थक आणि दंतकथांवर आधारित बरेच भयपट लिहिले. 'द रोझाबल लाइन' (२००७) या पहिल्या पुस्तकापासूनच तो मोठ्या खपाचा लेखक ठरला आणि अलीकडेच 'सियालकोट सगा' हे पुस्तक २०१६ मध्ये

प्रकाशित झाले. 'रोझाबेल लाइन' हे पुस्तक येशू ख्रिस्ताच्या जीवनावरील दंतकथांभोवती फिरते. येशूने अखेरचे दिवस काश्मीरमध्ये घालवले, अशी ती संकल्पना आहे. 'चाणक्याज चान्ट' (२०१०) या दुसऱ्या पुस्तकाला २०१०चा व्होडाफोन क्रॉसवर्ड पॉप्युलर अवॉर्ड हा पुरस्कार लाभला.

✦ रस्किन बाँड पद्मविभूषण पुरस्काराने सन्मानित

रस्किन बाँड (जन्म : १९ मे, १९३४) हे इंग्रजीत बालसाहित्य निर्माण करणारे भारतीय लेखक होते. ते प्रौढांसाठीदेखील लिखाण करतात. कसौलीत जन्मलेल्या रस्किनचे बालपण खूप हलाखीत गेले, कारण ते आठ वर्षांचे असताना त्यांच्या आईने त्यांच्या बापाला सोडचिठ्ठी दिली आणि ते केवळ दहा वर्षांचे असताना बापाविना पोरके झाले. शाळेत असतानाच त्यांना लिखाणाची आवड निर्माण झाली आणि आयुष्यभर ते लिखाण करत राहिले. 'द रूम ऑन द रूफ' (छतावरची खोली, १९५६) या त्यांच्या पहिल्या कादंबरीने 'जॉन लेविलीन रायस पुरस्कार' (१९५७) पटकावला होता. रस्टी नावाच्या एका अँग्लो-इंडियन कुटुंबातील पोरक्या मुलाची या कादंबरीतील कथा त्यांच्याच आत्मचरित्राचे काहीसे प्रतिबिंब होते.

रस्किन यांनी मुलांसाठी ५० पुस्तके लिहिली. शिवाय त्यांच्या साहित्यात लघुकथा, कादंबऱ्या, गद्यलिखाण आणि वृत्तपत्रातील लिखाण यांची रेलचेल आहे. त्यांच्या 'अ फ्लाइट ऑफ पिगेन' या पुस्तकावर हिंदीत 'जुनून' हा चित्रपट (१९७८) निघाला. 'द ब्लू अंब्रेला' (१९८०) या बालकादंबरीवरून त्याच नावाचा चित्रपट प्रदर्शित झाला. त्यांची कथा 'सुसान्स सेव्हन हजबंडस'देखील '७ खून माफ' या (२०११) या चित्रपटातून प्रदर्शित झाली. १९६३ पासून मसुरीत त्यांचे वास्तव्य आहे. तिथे ते त्यांच्या दत्तक कुटुंबीयासोबत राहतात.

त्यांना १९९२ चा साहित्य अकादमी पुरस्कार, पद्मश्री (१९९९) आणि पद्मभूषण (२०१४) देऊन सन्मानित करण्यात आले आहे.

✦ क्षणिका : पोस्ट कथा आणि पोस्टर कथा

माध्यमाच्या बदलत्या स्वरूपानुसार, साहित्याचे रूपदेखील बदलत चालले आहे. त्यात क्षणिका (फ्लॅश) कल्पित कथा हा एक प्रकार आला आहे. त्याला विविध कंगोरे आहेत. ती केवळ सहा शब्दांची अति लघुकथा असू शकते. पन्नास शब्दांची पोस्टकथा असू शकते किंवा १०० शब्दांची पोस्टरकथा असू शकते. तत्काळ कथा हा एक ७५० शब्दांचा कथाप्रकारदेखील अस्तित्वात आला आहे.

शिवाय १४० वर्णांच्या ट्विटर कथादेखील आहेत.

चिंदू श्रीधरन या ब्रिटिश युनिव्हर्सिटीतील शिक्षकाने ट्विटर कथेतून महाभारत कथन केले आहे. भीमाच्या दृष्टिकोनातून केलेले वर्णन आणि १०६५ दिवसांत २६२८ ट्विट्समधून त्याने ते महाकाव्य प्रसारित केले आहे. हे वैशिष्ट्यपूर्ण पुनर्प्रसारण एकत्रित करून हार्पर कोलिन्स या मान्यवर इंग्लिश प्रकाशकाने २०१४ मध्ये 'इपिक रिटोल्ड' या नावाने प्रकाशित केले.

ट्विटर

ट्विटरची स्थापना २००६ मध्ये झाली. २०१३ मध्ये भारतात ११.५ कोटीजण त्याचा वापर करायचे. ही संख्या २०१५ मध्ये, २२.२ कोटीपर्यंत पोहोचली.

२०१४ मधील आणखी घटना

१३ जानेवारी : 'लव-कुश' चित्रपटात (१९६३) सीतेची भूमिका करणारी तेलुगू आणि तमिळ चित्रपट अभिनेत्री आणि निर्माती अंजली देवी (जन्म : १९२७) देवाघरी गेली.

२५ मे : मलावत पूर्णा (जन्म : १० जून, २०००) ही एव्हरेस्टवर जाणारी सर्वांत छोटी मुलगी ठरली.

१० जुलै : झोरा सैगल (जन्म : १९१२) या नामवंत अभिनेत्रीने वयाच्या १०२ व्या वर्षी अखेरचा श्वास घेतला.

२० ऑगस्ट : योगतज्ज्ञ बी. के. एस. अय्यंगार (जन्म : १९१८) यांचा आत्मा अनंतात विलीन झाला.

२२ ऑगस्ट : यू. आर. अनंतमूर्ती या कन्नड साहित्यिकाचे निधन झाले.

२८ ऑगस्ट : 'प्रधानमंत्री जनधन योजने'चा प्रारंभ; त्यामुळे 'झिरो बॅलन्स' तत्त्वावर सामान्य माणसाला बँकेत खाते उघडता येणार होते.

सप्टेंबर : धुवाधार पावसामुळे काश्मीरला पुराचा तडाखा. ४५० लोक बळी गेले आणि २५०० गावे धुवून निघाली.

'हिंदू : जगण्याची समृद्ध अडगळ' या पुस्तकासाठी मराठी साहित्यिक भालचंद्र नेमाडे यांना ज्ञानपीठ पुरस्कार.

६९

२०१५ : दिल्लीवर 'आप'चे राज्य

केंद्र सरकारमध्ये बी.जे.पी.ने आपल्या मित्रपक्षांसह चांगले बस्तान बसवले असताना, दोन राज्यांतील निवडणुकांनी वेगळा कल दर्शवला होता. फेब्रुवारी महिन्यात 'आम आदमी' पक्षाने दिल्ली विधानसभेतील ७० पैकी ६७ जागा जिंकून झेंडा रोवला. त्यांचे निवडणूक चिन्ह असलेल्या झाडूने त्यांनी सर्व 'क्लिन-स्वीप' केले, असे म्हटले गेले. नोव्हेंबरमध्ये बी.जे.पी. - एन.डी.ए. युतीला आणखी एक धक्का बसला. जनता दल (यू) (स्थापना : २००३), राष्ट्रीय जनता दल आणि काँग्रेस युतीने बिहारमध्ये बी.जे.पी.ला चितपट केले. जनता दल (यू)चे नितीश कुमार पुन्हा मुख्यमंत्री झाले.

त्या अवधीत सरकारच्या रचनेत काही बदल झाले. १९५० पासून अस्तित्वात असलेले नियोजन मंडळ १७ ऑगस्ट, २०१४ रोजी बरखास्त करण्यात आले. २०१५ मध्ये त्या जागी 'नॅशनल इन्स्टिट्यूशन फॉर ट्रान्स्फॉर्मिंग इंडिया' (NITI) हा आयोग स्थापन करण्यात आला.

✦ नेकचंदची रॉक गार्डन

नेकचंद सैनी (१५ डिसेंबर, १९२४-१२ जून, २०१५) हे स्वयंशिक्षित चित्रकार होते. त्यांनी चंडिगढमधील सुखना सरोवराजवळ एक आश्चर्यचकित करणारे पाषाण उद्यान उभे केले. त्यांनी शिल्पकलेत, नर्तक, चित्रतारे, संगीतकार, प्राणी यांच्या प्रतिमा साकारल्या. ते सार्वजनिक बांधकाम खात्यात (PWD) रस्ते तपासनीस म्हणून रुजू होते. १९६० च्या काळापासून त्यांनी हे उद्यान उभारण्यास सुरुवात केली होती. त्यांनी अत्यंत टोकदार दगड, सिमेंट, वाळू आणि काचेचे

तुकडे, तुटलेली मडकी, धातूचे तुकडे, मळी, न्हाणीघरातील जुन्या वस्तू यांसारख्या टाकाऊ वस्तू वापरून ही पाषाणशिल्पे उभी केली; पण त्यांचे हे बांधकाम बेकायदेशीर होते आणि १९७५ मध्ये तेथील सरकारी अधिकाऱ्यांच्या ते लक्षात आले. तोपर्यंत त्या परिसरात एकूण ५.३ हेक्टर भूप्रदेशावर शेकडो शिल्पे उभी राहिली होती. नेकचंदने जंगलाचा भूभाग वापरला होता आणि सरकारी अधिकाऱ्यांनी त्यांना ते उद्यान नष्ट करण्याचे आदेश दिले; पण त्या उद्यानाची महती जाणून जनतेचा कौल त्यांच्या बाजूने आला आणि १९७६ मध्ये त्या उद्यानाला सरकारी मान्यता मिळाली आणि ते सार्वजनिकरित्या खुले करण्यात आले. नेकचंदना त्यांच्या कामाची मजुरी मिळू लागली आणि ५० जणांचे मनुष्यबळ त्यांच्या मदतीसाठी देण्यात आले. २०१५ मध्ये त्यांच्या जीवनाची सांगता होईपर्यंत, ते त्या उद्यानाच्या सौंदर्यात भर घालत राहिले.

आज रॉक गार्डन २५ एकर जमीन व्यापून आहे. तिथे छोटे खेडे, एक धबधबा, एक कालवा आणि उघडे चित्रपटगृह आहे. दररोज या उद्यानाला ५,००० लोक भेट देतात. ते पर्यटकांच्या आकर्षणाचे ठिकाण बनून गेले आहे. त्यातील शिल्पे ही अमेरिका, इंग्लंड आणि स्वित्झर्लंडमध्ये प्रदर्शित केली आहेत. त्यांच्या जीवनावर व कलेवर पुस्तके लिहिली गेली आहेत. त्यांना १९८४ मध्ये पद्मश्री

नेकचंदचे रॉक गार्डन

मिळाले. १९९७ मध्ये नेकचंद फाउंडेशन स्थापन झाले आणि त्यांच्या कलेला आधार मिळाला.

✦ क्वांटिकोमध्ये प्रियांका चोप्रा

'क्वांटिको' ही अमेरिकेतील लोकप्रिय टेलिव्हिजन मालिका आहे. त्यात मुख्य भूमिका करण्याची संधी श्रेष्ठ भारतीय अभिनेत्री प्रियांका चोप्रा (जन्म : १८ जुलै, १९८२) हिला मिळाली.

२००० मध्ये 'मिस वर्ल्ड' मुकुट मिळाल्यानंतर, तिने हिंदी चित्रपटांत कारकीर्द करण्याचे ठरवले. बॉलिवुडमधील तिचा पहिला चित्रपट म्हणजे 'द हिरो' (२००३) होता. त्याआधी तिने तमिळ चित्रपट 'थमिझान' (२००२) मध्ये भूमिका केली होती. 'क्रिश', 'फॅशन' (२००८), '७ खून माफ', 'बर्फी,' 'मेरी कोम' आणि 'बाजीराव मस्तानी' (२०१५) या चित्रपटांतून तिने अभिनय केला आहे. तिने चित्रपटांसाठी गायन करून, त्याचे संग्रह (अल्बम) मुक्त केले आहेत. 'फॅशन' या चित्रपटातील श्रेष्ठ अभिनयाबद्दल तिला नॅशनल फिल्मफेअरचा पुरस्कार, पाच फिल्मफेअर पुरस्कार आणि पद्मश्री (२०१६) व अनेक पुरस्कार लाभले.

दीपिका पदुकोन व करिना कपूर यादेखील नावाजलेल्या अभिनेत्री होत.

✦ सानिया मिर्झाला राजीव गांधी खेलरत्न पुरस्कार

सानिया मिर्झा (जन्म : १५ नोव्हेंबर, १९८६) ही भारतातील एकमेव श्रेष्ठ महिला टेनिसपटू आहे. तिचा जन्म मुंबईचा; पण सहा वर्षांची असताना, तिने टेनिस खेळण्यासाठी आपल्या कुटुंबासह हैदराबादला स्थलांतर केले. तिने २००१मध्ये आंतरराष्ट्रीय टेनिस स्पर्धा खेळण्यास प्रारंभ केला; पण २०१३ मध्ये तिने एकेरीतून निवृत्ती घेतली. ती २००३ पासून भारताची सर्वश्रेष्ठ महिला टेनिसपटू ठरली. २००७ मध्ये, तिचा एकेरीतील जागतिक क्र. २७ होता आणि दुहेरीत पहिला क्रमांक होता.

सानिया मिर्झाने जितक्या स्पर्धा जिंकल्या, तेवढीच पदकेदेखील मिळवली. ती 'वुमन्स टेनिस असोसिएशन'ची (WTA) २०१५ आणि २०१६ मधील दुहेरीतील क्रमांक एकची खेळाडू होती. तिला २०१५ मधील राजीव गांधी खेलरत्न पुरस्कारसोबतच २०१६ मध्ये पद्मभूषणाने सन्मानित केले होते. तिने २०१० मध्ये पाकिस्तानी क्रिकेटपटू शोएब मलिक याच्याशी निकाह केला. तिने हैदराबादमध्ये, एक टेनिस अकादमी स्थापन केली आहे आणि ती तेलंगणा राज्याची ब्रँड राजदूत आहे.

त्या आधीच्या महिला टेनिसपटूंमध्ये निरूपमा वैद्यनाथन (आताची निरूपमा संजीव), शिखा उबेराय, साना भाम्ब्री यांची नावे घेतली जातात. सध्याच्या खेळाडूंमध्ये अंकिता रैना, ऋषिका सुंकारा, प्रेरणा भाम्ब्री आणि प्रार्थना ठोंबरे ही नावे झळकत आहेत. अर्थात, यापैकी कोणीही सानियाच्या उंचीपर्यंत पोहोचलेल्या नाहीत. एकेरीत अंकिता रैनाला २०१५ मध्ये जागतिक पातळीवर २२२वा क्रमांक मिळाला होता.

भारताच्या पुरुष टेनिसपटूंमध्ये लिएंडर पेस, महेश भूपती, युकी भाम्ब्री, सोमदेव देववर्मन, रोहन बोपण्णा, अख्तर अली आणि त्याचा पुत्र झिशान अली यांनी कौतुकास्पद प्रगती दाखवली आहे. त्या आधीचा कोटाह रामास्वामी (१८९६-१९९०) हा खेळाडू क्रिकेट आणि टेनिस या दोन्ही खेळांत चमकला होता.

✦ नामदेव ढसाळांचा वारसा

नामदेव ढसाळ (१५ फेब्रुवारी, १९४९-१५ जानेवारी, २०१४) हे एक बुद्धिस्ट दलित कार्यकर्ते होते व त्यांनी 'दलित पँथर संघटने'ची स्थापना केली. त्यांचा लढा उच्चवर्णीयांविरुद्ध होता; पण ते इंदिरा गांधींचे चाहते बनले, कारण इंदिराजींनी त्यांच्याविरुद्ध असलेल्या आणीबाणीच्या काळातले खटले रद्दबातल केले होते. तद्नंतर त्यांनी शिवसेनेशी युती केली होती.

ते एक जबरदस्त मराठी कवी होते. त्यांचा 'गोलपीठा' (१९७३) हा पहिला कवितासंग्रह खूपच खळबळजनक ठरला. ज्या वस्तीत ते वाढले, तिचेच नाव त्यांनी आपल्या काव्यसंग्रहाला दिले होते. त्यानंतर आणखी काही कवितासंग्रह प्रसिद्ध झाले. दिलीप चित्रे या साहित्यिक-समीक्षकाने 'गोलपीठा'चा इंग्रजी अनुवाद केला आहे आणि त्यांच्या मते ही साहित्यकृती टी.एल. इलियट यांच्या 'वेस्टलँड' (१९२२)च्या बरोबरीची आहे व त्यांना नोबेल पारितोषिक मिळायला हवे होते. नामदेव ढसाळांना नोबेल पारितोषिक मिळाले नसले, तरी पद्मश्री (१९९९), साहित्य अकादमी गोल्डन ज्युबिली जीवनगौरव पुरस्कार (२००४) असे त्यांना काही मान-सन्मान लाभले. त्यांच्या २०१५ मधील पहिल्या पुण्यतिथीला नामदेव ढसाळ सत्कार समितीने 'सर्व काही समष्टीसाठी' (सारे काही एकतेसाठी) हा आगळावेगळा कार्यक्रम मुंबईत आयोजित केला होता. त्यांच्या जीवनावरील लघुपट, कविता-वाचन, नृत्ये, चर्चासत्रे यांद्वारे त्यांचे जीवनचरित्र आणि साहित्यिक योगदान रसिकांना उलगडून दाखवले होते. ते दलितांचे प्रतीक बनून गेले आणि त्यांच्या लिखाणाला 'दलित साहित्य' असे नाव पडले.

दलित साहित्य

१९६० ते १०७० या दशकाच्या काळात मराठीत प्रथम 'दलित साहित्य' लिहिले गेले आणि नंतर ते हिंदी, तमिळ आणि तेलुगू भाषांत अवतरले. बाबूराव बागुल, राजा ढाले, अर्जुन डांगळे, जे. व्ही. पवार, बामा, ओमप्रकाश वाल्मिकी, नरेंद्र जाधव, बेबी कांबळे आणि अजय नवारिया हे काही अन्य दलित लेखक होत. अन्य काही लेखकांनीसुद्धा दलित साहित्यात योगदान दिले आहे. अर्थात, या साहित्याविषयी काही शंका उपस्थित केल्या जातात. दलितांनी लिहिलेले साहित्य दलित साहित्य असते का? की दलितांवरील अत्याचार आणि त्यांच्यावरील दडपशाहीचे वर्णन करणारे साहित्य दलित साहित्य मानावे?

✦ खुशवंतसिंग यांची जन्मशताब्दी

खुशवंतसिंग (२ फेब्रुवारी, १९१५-२० मार्च, २०१४) हे भारतातील सर्वश्रेष्ठ पत्रकार आणि लेखक होते. त्यांना भारतीय साहित्याचे 'ग्रॅन्ड ओल्ड मॅन' म्हटले जाई. त्यांना २००७ मध्ये पद्मविभूषण देऊन गौरविण्यात आले.

खुशवंतसिंग यांनी आपली कारकीर्द एक वकील म्हणून सुरू केली होती; परंतु ते संपादक बनले. ते 'इलस्ट्रेटेड विकली ऑफ इंडिया'त संपादक असताना, त्या कालावधीत वाचक कितीतरी पटीने वाढले होते; परंतु त्यांच्या कथा, कादंबऱ्या, पुस्तके आणि गद्यलिखाण यामुळे ते लोकप्रिय झाले होते आणि आजही रसिक त्यांची आठवण काढतात. त्यांना विनोदांची खूप आवड होती आणि ते इथूनतिथून किस्से गोळा करत; त्यांचे संग्रह छापत. फाळणीवरील 'ट्रेन टू पाकिस्तान' (१९५६) या त्यांच्या कादंबरीवर, त्याच नावाने चित्रपट निघाला होता. ही कादंबरी आजही आवडीने वाचली जाते. खुशवंतसिंगांना १९८०-८६ या काळासाठी राज्यसभेवर नेमले गेले होते.

२०१५ मधील आणखी घटना

१९ जानेवारी : राजकीय संशोधक रजनी कोठारी (जन्म : १९२८) मरण पावले.

२६ जानेवारी : अमेरिकेचे अध्यक्ष बराक ओबामा भारतातील प्रजासत्ताक दिन सोहळ्याचे प्रमुख अतिथी.

२० फेब्रुवारी : लेखक, समाजधुरीण आणि कम्युनिस्ट पक्षाचे नेते

गोविंद पानसरे (जन्म : १९३३) यांच्यावर खुनी हल्ला व त्यात त्यांचे प्राणोत्क्रमण.

८ मार्च : संपादक व लेखक विनोद मेहता (जन्म : १९४२) यांचा मृत्यू.

२५ एप्रिल : नेपाळमधील मोठ्या भूकंपाने भारतभूमीला हादरा.

२१ जून : पहिला 'आंतरराष्ट्रीय योगदिन' साजरा.

१ जुलै : पंतप्रधान नरेंद्र मोदी यांनी 'डिजिटल इंडिया' कार्यक्रमाचा शुभारंभ केला. भारत देशात आमूलाग्र बदल घडविण्यासाठी देशात डिजिटलायझेशन वाढविणे गरजेचे आहे, असा त्यांचा होरा.

२७ जुलै : भारताचे अकरावे राष्ट्रपती ए.पी.जे. अब्दुल कलाम शिलाँगमधील विद्यार्थ्यांपुढे व्याख्यान देत असताना, हृदयविकाराच्या जोरदार झटक्याने गतप्राण झाले.

३० ऑगस्ट : हम्पीतील कन्नड युनिव्हर्सिटीचे कुलगुरू एम.एम. कलबुर्गी (जन्म : १९३८) यांना गोळ्या घालून ठार मारण्यात आले.

नोव्हेंबर-डिसेंबर : चेन्नईला आणि तामिळनाडूच्या काही भागांना पुराचा जबरदस्त फटका. ५०० पेक्षा जास्त लोक प्राणास मुकले आणि १८ लाख लोकांचे पुनर्वसन करावे लागले.

भारतातील एक नामांकित गोल्फ खेळाडू अनिर्बान लाहिरी यांनी दोन स्पर्धा जिंकल्या.

२७ सप्टेंबर : सुप्रसिद्ध बिलियर्ड खेळाडू पंकज अडवानी यांनी इंटरनॅशनल 'बिलियर्ड्स ॲन्ड स्नूकर फेडरेशन'ची (IBSF) स्पर्धा जिंकली.

गुजराती साहित्यात योगदान देणाऱ्या रघुवीर चौधरी यांना या वर्षीचे ज्ञानपीठ देण्यात आले.

७०

२०१६ : नोटबंदी

८ नोव्हेंबरला पंतप्रधान नरेंद्र मोदी यांनी मध्यरात्रीपासून ५०० आणि १००० रुपयांच्या नोटा व्यवहारातून काढून घेण्याची घोषणा केली. चलनात वापरात असलेली ही रक्कम ८६ टक्के इतकी होती. काळा पैसा बाहेर यावा, नकली नोटा चलनातून बाहेर काढाव्यात आणि डिजिटल अर्थव्यवस्थेने गती घ्यावी, हा त्यामागचा हेतू होता; परंतु जुन्या नोटा रद्दबातल होऊन त्या जागी आलेल्या नव्या नोटा संख्येने कमी असल्याने रोख रकमेचा तुटवडा झाला आणि सामान्य माणसांचे हाल झाले, तरीही या प्रक्रियेचा कालांतराने फायदा होईल, अशीच भावना सर्वसामान्यांच्या मनात होती.

मध्यंतरीच्या काळात, नरेंद्र मोदींच्या नेतृत्वाखालील केंद्र सरकार स्थिर होते. एप्रिल-मेमध्ये पाच राज्यांत झालेल्या निवडणुकीने विविध प्रकारचे निकाल दिले. आसामची सत्ता बी.जे.पी.कडे आली. पश्चिम बंगालमध्ये तृणमूल काँग्रेसने दुसऱ्यांदा सरकार स्थापन केले आणि ममता बॅनर्जी मुख्यमंत्री बनल्या. तामिळनाडूत जयललितांच्या नेतृत्वाखाली ए.आय.ए.डी.एम.के. पक्ष जिंकला, तर पुदूचेरीत काँग्रेसने बाजी मारली. केरळमध्ये कम्युनिस्ट पक्षांची युती सत्तेवर आली.

✦ इरॉम शर्मिला : मणिपूरची पोलादी स्त्री

इरॉम शर्मिला (जन्म : १४ मार्च, १९७२) या मणिपूर येथील मानवी हक्क पुरस्कर्त्या आहेत आणि नऊ ऑगस्टला त्यांनी सोळा वर्षांचे उपोषण सोडले. मालोम हत्याकांडात आसाम रायफल फोर्स या निमलष्करी फौजेने इम्फाळजवळ निरपराध नागरिकांना ठार मारले होते. त्या घटनेच्या निषेधार्थ, त्या उपोषणाला

इरॉम शर्मिला

बसल्या होत्या. हे हत्याकांड नोव्हेंबर २००० मध्ये घडले होते. त्यानंतर इरॉम यांनी खाणे-पिणेच काय; पण केस विंचरायचे आणि आरशात डोकावण्याचे सोडून दिले. 'आर्म फोर्सेस (स्पेशल पॉवर) कायदा' (AFSPA) रद्द करावा ही त्यांची मागणी होती. या कायद्यानुसार देशाच्या एखाद्या अस्थिर भागात अंतर्गत सुरक्षेसाठी लष्कराला विशेष अधिकार देण्यात आले होते.

इरॉमना अटक झाली होती व त्यांना कित्येकदा नळीद्वारे अन्न भरवले गेले होते; पण त्यांनी आपले उपोषण चालूच ठेवले होते. त्यांना देश-परदेशांतून पाठिंबा मिळत होता; परंतु कायदा काही रद्द झाला नाही. शेवटी इतिहासातील सर्वांत जास्त दीर्घ उपोषणानंतर इरॉम यांनी आपली चाल बदलण्याचे ठरवले. उपोषण थांबवायचे आणि त्याऐवजी निवडणूक लढावायची. त्यांनी उपोषण सोडू नये अशी कित्येकांची इच्छा होती; पण त्यांच्यासोबत कुणी उपोषणाला बसत नव्हते. त्यांनी मध चाखून आपले उपोषण सोडले आणि ऑक्टोबरमध्ये नवा राजकीय पक्ष उभा केला. पक्षाचे नाव 'पीपल्स रिसर्जन्स अॅन्ड जस्टिस अलायन्स' असे ठेवले.

आपल्या दीर्घ ऐतिहासिक उपोषणाच्या काळात, इरॉमनी आपला वेळ लिखाणात घालविला. २००७ मध्ये त्यांनी 'रिबर्थ' (पुनर्जन्म) नावाची १०१० ओळींची एक कविता लिहिली. तिची सुरुवात :

आज मंगळवार आहे,
या दिवशीच मी जन्मले होते'[४२] अशी आहे.

२००७ मध्ये त्यांचा ७ कवितांचा संग्रह 'इमा' (आई) या नावाने प्रकाशित झाला. दुसरा एक कवितासंग्रह 'फ्रॅगरन्स ऑफ पीस' (शांतीचा सुगंध) २०१० मध्ये प्रसिद्ध झाला. तिच्या 'वेक अप' (उठा) कवितेची सुरुवात अशी आहे[४३] :

---

42. Quoted in Deepti Priya Mehrotra, Burning Bright : Irom Sharmila and the Struggle for peace in Manipur (New Delhi : Penguin Books, 2009)

43. Quoted in Rosheena Zehra, 'Wait for Me, My Love : Excerpts From Irom Sharmila's Poetry', Quint, 9 August 2016, https://www.thequint. com./books/2016/08/09/irom- sharmilas-poetry-the-ideas-behind-a-16-yr-old-hunger-strike.

‘भावा-बहिणींनो उठा आता
तुम्ही देशाचे तारणकर्ते आहात
किती भोगत आलोय आपण
मरणाची निश्चिती असताना’

त्यांनी शंभराहून अधिक कविता रचल्या आहेत. त्यातील बऱ्याच कवितांचे भाषांतर झालेले नाही. आपल्या शांतताप्रिय प्रतिकारामुळे इरॉमना खूप प्रसिद्धी मिळाली. कित्येक पुरस्कार लाभले. त्यांच्याविषयी पुस्तके लिहिली गेली.

इरॉम खातात तरी काय?

सागेम पोम्बा नावाची एक मणिपुरी डिश आहे. त्यात विकरण केलेले सोयाबिन, कंदमुळे आणि भाज्या असतात. ही इरॉमची आवडती डिश आहे.

✦ संगम : ऑस्ट्रेलियातील भारत महोत्सव

‘संगम’ नावाचा एक विशेष सोहळा ऑगस्ट-सप्टेंबर महिन्यात ऑस्ट्रेलियात भरला होता. तो ऑस्ट्रेलियातील सिडनी, मेलबर्न आणि ब्रिस्बेनसह सात शहरांत साजरा झाला. विविध भारतीय नृत्ये, संगीत, कठपुतळीचे कार्यक्रम, कलाकृतींचे प्रदर्शन आणि नाटके या सांस्कृतिक कलांचा त्यात समावेश होता. या सोहळ्यात मिश्र-कार्यक्रम आयोजित करण्यात आले. ऑस्ट्रेलियातील भूमिपुत्र भारताच्या मणिपुरी नर्तकासोबत नाचले, तर पाश्चिमात्य कॅप्पेल्ला गायक भारतीय शास्त्रीय संगीतातील गायकांसोबत गायले. विविध प्रकारच्या कार्यशाळा आयोजित करण्यात आल्या होत्या. ‘क्रिकेट कनेक्ट’ या विविधरंगी माध्यमातील (मल्टिमिडिया) प्रदर्शनातून दोन्ही देशांतील खेळांची आवड व्यक्त झाली. या सोहळ्याने या दोन देशांतील सांस्कृतिक संपर्क व नाते वाढीस लागले.

✦ ७४ व्या वर्षी मार्शल आर्ट

या वर्षी मीनाक्षी गुरुक्कल या भलत्याच प्रकाशात आल्या, कारण ७४व्या वर्षी मार्शल आर्ट शिकवणारा त्यांचा व्हिडिओ सुसाट झाला. केरळमधील कोझीकोडेजवळील वडकारा येथे ‘काडाथनंदन कलारी संगम’ ही त्यांची स्वतःची कार्यशाळा होता. तिथे त्या प्राचीन मार्शल आर्ट-कलारीपयट्टू शिकवत. त्यांच्या शिष्यगणात एक तृतीयांशापेक्षा जास्त मुली होत्या. या कार्यशाळेची स्थापना त्यांचे पती राघवन मास्टर यांनी १९४९ मध्ये केली होती. नंतर मीनाक्षी त्याचा

कारभार बघत होत्या.

मध्ययुगीन काळातील स्त्री योद्धा कलारीपयट्टू या क्रीडेत कुशल होत्या, अशी दंतकथा आहे. केरळच्या मलबारमधील सोळाव्या शतकात होऊन गेलेली उन्नीआर्या ही अशीच एक योद्धा महिला होती. तिच्या जीवनावर चित्रपट आणि टेलिव्हिजन मालिका निघाल्या आहेत. उत्तर केरळमधील वडाक्कन पट्टूकल या बॅले नृत्याची रचना उन्नीआर्याशी निगडित आहे. या खेळ युद्धात 'उरुमी' नावाची लवचीक तलवार वापरली जाते. नाडापूरमच्या बाजारात महिलांना छळणाऱ्या गुंडांना उन्नीआर्या हिने भुईसपाट करून सोडले होते, असे सांगतात. तिने तिच्या भावाच्या मृत्युचादेखील बदला घेतला होता.

✦ शाहिद कपूर

शाहिद कपूरने (जन्म : २५ फेब्रुवारी, १९८१) हिंदी चित्रपटसृष्टीत आपला ठसा उमटवला आहे. त्याने नाना प्रकारच्या चित्रपटांत भूमिका केल्या आहेत. 'इश्क विश्क' (२००३) आणि 'जब वुई मेट' (२००७) सारख्या शृंगारिक विनोदी चित्रपटांपासून ते 'हैदर' (२०१४) आणि 'उडता पंजाब' (२०१६) अशा गंभीर स्वरूपाच्या चित्रपटांत तो चमकला आहे.

✦ इन्स्टाग्राम व अन्य छायाचित्रण स्पर्धेंचे विजेते

'इन्स्टाग्राम' हे एक मोबाईल फोटो शेअरिंग ॲप आहे आणि त्याचा प्रारंभ ऑक्टोबर २०१० मध्ये झाला होता. डिसेंबर २०१४ पर्यंत, त्याचा वापर करणाऱ्यांची संख्या ३० कोटींपर्यंत पोहोचली. 'इन्स्टाग्राम'वर छायाचित्रण करणारे अनेक तल्लख फोटोग्राफर आहेत. त्यांपैकी भारताच्या रोनी सेन याने झारिया या कोळसा खाणीच्या प्रदेशात राहणाऱ्या लोकांच्या कष्टमय जीवनावर प्रकाश टाकणाऱ्या फोटोंची मालिका तयार केली होती आणि त्याबद्दल त्याला २०१६ मधील 'गेट्टी इमेजेस इन्स्टाग्राम ग्रँट' मिळाली होती.

आणखी तीन तरुणांना त्या वर्षी बक्षिसे मिळाली होती. मुंबईच्या नयन खानोलकर या छायाचित्रकाराने नॅशनल हिस्टरी म्युझियमचा 'वाइल्ड लाइफ फोटोग्राफर ऑफ द इयर' हा पुरस्कार प्राप्त केला होता. शहरी गटात त्याच्या 'ॲली कॅट' (मुंबईच्या गल्लीत बिबट्या) या फोटोसाठी त्याला हे बक्षीस देण्यात आले होते. गणेश एच. शंकर यानेही 'वाइल्ड लाइफ फोटोग्राफर ऑफ द इयर'च्या स्पर्धेत 'पक्षी' गटात बाजी मारली होती. 'इव्हिक्शन अटेम्प्ट' (निष्कासनाचा प्रयत्न) या त्याच्या फोटोमध्ये लांब चोचीचा पोपट आपल्या घरट्यावर हल्ला करणाऱ्या

सरड्याचे शेपूट चावताना दिसतो. तामिळनाडूतील वरुण आदित्य याने नॅशनल जिओग्राफीच्या 'प्राणी प्रतिमा' या गटात 'फोटोग्राफ ऑफ द इयर' ही स्पर्धा जिंकली. 'ड्रॅगिंग यू डीप इनटू द वुडस्' या सापाच्या छायाचित्राला हा मान मिळाला होता.

✦ खेळक्रीडा

रिओ द जानेरो येथे २०१६ च्या उन्हाळी ऑलिम्पिक खेळस्पर्धा भरल्या होत्या. तेथे पी.व्ही. सिंधूने बॅडमिंटनमध्ये महिलांच्या एकेरीत रौप्यपदक मिळवले. तसेच साक्षी मलिकने महिलांच्या ५८ किलो फ्री स्टाइल कुस्तीत कांस्यपदक पटकावले.

बॅडमिंटनमधील प्रगती

२०१५ च्या मार्च महिन्यात सानिया नेहवाल हिला महिलांच्या दुहेरीत जागतिक स्तरावर पहिला क्रमांक मिळाला. अश्विनी पोनप्पा आणि ज्वाला गुट्टादेखील चमकल्या. तरी २०१६ च्या ऑलिम्पिकमध्ये रौप्यपदक मिळवून पी.व्ही. सिंधूने उच्च क्रमांकावर झेप घेतली होती.

✦ बसवाहक ते सुपरस्टार

'कबाली' हा तमिळ चित्रपट २०१६ मध्ये प्रदर्शित झाला व त्यात रजनीकांतची भूमिका होती. या चित्रपटात कुआलालंपूर येथील वीस वर्षे तुरुंगाची हवा खाऊन सुटलेल्या गँगचा नेता कबालीस्वरन ऊर्फ कबाली याची कहाणी आहे. त्याच्यावर खोटे आरोप ठेवून कैद केले गेले होते व सुटका झाल्यावर तो आपल्या टोळीचा ताबा घेतो. या चित्रपटाचे हिंदी, तेलुगूमध्ये डबिंग करण्यात आले. तसेच तो मल्याळीमध्ये प्रदर्शित झाला. रजनीकांतचा हा सर्वोत्कृष्ट चित्रपट होता.

रजनीकांतचा (जन्म : १२ डिसेंबर, १९५०) जन्म बंगलोर येथे एका मराठी कुटुंबात झाला. त्याचे मूळ नाव शिवाजीराव गायकवाड असे होते. तो मराठी आणि कन्नड बोलतो तसेच पुढे तमिळदेखील बोलायला शिकला. बंगलोरच्या ट्रान्स्पोर्ट सर्व्हिसमध्ये बसवाहकाची नोकरी करत असताना, तो चित्रपटात भूमिका करत असे. अभिनयाची आवड असल्याने, तो १९७३ मध्ये अडियार फिल्म (आताची एम.जी.आर. गव्हर्नमेंट फिल्म ॲण्ड टी.व्ही. इन्स्टिट्यूट) इन्स्टिट्यूटमध्ये प्रशिक्षणासाठी गेला. त्यानंतर त्याने 'अपूर्व रागान्गल' (१९७५) या पहिल्या चित्रपटात भूमिका केली आणि मागे वळून बघितलेच नाही. मग तो उच्च दर्जाचा

अभिनेता बनला. त्याने खूप मान-सन्मान मिळवले आणि २०१६ मध्ये पद्मविभूषित झाला.

✦ गिन्नी माहीची इंटरनेटवर खळबळ

पंजाबमधील १८ वर्षीय पॉप गायिका आपल्या १ लाख सभासदांसह यू-ट्युबवर खळबळ माजवून आहे. तरुण गिन्नी ऊर्फ गुरकन्वल भारती ही दलित मुलगी दलितांच्या समस्या, दलित नेते आणि अन्य अनेक साधुसंतांची भक्तिगीते गाते. गुरू नानक, बुल्ले शाह, संत रविदास आणि आंबेडकर हे तिच्या गीतांचे नायक आहेत. तिच्याआधी चमकिला, रूपलाल धीर आणि रानी अरमान या दलित गायिका होत्या; पण गिन्नीइतके यश कुणालाच लाभले नाही. गिन्नीने वयाच्या आठव्या वर्षी गायनास सुरुवात केली आणि आता ती जालंधरमधील हंसराज महिला महाविद्यालयात शिकते आहे. तिच्याकडे गीतांची रचना करण्यासाठी लेखकांचा एक चमू आहे. तिची बरीच गाणी उदाहरणार्थ, 'डेंजर चमार' ही दलितासंबंधी असली तरी ती आता जातीनिरपेक्ष गाण्याकडे झुकते आहे. कलाकाराला जात - धर्म नसतो, असे ती मानते. सर्वांना एकत्र आणून त्यांचे सक्षमीकरण करणे हा तिच्या गायनकलेचा हेतू आहे.

२०१६ मधील आणखी घटना

एप्रिल : महिलांना बंदी असलेल्या मंदिरांत व हाजीअली दर्गा येथे महिला कार्यकर्त्यांची घुसखोरी.

२९ जून : हिंदुस्थानी शास्त्रीय संगीताच्या गायिका वीणा सहस्त्रबुद्धे मरण पावल्या.

१४ ऑगस्ट : तमिळ लेखक, कवी आणि गीतकार ना. मुथुकुमार यांचे निधन.

५ सप्टेंबर : 'रिलायन्स जिओ मोबाईल टेलिकॉम ऑपरेटर कंपनी'ने त्यांची मोफत सेवा सुरू केली.

२२ नोव्हेंबर : कर्नाटक संगीतातील गायक बालमुरली कृष्णा कैलासवासी झाले.

५ डिसेंबर : तामिळनाडूच्या मुख्यमंत्री जे. जयललिता अनंतात विलीन झाल्या.

डिसेंबर : मणिपूरमध्ये सात नव्या जिल्ह्यांची निर्मिती झाली; त्यामुळे त्या राज्यात एकूण १६ जिल्हे झाले. त्याला विरोध करण्यासाठी युनायटेड

नागा कौन्सिलने (UNC) आर्थिक नाकेबंदाची हाक दिली असेच २ आणि ३७ क्रमांकाचे राष्ट्रीय महामार्ग बंद केले. नागा गटात असंतोष आहे, कारण मणिपूरच्या दऱ्या-खोऱ्यांतील काही जिल्हे त्यांच्या प्रदेशाला जोडायला हवेत, अशी त्यांची मागणी आहे. मणिपूरच्या नव्या जिल्ह्यांमुळे त्यांची मागणी फोल ठरली.
भारताने ज्युनिअर हॉकी वर्ल्ड कप जिंकला.

७१

२०१७ : सत्तरीतला भारत

२०१७च्या फेब्रुवारी-मार्च महिन्यांत निवडणुका झाल्या आणि त्याचे निकाल ११ मार्च रोजी बाहेर पडले. या निवडणुका विधानसभेच्या होत्या; तरीही केंद्रातील भाजप सरकार आणि पंतप्रधान नरेंद्र मोदी यांच्या मध्यकालावधीतील सार्वमत दाखवणारे होते.

सर्वांत मोठ्या आणि महत्त्वपूर्ण अशा उत्तर प्रदेश राज्यातील विधानसभेत बीजेपीने ४०३ पैकी ३१२ जागा जिंकून बाजी मारली. योगी आदित्यनाथ मुख्यमंत्रिपदी विराजमान झाले. समाजवादी पार्टी व इंडियन नॅशनल काँग्रेस यांच्या संयुक्त आघाडीला केवळ ४४ जागा जिंकता आल्या आणि ती दुसऱ्या स्थानावर आली. उत्तराखंड राज्यातदेखील ७० जागांपैकी ५७ जागांवर आघाडी मिळवून बीजेपी विजयी झाली. पंजाबमध्ये मात्र अमरिंद्रसिंग यांच्या नेतृत्वाखाली काँग्रेसचे सरकार स्थापन झाले. त्यांनी ११७ पैकी ७७ जागा जिंकल्या होत्या. मणिपूरमध्ये ६० जागांपैकी काँग्रेसच्या वाट्याला २८ जागा आल्या, तर बीजेपीने २१ जागांवर आपले शिक्कामोर्तब केले आणि इतर पक्षांच्या सहकार्याने सरकार स्थापन केले. या निवडणुकीचे एक वैशिष्ट्य म्हणजे ख्यातकीर्त समाजसेविका इरॉम शर्मिला यांना केवळ ९० मते मिळाली होती. गोव्यातील निकालदेखील मणिपूरसारखे होते. काँग्रेसला १७, तर बीजेपीला ११ जागा मिळाल्या होत्या. इतर पक्षांच्या साहाय्याने बीजेपीने तिथेदेखील सरकार उभारले.

✦ ओम पुरी यांचे निधन

वर्षारंभी सुप्रसिद्ध कलावंत ओम पुरी यांना देवाज्ञा झाली. (१८ ऑक्टोबर,

१९५० ते ६ जानेवारी, २०१७) त्यांनी केवळ बॉलिवुड आणि पर्यायी चित्रपटांतच नव्हे, तर आंतरराष्ट्रीय चित्रपटांतही भूमिका केल्या होत्या. 'भूमिका', 'अर्धसत्य', 'सिटी ऑफ जॉय' (१९९२), 'हे राम' (२०००), 'रंग दे बसंती', 'अग्निपथ', (२०१२) आणि 'बजरंगी भाईजान' या त्यांच्या काही चित्रपटांतील भूमिका गाजल्या होत्या. त्यांनी बरेच चित्रपट पुरस्कार पटकावले होते आणि १९९० मध्ये त्यांना पद्मश्री पुरस्काराने गौरविले गेले होते.

✦ इशारा आंतरराष्ट्रीय कठपुतळ्यांचा उत्सव

२०१७ मधील इशारा उत्सवाचे पुनर्निर्मित पोस्टर

'द इशारा पपेट थिएटर ट्रस्ट' हा देशातील एक प्रमुख बाहुल्यांचा खेळ करणारा गट असून, त्याची स्थापना १९८६ मध्ये दादी पुडूमजी यांनी केली. या वर्षी फेब्रुवारी महिन्यात ३ ते १० तारखेपर्यंत त्यांनी तिसावा वार्षिक वर्धापन दिन साजरा केला. त्या निमित्ताने नवी दिल्ली, गुडगाव व चंडिगढ येथे पंधरावा आंतरराष्ट्रीय सोहळा भरविला होता. पारंपरिक तसेच आधुनिक कठपुतळ्या आणि त्या रंगभूमीवर सादर करणाऱ्या राष्ट्रीय व आंतरराष्ट्रीय पातळीवरील कलाकारांनी या उत्सवात सहभाग घेतला. तैवानमधील कलाकारांनी 'द लॅन्टर्न फेस्टिव्हल', बर्लिनमधील कलाकारांनी 'द मर्चंट ॲन्ड द पॅरट' तर बालीतील कलाकारांनी 'द थेफ्ट ऑफ सीता' या रामायणावर आधारित संकल्पनेवर आणि स्पेनमधील कलाकारांनी सामान्य वस्तूंपासून तयार केलेल्या कठपुतळ्यांची जादू असे कितीतरी मनोरंजक कठपुतळीचे खेळ या उत्सवात सादर केले गेले.

✦ धावपटूंचे धावत जाऊन लग्न

ते दोघे धावपटू आहेत. पूनम आर. चिकणे आणि नवनाथ जे. दिघे महाराष्ट्रातील कळोशी गावचे रहिवासी. फेब्रुवारीच्या प्रारंभी दोघांनी आपले लग्न वेगळ्या पद्धतीने साजरे केले. या लग्नसोहळ्यात त्यांनी अग्नी, भटजी, घोड्यावरून वरात या साऱ्या गोष्टींना फाटा दिला. ते जोडपे चक्क २५ किलोमीटर धावत धावत नोंदणीकृत कार्यालयात पोहोचले आणि रजिस्ट्रारसमोर एकमेकांना हार घालत, त्यांनी सहजीवनाच्या आणाभाका घेतल्या. वरातीतील पाहुणे मंडळींनादेखील

त्यांच्यासोबत तितके अंतर धावत जावे लागले. त्याचं काय झालं की, श्री. दिघे हे साताऱ्याच्या मॅरेथॉन असोसिएटचे सदस्य आहेत आणि त्यांना समाजाला आरोग्य व शारीरिक तंदुरुस्तीचा संदेश द्यायचा होता. भारतात दरवर्षी अनेक प्रकारच्या धावण्याच्या स्पर्धा होतात; पण हा एक वेगळाच उपक्रम ठरला.

चित्रपटांतील मॅरेथॉन

'एथिर नीचल' हे २०१३ सालचे एक तमिळ खेलनाट्य आहे. त्यातील नायक धावण्याची स्पर्धा जिंकून जीवनात आत्मविश्वास मिळवतो आणि पुढे मॅरेथॉन प्रशिक्षण अकॅडमी उघडतो.

✦ स्क्वॅशमध्ये आघाडी

'द अंडर नाइन्टिन ब्रिटिश ज्युनियर ओपन स्क्वॅश' ही एक मानाची खेळस्पर्धा आहे. या वर्षीच्या जानेवारी महिन्यात आयोजित स्पर्धेत भारताने सुवर्ण, रौप्य आणि कांस्यपदक पटकावले. वेलावन सेंथिलकुमार, अभयसिंग आणि आदित्य राघवन हे ते विजेते होत. या तिघांनी चेन्नईमधील 'इंडियन स्क्वॅश अकॅडमी'मध्ये सायरस पोंचा (जन्म : १९७६) यांच्या मार्गदर्शनाखाली प्रशिक्षण घेतले आहे. शिवाय जानेवारी महिन्यात अंडर थर्टीन स्पर्धेत श्रेयस मेहता याने 'स्कॉटिश ज्युनिअर ओपन' स्पर्धा जिंकली. या साऱ्या यशातून देशाने स्क्वॅश खेळात केलेली प्रगती लक्षात येते.

भारतातील स्क्वॅश खेळाचा आढावा

राष्ट्रीय स्तरावरील पहिली स्क्वॅश चॅम्पियनशिप स्पर्धा १९५३ मध्ये भरली होती आणि ती राजकुमार नरपत सिंग याने जिंकली. तद्नंतरच्या दोन्ही वर्षांत तो अजिंक्य राहिला. स्वातंत्र्यपूर्व काळात हशिम खान याचा या खेळात दबदबा होता. १९४७ नंतर गाजलेले काही खेळाडू म्हणजे राष्ट्रीय व आंतरराष्ट्रीय चॅम्पियन ठरलेला अनिल नायर, अॅड्रियन इज्रा, दिनशॉ पंडोले, डॅरियस व फारुख पंडोले समाविष्ट असलेले पंडोले कुटुंबीय तसेच काही लष्करी अधिकारी विशेषत: मेजर के. एस. जैन आणि कर्नल आर. के. मनचंदा हे होत.

महिला खेळाडूंमध्ये भुवनेश्वरी कुमारी (जन्म : १९६०) हिने १९७७-९२ या काळात सोळा वेळा राष्ट्रीय पदक जिंकले होते आणि मिशा ग्रेवाल (जन्म : १९७०) ही नावारूपाला आलेली खेळाडू पुढे

टी.व्ही. तारका बनली.

चेन्नईत स्थापन झालेल्या 'द स्क्वॅश रॅकेट्स फेडरेशन ऑफ इंडिया' व 'इंडियन स्क्वॅश ॲकेडमी'मधून भारताने विशेष प्रावीण्य असलेले खेळाडू निर्माण केले. २०१६ च्या ऑगस्ट महिन्यात ऑस्ट्रेलियात आयोजित केलेल्या 'वर्ल्ड डबल्स स्क्वॅश चॅम्पियनशिप' स्पर्धेत भारताने एक रौप्य आणि दोन कांस्यपदके मिळवली होती. त्यांपैकी रौप्य व कांस्य हे मिश्र जोडीसाठी, तर एक कांस्य महिलांच्या दुहेरी स्पर्धेसाठी होते. सौरव घोसाल, दीपिका पाल्लिकल, हरिंदर पाल संधू आणि जोत्स्ना चिनाप्पा हे विजयी खेळाडू होते.

जानेवारी २०१७ पर्यंत पुढील पुरुष खेळाडू अव्वल ठरले होते

- सौरव घोसाल : जागतिक पातळीवर २३ वा क्रमांक;
- विक्रम मल्होत्रा : जागतिक पातळीवर ६४ वा क्रमांक;
- महेश मानगावकर : जागतिक पातळीवर ६९ वा क्रमांक;
- हरिंदर पाल संधू : जागतिक पातळीवर १०४ वा क्रमांक;
- कुश कुमार : जागतिक पातळीवर १५२ वा क्रमांक;

जानेवारी २०१७ पर्यंतच्या अव्वल महिला खेळाडू :

- जोत्स्ना चिनाप्पा : जागतिक पातळीवर १३ वा क्रमांक;
- दीपिका पाल्लिकल : जागतिक पातळीवर २६ वा क्रमांक;
- सचिका इंगळे : जागतिक पातळीवर ७४ वा क्रमांक;
- जेनेट विधी : जागतिक पातळीवर १०७ वा क्रमांक;
- आकांक्षा साळुंखे : जागतिक पातळीवर १३९ वा क्रमांक.

२०१७ मधील आणखी काही घटना

१५ फेब्रुवारी : 'इस्रो'ने (ISRO) एका अग्निबाणातून १०४ उपग्रह अवकाशात सोडले आणि जागतिक विक्रम नोंदवला.

फेब्रुवारी महिन्यात बुद्धिबळपटू हारिका द्रोनावल्ली हिने तेहरानला आयोजित केलेल्या 'वर्ल्ड वुमन चेस चॅम्पियनशिप' स्पर्धेत तिसऱ्यांदा कांस्यपदक पटकावले.

६ मार्च : हेलिकॉप्टर वाहून नेणारी भारतीय नौदलातील आय. एन.

एस. विराट ही महाकाय नौका निकामी करण्यात आली.

१ जुलै : गुडस् अॅन्ड सर्व्हिसेस टॅक्सचा (जी.एस.टी.) प्रारंभ. भारतातील बहुविध कर पद्धती नामशेष! त्या जागी अप्रत्यक्ष एकसूत्री कर पद्धतीची अंमलबजावणी सुरू.

२० जुलै : बिहारचे माजी राज्यपाल रामनाथ कोविंद देशाचे राष्ट्रपती म्हणून निवडले गेले.

युके / इंडिया २०१७ हा संयुक्त सांस्कृतिक उत्सव भरवून दोन्ही देशांतील स्नेहबंध दृढ केले गेले. हा उत्सव देशातील ब्रिटिश कौन्सिल व भारत सरकार यांच्या संयुक्त विद्यमाने इंग्लंडमध्ये भरवला गेला.

७२

२०१८ : सत्तरी ओलांडताना भारत अब्जाधीश

जागतिक अब्जाधीशांच्या यादीत भारत प्रथमच तिसरा. भारतात एकूण १२१ अब्जाधीश असून, ही संख्या गेल्या वर्षापासून १९ नी वाढली आहे. अमेरिकेत सर्वाधिक ५८५, तर दुसऱ्या क्रमांकावर असणाऱ्या चीनमध्ये ३७३ अब्जाधीश आहेत. 'फोर्ब्स'ने जाहीर केलेल्या अब्जाधीशांच्या ताज्या यादीमध्ये ॲमेझॉनचे सी.इ.ओ. जेफ बेडतोज १०० अब्ज डॉलर्सच्या संपत्तीसह प्रथम क्रमांकावर आहेत.

भारतात मुकेश अंबानींची संपत्ती सर्वाधिक ४०.१ अब्ज डॉलर्स इतकी आहे. त्यांच्या संपत्तीत मागील वर्षापेक्षा १६.९ अब्ज डॉलर्सची भर पडली आहे. त्यांचे भारतातील सर्वाधिक श्रीमंतांच्या यादीतील स्थान यंदाही अढळ आहे. जागतिक पातळीवर त्यांनी ३३ व्या क्रमांकावरून १९व्या क्रमांकावर भरारी घेतली आहे. २०१७ मध्ये ते २३.२ अब्ज डॉलर्सच्या संपत्तीसह ३३ व्या स्थानावर होते. अझीम प्रेमजी यांनी लक्ष्मी मित्तल यांना मागे टाकत भारतातील सर्वाधिक श्रीमंतांचे दुसरे स्थान पटकावले आहे. 'जिंदाल स्टील अँड पॉवर'च्या सावित्री जिंदाल या सर्वाधिक श्रीमंत भारतीय महिल्या ठरल्या आहेत. जागतिक क्रमवारीत त्या ८.८ अब्ज डॉलर्सच्या संपत्तीसह १७६ व्या स्थानावर आहेत. 'पेटीएम'चे संस्थापक विजय शेखर शर्मा १.७ अब्ज डॉलर्ससह जागतिक यादीतील सर्वांत तरुण भारतीय अब्जाधीश ठरले आहेत.

✦ 'पद्मावती'ची करणी

लसलसत्या लालसेसमोर आत्मसन्मान, सज्जनपणा, सभ्यता ठाम उभी राहते,

तेव्हा आग भडकतेच. हा जोहार असतो. त्या मानी जगण्याचा आणि त्यामध्ये खाक होणार असते ती लालसा, विकृती आणि वखवखलेपणा. 'पद्मावत' या चित्रपटात महाराणी पद्मावती ठामपणे पावले टाकत धडधडत्या ज्वाळा जवळ करू लागते, तेव्हा त्याची धग समोरच्या प्रेक्षकालाही लागते. राणीला जिंकण्यासाठी जीवाचे रान करत किल्ल्यातून धावणाऱ्या अल्लाउद्दीन खिलजीची विकृत नजर बिथरते. त्याच्या अहंकाराला लागलेला मोठा धक्का प्रेक्षकांना जाणवतो.

परंतु प्रदर्शनपूर्व काळात या चित्रपटाने इतिहास घडविला. राणी पद्मावतीची प्रतिमा मलीन करण्यात आल्याच्या आरोपावरून श्रीरजपूत करणी सेनेने केलेला तीव्र विरोध आणि कोर्टकचेरी यामुळे चित्रपटाचे मूळ नाव 'पद्मावती' बदलण्यात आले. त्यातील काही दृश्ये कापावी लागली. निर्माता संजय लिला भन्साळी व नायिका दीपिका पदुकोण यांना मनस्ताप सहन करावा लागला. प्रदर्शन होताना राजस्थान, मध्यप्रदेश, हरयाना, गुजरात, उत्तर प्रदेश आदि राज्यांत हिंसक निदर्शने झाली होती.

परंतु, प्रेक्षकांच्या पसंतीमुळे चित्रपटाने रेकॉर्ड ब्रेक व्यवसाय केला. करणी सेनेने आपला विरोध मागे घेतला आणि 'यापुढे आपण ऐतिहासिक चित्रपटात भूमिका करणार नाही' असा मनोदय दीपिका पदुकोण हिने जाहीर केला. 'पद्मावत'ने मात्र बॉक्स ऑफिसचे वेळापत्रक विस्कटून टाकले एवढा तो तुफान चालला. या चित्रपटात देशातील गौरवशाली इतिहास दाखवला गेला आहे, त्याचा संपूर्ण देशाला अभिमान वाटला पाहिजे, असे राजस्थान न्यायालयाने त्याचे कौतुक केले. एका महिन्यात या चित्रपटाने ५०० कोटी रुपयांचा टप्पा पार केला होता.

✦ क्रिकेटमधील जल्लोष

भारताने दक्षिण आफ्रिकेला वन-डे मालिकेत ५-१ हरवून जागतिक पातळीवरचे आय. सी. सी. क्रमवारीतील पहिल्या क्रमांकाचे स्थान पटकावले. दक्षिण आफ्रिकेत पहिल्यांदाच मालिका विजय मिळविला. तद्नंतर, टी-२० स्पर्धेतदेखील २-१ जिंकून आपले वर्चस्व राखले. अंडर नाइन्टिन युवा खेळाडूंनीदेखील जागतिक युवा वर्ल्डकप जिंकला. त्यांनी गतविजेत्या ऑस्ट्रेलियाला उपांत्य फेरीत चारी मुंड्या चित केले. राहुल द्रविडच्या मार्गदर्शनाखाली आणि पृथ्वी शॉ या तरुणाच्या नेतृत्वाखाली युवापटूंनी ही करामत केली. ही स्पर्धा न्यूझिलंडमध्ये भरवली गेली होती आणि एकही सामना न गमावता, युवा संघाने आपला धडाका कायम ठेवला व चौथ्यांदा वर्ल्डकप जिंकला.

महिला क्रिकेटपटूंनीदेखील 'हम भी कुछ कम नहीं' हे सिद्ध करत वन-डे

मालिकेत दक्षिण आफ्रिकेला नमवत विजय मिळवला, शिवाय टी-२० मालिकादेखील २-१ अशी पदरात पाडली.

इंडियन प्रिमियम लीग (आय.पी.एल.) ही भारतीय क्रिकेट बोर्डाला सोन्याचे अंडे देणारी कोंबडी आहे. या वर्षीच्या ७ एप्रिलला सुरू होणाऱ्या ५१ दिवसांच्या कालावधीत बोर्डाला २०१७ कोटी रुपये मिळणार आहेत. विशेष म्हणजे आंतरराष्ट्रीय व स्थानिक क्रिकेटमधून बोर्डाला अवघे १२५ कोटी रुपये मिळतील.

✦ अभिनेत्री श्रीदेवी काळाच्या पडद्याआड

बॉलिवुडच्या सुपरस्टार अभिनेत्री श्रीदेवी यांचा दुबईमधील आलिशान हॉटेलातील बाथटबमध्ये बुडून मृत्यू. आपल्या पुतण्याच्या लग्नाला त्या कुटुंबीयांसह दुबईला गेल्या होत्या, त्या वेळी त्यांचे हृदयविकाराच्या झटक्याने निधन झाले. त्या ५४ वर्षांच्या होत्या.

२०१८ च्या प्रारंभीच्या काही घटना

३ फेब्रुवारी : न्यूझिलंडमध्ये झालेल्या आय.सी.सी. युवा विश्वचषक क्रिकेटस्पर्धेत अंतिम फेरीत ऑस्ट्रेलियाला हरवून भारताने जेतेपद मिळवले.

५ फेब्रुवारी : यकृत, पोट आणि मूत्रपिंडासह पार्श्वभाग एकच असलेल्या अवस्थेत जन्मलेल्या 'लव्हा' आणि 'प्रिन्स' या सयामी जुळ्यांवर मुंबईतील बाई जेरबाई वाडिया रुग्णालयामध्ये शस्त्रक्रिया करून त्यांना वेगळे करण्यात आले.

२ फेब्रुवारी : भारतातील पहिली खासगी महिला गुप्तहेर रजनी पंडित (५४ वर्षे) हिला ठाणे गुन्हे अन्वेषण शाखेने अटक केली. विविध मोबाईल कंपन्यांकडून बेकायदा कॉल तपशिलाची नोंद (सी.डी.आर.) मिळवून त्याची विक्री करणाऱ्या टोळीकडून तिने ही सी.डी.आर. विकत घेतल्याचा आरोप होता.

११ फेब्रुवारी : २०१८-१९ चा केंद्रीय अर्थसंकल्प जाहीर झाला. या केंद्रीय अर्थसंकल्पात सर्वसामान्य लोकांना दिलासा देऊ शकतील अशा फारशा तरतुदी नाहीत. अर्थसंकल्पात अनेक नवे कर बसविण्यात आले आहेत. आधीच्या करात वाढदेखील केली आहे. शेअर बाजारातील दीर्घ मुदतीच्या ठेवीवर नव्याने बसविण्यात आलेल्या कराचा गुंतवणुकीला मोठा फटका बसणार आहे. केंद्रीय अर्थसंकल्पात पादचारी पूल, सरकते जिने, एटीव्हीएमसारख्या सुविधांची रेलचेल आहे.

३१ जानेवारी : तब्बल ३५ वर्षांनी 'ब्लू मून', 'ब्लड मून' आणि 'सुपर मून' असा चंद्रग्रहणाचा एकत्रित त्रिवेणी योग जुळून आला. संपूर्ण जगाने या चंद्रग्रहणांचे 'याची देही, याची डोळा' दर्शन घेतले.

१७ जानेवारी : भारत व चीन यांच्यातील डोकलामचा तिढा सुटल्यातच जमा झाला असताना, वादग्रस्त डोकलाम तिठ्याचा उत्तर भाग चिनी सैन्याने पूर्णपणे ताब्यात घेतला असून, तिथे सात हॅलिपॅडसह मोठ्या प्रमाणात चिलखती वाहने सज्ज केली आहेत.

वादग्रस्त तिठ्याजवळ भारताच्या खंदकापासून केवळ १० मीटरवर चीनने टेहळणी मनोरा उभारला आहे. या मनोऱ्याद्वारे खोऱ्यातील कुपूप ते झुलूकपर्यंतच्या भागात त्यांना टेहळणी करता येणार आहे.

उत्तर डोकलाम भागात मोठ्या प्रमाणावर चिनी सैनिकी चौक्या उभारण्यात आल्याचे स्पष्ट झाले आहे.

२३ जानेवारी : दावोस येथे भरलेल्या जागतिक अर्थपरिषदेच्या उद्घाटन सोहळ्यात पंतप्रधान श्री. नरेंद्र मोदी यांची उपस्थिती. याच वेळी आंतरराष्ट्रीय नाणेनिधीने २०१८-१९ मध्ये भारताचा विकासदर ७.४ टक्के राहील ही खूशखबर दिली. त्या तुलनेत चीनच्या अर्थव्यवस्थेची गती ६.८ टक्के राहण्याची शक्यता आहे.

११ जानेवारी : सागरीमार्ग आंतरराष्ट्रीय पर्यटनाला चालना देणाऱ्या पहिल्या आंतरराष्ट्रीय क्रूझ टर्मिनलची मुहूर्तमेढ मुंबईच्या पूर्व किनारपट्टीवरील इंदिरा डॉकमध्ये रोवण्यात आली. सात लाख प्रवासी क्षमतेच्या या क्रूझ टर्मिनलमधून परदेशी जाण्यासाठी भारतीयांना एक नवा पर्याय उपलब्ध झाला आहे.

१२ जानेवारी : स्वतंत्र भारताच्या न्यायव्यवस्थेच्या दृष्टीने शुक्रवारचा हा दिवस अभूतपूर्व ठरला. सर्वोच्च न्यायालयातील जे. चेलमेश्वर, रंजन गोगोई, ए. बी. लोकुर आणि कुरियन जोसेफ या चार वरिष्ठ न्यायाधिशांनी सरन्यायाधीश न्या. दीपक मिश्रा यांच्या कार्यपद्धतीवर जाहीर टीका केली. न्यायपालिकेतील हा सर्वोच्च भूकंप होता.

सारासार विचार न करता, आपल्या पसंतीच्या पीठाकडे खटले वर्ग करण्याचा मुद्दा सरन्यायाधिशांकडे उपस्थित करण्यात आला होता.

७ फेब्रुवारी : पुरुषांच्या आंतरराष्ट्रीय क्रिकेटमध्ये पहिल्यांदा दोनशे बळी मिळवण्याचा मान कपिल देव यांच्या नावावर आहे. आता स्त्रियांच्या आंतरराष्ट्रीय क्रिकेटमध्ये हा मान वेगवान गोलंदाज झुलन गोस्वामी हिने पटकावला आहे. दक्षिण आफ्रिकेविरुद्धच्या एक दिवसाच्या सामन्यात

सलामीवीर लाऊरा वोल्व्हार्टला बाद करून, महिलांच्या आंतरराष्ट्रीय क्रिकेटमध्ये दोनशे बळी मिळवणारी ती पहिली महिला ठरली.

फेब्रुवारी : नीरव मोदी या हिरे व्यापाऱ्याने पंजाब नॅशनल बँकेत १२,६२२ कोटी रुपयांचा घोटाळा करून परदेशी पलायन केले.

३ मार्च : भारत सांघिक स्नूकर विश्वविजेता - दोहा येथे भरलेल्या पहिल्यावहिल्या सांघिक स्नूकर स्पर्धेत भारताने पंकज अडवानी आणि मनन चंद्रा यांच्या खेळाच्या जोरावर पाकिस्तानला नमवत विजेतेपद पटकावले.

४ मार्च : भारताच्या नवज्योत कौरने एशियन चॅम्पियन स्पर्धेत ६५ किलो गटातील कुस्तीमध्ये जपानच्या मियाला हरवून सुवर्णपदक पटकावले. सिनियर एशियन रेस्टलिंगमध्ये सुवर्णपदक मिळविणारी ती पहिली भारतीय महिला ठरली.

३ मार्च : ईशान्य भारतातील त्रिपुरा, नागालँड आणि मिझोराम या राज्यांमध्ये विधानसभा निवडणुका झाल्या आणि त्या भाजपने जिंकल्या. त्रिपुरात सलग सात वेळा सत्तेवर असलेल्या मार्क्सवादी कम्युनिस्ट पक्षाला भाजपने धूळ चारली. मेघालयात काँग्रेसने आघाडी घेतली खरी; पण सत्ता स्थापनेचे त्यांचे स्वप्न भंग पावले आणि नऊ वर्षांचे त्यांचे राज्य खालसा झाले. एन.पी.पी., यु.डी.पी., पी.डी.एफ., भा.ज.प. आणि एच.एस.पी.डी.पी. या काँग्रेसेतर पक्षांनी एन.पी.पी.च्या नेतृत्वाखाली आघाडीची मोट बांधली.

(एन.पी.पी. : नॅशनल पीपल्स पार्टी, यु.डी.पी. : युनायटेड डेमोक्रॅटिक पार्टी, एच.एस.पी.डी.पी. : हिल स्टेट पीपल्स डेमोक्रॅटिक पार्टी)

८ मार्च : 'सन्मानाने मरणे' हा मूलभूत हक्क आहे, तेव्हा मरणासन्न स्थितीत इच्छा-मरणाला परवानगी असावी, असा सर्वोच्च न्यायालयाचा ऐतिहासिक निर्णय. या निर्णयाचा दुरुपयोग होऊ नये म्हणून इच्छा-मरणाबाबतचे निकष ठरविण्यासाठी मार्गदर्शक तत्त्वे तयार करण्याचे आदेश कोर्टाने दिले आहेत.

आणखी काही घटना

२ एप्रिल : ज्येष्ठ समाजवादी नेते भाई वैद्य (जन्म : २२ जून, १९२८) मरण पावले.

६ एप्रिल : गोल्ड कोस्ट (ऑस्ट्रेलिया) येथे भरलेल्या २१व्या राष्ट्रकुल क्रीडा स्पर्धेत वेटलिफ्टर संजिता चानू हिने दोन सुवर्णपदके मिळवली. या क्रीडा स्पर्धेत भारताला २६ सुवर्ण, २० रौप्य आणि २० कांस्य अशी एकूण ६६ पदके मिळाली आणि ऑस्ट्रेलिया, ब्रिटननंतर तिसरा क्रमांक मिळाला. ही भारतासाठी तिसरी सर्वाधिक यशस्वी राष्ट्रकुल स्पर्धा ठरली.

६ एप्रिल : चित्रपट अभिनेता सलमान खान याला १९ वर्षांपूर्वी (१९९८) जोधपूरमध्ये केलेल्या काळवीट शिकारीबद्दल ५ वर्षांची शिक्षा.

एप्रिल : अॅट्रॉसिटी कायद्यात निरपराध व्यक्तीच्या मूलभूत अधिकारांना संरक्षण देण्यासाठी केलेल्या बदलामुळे 'भारत बंद' पुकारण्यात आला; परंतु सुप्रीम कोर्टाने २० मार्चच्या आपल्या दलित अत्याचार प्रतिबंधक कायद्यान्वये (अॅट्रॉसिटी अॅक्ट) गुन्हा दाखल झाल्यास आरोपींना सरसकट अटक करू नये, या निर्णयाला स्थगिती देण्यास नकार दिला.

१४ एप्रिल : समाजातील वैज्ञानिक दृष्टिकोन वाढविणे, विज्ञानावर होणारा खर्चनिधी वाढविणे अशा विविध मागण्यांसाठी शास्त्रज्ञांनी रस्त्यावर निदर्शने केली. जगभरात होत असलेल्या विज्ञानाच्या गळचेपीविरोधात 'मार्च फॉर सायन्स'चे आयोजन केले होते. देशातील विविध शहरांत मोर्चे निघाले. 'विज्ञानाशिवाय 'मेक इन इंडिया' शक्य नाही, प्रत्येक गोष्टीचा पुरावा मागा', 'भूत कुठेच नसते, ते केवळ अज्ञानी माणसाच्या डोक्यात असते', या उद्घोषणांचा मोर्च्यात नारा लागला.

सारांश : एका सांस्कृतिक उत्क्रांतीचा प्रारंभ

सत्तर वर्षांपूर्वी स्वातंत्र्य मिळाल्यानंतर भारत देशाने प्रगतीची प्रचंड झेप घेतली, हे आपण वाचलंच.

स्वातंत्र्योत्तर काळात जी घटना तयार केली गेली, तिचा अवलंब करत या देशात स्थैर्य व लोकशाही नांदली. सुरुवातीच्या घटनेत बरेच बदल करण्यात आले तरी त्याची मूलभूत रचना कायमस्वरूपी आहे.

आणखी काही प्रगतीचे कंगोरे इथे नमूद करता येतील. जरी इथे पूर्णपणे साक्षरता साधता आली नसली तरी २०११ पर्यंत साक्षरतेचा दर ७४ टक्के होता. शाळा आणि अन्य शैक्षणिक संस्थांत लक्षणीय वाढ झाली. २००० मध्ये विश्वविद्यालयाच्या पातळीवरील २९१ संस्था देशात उपलब्ध होत्या. 'इंडियन इन्स्टिट्यूट ऑफ टेक्नॉलॉजी' (आय. आय. टी.) आणि 'इंडियन इन्स्टिट्यूट ऑफ मॅनेजमेंट' (आय. आय. एम.) सारख्या प्रतिष्ठित संस्थांसोबतच अन्य विज्ञान व तंत्रज्ञानाशी निगडित संस्था उभ्या राहिल्या. सरकारी तसेच खासगी संस्थांनी अनेक शैक्षणिक उपक्रम राबवले. इस्पितळे आणि आरोग्य केंद्रात विपुल वाढ झाली आणि त्याचे परिणामदेखील दिसून आले. १९५१ मध्ये बालमृत्युचे प्रमाण हजारी १४६ होते, ते २०११ मध्ये ४७ वर आले. १९५१ मधील हजारी २७.४ असलेले मृत्युचे प्रमाण घटून ते २०११ पर्यंत ८ वर येऊन ठेपले. (हे प्रमाण अमेरिकेसारख्या प्रगत देशाइतके झाले.) आर्थिक विकासदेखील घडून आला. - राष्ट्रीय उत्पन्न १९४८-४९ मध्ये ८७१० कोटी रुपये होते, ते २०१०-११ मध्ये ६४,६६,८६० कोटी रुपयांपर्यंत गेले. १९४७ मध्ये ऊर्जानिर्मितीची क्षमता १४०० मेगावॅट होती, ती २०१२ मध्ये २,०९,२७६

पर्यंत पोहोचली. १९५६ मध्ये केवळ ७२९४ गावांत वीज पोहोचली होती. २०११ पर्यंत, ६,४०,८६७ गावे विजेने झळाळून गेली. औद्योगिक वाहतूक आणि संपर्क क्षेत्रातदेखील अफलातून वाढ झाला. डिजिटल टेलिव्हिजन, मोबाईल फोन आणि इंटरनेट (माहितीचे महाजाल) यांचा तर सुळसुळाटच झाला.

या पुस्तकाचे मुख्य लक्ष्य संस्कृती आहे. आपल्या पारंपरिक रूढींना जपत या देशाने सांस्कृतिक जडणघडणीत आवश्यक बदल केले. चीन हा आशिया खंडातील जुन्या वसाहतीतला एक मोठी वसाहत असलेला देश आहे. त्यांनी जुन्या परंपरांना मूठमाती देऊन नवी आधुनिक संस्कृती जन्मास घातली. १९६६ ते १९७६ च्या दरम्यान तेथे सांस्कृतिक उत्क्रांती घडवून आणली गेली. त्याचे दुष्परिणाम १५ लाख नागरिकांच्या मृत्युत आणि समाजातील सर्व क्षेत्रांत हानी पोहोचण्यात झाले. याउलट भारतात हळुवार सांस्कृतिक क्रांती घडून आली. त्यासाठी साहित्य, कला, संगीत, नृत्य, अन्न यांसारख्या विभागात घडलेला नावीन्याचा आविष्कार वेळोवेळी वापरला गेला. या देशातील राजकारणात बऱ्याच उलथापालथी झाल्या, नाही असे नाही; परंतु इथल्या सांस्कृतिक वैविध्यात हा देश आगेकूच करत राहील. जवाहरलाल नेहरूंनी या भारतवर्षाचा प्राचीन, शाश्वत आणि नवनिर्मित असा उल्लेख केला होता, तो सार्थच आहे.

◆

पुस्तकाचे संदर्भ आणि स्रोत यादी

हा ग्रंथ तयार करताना बऱ्याच स्रोतांतून माहिती मिळवण्यात आली. त्यातील काही ठळक संदर्भांची यादी खालीलप्रमाणे आहे :

- बिपीनचंद्र व अन्य लेखक (India after Independence)
- पॅट्रिक फ्रेंच (Liberty or Death : India's Journey to Independence and Division)
- रामचंद्र गुहा (India after Gandhi : The History of the World's Largest Democracy)
- शशी थरूर (Nehru : The Invention of India)
- एस. गोपाल (Jawaharlal Nehru : A Biography Vol. 1-3)
- मायरॉन विनर (State Politics in India)
- व्ही. पी. मेनन (Integration of the Indian States)
- बी. एन. मलिक (My Years with Nehru : The Chinese Betrayal)
- स्टॅन्ले व्हॉलपर्ट (Nehru : A Tryst with Destiny)
- अड्रिया एल. स्टॅन्टोन (Cultural Sociology of the Middle East, Asia and Africa)
- विजया रामस्वामी (Historical Dictionary of the Tamils)
- पॉल आर. ब्रास (The Politics of India since Independence)
- ए. घोष (Planning, Programming and Input-Output Models : Selected Papers on Indian Planning)
- बी. आर. टॉम्लिन्सन (The Economy of Modern India)

- एम. एन. सोन्धी (संपादन : Towards a New Era : Economic, Social and Political Reforms)
- साहित्य अकादमीची विविध प्रकाशने :
- अमरेश दत्ता (संपादन : The Encyclopaedia of Indian Literature, Vol. 1-6)
- के. एम. जॉर्ज (संपादन : Modern Indian Literature : An Antholgoy, Vol. 1-3)
- अनिल सेहगल (संपादन : Ali Sardar Jafri : The Youthful Boatman of Joy)
- रवि शंकर (My Music, My Life)
- प्रदीप ठाकूर (Indian Music Masters of Our Times)
- अमजद अली खान (Master on Masters)
- अवंती मेदुरी (संपादन : रुक्मिणीदेवी अरुंडले : 1904 -1986 A Visionary Architect of Indian Culture and the Performing Arts)
- नेव्हिल तुली (Indian Contemporary Painting)
- गायत्री सिन्हा (Indian Art : An Overview)
- रेणू सरन (History of Indian Cinema)
- आशिष राजाध्यक्ष (Indian Cinema : A Very Short Introduction)

याव्यतिरिक्त भारत सरकारची अधिकृत संकेतस्थळे, काही प्रतिष्ठित संकेतस्थळे व छापील मजकुराचा संदर्भ म्हणून वापर केला आहे.

शक्य त्या प्रमाणात घटनांच्या तारखा तपासल्या आहेत आणि ज्या वेळी वेगवेगळ्या तारखा आढळल्या, त्या वेळी खऱ्या तारखांची निवड केली आहे.

'द पफीन हिस्टरी ऑफ इंडिया : भाग २, हा ग्रंथ स्वातंत्र्योत्तर भारताचा इतिहास, राजकारण आणि अर्थव्यवस्था यावर भाष्य करतो आणि 'सत्तरीतला भारत' हे पुस्तक त्याचा सोबती आहे.

गव्हर्नन्स

शासन व्यवहार आणि त्याला जडलेला स्नायुक्षय

अरुण शौरी

अनुवाद

भारती पांडे

शासनव्यवहार फायलींवर नोंदी करण्यापुरताच उरतो / नियमांमध्ये नियम अडकून पडतात / समस्या सोडवण्यासाठी स्थापन करण्यात आलेल्या समित्या स्वतःच समस्या बनून जातात / राष्ट्रीय सुरक्षेला बाधा आणू शकतील इतक्या महत्त्वाच्या बाबीदेखील फायलींच्या ढिगाऱ्याखाली आणि कोर्टकचेऱ्यांच्या फेऱ्यांमध्ये हरवून जाऊ शकतात / प्रकल्पांवरील नेमणुकी हे उपकार करण्याचे आणि गचाळ, गबाळग्रंथी कारभाराचे बालेकिल्लेच बनून जातात / सार्वजनिक क्षेत्रातील प्रकल्प सर्वसामान्य जनतेसमोर कधीही खेचले जात नाहीत आणि मंत्री आणि अधिकारी यांची खाजगी कुरणं मात्र बनून राहतात / आपण आणि चीन यांच्यातील फरक / या सर्वांवर उपाय:

जनतेला सक्षम करू शकणारी शासनव्यवस्था यासाठीची पहिली गरज, खरी परिस्थिती काय आहे हे खणून काढा, त्या परिस्थितीची संपूर्ण नोंद करा आणि ती नोंद जनतेसमोर ठेवा.

आज शासनाची खरीखुरी स्थिती काय आहे हे प्रत्यक्ष पाहिलेल्या अनुभवलेल्या व्यक्तीने ती स्थिती उघड करून दाखवण्यासाठी तयार केलेला हा दस्तऐवज.

आजची ही परिस्थिती संपूर्णपणे आणि 'आज-आत्ता' का बदलली पाहिजे हे आग्रहाने सांगणारा हा दस्तऐवज.